உலக வரலாறு

நேரு, மகள் இந்திராவுக்கு எழுதிய கடிதங்கள்

முதல் பாகம்

ஜவஹர்லால் நேரு

மொழியாக்கம்
ஆதனூர் சோழன்

உலக வரலாறு
(முதல் பாகம்)

ஆசிரியர்
ஜவஹர்லால் நேரு

மொழியாக்கம்
ஆதனூர் சோழன்

முதற்பதிப்பு 2024
பக்கங்கள் 400
நூலின் அளவு (14x21.5) டெமி
விலை ரூ. 375/-

வெளியீடு
நக்கீரன்
105, ஜானி ஜான்கான் சாலை
இராயப்பேட்டை
சென்னை 14
செல்: 044- 2688 1700

புத்தகம் வடிவமைப்பு
சிபி டிசைன்ஸ்
மதுரை 18

கட்டமைப்பு
சாருபிரபா பிரிண்டர்ஸ் லிட்.,
சென்னை 14

அச்சாக்கம்
என் பிரிண்டர்ஸ்
சென்னை 14

Ulaga Varalaru
(First Part)

Authuor
Jawaharlal Nehru

Translation
Athanurchozhan

First Edition **2024**
Pages **400**
Book Size (14x21.5) Demy
Price **Rs. 375/-**

Published by
Nakkheeran
105, Jani Jahankhan Road
Royapettah, Chennai 14
Ph 044- 2688 1700

Layout by
SIBI Designs
Madurai 18

Binding by
Saaruprabha Printers Ltd.,
Chennai 14

Printed at
N Printers
Chennai 14

ISBN 978-81-970587-1-4

முன்னுரை

இந்தக் கடிதங்கள் எங்கே வெளியாகும்? எப்போது வெளியாகும்? என்பது எனக்குத் தெரியாது. ஒருவேளை வெளியாகுமா அல்லது வெளியாகாதா? என்பதும் எனக்குத் தெரியாது. இன்றைக்கு இந்தியா இருக்கிற விசித்திரமான நிலைமையில், நாளை என்ன நடக்கும் என்று சொல்ல முடியாது. ஆகவே, நேரம் கிடைக்கும்போதே இதை எழுதிவிடுகிறேன். தவறினால், வேறு நிகழ்ச்சிகள் தடையாகி விடலாம்.

வரலாறு தொடர்பான இந்தக் கடிதங்களை நான் ஏன் எழுதினேன் என்பதற்கு விளக்கமும் சமாதானமும் கூறவேண்டியது அவசியம் என்று கருதுகிறேன். இந்தக் கடிதங்களைப் படிக்கும் சிரமத்தை மேற்கொள்கிற நண்பர்கள், இந்தக் கடிதங்களிலேயே அந்த விளக்கத்தையும் சமாதானத்தையும் காண முடியும். குறிப்பாக, கடைசிக் கடிதத்தை படிக்கும்படி கேட்டுக் கொள்கிறேன். எல்லாம் தலைகீழாக இருக்கும் இந்த உலகத்தில் முடிவிலிருந்து தொடங்குவதிலும் ஒரு பொருத்தம் இருக்கிறது அல்லவா!

இந்தக் கடிதங்கள் வளர்ந்து விட்டன. இவற்றில் ஒரு வரிசையைக் காண்பது கஷ்டம்தான். இவை இவ்வளவு அதிகமாகிவிடும் என்று நான் நினைக்கவில்லை. சுமார், ஆறு ஆண்டுகளுக்கு முன், என் மகளுக்கு 10 வயதாக இருக்கும்போது, உலகின் தொடக்க கால வரலாறை விளக்கமாகவும் சுருக்கமாகவும் சில கடிதங்களில் எழுதினேன். அந்தக் கடிதங்கள் பிறகு புத்தகமாக வெளிவந்தது. அவற்றைப் பலர் விரும்பிப் படித்தார்கள். அதையடுத்து, அவற்றைத் தொடர்ந்து எழுதவேண்டும்

என்ற எண்ணம் மனதில் ஓடிக்கொண்டே இருந்தது. ஆனால், ஓய்வு இல்லாத எனது அரசியல் வாழ்க்கையில் அந்த எண்ணம் நிறைவேற வாய்ப்பு இல்லாமல் போயிற்று. சிறைக்கு வந்ததும் எனக்கு வேண்டிய நேரம் கிடைத்தது. அதை நான் பயன்படுத்திக் கொண்டேன்.

சிறை வாழ்க்கையில் சில சாதகங்கள் உண்டு. ஓய்வு கிடைக்கிறது. விஷயங்களை நடுநிலைமையில் ஆய்வு செய்ய முடிகிறது. ஆனால், அதில் பாதகங்களும் உண்டு. சிறையில் இருப்பவனுக்கு நூல்நிலையங்களின் உதவியோ, பார்க்க வேண்டிய புத்தகங்களோ கிடைக்காது. இந்த நிலைமையில், எந்த விஷயத்தைப் பற்றியும், குறிப்பாக வரலாறைப் பற்றி எழுத நினைப்பது முரட்டுத்தனமான துணிச்சல் என்றே சொல்லலாம்.

எனக்கு நிறையப் புத்தகங்கள் வந்தன. ஆனால் அவை போய் விட்டன. அவற்றை நான் நிரந்தரமாக என்னிடம் வைத்துக் கொள்வதில்லை. 12 ஆண்டுகளுக்கு முன், ஆயிரக்கணக்கான என் நாட்டவரைப் போலவே, நானும் எனது சிறை யாத்திரைகளை தொடங்கினேன். சிறையில், நான் படிக்கும் புத்தகங்களில் இருந்து குறிப்புகள் எழுதும் வழக்கத்தைத் தொடங்கினேன். எனது குறிப்புப் புத்தகங்களின் எண்ணிக்கை அதிகரித்தது.

நான் எழுதத் தொடங்கியபோது, அவை எனக்குப் பயன்பட்டன. வேறு நூல்களும் எனக்குப் பெரிதும் உதவியாக இருந்தன. அவற்றில் ஆசிரியர் எச்.ஜி.வெல்ஸ் அவர்கள் எழுதிய "சுருக்கமான வரலாறு" (Outline of History) என்ற நூல் முக்கியமானது. ஆனால், சமயங்களில் பார்க்க வேண்டிய நூல்கள் இல்லாதது நிஜமாகவே பெரிய குறையாக இருந்தது. அதனாலேயே இந்த நூலில் பல இடங்களை மழுப்பவும், அடித்துத் தள்ளவும் வேண்டியிருந்தது.

இந்தக் கடிதங்கள் தந்தை மகளுக்கு எழுதியவை. அதனால் இவற்றில் பல சொந்த விஷயங்களும் தனிப்பட்ட விஷயங்களும் இருக்கின்றன. அவற்றை நீக்குவது எளிதல்ல. ஆகையால், அவற்றை அப்படியே விட்டு வைத்திருக்கிறேன்.

ஒரு வேலையும் இல்லாமல் சும்மா இருந்தால் நமக்கு நாமே யோசிப்பதும், மேலும் பலவிதமான சிரமங்களும் உண்டாகின்றன. இந்தக் கடிதங்களில் அடிக்கடி எனது சிந்தனைப் போக்குகள் மாறுவதைத் தெளிவாக காணலாம். மேலும் ஒரு வரலாற்று ஆசிரியனைப் போல சொந்த உணர்ச்சிகளை நுழைக்காமல்

கண்ணுக்குத் தெரிகிற பொருளை மட்டும் கருத்தில் கொண்டு இதை எழுதவில்லை. நான் ஒரு வரலாற்று ஆசிரியன் என்று உரிமையும் கொண்டாடவில்லை.

சிறுவர்கள் படிக்க வசதியாக சாதாரணமாகவும், சில இடங்களில் வயது முதிர்ச்சிக்கு உரிய கருத்துகளையும் பேசியிருக்கிறேன். இப்படி ஒரு கதம்பமாக இந்த நூல் உருவாகி இருக்கிறது. பல இடங்களில் சொன்னதையே திரும்பத் திரும்பக் கூறியிருக்கிறேன். இதில் உள்ள குற்றங்களை ஆராய்ந்தால் அவற்றுக்கு ஓர் எல்லையே இருக்காது. மேலோட்டமாக எழுதப்பட்ட இந்தக் கடிதங்கள் நூலாக தொகுக்கப்பட்டுள்ளன. பல்வேறு புத்தகங்களில் இருந்து உண்மைகளையும் கருத்துக்களையும் கடன் வாங்கியிருக்கிறேன். இதில் நிறையப் பிழைகள் இருக்கின்றன. ஒரு நல்ல வரலாற்று ஆசிரியரைக் கொண்டு இந்தக் கடிதங்களைத் திருத்த வேண்டும் என்று நினைத்திருந்தேன். ஆனால், சிறைக்கு வெளியே நான் இருந்த குறைந்த காலத்தில் அதற்கு ஏற்பாடு செய்ய எனக்கு நேரம் வாய்க்கவில்லை.

இந்தக் கடிதங்களில் எனது கருத்துகளை சற்று வன்மையாகவே தெரி-வித்து இருக்கிறேன். இந்த நூலில் வெளிப்படுத்திய அந்தந்த கருத்துகளை நான் இன்னமும் உறுதியாகக் கொண்டிருக்கிறேன். ஆனால், இந்தக் கடிதங்களை எழுதிக் கொண்டிருக்கும் போதே, வரலாறு பற்றிய எனது நோக்கம் கொஞ்சம் கொஞ்சமாக மாற்றமடைந்து வந்தது. இன்று மீண்டும் இந்தக் கடிதங்களை நானே திரும்ப எழுத நேர்ந்தால், வேறு விதமாக எழுதுவேன் அல்லது வேறுவிதமாக வற்புறுத்துவேன். ஆனால், எழுதிய அனைத்தையும் அழித்துவிட்டு மீண்டும் தொடக்கத்தில் இருந்து எழுத முடியாது அல்லவா?

ஜனவரி 1,   ஜவஹர்லால் நேரு
1934.

நேருவின் பார்வையில் உலக வரலாறு

நான் ஐந்து வயதுக் குழந்தையாக இருக்கும்போது மதுரை புதுஜெயில் சாலையில் திறந்த காரில், மக்களைப் பார்த்து கையை அசைத்தபடி கடந்த நேருவை பார்த்த நினைவு ஆழ்மனதில் படிந்திருக்கிறது. பள்ளியில் படிக்கும் காலத்தில் ஜவஹர்லால் நேருவை மனிதர்களில் மாணிக்கம் என்று சொல்லிக் கொடுத்தார்கள். குழந்தைகளுக்கு பிடித்தமான மாமா நேரு என்று அறிமுகம் செய்தார்கள்.

வளர்ந்த பிறகு அவரைப் பற்றியும் அவருடைய அரசியல் குறித்தும் பலவிதமான கருத்துகளை படித்தாலும், பள்ளியில் பதிந்த அவரைப் பற்றிய எண்ணம் மாறவே இல்லை. அவர் தனது மகள் இந்திராவுக்கு கடித வடிவில் எழுதிய உலக வரலாறை முதன்முதலில் படித்த காலத்தில் புரிந்துகொள்ள கஷ்டப்பட்டேன். ஒ.வி.அளகேசன் அவர்களின் மொழிபெயர்ப்பு அது. 1940களில் மிகுந்த அக்கறையுடன் அன்றைய தமிழ் வார்த்தைகளில் எழுதப்பட்ட நூல்.

ஆனால், ஏராளமான நூல்களை எழுதிய பிறகு, அவருடைய உலக வரலாறை இன்றைய தலைமுறை எளிதில் வாசிக்கக்கூடிய வகையில் எழுத வேண்டும் என்று விரும்பினேன். எனது விருப்பத்தை நக்கீரன் ஆசிரியர் அண்ணன் நக்கீரன் கோபால் அவர்களிடம் கூறினேன். உடனே அவர், தயக்கமே இல்லாமல் செய்யலாம் என்றார்.

ஏற்கெனவே ஒரு மொழிபெயர்ப்பு வந்திருக்கிறதே, காப்புரிமை நேரு குடும்பத்துக்கு இருக்கிறதே என்ற கவலை வந்தது. அதுகுறித்து, காங்கிரஸ் தலைவர்களில் ஒருவரான திரு.கோபண்ணா அவர்களிடம் தொடர்பு கொண்டு பேசினேன். காப்புரிமை குறித்து கவலை வேண்டாம், நாங்களே யோசித்த விஷயம்தான், தாராளமாகச் செய்யுங்கள் என்றார்.

நேருவின் GLIMPSES OF WORLD HISTORY என்ற ஆங்கில நூலையும், ஒ.வி.அளகேசன் மொழிபெயர்த்த உலக சரித்திரம் தமிழ் நூலையும் வைத்துக்கொண்டு எனது வேலையைத் தொடங்கினேன். ஆங்கில மூலத்தில் நேரு எழுதியதை தமிழில் மொழி பெயர்க்கும்போது சற்று விரிவாகவே ஒ.வி.அளகேசன் எழுதியிருந்தார். அது இன்றைய இளைஞர்களுக்கு வாசிக்க சிரமமாக இருக்கும் என்பது புரிந்தது.

நான் எனது வார்த்தைகளில், நேரு சொல்ல விரும்பும் வரலாற்று

தகவல்களை, விட்டுவிடாமல், புதிதாக எளிமையாக சொல்லிவிடலாம் என்று முடிவெடுத்தேன். வேலையை தொடங்கிய பிறகுதான் அதில் உள்ள கஷ்டம் புரிந்தது. ஆனால், நானே வரலாற்றுக் காலத்தில் நுழைந்து வாழத் தொடங்கினேன்.

வரலாற்று நிகழ்வுகளை மட்டும் நான் வாசிக்கவில்லை. அந்த நிகழ்வுகள் குறித்த நேருவின், நேர்மையான மதிப்பீடுகளையும் வாசித்தேன். நாகரிகங்கள் தோன்றி வளர்ந்ததையும், அவை மங்கி மறைந்து மாறியதையும் எழுதியிருக்கிறார். நாடுகள் உருவாகி உலகம் விரிவடைந்ததையும், ஒவ்வொரு காலகட்டத்திலும் உலகம் எப்படி இருந்தது என்றும் நேரு விவரிக்கிறார்.

எனக்குள்ள சிரமம் என்னவென்றால், நேரு சொல்ல விரும்புவதை விட்டுவிடாமல் இன்றைய தலைமுறைக்கு சொல்லிவிட வேண்டும் என்பதுதான். அதை நான் செய்திருக்கிறேன் என்றே நினைக்கிறேன். 2024 சென்னை புத்தகத் திருவிழாவுக்குள் கொண்டுவர வேண்டும் என்று திட்டமிட்டு முடித்துக் கொடுத்தேன்.

உலக வரலாறை நேரு அவர்கள் சொல்லியிருக்கிற விதம் நம்மை அந்தக் காலகட்டத்துக்கு அழைத்துச் செல்லும். அந்தந்த கால மனிதர்களின் இயல்புகளை எந்த மிகைப்படுத்தலும் இல்லாமல் விவரிக்கிறார். அவற்றைக் குறித்த தனது பார்வையை தயக்கமே இல்லாமல் வெளிப்படுத்துகிறார்.

அலெக்ஸாண்டர் குறித்து அவருடைய பார்வையும், அசோகர், முதலாம் சந்திரகுப்தர், இரண்டாம் சந்திரகுப்தர் ஆகியோரைப் பற்றி அவர் கொண்ட கருத்துகளும் முக்கியமானவை. இஸ்லாம் குறித்தும், பாபர், அக்பர் குறித்தும் நேரு கொண்டிருக்கிற சிந்தனை நம்மை வியக்கச் செய்கிறது. செங்கிஸ்கான் மீதும், அக்பர் மீதும் அவருக்கு தனிப்பட்ட ஈர்ப்பு இருப்பதை காணமுடிகிறது.

கலை இலக்கியம் செழித்த காலத்தையும், கலை இலக்கியம் அழிக்கப்பட்ட காலத்தையும் நேரு அவர்கள் வேறுபடுத்தி நமக்கு அறிமுகம் செய்கிறார். மதங்கள் குறித்தும், அவற்றின் சிறப்பு இயல்புகள், அவற்றின் கோட்பாடுகள் குறித்தும் நேருவின் பார்வை நம்மை கவர்கிறது. அதைப்போலவே, ஒவ்வொரு காலகட்டத்திலும் நாடுகள் அடைந்த மாற்றத்தையும், அவற்றை சீரமைத்த மன்னர்கள், சீர்குலைத்த மன்னர்களைப் பற்றியும் சுவையாக நமக்கு அறிமுகம் செய்கிறார். இந்தியாவின் தொன்மை, சீனாவின் தொன்மை இரண்டுக்குமான தொடர்புகளை இணைக்கும் விதம் அருமையாக இருக்கிறது. மன்னராட்சி, சர்வாதிகார ஆட்சி, மதங்கள் ஏற்படுத்திய மாற்றங்கள், எல்லாக் காலத்திலும் சாமானியர்களின் வாழ்க்கை நிலை ஆகியவற்றை நேருவின் பார்வையில் அறிய முடிகிறது.

வரலாறு நெடுகிலும், உலகை இணைத்த தரை வழிகள், கடல் வழிகள் கிழக்கு நாடுகளும், மேற்கு நாடுகளும் கொண்டிருந்த தொடர்புகள் குறித்து விவரமாக எழுதியுள்ளார். புதிய கடல் வழிகள் கண்டுபிடிக்கப்பட்டதையும், புதிய நாடுகள் கண்டுபிடிக்கப்பட்டு, அங்கு நடந்த ஆக்கிரமிப்புகளையும், சித்திரவதைகளையும் மிக நேர்மையாக பதிவு செய்திருக்கிறார்.

மறுமலர்ச்சி காலத்தில் கலை இலக்கிய வளர்ச்சி, அறிவியல் கண்டுபிடிப்புகள், விஞ்ஞானிகளுக்கு நேர்ந்த கொடுமைகளை சொல்லி இருக்கிறார். அமெரிக்க புரட்சி, பிரெஞ்சுப் புரட்சி, மார்க்ஸ் கோட்பாடு, தொழில்புரட்சி, முதல் உலகப்போர், துருக்கியில் ஏற்பட்ட மாற்றம், ரஷ்யப் புரட்சி, உலகை உலுக்கிய பொருளாதார மந்தம், பாசிசத்தின் தோற்றமும் எழுச்சியும் என்று 1933 வரையிலான முக்கியமான உலக வரலாற்று நிகழ்வுகள் அனைத்தையும் பதிவு செய்திருக்கிறார் நேரு. இந்த நூல் எழுதப்பட்டு 90 ஆண்டுகள் நிறைவடைந்த நேரத்தில், நான் அதன் எளிய வடிவைத் தருவதில் மனநிறைவு அடைகிறேன்.

இந்திய விடுதலை போராட்டத்தில் எத்தனையோ தலைவர்கள் சிறைவாசம் அனுபவித்து இருக்கிறார்கள். அவர்களில் நேரு தனது இளமைப் பருவத்தில் சுமார் 10 ஆண்டுகளைச் சிறையில் கழித்திருக்கிறார். சிறையில் பிரிட்டிஷாரைக் கெஞ்சி மன்னிப்புக் கடிதம் எழுதியவர்கள் இருக்கிறார்கள். ஆனால் நேரு, சிறைத் தண்டனையை தனக்கு கிடைத்த வாய்ப்பாக கருதி உலக வரலாறையும், இந்திய வரலாறையும், சுயவரலாறையும் எழுதியிருக்கிறார். வரலாறு முக்கியம் என்பதை அவர் அறிந்திருக்கிறார். அதை அவருடைய மகளுக்கு சொல்லிக் கொடுப்பதன் வழியாக இந்தியர்களுக்கு சொல்லிக் கொடுத்திருக்கிறார்.

1930 ஆம் ஆண்டு அக்டோபர் *26* ஆம் தேதி நைனிடால் சிறையில் முதல் கடிதத்தை எழுதுகிறார். பின்னர் 1932 ஆம் ஆண்டு மார்ச் 26 ஆம் தேதி ரேபரேலி மாவட்ட சிறையிலும், டேராடூன் சிறைக்கு மாற்றப்பட்டு அங்கும் கடிதங்களை தொடர்கிறார். 1933 ஆம் ஆண்டு ஆகஸ்ட் 9 ஆம் தேதி டேராடூன் சிறையில் கடைசி கடிதத்தை எழுதுகிறார்.

இந்த நூல் வரலாற்றுக் காலத்துக்கு உங்களை அழைத்துச் செல்லும் என்று நம்புகிறேன். அதற்கு ஏற்ற வகையில் வரலாற்று நிகழ்வுகள் தொடர்பான படங்களை இணைத்துள்ளேன். நன்றி.

ஆதனூர் சோழன்
25-12-2023

தொடர்புக்கு
8838211644

பொருளடக்கம்

அறிவுக்கும் வயிறுக்கும் என்ன தொடர்பு?	11
1. புத்தாண்டு உறுதி	15
2. வரலாறு நமக்கு சொல்லும் பாடம்	18
3. இன்குலாப் ஜிந்தாபாத்!	21
4. ஐரோப்பியர்கள் யாருடைய வாரிசுகள்?	23
5. பழைய நாகரிகங்களும் நாமும்!	26
6. ஆரிய கிரேக்கர்களும் இந்திய ஆரியர்களும்!	29
7. கிரேக்கர்களின் விருப்பம் என்ன?	33
8. மேற்கு ஆசியாவின் சாம்ராஜ்யங்கள்	36
9. கண்மூடி வழக்கமெல்லாம்...	40
10. ஆரியர்களும் திராவிடர்களும்!	44
11. வியப்பூட்டும் சீன வரலாறு	49
12. கடந்த காலத்தின் குரல்	53
13. செல்வம் எங்கே குவிகிறது?	57
14. கி.மு.ஆறாம் நூற்றாண்டு அற்புதம்!	61
15. கிரீஸ் - பாரசீகப் போர்	67
16. புகழின் உச்சத்தில் கிரேக்கர்	72
17. அலெக்ஸாண்டரின் நிஜ முகம்	76
18. சந்திரகுப்தனின் பேரரசு	80
19. வேதனை நிறைந்த மாதங்கள்!	84
20. புதைந்த நகரம்	87
21. சிறைச் சுவரும் கனவுப் பயணமும்	89
22. முதலாளித்துவம் தொலையும்போது...	92
23. இதுவரை அறிந்தவை...	96
24. மகா அசோகர்	99
25. அசோகர் கால உலகம்	104
26. சின் சந்ததியும் ஹான் வம்சமும்	108
27. பியூனிக் போர்கள்	112
28. பேரரசாக மாறிய ரோம் குடியரசு	117
29. தென் இந்தியாவின் தனித்தன்மை	122
30. குஷாணர் பேரரசு	127
31. புரட்சிக்காரர் ஏசு	131
32. ரோமப் பேரரசு	137
33. சிதைந்த ரோமப் பேரரசு	142
34. ஒரே உலகப் பேரரசு	147
35. இந்தியாவில் பார்சிகள் யார்?	151
36. கடல் கடந்த தென்னிந்திய குடியேற்றம்	154
37. குப்தர்கள் அமைத்த ஹிந்து பேரரசு	158
38. ஹூணர்களும் குப்தர்களும்!	163
39. இந்தியாவின் வெளிநாட்டு வர்த்தகம்	166

40. நாடுகள், நாகரிகங்களின் நிலை	169
41. டாங் வம்ச ஆட்சியில் செழித்த சீனா	174
42. கொரியாவும் ஜப்பானும்	178
43. ஹர்ஷர் காலத்தில் யுவான் சுவாங்	184
44. தென் இந்திய அரசர்களும், மகானும்!	189
45. இடைக்கால இந்தியா	195
46. கடல் கடந்தும் இந்திய நகரங்கள்!	199
47. ரோமாபுரியை மீண்டும் சூழ்ந்த இருள்	203
48. இஸ்லாம் மார்க்கத்தின் தோற்றம்	209
49. ஸ்பெயின் டு மங்கோலியா வரை அர்பியர்	215
50. பாக்தாத் நகரின் பெருமையும் நாசமும்!	220
51. ஹர்ஷர் காலம் டு கஜினி காலம்	225
52. உருவாகும் ஐரோப்பிய நாடுகள்	230
53. நிலமானியத் திட்டம்	236
54. மங்கோலியரிடம் பணிந்த சீனா	241
55. ஜப்பானில் ஷோகன் ஆளுகை	246
56. மனிதனின் தத்துவ விசாரணை	250
57. கி.பி.1000 ஆண்டுகளின் முடிவில்..!	255
58. ஆசியா - ஐரோப்பா - மறு பார்வை	262
59. அமெரிக்காவில் அழிந்த நாகரிகங்கள்	268
60. மறுபடியும் மொஹஞ்சோ-தாரோவுக்கு!	272
61. ஸ்பெயினில் விரட்டப்பட்ட அரபியர்	276
62. சிலுவைப் போர்கள்	283
63. சிலுவைப் போர் காலத்தில் ஐரோப்பா	290
64. ஐரோப்பாவில் உருவான புதிய நகரங்கள்	297
65. இந்தியா மீது ஆப்கானியர் படையெடுப்பு	303
66. டில்லியில் ஆண்ட அடிமை அரசர்கள்	308
67. கண்டங்களைக் கலக்கிய செங்கிஸ்கான்	312
68. உலகை ஆண்ட மங்கோலியர்	319
69. மார்க்கோ போலோவின் சீனப் பயணம்	325
70. முடிந்தது ரோமானிய மத சர்வாதிகாரம்	331
71. சர்வாதிகாரத்தை எதிர்த்த போராட்டம்	336
72. இருள் நீங்கி மறுமலர்ச்சி உதயம்	340
73. புதிய கடல் வழிகளும் நாடுகளும்!	346
74. மங்கோலிய பேரரசுகளின் சீர்குலைவு	354
75. புதிய மதங்களும், மொழிகளும்!	360
76. தென்னிந்தியாவில் அரசுகளின் நிலை	367
77. அழிந்து விஜயநகரம்	372
78. நான்கு பேரரசுகளின் முடிவு	376
79. கிழக்கு ஆசியாவில் ஐரோப்பிய ஆதிக்கம்	383
80. சீனாவில் வளரும் செழிப்பும் அமைதியும்!	388
81. கதவைச் சாத்திய ஜப்பான்	394

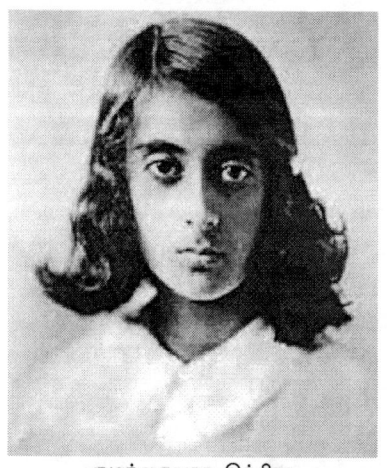
குழந்தையாக இந்திரா

யுவான் சுவாங்

அறிவுக்கும் வயிறுக்கும் என்ன தொடர்பு?

சென்ட்ரல் ஜெயில்,
நைனிடால்,
அக்டோபர் 26, 1930

உன்னுடைய இந்த பிறந்தநாளில் உனக்கு எனது வாழ்த்துகள். நைனிடால் சிறைக்குள் அடைக்கப்பட்டுள்ள நான் வாழ்த்துகளைத் தவிர வேறு என்ன பரிசை உனக்காக அனுப்ப முடியும்? ஆனால், எனது வாழ்த்துகளைச் சிறைச்சாலையின் உயர்ந்த சுவர்களால் தடுக்க முடியாது.

யாருக்கும் அறிவுரை கூறுவது எனக்கு பிடிக்காது. உனக்கு அது தெரியும். அதையும் மீறி சிலநேரம் யாருக்காவது அறிவுரை கூற வாய்ப்பு ஏற்படும். அப்போது, சீன அறிஞர் யுவான் சுவாங் சொன்ன ஒரு கதையை நினைத்துக் கொள்வேன். நீயும் ஒருநாள் அவருடைய கதையை படிப்பாய்.

இன்றிலிருந்து ஆயிரத்து முந்நூறு ஆண்டுகளுக்கு முன் சீனாவிலிருந்து இந்தியாவுக்கு வந்தவர் யுவான் சுவாங். இந்தியாவில் அறிவையும், கலையையும் கற்க விரும்பி வந்தார்.

கரடு முரடான பாதையில், நதிகளையும், உயர்ந்த மலைகளையும்

இந்திரா காந்தியின் பதின்மூன்றாவது பிறந்த நாளன்று எழுதிய கடிதம் இது.

பாலைவனத்தையும் கடந்து வந்தார். அறிவை வளர்த்துக் கொள் வதற்காக வந்த அவர், இன்றைய பீகார் மாநிலத் தலைநகராக உள்ள பாட்னாவுக்கு அருகில் உள்ள நாளந்தா பல்கலைக் கழகத்தில் கல்வி கற்றார். பாட்னா நகரம் அப்போது பாடலிபுத்திரம் என்று அழைக் கப்பட்டது. கல்வி கற்றதுடன் மற்றவருக்கும் கற்பித்தார்.

அவருக்கு நாளந்தா பல்கலைக் கழக அறிஞர்கள் 'புத்த மத ஆசாரியர்' என்ற பட்டத்தை வழங்கினார்கள். போக்குவரத்து வசதிகள் இல்லாத அந்தக் காலத்தில் இந்தியாவின் பல பகுதிகளுக்கு பயணம் செய்தார். மக்கள் பழக்க வழக்கங்களை அறிந்து, தனது அனுபவங்களை புத்தகமாக எழுதினார். அந்த புத்தகத்தில்தான் எனக்குப் பிடித்த அந்தக் கதை இருக்கிறது...

இன்றைய பீஹார் மாநிலத்தில் உள்ள பகல்பூர் என்ற இடத்திற்கு அருகில் கர்ண சுவர்ணம் என்னும் நகரம் இருந்தது. அங்கு வித்தியாசமான தோற்றத்துடன் ஒருவன் வந்தான். அவன் இடுப்பில் செப்புத் தகடுகளைக் கட்டியிருந்தான். தலையில் ஒரு தீப்பந்தம் இருந்தது. கையில் ஒரு தடியுடன் நகரம் முழுவதும் அவன் சுற்றி வந்தான். அவனுடைய தோற் றத்துக்கு என்ன காரணம் என்று ஒருவர் கேட்டார்... அதற்கு அவன்,

'என்னுடைய கல்வி ஞானம் அளவற்றது. இடுப்பில் கட்டப் பட்டுள்ள செப்புத் தகடுகள் இல்லாவிட்டால், அறிவு மிகுதியால் என் வயிறு வெடித்து சிதறிவிடும். அறியாமை இருளில் தவிக்கிற மக்களுக்கு அறிவு வெளிச்சம் ஊட்டவே என் தலையில் தீப்பந்தம் ஏந்தியிருக்கிறேன்' என்று பதில் அளித்தான்.

அறிவு அதிகமானால் வயிறு வெடித்துவிடுமா? எனது அறிவு வயிற்றில் இல்லை. அறிவு பெருக உடலில் நிறைய இடம் இருக்கிறது.

நானே அறிவில் குறைந்தவனாய் இருக்கும்போது பிறருக்கு அறிவுரை சொல்லும் ஞானியாக நான் எப்படி நடிக்க முடியும்? நியாயம், அநியாயம், செய்யத்தக்கது, தகாதது என்று எப்படி அறிவது? அதற்கு பிறருடன் விவாதிக்க வேண்டும். அப்போதுதான் சிறிதாவது உண்மை வெளிப்படும்.

நீயும் நானும் பலவற்றை கலந்து பேசியிருக்கிறோம். இந்த உலகம் பெரிது. நமது உலகம் தவிர, வியக்கத்தக்க வேறு பல உலகங்களும் உள்ளன. எனவே, யுவான் சுவாங் கதையில் வருகிற அந்த மூட மனிதனைப் போல எல்லாவற்றையும் கற்று முடித்து விட்டோம்

நீ பிறந்த 1917ஆம் ஆண்டு அக்டோபர் மாதம்தான் ரஷ்ய புரட்சி நடந்தது

என்று நினைக்கக் கூடாது.

'கற்றது கை மண்ணளவு கல்லாதது உலகளவு' என்று உணர்ந்து மேலும் மேலும் கற்பதே அறிவுடமை ஆகும்.

இந்தக் கடிதம், நாம் இருவரும் பேசுவதுபோல ஆகாது. எனவே, இதில் சிறந்த அறிவுரை கூறுவதைப் போல இருந்தால் ஒரு குறிப்பாக எடுத்துக் கொள். அதையும் பின்னர் ஆராய்ந்து பார்.

உலக நாடுகளின் வரலாறுகளில் முக்கியமான காலகட்டத்தில் பெரியோர்கள் தோன்றி அற்புதங்கள் செய்ததை படிக்கிறோம். அவர்களுடன் நாமும் வாழ்வதைப் போல கற்பனை செய்து மகிழ்கிறோம்.

ஜோன் ஆஃப் ஆர்க் என்ற வீரப் பெண்ணின் கதையை படித்தபோது, அவளைப் போல் நீயும் ஆகவேண்டும் என்றாய். உனக்கு நினைவு இருக்கிறதா? பொதுவாக சாமானிய மக்களுக்கு உயரிய குணங்கள் இருப்பதில்லை. ஆனால் பெரிய தலைவர்களின் வழிகாட்டுதலால் சாதாரண மக்களும் விழித்தெழுந்து தீரச் செயல்கள் புரிகிறார்கள்.

நீ பிறந்த 1917ஆம் ஆண்டு சரித்திரத்தில் மறக்கமுடியாத ஆண்டுகளில் ஒன்று. அந்த ஆண்டு நீ பிறந்த மாதத்தில்தான் ரஷ்யாவில்

புரட்சி ஏற்பட்டது. அது உலகின் அற்புதம். துன்பத்தில் வாடிய ரஷ்ய மக்கள் லெனின் என்ற மாபெரும் தலைவரின் தலைமையில் கூடி புரட்சியை சாதித்தார்கள். உலக வரலாற்றில் இதற்குமுன் கண்டும், கேட்டும் இல்லாத அற்புதம் ஒன்றைச் அவர்கள் செய்து முடித்தார்கள். லெனின் தொடங்கிய பெரிய புரட்சி ரஷ்யாவையும் சைபீரியாவையும் அடியோடு மாற்றிவிட்டது.

இன்று நம் நாட்டில் துன்பத்தில் சிக்கி வாடும் மக்களுக்கு உதவ அன்பு வடிவமான உத்தமர் இருக்கிறார். அவருடைய தலைமையில் நம் நாட்டின் விடுதலைக்காகவும், ஏழைகள் வறுமை உள்ளிட்ட கொடுமைகளில் இருந்து விடுபடவும் மக்கள் தியாகங்களை செய்கிறார்கள்.

காந்திஜி இன்று சிறையில் இருந்தாலும், கோடிக்கணக்கான இந்திய மக்கள் அவர் வார்த்தைகளை பின்பற்றி செயல்படுகிறார்கள். இந்தியாவில் நாம் வரலாற்றை உருவாக்கிக் கொண்டு இருக்கிறோம். இந்தப் பெரிய போராட்டத்தில் நாமும் சிறிது பங்கு எடுத்துக் கொள்வதால் நீயும் நானும் பெருமை கொள்ளலாம்.

நமது நாட்டின் மானம் நம்மிடம் ஒப்படைக்கப்பட்டு இருக்கிறது. உனக்கு நான் சொல்வது இதுதான். 'ரகசியமாக எதையும் செய்யாதே; பிறரிடமிருந்து எதையும் நீ ஒளிக்காதே'.

நீ எதையாவது ஒளிக்க விரும்பினால் உனக்குள் பயம் இருக்கிறது. எனவே, எதற்கும் அஞ்சாதே. அச்சம் ஒழிந்தால் வெட்கப்படக் கூடிய காரியம் எதையும் நீ செய்யமாட்டாய். விடுதலை இயக்கத்திலும், நமது சொந்த வாழ்க்கையிலும் ஒளிவு மறைவு இல்லாமல் செயல்பட கற்கவேண்டும்.

நீண்ட கடிதம் எழுதிவிட்டேன். நமது விடுதலைப் போராட்டத்தை பார்க்க நீ கொடுத்து வைத்திருக்கிறாய் என்று நான் சொல்லி இருக்கிறேன். உனது தாய் வீரமும் அன்பும் உடையவள். அவள் உன் சந்தேகத்தையும், அச்சத்தையும் போக்குவாள்.

இந்தியாவுக்கு தொண்டு புரியும் வீரப் பெண்ணாக நீ வளர வேண்டும்.

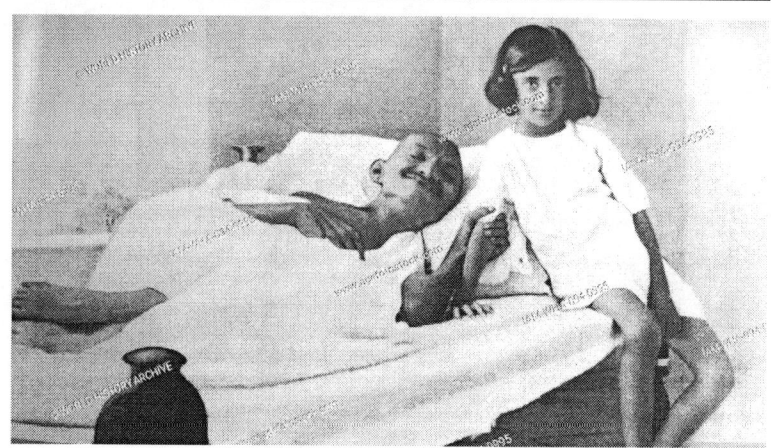

மகாத்மா காந்தியுடன் இந்திரா

1. புத்தாண்டு உறுதி

ஜனவரி 1, 1931

இரண்டு ஆண்டுகளுக்கு முன்பு நீ முசூரியில் படித்துக் கொண்டிருந்தாய், நான் அலகாபாத்தில் இருந்தேன். அப்போது முக்கியமான விஷயங்களைப் பற்றி உனக்கு கடிதங்கள் எழுதினேன். அவை பிடித்திருப்பதாக கூறினாய். உலகத்தைப் பற்றி உனக்கு அதிகமாகச் சொல்ல அப்போது தயங்கினேன்.

உலக வரலாறையும், புகழ்பெற்ற பெரியோர்களைப் பற்றியும், அவர்களுடைய சாதனைகளைப் படிப்பது அவசியம். வரலாறைப் படிப்பதைக் காட்டிலும் வரலாறை உருவாக்குவது இனிமையானது.

இன்று நாம் நமது நாட்டில் வரலாறு படைக்கிறோம். ஆனால், கடந்தகால வரலாறோ நாம் வெட்கப்படக்கூடிய பலவற்றை உள்ளடக்கி இருக்கிறது. அதேசமயம், இந்தியராக நமது வரலாறு குறித்து பெருமை அடையவும் நிறைய உண்டு.

நைனிடால் சிறையில் படிக்கவும் எழுதவும் எனக்கு நேரம் இருக்கிறது. நிகழ்காலத்தையும் எதிர்காலத்தையும் பற்றியே சிந்திப் பதால், கடந்த காலத்தைப்பற்றி எண்ணவே முடியவில்லை.

ஆனால் நான் முன்போல உனக்கு கடிதம் எழுதாதற்கு

உண்மையான காரணம் என்ன தெரியுமா? உனக்குச் சொல்லிக் கொடுக்கிற அளவுக்கு எனக்கு என்ன தெரியும் என்ற சந்தேகம்தான்.

உடல் ரீதியாகவும் அறிவிலும் நீ வேகமாக வளர்கிறாய். நான் பள்ளியிலும் கல்லூரிகளிலும் படித்த விஷயங்கள் நிச்சயமாக உனக்கு சுவையாக இருக்காது. சொல்லப்போனால் நீயே சில காலம் கழித்து புதிய விஷயங்களை எனக்கு கற்றுக்கொடுக்கிற அளவுக்கு வளர்ந்திருப்பாய்.

நீ முசூரியில் படித்த காலத்தில் உலகம் எப்படி உருவானது என்று எழுதுவது எளிதாக இருந்தது. உலகின் பல பாகங்களிலும் மனிதன் தனது வாழ்க்கையைத் தொடங்கிய காலத்தில் இருந்துதான் உலகின் வரலாறு தொடங்குகிறது. கொஞ்சம் அறிவும், நிறைய மடமையும் நிறைந்த மனிதனின் வாழ்க்கையை எழுதுவது மிகவும் கடினம்.

புத்தகங்களின் உதவியோடு முயற்சி செய்யலாம் என்றால், நைனிடால் சிறையில் நூலகம் இல்லை. ஆகவே, உலக சரித்திரத்தைத் தொகுத்துக் கூற நான் நினைத்தாலும் அது முடியாத காரியம். சில தேதிகளையும் நிகழ்ச்சிகளையும் மட்டும் மனப்பாடம் செய்து பிள்ளைகள் படிப்பதை நான் விரும்புவதில்லை.

வரலாறு ஒன்றுக்கொன்று தொடர்புடையது என்பதால் உலகின் மற்ற பாகங்களில் நிகழ்ந்தவற்றையும் அறிந்தால்தான் தொடர்ச்சியாக எழுத முடியும். ஒரு நாட்டு மக்களுக்கும் மற்றொரு நாட்டு மக்களுக்கும் அதிக வேற்றுமை கிடையாது. இதை எப்போதும் நீ நினைவில் வைக்க வேண்டும்.

உலக வரைபடத்தில் நாடுகளின் நிறம் வேறு வேறாக இருக்கும். இடத்துக்கு இடம் வேறுபட்டிருந்தாலும் மக்கள் பெரும்பாலும் ஒரே மாதிரிதான் இருக்கிறார்கள். இதை நீ புரிந்துகொள்ள வேண்டும்.

நான் விரும்பியபடி வரலாறை எழுத முடியாது. அதற்காக நான் வருந்துகிறேன். அதற்கு நீ வேறு புத்தகங்களையும் வாசிக்க வேண்டும். அதேசமயம் சில நாட்களுக்கு ஒருமுறை, கடந்த காலத்தைப் பற்றியும் அந்தக் காலத்தில் வாழ்ந்த மக்களைப் பற்றியும் எழுதுவேன்.

நான் எழுதும் கடிதங்கள் உனக்குப் பிடிக்குமா? அவை உன் அறிவைத் தூண்டி மேலும் வளர்க்குமா? நீ இவற்றை எப்போது பார்த்துப் படிக்க முடியும்? அல்லது பார்க்கவே முடியாமல் போய்விடுமா? என்றெல்லாம் நான் நினைப்பேன்.

முசூரியில் நூற்றுக்கணக்கான மைல்கள் தொலைவில் நீ இருந்தாய். அப்போது, நினைத்தால் ஓடிவந்து உன்னை பார்க்க முடியும். ஆனால், யமுனை ஆற்றின் இந்தக் கரையில் நானும் அந்தக் கரையில் நீயும் இருந்தாலும் மிகவும் தொலைவில் இருப்பதுபோல உணர்கிறேன். ஆம் சிறையின் உயர்ந்த சுவர்கள் நம்மை பிரித்து வைத்திருக்கின்றன.

இந்த தடைகளும் ஒரு விதத்தில் நன்மையே. நமக்கு எளிதில் கிடைப்பவற்றின் அருமையை உணரும் வாய்ப்பு கிடைக்கிறது. கல்வி கற்கும் ஒருவன் சிறையில் சிறிதுகாலம் இருப்பது நல்லது என்று நினைக்கிறேன்.

இந்தக் கடிதங்கள் உனக்குப் பிடிக்குமா என்பது சந்தேகமாக இருந்தாலும், என்னுடைய மகிழ்ச்சிக்காக எழுத முடிவு செய்து விட்டேன். கடிதங்களை எழுதும்போது நீ எனக்கு அருகில் இருப்பதாகவும் உன்னுடன் நான் பேசுவதாகவும் கற்பனை செய்கிறேன். நான் உன் நினைவாகவே இருக்கிறேன். இன்று புத்தாண்டு முதல்நாள் என்பதால் நீ என் மனதைவிட்டு நீங்கவே இல்லை.

புத்தாண்டு காலையில், படுக்கையில் படுத்தபடியே கடந்த ஆண்டு நிகழ்வுகளை நினைத்துப் பார்த்தேன். எரவாடா சிறையில் உட்கார்ந்து கொண்டு கிழத்தன்மை அடைந்த நம் நாட்டுக்குப் புத்துயிர் ஊட்டி இளமையாக்கிய காந்தியை நினைத்துப் பார்த்தேன்.

உன் தாயாரைக் கைது செய்து சிறைக்குக் கொண்டுபோன செய்தி கிடைத்தது. எனக்கு இதைவிட இன்பமான புத்தாண்டு பரிசு வேறு என்ன இருக்கமுடியும்? உன் தாயார் இப்போது சந்தோஷமாக இருப்பாள் என்று நம்புகிறேன்.

நீதான் இனி தனியாக இருக்கவேண்டும். இரண்டு வாரத்துக்கு ஒருமுறை நீ உன் தாயாரையும் என்னையும் பார்க்கமுடியும். அவளிடமிருந்து எனக்கும் என்னிடமிருந்து அவளுக்கும் நீ செய்தி கொண்டு போகலாம்.

பேனாவையும் காகிதத்தையும் எடுத்து எழுத உட்கார்ந்தால், நீ என் அருகில் வருவாய். கடந்த காலத்தைவிட வருங்காலத்தை பெருமை மிக்கதாக மாற்றும் வழிகளைப் பேசுவோம். புத்தாண்டு தினத்தில் எடுக்கும் இந்த முடிவை இந்த ஆண்டு முடிவதற்குள் நனவாக்குவோம்.

பெற்றோருடன் இந்திரா

2. வரலாறு நமக்கு சொல்லும் பாடம்

ஜனவரி 5, 1931

உனக்கு கடிதம் எழுதுவது பற்றி யோசிக்கிறேன். கடந்தவற்றை நினைக்கிறேன். பல காட்சிகள் வந்து குவிகின்றன. அவற்றில் எனக்குப் பிடித்த சில காட்சிகள் மட்டும் அதிக நேரம் மனதில் நிற்கின்றன.

படங்களை ஒழுங்காக அடுக்கி வைக்காத ஓவியக் கூடத்தைப் போல, பல காட்சிகள் தொடர்பே இல்லாமல் சிதறிக் கிடக்கின்றன. சீர்படுத்த முயன்றாலும் அவை கட்டுப்படுவது இல்லை.

நீராலான உலகத்தில் முதலில் தோன்றிய ஓர் உயிரியில் இருந்து, நீந்துவன, ஊர்வன, பறப்பன, விலங்குகள் ஆகியவற்றுக்கு பிறகு தோன்றிய மனிதன் தனது பகுத்தறியும் திறனால் எல்லாவற்றையும் வெற்றிகொண்டு வாழ்கிறான். காட்டுமிராண்டிகளாக வாழ்ந்த மனிதன் நாகரிக வாழ்க்கைக்குப் படிப்படியாக மாறிய கதையே வரலாறு.

கூடி வாழவேண்டும் என்ற எண்ணம் மனிதர்களுக்கு எப்படி தோன்றியது? சுயநலம் தவிர்த்து நாம் உழைக்க வேண்டும் என்று உனக்கு கூறி இருக்கிறேன். ஆனால் வரலாறு அதற்கு நேர் எதிராக இருக்கிறது. நாகரிகத்தில் நாம் இன்னும் முன்னேறவில்லை. ஒரு நாடு இன்னொரு நாட்டை தாக்கி அழிக்கிறது. மனிதனோ சக மனிதனை சுரண்டிப் பிழைக்கிறான்.

மனிதன் பூமியில் தோன்றி லட்சக்கணக்கான ஆண்டுகள் ஆகின்றன. இன்றும் குற்றம் குறைகளுடன் தாழ்ந்து கிடக்கிறோம். நல்ல அறிவுடனும் நன்னெறியுடன் வாழ இன்னும் எவ்வளவு காலம் ஆகும்?

ஆனால், வரலாற்றில் சில குறிப்பிட்ட காலம் இப்போதைவிட கலையும் நாகரிகமும் செழித்து இருந்தது. நமது தேசமும் இன்றைய நிலையைக் காட்டிலும் மேம்பட்டிருந்த காலம் இருக்கிறது.

இந்தியா, எகிப்து, சீனா, கிரீஸ் உள்ளிட்ட சில நாடுகள் முன்பு நாகரிகச் சிறப்புடன் இருந்திருக்கிறது. ஆனால் இப்போது வீழ்ச்சி அடைந்துள்ளன. ஆனால், ஒரு நாட்டின் உயர்வினாலும் தாழ்வினாலும் உலகம் பாதிக்கப் படுவதில்லை.

இன்றைய நாகரிகத்தையும் விஞ்ஞான அற்புதங்களையும் பலர் புகழ்வதை கேட்கிறோம். விஞ்ஞானத்தின் உதவியால் வியக்கத்தக்க செயல்கள் நிகழ்கின்றன. அதேசமயம் சில விலங்குகள் மனிதனைவிட சில விஷயங்களில் உயர்ந்திருக்கின்றன.

தேனீ, கறையான், எறும்பு, இவற்றின் வாழ்க்கையைப் பற்றி மேட்டர்லிங்க் என்பவர் எழுதியுள்ள நூலை நீ படித்திருக்கிறாய். உருவில் சிறிய அந்தப் பூச்சிகள் கூட்டமாக வாழும் முறையைக் கண்டு நீ வியந்திருப்பாய்.

கறையான் தன் இனத்திற்காகத் தன்னைக் கொடுக்கிறது. ஒருவருக் கொருவர் உதவி செய்வதும், சமூகத்திற்காக தன்னைத் தியாகம் செய்வதும் நாகரிகத்தின் அடையாளங்கள் என்றால், மனிதனைவிட கறையானும் எறும்பும் மேல்தானே.

ஒரு குடும்பம் வாழ ஒருவனையும், ஒரு சமூகத்தின் நலனுக்காக ஒரு குடும்பத்தையும், நாட்டுக்காக ஒரு சமூகத்தையும் தியாகம் செய்யலாம் என்று ஒரு கருத்து நிலவுகிறது.

இந்தியர்களான நாம் இந்த கருத்தை மறந்ததால் வீழ்ச்சி அடைந் தோம். இப்போது மீண்டும் நல்ல காலம் பிறந்திருக்கிறது. தேசம் புத்தெழுச்சி பெற்றிருக்கிறது. ஆண்களும் பெண்களும் சிறு பையன் களும் சிறுமிகளும் நாட்டின் விடுதலைக்காக கஷ்டங்களை எதிர் கொள்கிறார்கள்.

இந்தியாவை விடுவிக்க நாம் முயற்சி செய்கிறோம். ஆனால் உலகம் முழுவதும் தாழ்ந்த நிலையில் கிடக்கும் ஏழை எளிய மக்களு

நேரு குடும்பமும் பிறந்த மாளிகையும்

டைய விடுதலைக்காக பாடுபடுவது இந்தியாவின் விடுதலையை விடப் பெரிதாகும்.

நமது விடுதலைக்கான போராட்டத்தை, உலகம் முழுவதுக்குமான பெரிய போராட்டத்தின் ஒரு பகுதியாகவே நான் பார்க்கிறேன். ஆம் உலக முன்னேற்றத்துக்காக நம்மால் இயன்றதைச் செய்கிறோம் என்று மகிழ்ச்சி அடையலாம்.

நீ அலகாபாத் ஆனந்தபவனம் இல்லத்தில் இருக்கிறாய், உனது அம்மா மலாக்கா சிறையில் இருக்கிறாள். நான் நைனிடால் சிறையில் இருக்கிறேன். இந்தப் பிரிவு இப்போது துன்பமாக இருக்கலாம். ஆனால் நாம் மூவரும் சேரப்போகும் நாளை நினைத்துப் பார்! நான் அந்த நாளை நினைத்துக் கொண்டே கவலையை மறக்கிறேன். எனது உள்ளத்தில் மகிழ்ச்சியை நிரப்பி வாழ்கிறேன்.

நைனிடால் சிறை

3. இன்குலாப் ஜிந்தாபாத்!

ஜனவரி 7, 1931

பார்க்கும் தூரத்தில் இருந்தாலும், பார்க்கமுடியாத தூரத்தில் இருந்தாலும் நீ இனிமையானவள்!

இன்று உனக்கு கடிதம் எழுதுவதற்காக உட்கார்ந்தபோது, சிறைக்கு வெளியில் வானம் குமுறுமே அதுபோன்ற சப்தம் கேட்டது. முதலில் யூகிக்க முடியவில்லை. பலமுறை கேட்டு பழகிய சப்தம் போல இருந்தது. அருகே நெருங்கியபோது நாம் பயன்படுத்தும் போர் முழக்கம் என்பது புரிந்தது.

"இன்குலாப் ஜிந்தாபாத்" அல்லது "புரட்சி நீடூழி வாழ்க!" என்ற முழக்கம். சிறைச்சுவர்களில் அது மோதி எதிரொலித்தது. சிறையில் இருந்த எங்களுக்கு மகிழ்ச்சி அளித்தது. அந்த முழக்கத்தை எழுப்பியவர்கள் யார் என்று தெரியவில்லை. எதற்காக முழங்கினார்கள் என்பதும் தெரியவில்லை. ஆனாலும் உள்ளம் மகிழ்ச்சியால் துள்ளியது.

நமது நாடு பெரிய மாற்றத்தை எதிர்நோக்கி நிற்கிறது. மாற்றம் அடையாத எதுவும் நைந்துபோகும். இயற்கை நொடிக்கு நொடி மாறுகிறது. மாறாமல் இருப்பவை மடிகின்றன. ஓடுகிற நீர் சுத்தமாக இருக்கிறது. ஓட்டத்தைத் தடுத்து தேக்கினால் சாக்கடையாகிறது.

மனித வாழ்க்கையும் தேசத்தின் ஜீவனும் மாற்றம் அடைகின்றன.

பெண் குழந்தைகள் சிறு பெண்களாகவும், பருவ மங்கையராகவும், பேரிளம் பெண்களாகவும், கிழவிகளாகவும் மாறுகிறார்கள் அல்லவா? மாற்றங்களுக்கு நாம் ஆளாகியே தீர வேண்டும்.

ஆனால் உலகம் மாறுகிறது என்பதையே பலர் ஒப்புக்கொள்வதில்லை. அவர்கள் தங்கள் இதயத்தை அடைத்துவிட்டு புதிய கருத்துக்களை உள்ளே அனுமதிப்பதில்லை. சிந்திக்கவே அவர்கள் அஞ்சி நடுங்குகிறார்கள். ஆனால், உலகம் அவர்களைப் பற்றிக் கவலைப்படாமல் முன்னேறுகிறது.

140 ஆண்டுகளுக்கு முன் பிரெஞ்சுப் புரட்சி ஏற்பட்டது. 13 ஆண்டுகளுக்கு முன் ரஷ்யப் புரட்சி வெடித்தது. நமது நாட்டிலும் பெரும் புரட்சி உருவாகிக் கொண்டிருக்கிறது. நமக்கு விடுதலை மட்டும் போதாது. நம் நாட்டை வாட்டும் வறுமையைப் போக்கி, மக்கள் துன்பத்தை நீக்கவேண்டும். இது பெரிய காரியம். நிறைவேற்ற நீண்ட காலம் ஆகும். ஆனால் உடனே அதைத் தொடங்க வேண்டும்.

புரட்சியின் வாசலில் நாம் நிற்கிறோம். நமது உழைப்பு பயன் அளித்திருப்பதைக் காண்கிறோம். இந்தியாவின் பெண்மணிகள் போராட்டத்தில் கம்பீரமாக அணி வகுக்கிறார்கள். பெண்கள் மென்மையானவர்கள் என்றாலும், உறுதியானவர்கள். யாராலும் வெல்ல முடியாத அவர்கள், மற்றவர்களுக்கு வழி காட்டுகிறார்கள்.

இந்தியப் பெண்களின் முகத்தை மறைத்திருந்த ‘பர்தா’ திரும்பி வரமுடியாததூரத்துக்குப் போய்விட்டது. குழந்தைகளும் ‘வானரசேனை’ அமைத்து ஊரையே அதகளம் செய்கிறார்கள். சிறு பிள்ளைகளும் பெண்களும் பால சபைகள், பாலிகா சபைகள் அமைக்கிறார்கள். இந்தக் குழந்தைகளின் பெற்றோர்கள் கோழைகளாகவும் அடிமைகளாகவும் இருந்தார்கள். ஆனால் அவர்கள் குழந்தைகளோ அடிமைத்தனத்தையும் கோழைத்தனத்தையும் தூக்கி எறிகிறார்கள்.

மாற்றத்துக்கான சக்கரம் சுழல்கிறது. உயரத்தில் இருந்தவர்கள் கீழேயும் கீழே இருந்தவர்கள் உயரத்திற்கும் போகிறார்கள், நம் நாட்டிலும் இது நடக்கிறது. நமது முழு பலத்தையும் கூட்டி மாற்றத்தின் சக்கரத்தைச் சுழற்றி இருக்கிறோம். இனி அதை யாராலும் நிறுத்த முடியாது.

புரட்சி நீடூழி வாழ்க!

கமலா நேருவுடன் இந்திரா

4. ஐரோப்பியர்கள் யாருடைய வாரிசுகள்?

ஜனவரி 8, 1931

கடந்த கடிதத்தில் உலகில் எல்லாப் பொருளும் மாறி வருவதாக எழுதியிருந்தேன். இந்த மாற்றங்களை தொகுத்துக் கூறுவதே வரலாறு. மாற்றங்களின் அளவுக்கு ஏற்ப வரலாறுக்கான விஷயங்கள் இருக்கும்.

பள்ளி, கல்லூரிகளில் படிக்கிற வரலாறு மேலோட்டமானது. எனது பள்ளிப் பருவத்தில் இந்தியாவின் வரலாறைப் படிக்கவே இல்லை. இங்கிலாந்தின் வரலாறு சிறிது படித்தேன். அந்த சிறிதளவு வரலாறும் பெரும்பாலும் பொய்யாக எழுதப்பட்டது. மற்ற நாடுகளின் வரலாறும் கொஞ்சமாகவே அறிந்திருந்தேன்.

கல்லூரியில் இருந்து வெளியேறிய பிறகே உண்மையான சரித்திரத்தை வாசிக்கத் தொடங்கினேன். நல்லகாலமாக நான் அடிக்கடி சிறைக்குப் போக நேர்ந்ததால் எனது அறிவை வளர்த்துக் கொள்ள வாய்ப்பு கிடைத்தது.

இந்தியாவின் பழம்பெரும் நாகரிகத்தைப் பற்றியும் திராவிடர்களைப் பற்றியும் ஆரியர் வருகை பற்றியும் உனக்கு எழுதியிருக்கிறேன். ஆரியர்கள் வருவதற்கு முந்தைய காலம் பற்றி எனது அறியாமையால் உனக்கு எழுதவில்லை.

மொஹஞ்சோதரோ நாகரிக அடையாளச் சின்னங்கள்

ஆனால் கடந்த சில ஆண்டுகளில் மிகமிகப் பழைய நாகரிகத்தின் அடையாளங்களை நம் நாட்டில் கண்டு பிடித்துள்ளனர். இந்தியாவின் வடமேற்குப் பாகத்தில் மொஹெஞ்சோதாரோ என்ற இடத்தில் கிடைத்து இருக்கின்றன. பூமியை அகழ்ந்து ஐந்தாயிரம் ஆண்டுகளுக்கு முந்தைய நாகரிகத்தின் சின்னங்களை எடுத்துள்ளனர்.

எகிப்தின் பிரமிடுகளில் மனிதன் இறந்த பின் உடல்களை பதப்படுத்தி வைத்தார்கள். அதுபோன்ற உடல்கள் மொஹெஞ்சோதாரோவிலும் இருக்கின்றன! இவை பல ஆயிரம் ஆண்டுகளுக்கு முற்பட்டவை. ஆரியர்கள் வருவதற்கு நெடுங்காலம் முன்பே இந்த நாகரிகம் இருந்திருக்கிறது. அப்போது ஐரோப்பா கண்டம் மிகப்பெரிய வனமாக இருந்திருக்க வேண்டும்.

இன்றைக்கு ஐரோப்பிய நாடுகள் பலம் வாய்ந்தவையாக இருக்கின்றன. அந்த மக்கள் தங்களை மேம்பட்டவர்களாக கருதுகிறார்கள். ஆசியா கண்டத்து மக்களை அவர்கள் மதிப்பதில்லை.

ஆசிய நாடுகளில் கிடைப்பதைச் சுருட்டிச் செல்கிறார்கள். இதுதான் காலத்தின் மாற்றம். உலக வரைபடத்தில் விரிந்த ஆசியாக் கண்டத்தின் மூலையிலே ஐரோப்பா ஒட்டிக் கொண்டிருக்கும். மிக நீண்ட காலமாக ஆசியாவின் கை மேலோங்கி இருந்ததுதான் வரலாறு. ஆசியாவைச் சேர்ந்தவர்கள்தான் ஐரோப்பாவை வென்று நாகரிகத்தை வழங்கியதாக வரலாறு சொல்கிறது.

ஆரியர், ஸிதியர், ஹூணர், அரபியர், மங்கோலியர், துருக்கியர் என

புற்றீசல் போல ஆசியாவில் பல இடங்களில் இருந்து புறப்பட்டு ஆசியாவிலும் ஐரோப்பாவிலும் பரவினார்கள். ஐரோப்பாவில் இன்று வாழும் மக்களில் பெரும்பாலோர் ஆசியாவிலிருந்து படையெடுத்து வந்தவர்களின் வாரிசுகளே ஆவர்.

உருவத்தைக் கொண்டு ஒரு மனிதனின் அல்லது ஒரு தேசத்தின் உயர்வை மதிப்பிடக்கூடாது. கண்டங்களில் ஐரோப்பா சிறிதாக இருந்தாலும் இன்று அது மற்ற எல்லா கண்டங்களையும் விட மேன்மை பெற்றுள்ளது. ஐரோப்பாவில் உள்ள நாடுகளின் கடந்த காலச் சரித்திரம் சிறப்பு வாய்ந்தது.

பலபெரியவிஞ்ஞானிகளைஐரோப்பாகொடுத்திருக்கிறது. அவர்களுடைய கண்டுபிடிப்புகளால் மனிதகுலம் முன்னேறி இருக்கிறது. மக்கள் வாழ்க்கைத் துன்பம் குறைந்திருக்கிறது. மிகச்சிறந்த கவிஞர்கள், ஆராய்ச்சியாளர்கள், ஓவியர்கள், சிற்பிகளையும், ஒப்பிலாத வீரத்தலைவர்களையும் ஐரோப்பா பெற்றிருக்கிறது. இதை உணராவிட்டால் அது மடமையாகும்.

அதேசமயம் நமது ஆசியாவின் பெருமையை உணராமல் இருப்பதும் அறிவுடைமை ஆகாது. இன்று உலகில் இருக்கிற புகழ்பெற்ற முக்கியமான மதங்களை தோற்றுவித்தவர்கள் ஆசியாவைச் சேர்ந்தவர்கள்.

ஹிந்து மதம், அதேபோல இன்று சீனா, ஜப்பான், பர்மா, திபெத், இலங்கை உள்ளிட்ட நாடுகளில் பரவியிருக்கும் பௌத்த மதம் நம் நாட்டிலே பிறந்தவை. யூத மதம், கிறிஸ்தவ மதம் மேற்கு ஆசியாவிலுள்ள பாலஸ்தீனத்தில் பிறந்தவை. பார்சிகளின் மதமாகிய ஜராதுஷ்டிர மதம் பாரசீகத்திலும், இஸ்லாம் மதம் அரேபியாவிலும் பிறந்தவை. கண்ணன், புத்தன், ஜராதுஷ் டிரா, கிறிஸ்து, முகம்மது, சீன தத்துவ ஞானிகளான கன்பூஷியஸ், லாவோட்சே ஆகியோர் ஆசியாவில் பிறந்தவர்கள்.

இன்று ஆசியாவில் சரித்திர நிகழ்ச்சிகள் வெகுவிரைவாக நிகழ்ந்து செல்கின்றன. இந்தப் பெரிய பூமிப் பரப்பு தனது நீண்ட தூக்கத்தில் இருந்து விழித்து எழுகிறது. உலகம் முழுவதும் ஆசியாவை நோக்கி நிற்கிறது. ஏனெனில் வருங்காலத்தை உருவாக்குவதில் ஆசியா எடுத்துக் கொள்ளப் போகும் பங்கை அறியாதவர் யார்?

மனைவி கமலாவுடன் நேரு

5. பழைய நாகரிகங்களும் நாமும்!

ஜனவரி 9, 1931

'பாரத்' என்ற ஹிந்தி பத்திரிகையை நேற்று வாசித்தேன். அதில் மலாக்கா சிறையில் அடைக்கப்பட்டுள்ள உன் தாயாரைச் சரியாக நடத்தவில்லை என்று இருந்தது. லட்சுமணபுரி சிறைக்கு அவளை மாற்றப் போவதாகவும் கூறியிருந்தது.

எனக்குச் ஆத்திரமும் கவலையும் உண்டானது. நமக்கு ஏற்படும் வசதிக் குறைவையும், துன்பத்தையும் தாங்கிக் கொள்ளப் பழகினால் நமக்கு நன்மையே உண்டாகும். அதாவது, நமக்குள் மென்மையான குணம் மாறி வன்மையான குணம் உருவாகும்.

ஆனால் நமக்கு நெருக்கமானவர்கள் துன்பம் அனுபவிப்பதைத் தாங்குவது மிகவும் கடினம். எனக்கு உன் தாயாரைப் பற்றிய கவலை அதிகமாகியது. அவள் அஞ்சாநெஞ்சம் உடையவள் என்றாலும் ஏற்கெனவே பலவீனமான அவளுடைய உடல்நிலைய நினைத்தே கவலைப்பட்டேன்.

உன் தாயார் மலாக்கா சிறையிலிருந்து லட்சுமணபுரி சிறைக்கு மாற்றப்படுவது நல்லதுதான். அந்தச் சிறையில் இயக்க நண்பர்களோடு இருக்கலாம். அவள் எனக்கு அருகில் உள்ள சிறையில் இருக்கிறாள் என்று இருந்தேன். ஆனால், இரண்டு சிறைகளின் சுவர்கள் இடையில் இருக்கும்போது எல்லாம் ஒன்றுதானே.

உன் தாத்தா அலகாபாத்துக்குத் திரும்பிவிட்டார் என்றும் அவருடைய உடல்நிலை சரியாக இருப்பதாகவும் அறிந்தேன். அவர் உன் தாயாரைப் பார்க்கப் மலாக்கா சிறைக்கு போயிருக்கிறார் என்று கேள்விப்பட்டேன். மகிழ்ந்தேன். ஒருவேளை நாளை நீயும் உன் தாத்தாவும் என்னை சந்திக்க வரலாம். ஏனெனில் எனக்கு நாளை சந்திப்பு நாள். உன் தாத்தாவை நான் பார்த்து இரண்டு மாதங்கள் ஆகிவிட்டன. உன்னையும் பதினைந்து நாளைக்குப் பிறகு பார்ப்பேன். உன்னைப்பற்றியும் உன் தாயாரைப்பற்றியும் நீ சொல்லக் கேட்பேன்.

அடடா! கடந்த கால வரலாறை எழுதத் தொடங்கி எதையோ எழுதிவிட்டேன். நாம் மீண்டும் இரண்டாயிரம் மூவாயிரம் ஆண்டு களுக்கு முந்தைய காலத்துக்குச் செல்வோம்.

முன்பு உனக்கு எழுதிய கடிதங்களில் எகிப்தைப் பற்றியும் கிரீஸ் தீவிலுள்ள நோஸ்சோஸ் என்ற பழமை வாய்ந்த நகரத்தைப் பற்றியும் கொஞ்சம் கூறி-யிருக்கிறேன். இப்போதைய இராக் அல்லது மெசபொடேமியாவிலும், சீனா, இந்தியா, கிரீஸ் ஆகிய தேசங்களிலும் பழைய நாகரிகம் செழிக்கத் தொடங்கின. கிரீஸ் நாகரிகம் சற்று பின்தங்கியது. இந்திய நாகரிகமோ எகிப்து, சீனா, இராக் நாகரிகத்துக்கு சமகாலத்தில் தொடங்கியது. இந்த புராதன நாகரிகம் இப்போது எங்கே? 3 ஆயிரம் ஆண்டுகளுக்கு முன்பே அழிந்து போயிற்று. வயதில் இளைய கிரீஸ் நாகரிகம்தான் அதை அழித்துவிட்டது. எகிப்து நாகரிகத்துக்கு பிரமிடுகளும், ஸ்பிங்சும், மம்மிகளும்தான் சாட்சியாக இருக்கின்றன. எகிப்து இன்றும் இருப்பது உண்மைதான். ஆனால் அங்கு வாழும் மக்களுக்கும் அந்த நாட்டில் ஒளிர்ந்த பழைய நாகரிகத்துக்கும் எந்தத் தொடர்பும் இல்லை..

இராக், பாரசீகம் என்னும் இரு நாடுகளை எடுத்துக்கொள்வோம். இந்த தேசங்களில் எத்தனையோ சாம்ராஜ்யங்கள் தோன்றி மறைந்தன. ஆனால் நிலைபெற்று நிற்கக்கூடிய நாகரிகங்கள் எகிப்தைப் போலவே இராக் பாரசீகத்திலும் அடியோடு அழிந்துவிட்டன.

இலக்கியங்களும் அற்புதமானவை. இன்றைய ஐரோப்பாவுக்கு கிரீஸ் தாயகம் என்று கூறலாம். கிரேக்கர்களின் சிந்தனைதான் ஐரோப்பாவை ஆக்கிரமித்துள்ளது. ஆனால், இன்றைக்கு அந்த கிரீஸின் பெருமை எங்கே? இன்றைக்கு ஐரோப்பாவின் ஒரு மூலையில் இருக்கிறது கிரீஸ்.

எகிப்து, நோஸ்சோஸ், இராக், கிரீஸ், பாபிலோன், உள்ளிட்ட நாகரிகங்கள் இறந்துவிட்டன. சீனா, இந்தியா இவற்றின் நாகரிகங்கள் நிலை என்ன? மற்ற தேசங்களைப் போலவே இவற்றிலும் பல அரசுகள்

தோன்றி மறைந்தன. இந்த நாடுகள் மீது பலரும் பலமுறை படையெடுத்து வந்து கொள்ளையடித்து நாசம் செய்தார்கள். பல அரச பரம்பரைகள் நூற்றாண்டுகளாக மாறிமாறி ஆண்டிருக்கின்றன. மற்ற நாடுகளைப் போல இல்லாமல் இந்தியாவில் பழைய நாகரிகம் விட்டுப்போகாமல் நதிபோல ஓடிக்கொண்டிருக்கிறது.

இன்றும் பழைய நாகரிகத்தின் அடிப்படையிலேயே இந்திய வாழ்க்கை அமைந்துள்ளது. ரயில்கள், கப்பல், தொழிற்சாலைகள் என்று எத்தனையோ மாற்றம் ஏற்பட்டுள்ளது. உலகமே மாறிவருகிறது. இந்தியாவும் மாறும். ஆனால், சரித்திரம் தொடங்கிய நாளில் இருந்து பல்லாயிரம் ஆண்டுகளாக இந்தியாவின் நாகரிகம் வியப்பூட்டும் வகையில் தொடர்கிறது. இந்தியாவில் வாழும் நாம் பழங்கால நாகரிகத்தின் நேரடி வாரிசுகள் என்று பெருமை கொள்ளலாம். பிரம்மாவர்த்தம். ஆரியாவர்த்தம். பாரத வர்ஷம், ஹிந்துஸ்தானம் என்று பலவாறு அழைக்கப்பட்ட இந்த தேசத்தின் வடமேற்கு மலைக் கணவாய்களின் வழியாக வந்த பழம் பெருமக்களின் வழியில் வந்தவர்களே நாம்.

இவ்வாறு வந்த நமது முன்னோர்கள் கம்பீரமாகச் செல்லும் கங்கை நதியின் கரையை அடைந்தவுடன் எவ்வளவு ஆனந்தம் அடைந்திருப்பார்கள்! கங்கா தேவிக்கு அவர்கள் தலைவணங்கி அவளை புகழ்ந்து பாடியதில் வியப்பு என்ன இருக்க முடியும்?

இதை நினைத்து நாம் கர்வம் கொள்ளக்கூடாது. ஏனென்றால் இதிலுள்ள நல்லவற்றுக்கும் தீயவற்றுக்கும் நாம் பொறுப்பாளர்கள். இதில் தீமை நிறைய இருக்கிறது. உலகிலே மிகவும் இழிந்த நிலையில் வறுமையில் வாடும், யார் வேண்டுமானாலும் நம்மை இஷ்டத்துக்கு ஆட்டிப்படைக்கும் நிலையில் ஏமாந்து கிடப்பதற்கும் நமது பழைய நாகரிகத்தில் உள்ள தீமைதான் காரணம். ஆனால், அதை ஒழித்து முன்னேற சபதம் எடுத்துக் கொண்டிருக்கிறோம்.

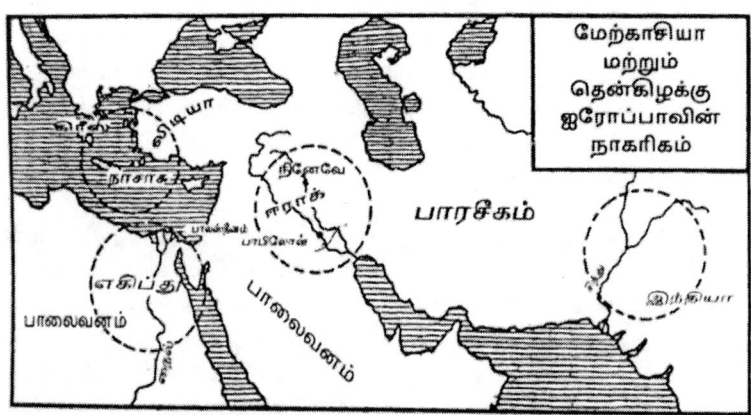

6. ஆரிய கிரேக்கர்களும் இந்திய ஆரியர்களும்!

ஜனவரி 10, 1931

இன்றைய சந்திப்பு நாள் ஏமாற்ற நாளாக முடிந்தது. ஆம் நான் எதிர்பார்த்தபடி நீயோ, உனது தாத்தாவோ என்னை பார்க்க வரவில்லை. உன் தாத்தாவுக்கு உடல்நிலை சரியில்லை என்று கேள்விப்பட்டு கவலை அடைந்தேன். நீங்கள் வராததால் எனது ராட்டையை எடுத்து கொஞ்சம் நூல் நூற்றேன். ராட்டையில் நூல் நூற்பது ஆறுதலாக இருக்கிறது. உனக்கும் கவலை உண்டானால் நூல் நூற்க ஆரம்பித்துவிடு!

சரி, இனி சரித்திரத்துக்கு வருவோம். கடந்த கடிதத்தில் ஆசியாவுக்கும் ஐரோப்பாவுக்கும் இடையிலான ஒற்றுமைகளையும் வேற்றுமைகளையும் கூறினேன். பழைய காலத்தில் ஐரோப்பா எப்படி இருந்தது என்று சிறிது பார்ப்போம். நெடுங்காலமாக மத்தியதரைக் கடலின் ஓரத்தில் உள்ள நாடுகளையே ஐரோப்பா என்று கூறினார்கள். ஐரோப்பாவின் வடபகுதியில் உள்ள நாடுகளை யாருக்கும் தெரியாது. ஜெர்மனி, இங்கிலாந்து, பிரான்ஸ் நாடுகள் அமைந்துள்ள வடபகுதிகளில் காட்டுமிராண்டிகள் வாழ்வதாக கருதினார்கள்.

மத்திய தரைக்கடல் பகுதியில்கூட ஆப்பிரிக்காவின் எகிப்து, கிரீஸின் நோஸ்சோஸ் ஆகியவற்றைத் தாண்டி நாகரிகம் பரவவில்லை.

ஆனால், ஆசியாவிலிருந்து கிளம்பிய ஆரியர்கள் கொஞ்சம் கொஞ் சமாக மேற்கே கிளம்பி கிரீஸையும் அதைச் சுற்றிய நாடுகளையும் கைப்பற்றினார்கள். இவர்களையே புராதன கிரேக்கர்கள் என்கிறோம். ஆனால், அதற்கு முன்னரே இந்தியாவுக்குள் வந்த ஆரியர்களுக்கும் இவர்களுக்கும் தொடக்கத்தில் அதிக வேற்றுமை இல்லை என்று எண்ணுகிறேன்.

ஆரியர்கள் இந்தியாவுக்கு வருவதற்கு வெகுகாலம் முன்பே திராவிட நாகரிகம் பரவியிருந்தது. அது ஆரியர்களை வெகுவாக பாதித்தது. இன்று மொஹஞ்ஜோ தாரோவில் அழிவுற்றுக் காணப்படும் நாகரிகமும் ஆரியர்களை பாதித்திருக்கலாம். ஆரியர்களும் திராவிடர்களும் பரஸ்பரம் உள்ளதைக் கொடுத்து இல்லாததை வாங்கிக் கொண்டார்கள். இருவரும் கலந்து இந்தியாவில் பொதுவான ஒரு நாகரிகத்தை உருவாக்கினார்கள்.

கிரீஸை கைப்பற்றிய ஆரியர்கள் அங்கிருந்த நோஸ்சோஸ் நாகரிகத்தை அழித்து அதன்மீது தங்கள் சொந்த நாகரிகத்தை புகுத்தினார்கள். அந்தக்காலத்தில் ஆரிய இந்தியர்களும் ஆரிய கிரேக்கர்களும் முட்டாள்களாகவும் சண்டை போடுகிற வர்களாகவும் இருந்தார்கள். மென்மையான முதிர்ச்சியடைந்த நாகரிகத்தை சேர்ந்தவர்களை சந்தித்தால், அவர்களை அழித்தார்கள். அல்லது அந்த நாகரிகத்தை தமதாக்கிக் கொண்டார்கள்.

ஆரிய கிரேக்கர்கள் கிரீசிலும் அதைச் சுற்றியுள்ள தீவுகளிலும் குடியேறி தங்கினார்கள். கடல் வழியாக ஆசியா மைனரின் மேற்குக் கரைக்கும், இத்தாலியின் தென்பகுதி, சிசிலி, பிரான்சின் தென்பகுதி ஆகியவற்றுக்கும் பரவினார்கள். பிரான்சில் உள்ள மார்சேல்ஸ் நகரை இவர்கள் உருவாக்கினார்கள். ஆனால், இவர்கள் அங்கு குடியேறுவதற்கு முன்பே ஃபினிசியர்கள் அங்கு குடியேறி இருந்தார்கள். ஆசியா மைனர் என்ற பகுதியில் வசித்த ஃபினிஷியர்கள் வியாபாரத்துக்காக கடல் கடந்து தொலைதூர நாடுகளுக்கு சென்றார்கள் என்று உனக்கு சொல்லி-யிருக்கிறேன். அந்த நாட்களிலேயே அவர்கள் இங்கிலாந்துக்கும் சென்றார்கள். ஜிப்ரால்டர் நீரிணை வழியை அவர்கள் மிகுந்த ஆபத்தை எதிர்நோக்கியே பயணம் செய்திருக்க வேண்டும். இங்கிலாந்தில் அப்போது பழங்குடியினர் வாழ்ந்தார்கள்.

கிரீஸ் நாட்டில் ஏதென்ஸ், ஸ்பார்ட்டா, தீப்ஸ், கோரிந்த் என்ற புகழ்பெற்ற நகரங்கள் இருந்தன. கிரேக்கர்களை ஹெலனியர் என்றும்

ஜவஹர்லால் நேரு 31

கடத்தப்பட்ட அழகி ஹெலனை மீட்க ட்ராய் நகரம் முற்றுகை

அழைத்தார்கள். இலியட், ஒடிஸீ போன்ற காவியங்கள் இருந்தன. இவற்றைப்பற்றி உனக்குக் கொஞ்சம் தெரியும். நமது இதிகாசங்களான இராமாயணத்தையும் மகாபாரதத்தையும் போல இவை இருக்கின்றன. ஹோமர் என்ற அந்தகக் கவிஞர் இதை எழுதினார்.

கிரீசைச் சேர்ந்த ஹெலன் என்ற அழகியை பாரிஸ் என்பவன் தனது ட்ராய் நகருக்கு கடத்திச் செல்கிறான். கிரீஸைச் சேர்ந்த பல அரசர்களும் சேர்ந்து ட்ராய் நகரை முற்றுகையிட்டு ஹெலனை மீட்டு வருகிறார்கள். இதுவே இலியட் காவியம். ஹெலனை மீட்டு வரும்போது ஒடிஸியஸ் அல்லது யுலிஸி என்பவன் சந்தித்த அனுபவங்களே ஒடிஸி என்ற காவியம். ட்ராய் நகரம் ஆசியா மைனர் கடற்கரை அருகே இருந்தது. இப்போது அது இல்லாவிட்டாலும் இந்தக் காவியங்கள்அநத் நகரை நமக்கு நினைவூட்டிக் கொண்டே இருக்கின்றன.

கிரீஸ் புகழின் உச்சத்திற்கு சென்ற அதே காலத்தில்தான் ரோமாபுரி பிறந்தது. ஆனால் சில நூற்றாண்டுகள் வரை அது முக்கியத்துவம் பெறவில்லை. இப்போது ஏன் அதைக் கூறுகிறேன் என்று நீ நினைப்பாய். தொடக்கத்தில் சில நூற்றாண்டுகள் அது முக்கியத்துவம் பெறவில்லை என்றாலும், பின்னால், பல நூற்றாண்டுகள் ஐரோப்பாவின் தலைநகரமாக ரோமாபுரி இருந்தது. 'புவியின் அரசி' என்ற பெருமையை பெற்றிருந்தது.

இவ்வளவு பெருமை பெற்ற நகரம் பிறந்த கதையை சொல்ல

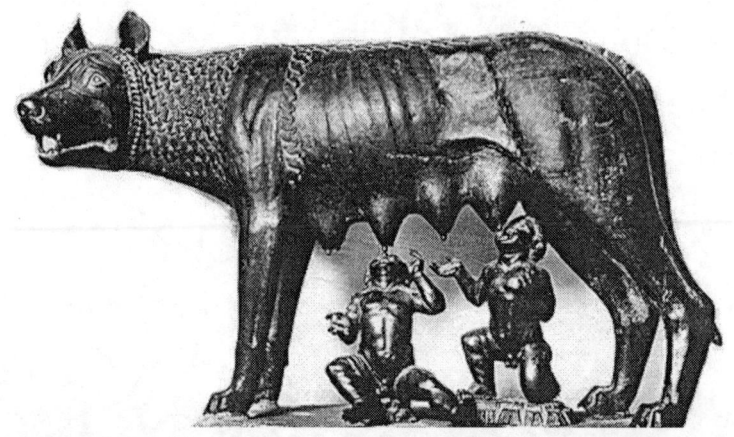

ஓநாய் வளர்த்து ரோமாபுரியை தோற்றுவித்த ரோமுலஸ் ரீமஸ்

வேண்டும் அல்லவா? ரோமாபுரியின் தோற்றத்தைப் பற்றி பல கதைகள் இருக்கின்றன. அந்த நகரைத் தோற்றுவித்த ரோமுலஸ், ரீமஸ் என்ற இருவரை பெண் ஓநாய் எடுத்து வளர்த்ததாம். உனக்கு இந்தக் கதை தெரிந்திருக்கலாம்.

ரோமாபுரி உருவான காலத்திலேயே ஆப்பிரிக்காவின் வடகரையில் கார்தேஜ் என்னும் நகரத்தை ஃபினிஷியர்கள் உருவாக்கினார்கள். அந்த நகரம் கடலாதிக்கம் பெற்றிருந்தது. ரோமாபுரியும் கார்தேஜும் தீராத பகையுடன் பலமுறை போர்களில் ஈடுபட்டன. அந்தப் போர்களின் முடிவில் கார்தேஜ் நகரம் அழிந்துவிட்டது.

இந்தக் கடிதத்தை முடிப்பதற்கு முன் கிறிஸ்துவ மதத்தின் புனிதநூலான பைபிளின் பழைய ஏற்பாட்டில் கூறப்பட்டுள்ள பாலஸ்தீனம் உருவான கதையை பார்ப்போம். அந்த நாட்டில் வாழ்ந்த யூதர்களைப் பற்றியும் அவர்களுக்கு அருகில் வாழ்ந்த பாபிலோனியர், அசீரியர் மற்றும் எகிப்தியர்களால் அவர்கள் அனுபவித்த துன்பங்களைப் பற்றியும் பழைய ஏற்பாடு கூறுகிறது.

நோஸ்சோஸ் நகரம் அழிந்த காலத்தில் பாலஸ்தீனத்தின் ஒரு பகுதியான இஸ்ரவேலுக்கு, சவுல் அரசனாக இருந்தான். அவனுக்குப் பிறகு தாவீதும், அவனுக்குப் பின் சாலோமனும் அரசனாக பதவியேற்றார்கள். இந்த மூவரைப் பற்றியும் நீ அறிந்திருக்க வேண்டும் என்பதால் இதைச் சொன்னேன்.

இளம் வயதில் இந்திரா

7. கிரேக்கர்களின் விருப்பம் என்ன?

ஜனவரி 11, 1931

கடந்த கடிதத்தில் கிரேக்கர்களைப் பற்றிச் கொஞ்சம் சொல்லி-யிருந்தேன். நாம் இந்தியாவின் இன்றைய வாழ்க்கை முறையை அறிந்திருக்கிறோம். ஆகவே, இதற்கு மாறான நிலையை கற்பனை செய்துகூட பார்க்க முடியாது. ஆனால், பழங்கால இந்தியாவிலும் சரி, சீனாவிலும் சரி, கிரீசிலும் சரி, இன்றைய நிலைக்கு முற்றிலும் மாறுபட்ட வாழ்க்கைதாந் நிலவியது. புத்தகங்கள், பழைய கட்டடங்கள், கல்வெட்டுக்கள், தோண்டி எடுக்கப்பட்ட பொருட்கள் துணையோடு பழங்கால மக்களின் நிலை குறித்து ஊகிக்கலாம்.

கிரேக்கர்கள் பெரிய அரசுகளை விரும்பவில்லை. சிறிய நகர அரசுகளையே அவர்கள் ஏற்படுத்தினார்கள். ஒவ்வொரு நகரமும் ஒரு தனிப்பட்ட அரசு. நடுவில் ஒரு நகரம். அதைச் சுற்றிலும் விளைநிலங்கள். அதில் விளைந்த பொருள்கள் நகரத்துக்கு உணவு. இது ஒரு குடியரசு. இம்மாதிரி பல குடியரசுகள் இருந்தன. நகரத்தில் உள்ள செல்வந்தர்கள்தான் ஆட்சியாளர்கள். அரசாங்கத்தில் சாமானிய மக்களுக்கு செல்வாக்கு மிகவும் குறைவு. ஏராளமான அடிமைகளும் இருந்தனர். அவர்களுக்கும், பெண்களுக்கும், அரசாங்கத்தில் எந்த உரிமையும் கிடையாது. மக்கள் தொகையில் ஒரு பகுதியினரே நகர குடிமக்களாக கருதப்பட்டனர். பொது

விஷயங்களை அவர்கள்தான் வாக்கு அளித்துத் தீர்மானித்தனர்.

நகரத்தின் ஒரு சிறு பகுதியினர் கூடி பொதுப் பிரச்சனைகளுக்கு தீர்வுகாண்பது எளிது. சிறு நகர அரசுகளாக இருந்ததால் இது சாத்தியம். பெரிய தேசமாக இருந்தால்? உதாரணமாக, இந்தியா போன்ற பெரிய தேசமாக இருந்தால் வாக்காளர்கள் ஓரிடத்தில் கூடுவது முடியுமா? அப்படிப்பட்ட பெரிய தேசங்களில், மக்கள் தங்களுக்கான பிரதிநிதிகளை தங்கள் பகுதிகளில் வாக்களித்து தேர்வு செய்து அனுப்பும் முறையை கண்டுபிடித்தார்கள். அந்த பிரதிநிதிகள் மக்களுக்கான் பொதுப்பிரச்சனைகளை விவாதித்து தேவையான சட்டங்களை இயற்ற வகை செய்தனர். இப்படித்தான் ஒரு சாதாரண வாக்காளர் தனது நாட்டின் அரசாங்கத்தை நடத்த உதவிபுரிவதாக கருதப்பட்டு வருகிறது.

ஆனால் கிரீசில் இதுபோன்ற முறை நடைமுறையில் இல்லை. கிரீஸிலும், இத்தாலி, சிசிலி ஆகியவற்றின் தென்பகுதியிலும், மத்தியதரைக் கடலின் மற்ற கரைகளிலும் கிரேக்கர்கள் பரவி இருந்தனர். ஆனால், ஒரே அரசாகவோ அல்லது தங்களுடைய ஆளுமை உள்ள பகுதிகள் அனைத்தையும் இணைத்து ஒரு பேரரசாகவோ உருவாக்கி ஆட்சி செய்யவில்லை. மாறாக, அவர்கள் சென்ற இடங்களில் எல்லாம் தனிப்பட்ட நகர அரசுகளையே அமைத்து ஆட்சி செய்தார்கள்.

இந்தியாவில் கூட பழங்காலத்தில் சிறு சிறு அரசுகள் இருந்ததைக் காண்கிறோம். ஆனால் அவை நீண்டகாலம் நீடிக்கவில்லை. பெரிய அரசுகள் அவற்றை தமக்குள் சேர்த்துக் கொண்டன. அப்படியிருந்தும் நமது கிராமப் பஞ்சாயத்துக்கள் நெடுங்காலம் அதிகாரம் செலுத்தி இருக்கின்றன. பழங்கால ஆரியர்கள் தாங்கள் போகுமிடங்களில் எல்லாம் நகர அரசுகள் அமைப்பதையே முதலில் விரும்பி இருக்கிறார்கள்.

புவியியல் அமைப்பு, தாங்கள் போகும் இடங்களில் இருந்த தங்களுடைய நாகரிகத்தைக் காட்டிலும் பழமையான நாகரிக மக்களோடு கலந்து வாழவேண்டிய நிலை இருந்தது. இதன் காரணமாக அவர்கள் தங்கள் முந்தைய நிலையை கைவிட நேர்ந்தது. குறிப்பாக, பாரசீகத்தில் அரசுகளும் பேரரசுகளும் செழித்து இருந்தன.

இந்தியாவிலும் அது தொடர்ந்தது. ஆனால் கிரீசில் மகா அலெக்சாண்டர் ஆட்சிக்கு வரும்வரை நகர அரசுகள் நடைபெற்று வந்தன. உலகம் முழுவதையும் வென்று ஒரே தலைமையின் கீழ் கொண்டு வர விரும்பியவன் அலெக்ஸாண்டர். இவனைப் பற்றிப் பிறகு சொல்கிறேன்.

கி.மு.100ல் செதுக்கப்பட்ட கிரேக்க சிலை

கிரேக்கர்கள் தங்களுடைய சிறு நகர அரசுகளை ஒன்று சேர்த்து ஒரு பேரரசு அமைக்க விரும்பவில்லை. தனியாகவும் சுதந்திரமாகவும் அவர்கள் வாழ்ந்தார்கள். ஆனால், தங்களுக்குள் ஒருவரோடு ஒருவர் சண்டையிட்டனர். அவர்களுக்குள் எப்பொழுதும் போட்டியும் போரும் தொடர்ந்தது.

இருந்தாலும், ஒரே மொழி, ஒரேமாதிரியான கலை, நாகரிகம், ஒரே மதம் போன்றவற்றால் இந்த நகர அரசுகள் ஒன்றோடு மற்றொன்று இணைக்கப்பட்டிருந்தன. இவர்களுடைய மதத்தில் பல தேவர்களும், தேவதைகளும் இருந்தன. இந்து மதத்தில் உள்ள பலவகை புராணங்களைப் போல கிரேக்கர்களிடமும் உண்டு.

அவர்கள் அழகை வழிபட்டார்கள். கல்லிலும் சலவைக் கல்லிலும் அவர்கள் செய்த பழைய சிற்பங்கள் இன்றும் உள்ளன. அவற்றின் அழகும் வேலைப்பாடும் வியப்பை ஏற்படுத்தும். மனித உடல் அழகும் நலமும் பெற்றிருக்க வேண்டும் என்பது அவர்கள் கொள்கை. இதற்காக பலவித விளையாட்டுப் பந்தயங்களை ஏற்படுத்தினார்கள். கிரீசில் ஒலிம்பியா என்ற இடத்தில் திருவிழாவைப் போல இது நடைபெறும். இப்போது நடக்கும் ஒலிம்பிக் பந்தயங்களுக்கு இதுதான் முன்னோடி.

கிரேக்க நகர அரசுகள் போரிலே மாறுபட்டும் பந்தயங்களிலே ஒன்று சேர்ந்தும் தங்களுடைய தனிப்பட்ட வாழ்க்கையை நடத்தி வந்தன. ஆனால் வெளியிலிருந்து தங்களுடை எதிரிகளால் ஆபத்து ஏற்பட்டால் ஒன்றுபட்டு எதிர்த்து நின்றார்கள். இப்படித்தான் ஒரு சமயம் கிரீஸின் மீது பாரசீகர்கள் படையெடுத்தனர். அதைப்பற்றிப் பிறகு கூறுகிறேன்.

நேரு, இந்திரா மற்றும் குடும்பத்தினருடன் மோதிலால் நேரு பெற்றோருடன் இந்திரா

8. மேற்கு ஆசியாவின் சாம்ராஜ்யங்கள்

ஜனவரி 13, 1931

நேற்று உங்கள் எல்லோரையும் சந்தித்ததில் கொஞ்சம் ஆறுதல் கிடைத்தது. ஆனால் உன் தாத்தா மிகவும் இளைத்திருந்தார். அவரை கவனமாகப் பார்த்துக் கொள். நேற்று உன்னோடு சரியாகப் பேச முடியவில்லை. நாம் சந்தித்துப் பேச முடியாத குறையை கடிதங்கள் எழுதி சரிசெய்யப் பார்க்கிறேன்.

பழங்காலக் கிரேக்கர்களைப் பற்றி அறிந்தோம். அதே காலத்தில் மற்ற தேசங்கள் எப்படியிருந்தன? மிகமிகப் பழைய காலத்தில் ஐரோப்பா, ஆசியாவின் வடபகுதி மிகவும் குளிர்ச்சியாக இருந்தது. அது பனிக்கட்டிக் காலம் என்று சொல்லப்படுகிறது. பெரிய பனிப்பாறைகள் மத்திய ஐரோப்பா வரையில் வந்ததாம். அந்தக் காலத்தில் அங்கு மனிதர்கள் வாழ்ந்திருக்க வாய்ப்பில்லை.

ஒருவேளை வாழ்ந்திருந்தாலும் விலங்குத் தன்மை மிக்கவர்கள் தான் வாழ்ந்திருக்க வேண்டும். அந்தக் காலத்தில் புத்தகங்கள் இல்லாததால் அவர்களைப் பற்றி அறியவும் முடியாது. ஆனால் நீ இயற்கைப் புத்தகத்தை மறந்திருக்க மாட்டாய். கற்களிலும் கற்பாறைகளிலும் இயற்கை தனது சுய சரித்திரத்தை எழுதி வைத்திருக்கிறது. விரும்புவோர் அதைப் படித்துத் தெரிந்து கொள்ளலாம். இந்தப் பனிப்பாறைகள் தாங்கள் இருந்ததற்குச் சில

அடையாளங்களை விட்டுப் போயிருக்கின்றன.

இந்த அடையாளங்களை நீ அறிய விரும்பினால் பனிப்பாறைகள் நிறைந்திருக்கும் இமய மலைக்கோ, ஆல்ப்ஸ் மலைக்கோ போய்ப் பார்க்க வேண்டும். ஆல்ப்ஸ் மலையிலுள்ள மாண்ட் பிளாங்க் சிகரத்துக்கு அருகில் நீயே இத்தகைய பனிப்பாறைகளை பார்த்திருக்கிறாய். பிண்டாரி பனிப்பாறைகள் நமக்கு மிகவும் அருகில் இருக்கிறது. அல்மோராவிலிருந்து ஒரு வாரத்தில் அங்கு போய்ச் சேரலாம். உன்னைவிட வயதில் சிறியவனாக இருந்தபோது நான் அதைச் சென்று பார்த்தேன். அது இன்னும் என் நினைவை விட்டு அகலவே இல்லை.

உன்னுடன் நான் பேசுவதாக நினைத்துக் கொள்வதால் அடிக்கடி இதுபோல ஏதேதோ சொல்லத் தொடங்கி விடுகிறேன்.

மத்திய ஐரோப்பாவுக்கும் இங்கிலாந்துக்கும் பனிப்பாறைகள் வந்ததற்கு சான்றுகளை நாம் இன்றும் காணலாம். பழைய கற்பாறைகளின் மீது அவை இருக்கின்றன. எனவே, மத்திய ஐரோப்பாவும் வடஐரோப்பாவும் மிகவும் குளிர்ந்த பகுதிகளாக இருந்திருக்க வேண்டும். வெப்பக்காலம் ஏற்பட்ட பிறகு இந்த பனிப்பாறைகள் உருகி கரைந்திருக்கலாம். பனிக்காலத்திற்கு பிறகு வெப்பக்காலம் வந்ததாக புவியியலாளர்கள் கூறுகிறார்கள். அந்தக் காலத்தில் ஐரோப்பா இன்று இருப்பதைவிட அதிக வெப்பமாய் இருந்ததாம். இந்த வெப்பநிலை காரணமாக ஐரோப்பாவில் அடர்ந்த காடுகள் வளர ஆரம்பித்தன.

ஆரியர்கள் அலைந்து திரிந்து ஒருவழியாக மத்திய ஐரோப்பாவுக்கும் வந்து சேர்ந்தார்கள். இந்தக் காலத்தில் அவர்கள் அங்கு எதையும் செய்துவிடவில்லை. கிரீசிலும் மத்தியதரைக் கடல் நாடுகளிலும் வாழ்ந்த நாகரிகம் மிகுந்த மக்கள், இவர்களை மனிதர்களாகவே மதிக்கவில்லை. கிரீஸ் மற்றும் மத்திய தரைகடல் நாடுகளைத் தாக்கி வீழ்த்துவதற்கு அவர்கள் தங்களை தயார்படுத்திக் கொண்டிருந்தார்கள். இந்தத் தாக்குதல் நெடுங்காலத்துக்குப் பிறகு நடக்கப் போகிற நிகழ்வு என்பதால் அதைக் கொஞ்சம் தள்ளிப் போடுவோம்.

வட ஐரோப்பாவைப்பற்றி நமக்குச் கொஞ்சமாவது தெரிந்திருக் கிறது. ஆனால் பெரிய கண்டங்களைப் பற்றி ஒன்றுமே தெரிய வில்லை. அமெரிக்காவை கொலம்பஸ் கண்டுபிடித்தார் என்று சொல்லப்படுகிறது. அவர் செல்வதற்கு முன் அங்கு நாகரிகம் வாய்ந்த மக்கள் வாழவில்லை என்று ஆகிவிடுமா? ஆனாலும், அந்தக் கால

அமெரிக்காவைப் பற்றி நமக்கு ஒன்றுமே தெரியவில்லை.

எகிப்து மற்றும் மத்தியதரைக்கடல் நாடுகளைத் தவிர ஆப்பிரிக்கா கண்டத்தைப் பற்றியும் நமக்கு தெரியவில்லை. நான் சொல்லிக் கொண்டிருக்கிற காலகட்டத்தில் எகிப்தின் பெருமை மிக்க பழைய நாகரிகம் சரிந்து கொண்டிருந்தது. ஆனாலும் அந்தக் காலத்தில் இருந்த தேசங்களில் எகிப்து மிகவும் முன்னேற்றமடைந்த தேசமாகவே கருதப்பட்டது.

இப்பொழுது, ஆசியாவில் என்ன நடந்து கொண்டிருந்தது என்பதைப் பார்ப்போம். ஆசியாவில் மெசபொடேமிய நாகரிகம், இந்திய நாகரிகம், சீன நாகரிகம் ஆகிய மூன்று நாகரிகங்களும் செழித்து வளர்ந்திருந்தன.

மெசபொடேமியாவிலும், பாரசீகத்திலும், ஆசியா மைனரிலும் இந்த பழங்காலத்திலேயே பேரரசுகள் அடுத்தடுத்து தோன்றி மறைந்தன. அசீரியா, மீடியா, பாபிலோன், பிறகு பாரசீகம் என்ற பேரரசுகள் இருந்தன. அவை தங்களுக்குள் போரிடுவதும், பிறகு சமாதானமாவதும், பின்னர் ஒன்றை மற்றது அழித்துக் கொண்டன. அதைப்பற்றி இப்போது பேச வேண்டியதில்லை.

கிரீசின் நகர அரசுகளுக்கும் மேற்கு ஆசியாவின் பேரரசுகளுக்கும் இடையிலான வித்தியாசத்தை நீ கவனித்திருப்பாய். மேற்காசிய நாடுகளில் பேரரசுகளை நிறுவும் ஆசை தொடக்கத்திலிருந்தே இருந்தது. அவர்களுடைய பழைய நாகரிகமே இதற்கு காரணமாக இருந்திருக்கலாம். அல்லது வேறு காரணமாகவும் இருக்கலாம்.

க்ரோசஸ் என்பவனைப் பற்றி உனக்குச் சொல்லவேண்டும். பணம் படைத்த இவன் மிகுந்த கர்வமும் கொண்டவன். ஆசியாவின் மேற்குக் கரையில் ஆசியா மைனர் இருந்த இடத்தில் லிதியா என்ற நாட்டுக்கு அரசனாக இருந்தான். அது கடற்கரையை அடுத்த நாடாக இருந்ததால் வியாபார மையமாக இருந்தது. இவன் காலத்தில் பாரசீக பேரரசு சைரஸ் என்ற மன்னனின் கீழ் வல்லமையுடன் இருந்தது. க்ரோசஸுக்கும் சைரஸுக்கும் நடந்த போரில் க்ரோசஸ் தோல்வி அடைந்தான். தோல்வியைத் தொடர்ந்து க்ரோசஸுக்கு நல்ல புத்தி வந்ததாக 'ஹெரடோடஸ்' என்ற கிரேக்க வரலாற்று எழுதி வைத்திருக்கிறார்.

சைரஸ் என்ற மன்னனின் பேரரசு கிழக்கே இந்தியா வரையில் பரவியிருந்தது. அவனுக்குப் பின் வந்தோரில் ஒருவனான டேரியஸ்

என்பவன் அதை மேலும் விரிவாக்கினான். எகிப்து, மத்திய ஆசியாவின் ஒரு பகுதி, இந்தியாவில் சிந்து நதியை அடுத்த பகுதி ஆகியவை டேரியஸின் பேரரசுக்குள் இருந்தன. இந்திய பகுதியில் இருந்து அவனுக்கு ஏராளமான பொன் துகள்கள் வரியாக கிடைத்தாக ஹெரடோடஸ் கூறியிருக்கிறார். அந்தக் காலத்தில் இந்திய பகுதி செல்வச் செழிப்பாக இருந்திருக்கிறது. ஆனால், காலநிலை மாற்றம் ஒன்றுமில்லாமல் செய்துள்ளது.

நீ சரித்திரம் படிக்கும்போது நாடுகளின் பழைய நிலைமைகளை இப்போதைய நிலைமையோடு பார்க்க வேண்டும். அப்படி ஒப்பிட்டால், மற்ற பகுதிகளைக் காட்டிலும் மத்திய ஆசியாவில் ஏற்பட்டிருக்கும் மாற்றம் உனக்கு வியப்பை அளிக்கும். இந்தப் பகுதியில் இருந்துதான் பல பிரிவினர் கூட்டம் கூட்டமாக பல கண்டங்களில் பரவினார்கள்.

இந்தப் பகுதியில்தான் பெரிய பெரிய நகரங்கள் இருந்தன. செல்வச் செழிப்பிலும் மக்கள் தொகையிலும் இன்றைய ஐரோப்பியத் தலைநகரங்களுக்கு நிகரான ஸமர்க்கந்த், பொகாரா போன்ற நகரங்கள் இருந்தன. இவை நமது கல்கத்தா, பம்பாய் நகரங்களைக் காட்டிலும் பெரியவையாக இருந்தன. இந்தப் பகுதி இனிமையான சூழல் மிகுந்ததாக இருந்தது. ஆனாால், இப்போது பல நூறு வருஷங்களாக வெறும் பாலைவனமாக கிடக்கிறது. ஸமர்க்கந்த், பொகாரா நகரங்கள் தங்களுடைய பழங்காலச் சிறப்பை இழந்து நிற்கின்றன.

இதுவும்கூட பின்னால் கூறவேண்டி விஷயம்தான். ஏனென்றால், நாம் இப்போது பேசிக் கொண்டிருக்கும் காலக்கட்டத்தில் ஸமர்க்கந்த், பொகாரா நகரங்கள் தோன்றவே இல்லை. மத்திய ஆசியாவின் பெருமைமிகு வளர்ச்சியும் வீழ்ச்சியும் எதிர்காலத்தில் நடக்கப் போகும் சம்பவங்களாகும்.

இளம் வயதில் இந்திரா

9. கண்மூடி வழக்கமெல்லாம்...

ஜனவரி 14, 1931

சிறையில் நான் அதிகாலையில், விடியுமுன்பே, எழுந்து விடுகிறேன். கடந்த ஆண்டு கோடைக் காலத்தில் இந்த வழக்கத்தை தொடங்கினேன். உதய ஒளி சிறிது சிறிதாகப் பரவி வானத்து நட்சத்திரங்களை விரட்டுவதை பார்ப்பது எனக்கு ஆனந்தமாயிருக்கிறது. விடிவதற்கு முன் சந்திரனை பார்த்திருக்கிறாயா? நிலவொளிக்கும் சூரிய ஒளிக்கும் நடக்கும் போராட்டத்தில் சூரிய ஒளி எப்போதும் வெற்றிபெறுகிறது. மங்கலான வெளிச்சத்திலே சிறிதுநேரம் நிலவொளியா அல்லது சூரிய ஒளியா என்று சொல்வது கஷ்டமாக இருக்கும்.

என்னுடைய வழக்கப்படி நான் அதிகாலையில் எழுந்துவிட்டேன். நான் வாசித்துக் கொண்டிருந்தேன். இன்றைய தினம் சங்கராந்தி என்பது நினைவுக்கு வந்தது. கும்பமேளாவின் முதல் நாளாகிய அன்று கங்கையும், யமுனையும், கண்ணுக்குத் தெரியாமல் ஸரஸ்வதியும், வந்து கூடும் திரிவேணி சங்கமத்தில் குளிப்பதற்காக ஆயிரக்கணக்கில் மக்கள் பாடிக்கொண்டும் கங்காமாதாவுக்கு ஜே என்று முழக்கம் எழுப்பிக் கொண்டும் போய்க் கொண்டிருந்தார்கள்.

அவர்களுடைய குரல் நான் இருக்கும் சிறையின் சுவர்களைத்

தாண்டி என் காதில் பட்டது. அதைக் கேட்டபோது, தங்கள் வறுமையையும் துன்பத்தையும் மறந்து சங்கமத்தில் குளிக்க இழுத்துச் சென்ற அந்த நம்பிக்கையின் சக்தியை நினைத்துப் பார்த்தேன்.

மனிதர்கள் வரலாம், போகலாம். அரசுகளும் பேரரசுகளும் சிறிதுகாலம் ஆட்சி செய்துவிட்டுப் மறைந்து போகலாம். ஆனால் பழைய வழக்கங்கள் தொடர்கின்றன. பழைய வழக்கங்களில் நல்லன நிறைய இருக்கின்றன. ஆனால் சில சமயங்களில் அவை சுமக்க முடியாத மூட்டையாகி நாம் முன்னேறிச் செல்வதற்கு இடையூறாக இருக்கின்றன.

இந்த அறுபடாத தொடர்பை நினைக்கும்போது, இந்த கும்பமேளாவைப் பற்றி 1300 ஆண்டுகளுக்கு முன் எழுதப்பட்ட விவரங்களைப் படிக்கும் போது ஒருவிதக் கவர்ச்சியும் பிரமிப்பும் உண்டாகிறது. பழங்காலத்தோடு நமக்குள்ள பல தொடர்புகளை நாம் பாதுகாத்து வைத்துக் கொள்ள வேண்டும். ஆனால், பழைய வழக்கம் என்கிற விலங்கு நமது முன்னேற்றத்தைத் தடுக்கும் போதெல்லாம் அதை தயங்காமல் அறுத்தெறிய வேண்டும்.

கடந்த மூன்று கடிதங்களில் கடந்த 3000மாவது ஆண்டுகளில் இருந்து 2500ஆவது ஆண்டுகள் வரை உலகம் எப்படி இருந்தது என்று கூற முயன்றேன். நாள் தேதிகள் குறிப்பிடவில்லை. தேதிகள் என்றால் எனக்குப் பிடிக்காது. தேதிகளைச் சொல்லி உனக்கு அதிகத் தொந்தரவு கொடுக்க விரும்பவில்லை. பழங்கால நிகழ்வுகள் இன்ன தேதியில் நிகழ்ந்தாக சரியாகவும் சொல்ல முடியாது. எனவே, இப்போதைக்கு, பழங்காலத்தில் உலகம் எவ்வாறு இருந்தது என்று அறிய முயற்சிக்கிறோம்.

நமது முன்னோரின் பழக்க வழக்கங்களை அறிய இவை உதவியாக இருக்கின்றன. ஆனால் இவை சரியான வரலாறு இல்லை. மிகவும் பிற்காலத்தில் கல்ஹணா என்பவர் எழுதிய காஷ்மீர் அரசர்களின் வரலாறைச் சொல்லும் 'ராஜ தரங்கிணி' என்ற நூல்தான் ஓரளவு நல்ல வரலாறு ஆகும். நான் உனக்கு கடிதங்களை எழுதிக் கொண்டிருக்கும் வேளயில் காஷ்மீர் வரலாற்று நூலான ராஜதரங்கிணியை சமஸ்கிருத மொழியிலிருந்து ஆங்கிலத்துக்கு ரஞ்சித் மாமா மொழி பெயர்க்கிறார். அந்த நூல் வெளிவரும்போது நாம் அதை வாசிப்போம். ஏனெனில் நம்மில் பலருக்கு மூல நூலை வாசிப்பதற்கு சமஸ்கிருத அறிவு இல்லை அல்லவா? அது நல்ல நூல் என்பதைக் காட்டிலும், பழைய வரலாறுகள், முக்கியமாக நமது பூர்வீக இடமான காஷ்மீரைப் பற்றிய வரலாறுகள் கூறப்படுவதால் நாம் அதை வாசிப்போம்.

இந்தியாவுக்குள் ஆரியர்கள் நுழைந்தபோது அது ஏற்கெனவே நாகரிக வளர்ச்சி அடைந்த நாடாக இருந்தது. மொஹஞ் ஜோதாரோவில் நமக்குக் கிடைத்திருக்கும் ஆதாரங்கள் இதை உறுதிப் படுத்துகின்றன. அதாவது, ஆரியர்களின் வருகைக்கு நெடுங்காலத்துக்கு முன்பே இந்தியாவின் வடமேற்குப் பாகத்தில் ஒரு பெரிய நாகரிகம் இருந்திருப்பது தெளிவாகத் தெரிகிறது. நமது புதைபொருள் ஆராய்ச்சி நிபுணர்கள் பூமியைத் தோண்டி எல்லாவற்றையும் கண்டுபிடித்த பிறகு சில ஆண்டுகளில் நாம் அதிகமாகத் தெரிந்துகொள்ளலாம்.

இதுதவிர, தென் இந்தியாவிலும் ஒருவேளை வட இந்தியாவிலும் கூட, திராவிடர்களின் நாகரிகம் மிகவும் சிறப்பாக இருந்தது என்பதும் தெளிவாகத் தெரிகிறது. அவர்களுடைய மொழிகள் ஆரியர்களின் சமஸ்கிருதத்திலிருந்து பிறந்தவை அல்ல. மிகவும் பழமையான அந்த மொழிகளில் சிறந்த இலக்கியங்கள் காணப்படுகின்றன. அந்த மொழிகள் தமிழ், தெலுங்கு, கன்னடம், மலையாளம் ஆகும். தென் இந்தியாவில் இவை இன்றும் வழக்கத்தில் இருக்கின்றன.

பிரிட்டிஷ் அரசாங்கம் இந்தியாவைப் பிரித்திருப்பது போல இல்லாமல், தேசிய காங்கிரஸ் மகாசபையானது இந்தியாவை மொழிவாரியாக பிரித்திருப்பது உனக்குத் தெரிந்திருக்கலாம். தென் இந்தியாவிலுள்ள காங்கிரஸ் மாநிலங்கள் இப்படியாக பிரிக்கப்பட்டுள்ளன. 1. ஆந்திரப் பிரதேசம், (இது சென்னைக்கு வடக்கே உள்ள தெலுங்கு பேசும் பகுதி) 2. தமிழ்நாடு, (இது தமிழ் பேசும் பகுதி) 3. கர்நாடகம், (இது பம்பாய்க்குத் தெற்கே உள்ள கன்னடம் பேசும் பகுதி) 4. கேரளம், (இது மலையாளம் மொழி பேசும் பகுதி) எதிர்காலத்தில் இந்தியாவை மாநிலங்களாகப் பிரிக்கும்போது அந்தந்த பகுதிகளின் மொழி முக்கியமாகக் கவனிக்கப்படும்.

இந்த இடத்தில் இந்தியாவின் மொழிகளைப் பற்றிக் கொஞ்சம் அதிகமாகச் சொல்லலாம் என்று நினைக்கிறேன். ஐரோப்பாவிலும் மற்ற நாடுகளிலும் உள்ளவர்கள் இந்தியாவில் நூற்றுக்கணக்கான மொழிகள் வழங்குவதாக நினைக்கிறார்கள். இது முற்றிலும் தவறு.

இந்தியாவைப் போன்ற ஒரு பெரிய தேசத்தில் ஒரு மொழியே இடத்துக்கு தகுந்தாற்போல மாறுதலடைந்து பல தேசிய மொழிகளாக வழங்குவது இயற்கை. தேசத்தின் பல பாகங்களில் வசிக்கும் பல மலை ஜாதியார்களும், வேறு சிறு சிறு கூட்டத்தினரும் பலவித மொழிகளை பேசுகிறார்கள். ஆனால் இவை முக்கியமானவை ஆகாது.

நான் ஏற்கெனவே ஒரு கடிதத்தில் எழுதியதைப் போல இந்தியாவின் உண்மையான மொழிகளைத் திராவிடம், இந்திய - ஆரியம் என்று இருபெரும் பிரிவுகளாகப் பிரிக்கலாம். இந்திய - ஆரிய மொழிகளில் முக்கியமானது சமஸ்கிருதம். மற்றவை அதிலிருந்து பிறந்தவை. இவை ஹிந்தி, வங்காளி, குஜராத்தி, மராத்தி ஆகிய மொழிகளாகும். இவற்றிலிருந்து சிறிதே மாறுபட்ட மொழிகள் வேறு சில இருக்கின்றன.

அஸ்ஸாமில் அஸ்ஸாமி மொழியும், ஒரிஸாவில் ஒரியா மொழியும் வழக்கத்தில் உள்ளன. உருது என்பது ஹிந்தியின் மாறுபாடு. ஹிந்துஸ்தானி என்னும் சொல் ஹிந்தி, உருது இரண்டையும் குறிக்கிறது. ஆகவே இந்தியாவின் முக்கிய மொழிகள் பத்தே பத்துதான். ஹிந்துஸ்தானி, வங்காளி, குஜராத்தி, மராத்தி, தமிழ், தெலுங்கு, கன்னடம், மலையாளம், ஒரியா, அஸ்ஸாமி ஆகப் பத்துப் மொழிகள்.

இவற்றுள் நமது தாய் மொழியாகிய ஹிந்துஸ்தானி வட இந்தியா முழுவதும் - பஞ்சாப், ஐக்கிய மாகாணம், பீஹார், மத்திய மாகாணம், ராஜபுதனம், டில்லி, மத்திய இந்தியா ஆகிய இடங்களில் - பேசப்படுகிறது. பதினைந்து கோடி மக்கள் வாழும் பெரிய பிரதேசம் இது. ஆகவே ஹிந்துஸ்தானி சிற்சில சிறிய மாறுதல்களுடன் பதினைந்து கோடி மக்களால் பேசப்படுகிறது. இந்தியாவில் அநேகமாக எல்லாப் பாகங்களிலும் இது அறிந்துகொள்ளப்படுகிறது. இந்தியாவின் பொது மொழியாக இது ஆகலாம்.

இப்படிச் சொல்வதால் மேற்கூறப்பட்ட மற்ற முக்கிய மொழிகள் ஒதுக்கப்பட வேண்டும் என்பதில்லை. அவை மாநில மொழிகளாக இருக்கும். அவற்றில் சிறந்த இலக்கியங்கள் இருக்கின்றன. நன்கு வளம் பெற்றுள்ள மொழியை பேசும் மக்களிடமிருந்து ஒழிக்க முயற்சிப்பது விரும்பத் தக்கதல்ல. தங்கள் சொந்த மொழி வழியாகவே மக்கள் வளர்ச்சியடைய முடியும். குழந்தைகளும் அதன் மூலமாகத்தான் கல்வி கற்கவேண்டும். இந்தியாவில் இப்பொழுது எல்லாம் தலைகீழ்ப் பாடமாக இருக்கிறது. நாம் நமக்குள்ளேயே அதிகமாக ஆங்கில மொழியை பேசுகிறோம். நான் உனக்கு ஆங்கிலத்தில் எழுதுவது கேலிக்குரியதுதான். அப்படியிருந்தும் நான் அதைச் செய்கிறேன்! இந்த வழக்கம் சீக்கிரமே தொலைந்துவிடும் என்று நம்புகிறேன்.

இளம் வயதில் இந்திரா

10. ஆரியர்களும் திராவிடர்களும்!

ஜனவரி 15, 1931

கடந்த கடிதத்தில் முக்கியமான விஷயத்தைப் பற்றி உனக்கு சொல்லத் தொடங்கி திடீரென்று திசைமாறி இந்தியாவின் மொழிகளைப் பற்றி எழுதிவிட்டேன்.

அந்தக் கடிதத்தின் தொடர்ச்சியாக மீண்டும் பழங்கால இந்தியாவைப் பற்றிப் பேசலாம். இன்றைக்கு இருக்கிற ஆப்கானிஸ்தான் நாடு பழங்காலத்திலும் அதற்குப் பின் நெடுங்காலம் வரையும் காந்தாரம் என்று அழைக்கப்பட்டது.

வடக்கில் சிந்து கங்கை சமவெளியில் ஆரியர்கள் கூட்டம் கூட்டமாகக் குடியேறியிருந்தார்கள். இவர்களில் பெரும்பாலோர் பாரசீகத்திலும் மெசபொடேமியாவிலும் உள்ள பெரிய நகரங்களில் இருந்து வந்தவர்கள். அவர்களுக்கு கட்டடம் கட்டத் தெரிந்திருந்தது. ஆரியர்கள் குடியேறிய இடங்களுக்கு இடையே அடர்ந்த காடுகள் இருந்தன. முக்கியமாக வட இந்தியாவுக்கும் தென் இந்தியாவுக்கும் மத்தியில் ஒரு பெரிய வனம் இருந்தது.

எனவே இந்த வனத்தைக் கடந்து ஆரியர்கள் தெற்கே குடியேற முடியவில்லை. அதற்கு வாய்ப்பும் இல்லை. ஆனால் ஆரியர்கள் பலர் தெற்கில் உள்ள நாட்டைப் பார்க்கவும், வியாபாரம் செய்யவும்,

தங்கள் கலாசாரங்களைப் பரப்பவும் போயிருக்கலாம். அப்படி முதலில் போன ஆரியர் அகத்தியர் என்று ஒரு கதை சொல்கிறது. அவருடன்தான் ஆரியரின் மதமும் கலையும் அறிவும் சென்றதாக கூறப்படுகிறது.

தென்னிந்தியாவுக்கும் மற்ற வெளிநாடுகளுக்கும் இடையே அதற்கு முன்பே வியாபாரம் செழித்திருந்தது. தெற்கே விளைந்த மிளகு, தங்கம், முத்து வெளிநாட்டு வியாபாரிகள் கடல் தாண்டி வந்து வாங்கிச் சென்றார்கள். அரிசியும் தேக்கும்கூட ஏற்றுமதி ஆகின. பாபிலோன் நகரின் பழைய அரண்மனைகளில் மலையாளத் தேக்கு மரம் பயன் படுத்தப் பட்டுள்ளது.

ஆரியர்கள் இந்தியாவில் தங்களுடைய கிராம அமைப்பு முறையை கொஞ்சம் கொஞ்சமாக புகுத்தினார்கள். திராவிடர்களின் பழைய கிராம அமைப்பும் ஆரியர்களின் புதிய கருத்துகளும் கலந்து இது உருவானது. அதிக சுதந்திரம் பெற்ற தேர்ந்தெடுக்கப்பட்ட பஞ்சாயத்துகள் உருவாகின. பல கிராமங்களை இணைத்து ஒரு தலைவன் ஆட்சி செய்தான்.

அரசனே சில சமயம் தேர்ந்தெடுக்கப்பட்டான். பரம்பரையாகவும் வந்தான். சாலைகள், சத்திரம், பாசன கால்வாய்கள் உள்ளிட்ட வேலைகள் நடைபெற்றன. அரசன் தலைவனாக இருந்தாலும், ஆரியச் சட்டங்களுக்கும் நடைமுறைகளுக்கும் கட்டுப்பட்டவன். அவனை பதவியிலிருந்து நீக்கவும், அரசனுக்கே அபராதம் விதிக்கவும் மக்களுக்கு அதிகாரம் இருந்தது.

மக்களின் பிரதிநிதிகளைக் கேட்டு அரசாங்கத்தை நடத்துமாறு **16**ஆவது லூயி என்ற பிரெஞ்சு மன்னனுக்கு அறிவுறுத்தப்பட்டது. ஆனால் அவனோ, ‘அரசாங்கமா? அது நான்தானே!’ என்று ஆணவமாகச் சொன்னானாம். அத்தகைய ஆணவப்போக்கு இந்தியாவில் இல்லை.

அதாவது, ஆரியர்கள் குடியேறியிருந்த இடங்களில் ஏற்கெனவே வாழ்ந்த மக்களை தங்கள் கட்டுப்பாட்டில் கொண்டு வந்தனர். அதாவது அரசாங்கத்தின் மீது ஆதிக்கம் செலுத்த முடிந்தது.

இந்திய ஆரியர்களைவும் கிரேக்க ஆரியர்களையும் ஒப்பிட்டுப் பார்க்கும் போது பல வேற்றுமைகளும் பல ஒற்றுமைகளும் இருக்கின்றன. இரண்டு இடங்களிலும் ஒருவிதமான ஜனநாயகம் இருந்து வந்தது.

ஆனால் இந்த ஜனநாயக உரிமைகள் ஆரியர்களுக்கு மட்டுமே என்பதை நாம் நினைவில் வைக்கவேண்டும். அவர்களுக்குக் கீழ்

அடிமைகளாக இருந்தவர்களுக்கும் அவர்களால் தாழ்ந்த ஜாதி என்று ஒதுக்கப் பட்டவர்களுக்கும் ஜனநாயகமோ சுதந்திரமோ கிடையாது. தற்போது இருப்பது போல் பல நூறு ஜாதிப் பிரிவுகள் அப்போது இல்லை.

ஆனால், இந்திய ஆரியர்களுக்குள் நாலு ஜாதிப் பிரிவுகள் இருந்தன. கல்வி கற்றோர், குருக்கள், முனிவர்கள் ஆகியோர் பிராமணர் என்று அழைக்கப்பட்டார்கள். நாட்டை ஆள்வோர் சத்திரியர் எனப்பட்டனர். வியாபாரம் செய்வோர் வைசியர் என்றும், இவர்களுக்கு வேலை செய்வோரும், தொழிலாளர்களும் சூத்திரர் என்றும் அழைக்கப் பட்டார்கள்.

இப்பிரிவுகள் தொழில் அடிப்படையில் ஏற்பட்டவை என்று தெரிகிறது. தங்களால் ஜெயிக்கப்பட்ட மக்களிடம் இருந்து வேறுபட்டு வாழக் கருதிய ஆரியர்கள், இந்தப் பிரிவுகளை ஏற்படுத்தி இருக்கலாம். தங்களைத் தவிர மற்றவர்கள் இழிவானவர்கள் என்ற ஆணவமும் வீண்பெருமையும் கொண்டிருந்தனர். அதுமட்டுமின்றி மற்றவர்களோடு கலப்பதையும் அவர்கள் விரும்பவில்லை. ஜாதிக்கு சமஸ்கிருதத்தில் வர்ணம் என்று பெயர். வர்ணம் என்றால் நிறம் என்று பொருள்படுகிறது. ஆரியர்கள் இந்தியாவின் பூர்வீகக் குடிகளில் இருந்து நிறத்தில் மாறுபட்டிருந்தார்கள்.

ஆகவே ஆரியர்கள் தொழிலாளிகளை கீழ்நிலையில் வைத்திருந்தார்கள். வைத்து அவர்களுக்கு அதிகாரத்தில் யாதொரு பங்கும் அளிக்கவில்லை. அரசர்களையும் தங்களை மீறி நடக்க விடுவதில்லை. மீறினால் அரசனை நீக்குவார்கள். யுத்தங்களோ குழப்பங்களோ நிகழ்ந்தால் சத்திரியனுக்கு பதிலாக சூத்திரர்களும் அரசனாக வருவார்கள். ஆரியர்கள் சுதந்திரமாக வாழ்ந்தாலும், பிற்காலத்தில் சீர்கெட்டுப் போனார்கள். அவர்களுக்குள் பல பிரிவுகள் ஏற்பட்டு வீழ்ச்சி அடைந்தனர். பழைய சுதந்திர நாட்டத்தையும் இழந்தார்கள். ஆரியன் ஒருவன் பிறருக்கு அடிமையாகக் கூடாது என்றும் மரணத்தை விட மானமே மேல் என்றும் கருதப்பட்டது.

ஆரியர்கள் க்ஷேத்திர கணிதத்தின் அடிப்படையில் கிராமங்களை நிர்மாணித்தார்கள். இப்போது க்ஷேத்திர கணிதம் வீடுகள் கட்டுவதற்கும் நகரங்கள் நிர்மாணிப்பதற்கும் உபயோகிக்கப் படுகிறது. பழைய ஆரிய கிராமம் அரண் செய்யப்பட்ட ஒரு கோட்டைபோல இருந்திருக்கும். பகைவர் தாக்குவார்கள் என்கிற பயம் எப்போதும் இருந்தது.

அதாவது நாலு பக்கமும் சுவர்கள். ஒவ்வொரு பக்கத்திலும் பெரிய வாசல் ஒன்று. சிறிய வாசல் ஒன்று. இந்தச் சுவர்களுக்கு உட்புறத்தில்

ஒரு ஒழுங்கை அனுசரித்து வீதிகளும் வீடுகளும் அமைந்திருந்தன. கிராமத்தின் மத்தியில் சாவடியோ, பெரிய மரமோ இருக்கும். ஆண்டுதோறும் கிராமத்திலுள்ள குறிப்பிட்ட மக்கள் கூடித் தங்கள் தலைவரைத் தேர்ந்தெடுப்பார்கள்.

கல்வியில் சிறந்த பலர் பட்டணங்களுக்கும், கிராமங்களுக்கும் அருகிலுள்ள காடுகளுக்கும் சென்றனர். அவர்களிடம் மாணவர்களாகச் சேர பலர் விரும்பினார்கள். இப்படியாக பல குருகுலங்கள் ஏற்பட்டன. கட்டடங்கள் இல்லாத கல்விக்கூடங்களாக அவை இருந்தன. தொலைதூரத்தில் இருந்தும் மாணவர்கள் தேடிவந்தனர்.

நமது ஆனந்தபவனத்துக்கு எதிரில் பரத்துவாசர் ஆசிரமம் இருப்பது உனக்குத் தெரியும். இராமாயண காலத்தில் பரத்துவாசர் பெரிய முனிவராக இருந்தாராம். இராமன் தனது வனவாசத்தின்போது அவரை வணங்கினான் என்பதை நீ படித்திருப்பாய். பரத்துவாசரோடு ஆயிரக்கணக்கான சீடர்களும் மாணவர்களும் வாழ்ந்ததாக சொல்வார்கள். அவருடைய ஆசிரமம் கங்கைக் கரையில் இருந்ததாக சொல்லப்பட்டது. ஆனால், இப்போது கங்கை ஒரு மைல் தூரத்துக்கு அப்பால் ஓடுகிறது. இருந்தாலும் இது உண்மையாக இருந்திருக்கலாம். நமது தோட்டத்தில் சில இடங்கள்

அதிக மணலாக இருக்கிறது அல்லவா? அதிலிருந்து கங்கை அந்நாளில் நமது வீட்டருகே ஓடியதாக ஊகிக்கலாம்.

ஆரியர்கள் மிகவும் மேன்மை பெற்று விளங்கிய காலம் அது. ஆனால், அந்தக் காலத்தைப்பற்றிய வரலாறு நமக்குக் கிடைக்கவில்லை. எனவே, ஆதாரமில்லாத வேறு புத்தகங்களில் இருந்து தெரிந்து கொள்ளும் நிலை இருக்கிறது. அந்தக் காலத்தில் இருந்த சில முடியரசுகளையும் குடியரசுளையும் கூறுகிறேன். மகதம் (தெற்கு பீகார்), விதேகம் (வடக்கு பீகார்), காசி, கோசலம் இதன் தலைநகரம் அயோத்தி (தற்காலத்தில் பைசாபாத் என்று வழங்கு கிறது), பாஞ் சாலம் (கங்கைக்கும் யமுனைக்கும் இடையில்).

பாஞ்சால நாட்டில் மதுரா, கன்யா குப்ஜம் என்று இரு முக்கிய நகரங்கள் இருந்தன. இந்நகரங்கள் பிற்கால சரித்திரத்திலும் இடம்பெற்றன. இந்த இரு நகரங்கள் இன்றும் இருக்கின்றன. கன்யா குப்ஜ நகரம் கான்பூருக்கு அருகில் கன்னோசி என்ற பெயருடன் இருக்கிறது. அந்தக் காலத்தில் உஜ்ஜயினி நகரமும் இருந்தது. அது இப்போது குவாலியர் சமஸ்தானத்தில் ஒரு சிறு நகரமாக இருக்கிறது.

பாடலிபுத்திரம் அல்லது இன்றைய பாட்னாவுக்கு அருகில் வைசாலி என்கிற நகரமும் இருந்தது. பழங்கால இந்திய சரித்திரத்தில் புகழ்பெற்ற லிச்சாவி வம்சத்தாரின் தலைநகரம் இது. இவர்களுடைய அரசு குடியரசாக இருந்தது. அந்த நாட்டில் உள்ள பெரியோர்கள் கூடித் தங்களுக்கு ஒரு தலைவனைத் தேர்ந்தெடுத்து ஆட்சி செய்தார்கள்.

காலம் செல்லச் செல்ல, பெருநகரங்களும் சிறுநகரங்களும் தோன்றி யதால் வியாபாரம் பெருகியது. தொழிலாளியின் கைத்திறமையும் வேலைப் பாடும் மதிக்கப்பட்டன. நகரங்கள் வியாபார மையங்களாகின. காடுகளில் பிராமண முனிவர்கள் தங்கள் மாணவர்களுடன் வாழ்ந்த ஆசிரமங்கள் பெரிய கல்விக் கூடங்களாக மாறின. அங்கு சகல பாடங்களும் கற்றுக் கொடுக்கப்பட்டன. பிராமணர்கள் வில் வித்தையைக் கூடச் கற்றுக் கொடுத்தார்கள். மகாபாரதக் கதையில் பாண்டவர்களின் குருவாக விளங்கியவர் துரோணாசாரியார். அவர் ஒரு பிராமணர். அவர் பல கலைகளோடு போர்க் கலையையும் கற்றுக் கொடுத்ததை நீ அறிந்திருக்கலாம்.

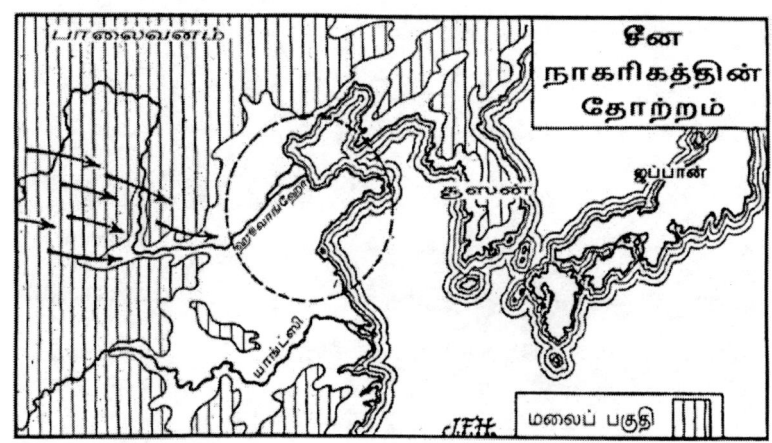

11. வியப்பூட்டும் சீன வரலாறு

ஜனவரி 16, 1931

சிறைக்கு வெளியே மக்கள் போராட்டமும் அதில் தாக்குதலுக்கு உள்ளானவர்கள் பற்றிய செய்திகளும் கலக்கத்தை ஏற்படுத்துகின்றன. சிறைக்குள் நாங்கள் சும்மா இருக்கிறோமே என்று மனம் சங்கடப்படுகிறது. ஷோலாப்பூர் ஜனங்களுக்கு ஏற்பட்ட துக்கச்செய்தி பரவியதும் நாடுமுழுவதும் கொந்தளித்திருக்கிறது. ஒருபக்கம் பெருமையும் மகிழ்ச்சியும் ஏற்படுகிறது. இதுவும் நம்மில் ஒவ்வொருவரும் பயிற்சி எடுக்கிற வாய்ப்பு என்று எண்ணுகிறேன்.

எதிரியின் ஒவ்வொரு புதிய ஆயுதமும் அடியும் மக்களுடைய தீரத்தையும் மன உறுதியையும் அதிகமாக்குவதை அறிந்து ஆறுதல் அடைந்தேன். இப்போதைக்கு மனதை அடக்கி சிறிது நேரம் கஷ்டங்களை ஒதுக்கிவிட்டு பழங்கால வரலாறுக்குள் நுழைவோம்.

பழங்கால வரலாறுக்குள் நுழைந்தால் இந்தியத் தாய்க்கு சகோதரி சீனத் தாய் எனலாம். சீனாவிலும், கிழக்கு ஆசியாவிலும், ஜப்பான், கொரியா, இந்தோ-சீனா என்று அழைக்கப்பட்ட லாவோஸ், கம்போடியா, வியட்னாம், சையாம் என்று அழைக்கப்பட்ட இன்றைய தாய்லாந்து, பர்மா என்று அழைக்கப்பட்ட இன்றைய மியான்மர் ஆகிய நாடுகளிலும் வாழ்பவர்கள் ஆரியர்கள் அல்ல. அவர்கள் மங்கோலியர்கள்.

5 ஆயிரம் ஆண்டுகளுக்கு முன் தோன்றிய முதல் சீன குடியிருப்பு. டாங்டி யாவோ தலைமையில் உருவானது இது.

சுமார் ஐயாயிரம் ஆண்டுகளுக்கு முன் மத்திய ஆசியாவைச் சேர்ந்த சிலர் சீனாமீது படையெடுத்தார்கள். நாகரிகத்தில் சிறந்த, விவசாயம் அறிந்திருந்த அவர்கள் மந்தை மந்தையாக ஆடுமாடுகள் வளர்த்தார்கள். நல்ல வீடுகள் கட்டி வாழ்ந்தார்கள். வளர்ச்சி அடைந்திருந்த அவர்கள் மஞ்சள் நதி என்று அழைக்கப்படும் ஹொயாங்-ஹோவுக்கு அருகில் தங்கள் அரசை அமைத்தார்கள்.

சீனா முழுவதும் பரவி, கலை, கைத்தொழிலில் முன்னேறினார்கள். பெரும்பாலும் குடியானவர்களாக இருந்த அவர்களுடைய தலைவர்களை நாட்டாண்மைக்காரரர்கள் என்றே சொல்லவேண்டும். இன்றைக்கு 4000 ஆண்டுகளுக்கு முன், டாங்டி யாவோ (Tangdi Yao) என்பவர் தன்னைச் பேரரசர் என்று சொல்லிக்கொண்டார். இருந்தாலும் நாட்டாண்மைக்காரன் என்பதே சரியாக இருக்கும். எகிப்திலும் மெசபொடேமியாவிலும் நாம் பார்த்த பேரரசர்கள் மாதிரி அல்ல இவர். அந்த நாளில் சீனாவில் மத்திய அரசாங்கம் உருவாகி இருக்கவில்லை.

நாட்டாண்மைக்காரரர்கள் அல்லது ஊர்த்தலைவர்கள் தொடக்கத்தில் தேர்ந்தெடுக்கப் பட்டதையும், பின்னர் அது பரம்பரையாக மாறியதையும் உனக்குச் சொல்லியிருக்கிறேன். யாவோவுக்குப்பின், அவன் திறமைசாலி என்று கருதிய ஒருவனை நியமித்தான். அதன் பின் இந்தப் பதவி பரம்பரை உரிமையாக மாறிவிட்டது. 400 ஆண்டுகளுக்கு மேலாக இந்த சியா (Hsia) வம்சம் சீனாவை ஆண்டது. இந்த வம்சத்தில் கடைசியாக வந்தவன் கொடுங்கோலனாக இருந்தான். ஜனங்கள் புரட்சி செய்து அவனை ஒழித்தார்கள். அதற்குப் பிறகு ஷாங் அல்லது யின் (Shang or Yin)

வம்சம் 650 ஆண்டுகள் சீனாவை ஆட்சி செய்தது.

ஒரு சின்ன பத்தியில் சீனாவின் ஆயிரமாண்டு வரலாறைச் சொல்லி விட்டேன். இது ஆச்சரியமல்லவா? என்றாலும் அதனால் அந்த 1000 அல்லது 1100 ஆண்டுகளின் கால அளவு குறையவில்லை என்பதை நீ உணரவேண்டும். நாட்கள், நூறு வருஷங்களைப் பற்றிக்கூட நீ தெளிவாகத் தெரிந்து கொள்வது கடினம். உனக்கு வயது பதின் மூன்று. இந்தப் பதின்மூன்று ஆண்டுகளே உனக்குப் பெரிதாகத் தோன்ற வில்லையா? அப்படி இருக்கும்போது ஆயிரம் ஆண்டு வரலாறை நீ உன் மனதில் எப்படிப் பதியவைக்க முடியும்? சிறிய நகரங்கள் பெரிய நகரங்களாகி பின் அழிகின்றன. அந்த இடத்தில் புதிய நகரங்கள் உருவாகின்றன. கடந்த ஆயிரம் ஆண்டுகளில் உலகத்தில் வியக்கத்தக்க பல மாறுதல்கள் நிகழ்ந்திருக்கின்றன!

சீனா வரலாறு பெரிய வியப்பானது. 500, 800 ஆண்டுகளுக்கு மேல் ஆட்சி செய்த அரச பரம்பரைகள் வியபப்பை அளிக்கின்றன.

இந்த 1100 ஆண்டுகளில் சீனா முன்னேறி வளர்ச்சி அடைந்திருப்பதை எண்ணிப்பார். மத்திய அரசாங்கமும், நன்கு அமைக்கப்பட்ட அரசாங்கமும் தோன்றுகிறது. இந்தப் பழங் காலத்தில்கூட சீனமக்கள் எழுதக் கற்றிருந்தார்கள். ஆனால் சீன மொழியை எழுதுவது வித்தியாசமா இருப்பது உனக்குத் தெரியும். சீன மொழியை குறிகள் அல்லது சித்திரம் மாதிரி எழுதுகிறார்கள்.

ஷாங் வம்சம் 640 ஆண்டுகளுக்கு பின் ஒரு புரட்சி ஏற்பட்டதால் கவிழ்ந்தது. அதற்குப் பிறகு செள (Chou) வம்சம் அதிகாரத்துக்கு வந்தது. இந்த வம்சம் 867 ஆண்டுகள் ஆட்சி செய்தது. இந்த காலத்தில்தான் சீனாவின் இரண்டு பெரிய தத்துவ ஞானிகளான கன்ஃபூஷியஸ் (Confucius), லாவோ-ட்சே (Lao-Tse) என்பவர்கள் வாழ்ந்தனர். அவர்களைப்பற்றி விரிவாகப் பிறகு தெரிந்துகொள்வோம்.

ஷாங் வம்சம் ஆட்சியிலிருந்து விரட்டப்பட்டது. அதையடுத்து, அந்த அரசில் வேலை செய்த உயர்அதிகாரியான கிய்-ட்சே (Ki-Tse) என்பவன் இங்கு வாழ்வதைவிடக் காட்டுக்குப் போவது நல்லது என்று ஐயாயிரம் பேருடன் சீனாவிலிருந்து கொரியாவுக்குப் போனான். கொரியா சீனாவுக்குக் கிழக்கே இருக்கிறது. கொரியாவின் வரலாறு கிறிஸ்து பிறப்பதற்கு முற்பட்ட 1100 ஆண்டுகளில் கிய்-ட்சே காலத்திலிருந்து தொடங்குகிறது. சீனக் கலைகளையும் கைத்தொழில்களையும் கிய்-ட்சே தன் புதிய நாட்டில் புகுத்தினான். கிய்-ட்சேயைத் தொடர்ந்து

லாவோட்சே   கன்ஃபூசியஸ்

சீனாவிலிருந்து பலர் வந்தார்கள். கிய்-ட்சேயின் பரம்பரை கொரியாவை 900 ஆண்டுகளுக்கு மேல் ஆட்சி செய்தது.

கொரியாவுக்கும் கிழக்கே ஜப்பான் இருக்கிறது. ஜப்பானிய வரலாறு சீனா, அல்லது கொரியாவைப்போல பழமையானதல்ல. ஜப்பானியரின் முதல் பேரரசர் ஜிம்மு டென்னோ (Jimmu Tenno) என்பவன் கிறிஸ்துவுக்கு பிறப்பதற்கு முன் 600 அல்லது 700 ஆண்டுகளுக்கு முன் ஆண்டதாக ஜப்பானியர்கள் கூறுகிறார்கள். அந்த முதல் பேரரசன் சூரியனிலிருந்து உதித்ததாக அவர்கள் நம்புகிறார்கள். ஜப்பானில் சூரியனைப் பெண்பாலாகக் கருதுகிறார்கள். இப்போதுள்ள ஜப்பானிய பேரரசர் ஜிம்மு டென்னோவின் நேரடி வழியில் வந்தவர் என்றும், ஆகவே சூரிய வம்சத்தைச் சேர்ந்தவரென்றும் பல ஜப்பானியர்கள் நம்புகிறார்கள்.

இந்தியாவில் ராஜபுத்திரர்கள் கூடத் தங்களை சூரியனிலிருந்தும் சந்திரனிலிருந்தும் உதித்தவர்கள் என்று கூறிக்கொள்வதை நீ அறிவாய். சூரிய வம்சத்தவர், சந்திர வம்சத்தவர் என்று அவர்கள் அழைக்கப் படுகிறார்கள். உதயபுரி மகாராணா சூரிய குலத்தின் தலைவர். அவருடைய பரம்பரை மிகவும் பழமையானது என்று கூறப்படுகிறது. நமது ராஜபுத்திரர்கள் ஆச்சரியமானவர்கள். அவர்களுடைய வீரச் செயல்களை பற்றிய கதைகளுக்கு அளவே இல்லை.

நேருவுடன் மகள் இந்திரா

12. கடந்த காலத்தின் குரல்

ஜனவரி 17, 1931

2500 ஆண்டுகளுக்கு முன் இருந்த உலகத்தைப் பற்றி மிகவும் குறைவாகவும் சுருக்கமாகவுமே சொல்லி இருக்கிறேன்.

நன்கு முன்னேறிய தேசங்களையும் உறுதியான சரித்திர ஆதாரம் உள்ள தேசங்களையும் பற்றித்தான் நான் இதுவரை கூறினேன். மாபெரும் பிரமிடுகளையும், ஸ்பிங்ஸ் உள்ளிட்ட பல அதிசயங்களைக் கொண்ட எகிப்து நாகரிகத்தைப் பற்றி கொஞ்சம்தான் கூறினேன்.

நோஸ்சோஸ் நாகரிகமும் தனது இறுதிக் காலத்தை நெருங்கி-யிருந்தது. பல நூற்றாண்டு சீன வரலாற்றில் அது பேரரசாக வளர்ந்ததுடன், எழுதவும், பட்டாடைகள் நெய்யவும் பீங்கான் பொருட்கள் செய்யவும் கற்றுக்கொண்டதைக் கூறினேன். அத்துடன் கொரியாவிலும் ஜப்பானிலும் நடந்தது சிலவற்றை குறிப்பிட்டேன்.

இந்தியாவில் மொஹஞ்ஜோ - தாரோவில் கண்டெடுக்கப் பட்ட பழைய நாகரிகத்தையும், திராவிடர்களின் நாகரிகம், வெளிநாடுகளோடு அவர்களின் வர்த்தகம் பற்றி பேசினேன்.

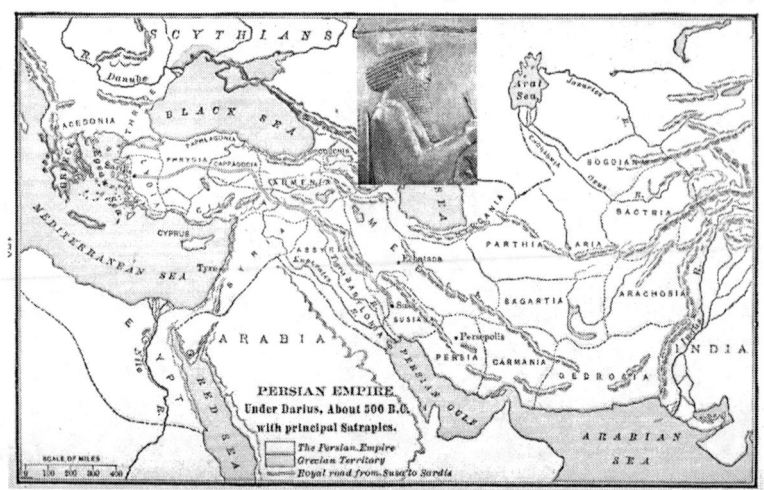

இந்தியா வரை பரவியிருந்த பாரசீக பேரரசும் டேரியஸ் பேரரசரும் (உள்படம்)

கடைசியாக ஆரியர்களுடைய நாகரிகம், வேதங்கள், உபநிஷதங் கள், இதிகாசங்களாகிய இராமாயணம், மகாபாரதம் பற்றியும் குறிப்பிட்டேன். ஆரியர்கள் வட இந்தியாவில் பரவி, தென் இந்தியாவில் திராவிடர்களோடு கலப்புற்று ஒரு புதிய நாகரிகத்தையும் கலைப்பண்பையும் உருவாக்கியதை சொன்னேன். ஆரியர்கள் உருவாக்கிய கிராமங்கள் வளர்ந்து பெரு நகரங்களாகவும், ஆசிரமங்கள் எவ்வாறு பல்கலைக் கழகங்கள் ஆகின என்ற விவரங்களையும் கூறினேன்.

மெசபடோமியாவிலும் பாரசீகத்திலும் தோன்றி மறைந்த பேரரசுகளையும், டேரியஸ் என்பவனின் பேரரசு இந்தியாவில் சிந்துநதி வரையில் பரவியிருந்ததை உனக்கு சொன்னேன். உலகத்தின் ஒரு மூலையில் பாலஸ்தீனத்திலே குறைவான எண்ணிக்கை என்றாலும் நமது கவனத்தை கவர்ந்த எபிரேயர்களைப் (Hebrews) குறிப்பிட்டேன். எத்தனையோ மன்னர்களை மறந்தாலும், பைபிள் கூறுவதால் எபிரேயர்களின் அரசர்களான தாவீதையும் சாலமோனையும் நாம் மறக்க முடியவில்லை. கிரீசில் நோஸ்சோஸ் நாகரிகம் அழிந்து அதன்மீது புதிய ஆரிய நாகரிகம் தோன்றி வளர்ந்ததையும், நகர அரசுகள் வளர்ந்ததையும், மத்தியதரைக் கடல் ஓரங்களில் கிரேக்கர்கள் குடியேறியதையும், ரோமாபுரியும் அதன் கொடிய விரோதியாகிய கார்தேஜ் நகரமும் உருவானதையும் விவரித்தேன்.

இதுவரை நான் கூறிய விஷயங்களை முழுவதுமாக ஆராய்ந்து

விட்டதாகச் சொல்லமுடியாது. வட ஐரோப்பிய நாடுகளைப் பற்றியும் தென் கிழக்கு ஆசியாவிலுள்ள நாடுகளைப் பற்றியும் உனக்கு ஒன்றும் சொல்லவில்லை. அவற்றைப் பற்றியும் சொல்லியிருக்கலாம்.

நான் சொல்லிக் கொண்டிருக்கும் ஆதிகாலத்திலேயே தென் திராவிடர்கள் துணிச்சலுடன் வங்கக் கடலைக் கடந்து மலாய் நாட்டுக்கும் அதற்குத் தெற்கிலுள்ள தீவுகளுக்கும் சென்றிருக்கிறார்கள். கதை வளர்ந்து கொண்டே போகும் என்பதால் ஏதேனும் ஒரு இடத்தில் நிறுத்த வேண்டியிருக்கிறது.

நான் இதுவரை சொன்ன நாடுகள் பழங்கால உலகத்தை சேர்ந்தவை என்று கருதப்படுகின்றன. அந்த நாட்களில் நாடுகளுக்கு இடையே அதிக போக்குவரத்து கிடையாது. துணிவுள்ள மாலுமிகள் கடலைக் கடந்தார்கள். வேறு சிலர் வியாபாரத்துக்காகவும் வேறு நோக்கங்களுக்காவும் தரைவழியே நீண்ட பயணம் செய்தார்கள்.

இந்தப் பயணங்கள் ஆபத்து நிறைந்தவை என்பதால் அபூர்வமாக இருந்திருக்க வேண்டும். பூகோள அறிவு இல்லாத காலம் அது. பூமி உருண்டை என்று தெரியாது. பூமி தட்டையானது என்றே நம்பினார்கள். கிரேக்கர்களுக்கு இந்தியாவைப் பற்றியும் சீனாவைப் பற்றியும் தெரியாது. இந்தியர்களுக்கும் சீனர்களுக்கும் மத்தியதரைக் கடல் நாடுகளைப்பற்றி தெரியாது.

பழங்கால உலக வரைபடம் ஒன்று கிடைத்தால் அதைப்பார். பழைய காலத்தவர் உலகத்தைப் பற்றிச் சொல்லியிருக்கும் சில விஷயங்களும் வரைந்திருக்கும் படங்களும் வேடிக்கையாக இருக்கின்றன. அ. ஆதிகாலத்தைப் பற்றி இப்போது தயாரிக்கப்பட்டிருக்கும் படங்கள் பழைய படங்களை விட மிகவும் உதவியாக இருக்கின்றன. படத்தின் உதவியின்றி நாம் உண்மையான சரித்திரத்தை அறிய முடியாது.

சரித்திரக் காட்சிகளை உள்ளபடி அறிவதற்கு ஓவியங்களும் தேசப் படங்களும் உதவிபுரிகின்றன. நமது சிறுவர் சிறுமியர் ஒவ்வொருவருக்கும் அவை கிடைக்கவேண்டும். ஆனால் அதைவிட பழங்கால சரித்திரச் சின்னங்கள் அழிந்து கிடக்கும் இடங்களை நேரில் பார்ப்பது நல்லது. உலக முழுவதும் இத்தகைய இடங்கள் இருக்கின்றன. எல்லாவற்றையும் பார்க்க முடியாது. ஆனால் நமக்கு அருகிலேயே கடந்தகாலச் சின்னங்கள் இருக்கலாம்.

இந்தியாவில் கடந்தகால சரித்திரச் சின்னங்கள் பல இருக்கின்றன.

ஆனால் மிகவும் பழைய காலச் சின்னங்கள் குறைவாக இருக்கின்றன. மொஹெஞ்ஜோ - தாரோவிலும். ஹரப்பாவிலும் கிடைத்திருக்கும் பொருட்களை மட்டுமே நாம் இதுவரை அறிந்துள்ளோம். நாம் பூமியைத் தோண்டிப் பழைய சின்னங்களையும் கல்வெட்டுக்களையும் கண்டுபிடித்தால் நமது தேசத்தின் தொன்மையான வரலாறைத் தெரிந்து கொள்ளலாம். கல்லும் சுண்ணாம்பும் நமது முன்னோர் வாழந்த வாழ்க்கையை சொல்லும்.

புத்தகத்தில் இருந்து சரித்திரத்தை அறிவதைவிட சிதைந்த இடங்களில் இருந்து அதிகமாக அறியலாம். மகாபாரத காலத்திலிருந்து டில்லியிலும், டில்லிக்கு அருகிலும் வாழ்ந்த மக்கள் அதைப் பல பெயர்களில் அழைத்திருக்கிறார்கள். இந்திரப்பிரஸ்தம், அஸ்தினாபுரம், துக்ளகாபாத், ஷாஜஹானாபாத் என்று நிறைய இருக்கின்றன. யமுனை நதியின் போக்கு மாறி மாறிச் சென்றதால் டில்லி நகரமும் ஏழு இடங்களில் இருந்ததாகக் கூறப்படுகிறது.

பிரிட்டிஷ் ஆட்சியாளர்களால் இப்போது புது டெல்லி என்கிற எட்டாவது நகரம் உருவாகிறது. டில்லியில் பேரரசுகள் தோன்றித் தோன்றி அழிந்துவருகிறது.

மிகவும் பழமையான காசி நகருக்குச் சென்று அது என்ன சொல்கிறது என்பதைக் காதுகொடுத்துக் கேள். அது தனது பழைய சரித்திரத்தைச் சொல்லும். பல பேரரசுகள் அழிந்தாலும் தான் மட்டும் அழியாமல் நிற்பதை பெருமையாக சொல்லும். புத்தன் தோன்றி தனது புதிய கொள்கையைப் பிரசாரம் செய்ததை சொல்லும். காலங்காலமாகக் கோடிக்கணக்கான தன்னிடம் வந்து அமைதியும் ஆறுதலும் பெறுவதைக் கூறும். மூப்பெய்தி, நரைத்து, வலிமை இழந்து, அசுத்தமாகி, துர்நாற்றம் வீசும் காசி நகரம் யுகங்கள் கடந்தும் உயிர்ப்புடனும் பலத்துடனும் விளங்குவது புரியும். காசி நகரின் கண்களிலே இந்தியாவின் கடந்த காலத்தைக் காண்கிறோம். கங்கையின் சலசலக்கும் நீரோசையில் கடந்த காலத்தின் குரலைக் கேட்கிறோம்!

பிரயாகையில் அதாவது நமது அலகாபாத் நகரிலுள்ள அசோகத் தூணைச் சென்று பார். அசோக சக்கரவர்த்தியின் ஆணைப்படி அந்த தூணில் எழுதப்பட்டிருக்கும் எழுத்துக்களை வாசித்தால் 2000 ஆண்டுகளுக்கு முன் அசோகர் பேசியதைக் கேட்கலாம்.

இளம் வயதில் இந்திரா

13. செல்வம் எங்கே குவிகிறது?

ஜனவரி 18, 1931

முசூரியில் நீ இருக்கும்போது நான் எழுதிய கடிதங்களில் மனிதன் முன்னேற முன்னேற வகுப்புகள் எப்படி தோன்றின என்று எழுதியிருந்தேன். ஆதிமனிதன் உணவுக்காகக்கூட கஷ்டப்பட்டான். உணவைத் தேடி அலைந்தார்கள். நாளடைவில் கூட்டமாகச் சேர்ந்தார்கள். தனியாக இருப்பதை விடக் கூடியிருப்பதில் பாதுகாப்பு அதிகம் என்பதால் அவர்கள் சேர்ந்து வாழ்ந்து வேட்டையாடி வாழ்ந்தார்கள்.

இந்தக் காலத்தில்தான் உழவுத் தொழிலை மனிதன் கண்டுபிடித்தான். வேட்டை யாடிப் பிழைப்பதைவிட விவசாயம் செய்து வாழ்வது நிம்மதி என்று அறிந்தார்கள். இதற்காக ஒரிடத்தில் நிலையாக குடியிருக்க வேண்டும் என்று ஆகியது. ஆகவே தங்கள் விவசாய நிலங்களுக்கு அருகில் நிரந்தரமாக வாழத் தொடங்கினர். இவ்வாறுதான் ஊர்களும் நகரங்களும் உருவாகின.

வேறு பல மாற்றங்களுக்கும் விவசாயம் காரணமாக அமைந்தது. நிலத்தில் விளைந்த உணவுப் பொருள் மிச்சமாகியது. அதை சேமித்தார்கள். இதில் சிக்கல்கள் ஏற்பட்டன. இதையடுத்து ஒரு பகுதியினர் வயல்களில் வேலை செய்தனர். இன்னொரு

பகுதியினர் அந்த வேலையை மேற்பார்வை செய்தனர். இவர்கள் படிப்படியாக பலம்பெற்று ஊர்த்தலைவராகவும், சிற்றரசர்களாகவும், அரசர்களாகவும், பிரபுக்களாகவும் ஆனார்கள்.

அதிகாரத்தை எடுத்துக் கொண்டதால் உணவுப்பொருளில் மிச்சமானதில் பெரும்பகுதியை அவர்கள் வைத்துக் கொண்டார்கள். இவர்களிடம் பொருள் அதிகமானவுடன் வேலை செய்தவர்களுக்கு உயிர்வாழ மட்டும் உணவுப்பொருளை கொடுத்தார்கள். காலப்போக்கில் அவர்கள் சோம்பேறிகளாகி, தொழிலாளிகளின் உழைப்பில் பெரும்பகுதியை எடுத்துக் கொள்வதில் மட்டும் கவனமாக இருந்தார்கள். பிறர் உழைப்பில் வாழ்வதற்கு தங்களுக்கு உரிமை உண்டு என்று நினைத்தார்கள்.

விவசாயம் செய்து வாழத் தொடங்கிய பிறகு மனித சமூகத்தின் வாழ்க்கை முறை முழுவதுமாக மாறிவிட்டது. மக்களுக்கு ஓய்வு கிடைத்தது. தனது உணவை தானே தேட வேண்டும் என்ற நிலை மாறியது. விவசாயம் செய்வோர், விவசாய வேலைக்கான பொருட்களை உற்பத்தி செய்வோர் என்று பல பிரிவுகள் உண்டாகின. கைத்தொழில்கள் தோன்றின. அதிகாரம் மட்டும் குறிப்பிட்ட ஆட்களிடம் இருந்தது.

உணவைத் தொடர்ந்து வேறு பல பொருள்களையும் மனிதன் விரும்பியதால் உற்பத்தி முறைகளில் மாற்றம் ஏற்பட்டு சமூகத்திலும் பெரிய மாறுதல்கள் ஏற்பட்டன. உதாரணமாக, நீராவியின் சக்தி கண்டுபிடிக்கப்பட்டதும் தொழிற்சாலைகளும் ரயில்களும் கப்பல்களும் ஓடத் தொடங்கின. பொருள்கள் உற்பத்தி முறையிலும் விநியோக முறையிலும் மாற்றம் ஏற்பட்டது. ரயில் மற்றும் கப்பல்கள் மூலமாக உணவுப்பொருள்களும், தொழிற்சாலை உற்பத்திப் பொருள்களும் தொலைதூர நாடுகளுக்கு அனுப்பப்பட்டன. இது உலகம் முழுவதும் மிகப்பெரிய மாற்றத்துக்கு அடித்தளம் அமைத்தது.

உணவுப் பொருள்களையும் மற்ற உபயோகப் பொருள்களையும் விரைவாகவும் தேவைக்கு அதிகமாகவும் உற்பத்தி செய்வதால், உலகின் பொருளாதாரம் அதிகரித்து மக்கள் வாழ்க்கை செழிக்கும் என்று நீ நினைப்பாய். ஓரளவுக்கே அது சரி. இன்னொரு பக்கத்தில் அது சரியல்ல. உற்பத்தி முறைகளால் பொருளாதாரம் வளர்ச்சி

அடைந்தது உண்மைதான். ஆனால் யாரிடம் செல்வம் செல்கிறது.

நமது தேசத்தில் ஏழ்மையும் துன்பமும் இருக்கிறது. ஆனால் பணக்கார தேசமாகிய இங்கிலாந்திலும் இதே நிலைமை என்றால் எப்படி? செல்வமெல்லாம் எங்கே செல்கிறது? ஒருபக்கம் செல்வம் வளர்ந்தாலும் ஏழைகள் ஏழைகளாகவே இருப்பது வியப்பல்லவா?

இந்தச் செல்வம் வழக்கம்போல் முதலாளிகளிடம் சேர்கிறது. நல்ல பொருள்களி பெரும்பகுதியை அவர்கள் எடுத்துக் கொள்கிறார்கள். பிறர் உழைப்பின் பயனில் பெரும்பகுதியை தமதாக்கும் இவர்கள் வேலை செய்வதாக நடிக்கக்கூட மாட்டார்கள். நான் சொன்னால் அதை நீ நம்புவாயா? இந்தச் சோம்பேறி கூட்டத்தைத்தான் மற்றவர்கள் கவுரவிக்கிறார்கள்.

ஒருவன் தன்னுடைய வாழ்க்கைக்காக உழைப்பதை சில மடையர்கள் கேவலமாகக் கருதுகிறார்கள்! நிலத்திலும் தொழிற் சாலையிலும் உழைத்து உலகத்துக்கு உணவையும் செல்வத்தையும் கொடுக்கும் விவசாயியும் தொழிலாளியும் ஏழைகளாக இருப்பதற்கு எது காரணம் தெரிகிறதா?

நமது தேசத்துக்குச் சுதந்திரம் கேட்கிறோம். ஆனால் உழைப்பின் பயனை உழைப்பவனுக்கு கொடுக்க முடியாவிட்டால் சுதந்திரம் பெற்று என்ன பயன்? அரசியல், அரசாங்கத்தை நடத்தும் முறை, பொருளியல், தேசத்தின் செல்வத்தை பகிர்வது குறித்தெல்லாம் ஏராளமான புத்தகங்கள் இருக்கின்றன. கற்றறிந்த ஆசிரியர்கள் ஒருபக்கம் பேசுகிறார்கள். மறுபக்கமோ உழைப்பவர்கள் கஷ்டப்படுகிறார்கள். இருநூறு ஆண்டுகளுக்கு முன்பு வாழ்ந்த புகழ்பெற்ற பிரெஞ்சு அறிஞரான வால்டேர் அரசியல்வாதிகளைப் பற்றிப் பின்வருமாறு கூறினார்...

"நெற்றி வியர்வை நிலத்தில்விழ உழுது பாடுபட்டுப் பிறர் உயிர்வாழ உதவி புரியும் மக்களைப் பசியினால் சாக அடிக்கும் முறையை இவர்கள் தங்களுடைய அருமையான அரசியலில் கண்டுபிடித்திருக்கிறார்கள்."

ஆதி மனிதன் இயற்கையை ஆக்கிரமித்து முன்னேறினான். காட்டை அழித்து வீட்டைக் கட்டினான். நிலத்தைப் பண்படுத்தி விவசாயத்தை

வளர்த்தான். மனிதன் இயற்கையை வென்றுவிட்டான் என்றார்கள். இது சரியல்ல. மனிதன் இயற்கையுடன் ஒத்துழைத்து அதைத் தன் காரியங்களுக்குப் பயன்படுத்தினான் என்பதே சரியாகும்.

ஆதி மனிதர்கள் இயற்கையை உணர முயலாமல், ஒரு காட்டுமிருகத்தைச் சமாதானம் செய்வதுபோல போல, அதற்குப் பூஜை செய்து வணங்கினார்கள். இடியும் மின்னலும் கொள்ளை நோய்களும் அவர்களை அச்சுறுத்தின. பொங்கலிட்டுப் பூஜை செய்வதே இவற்றைத் தடுக்க வழி என்று அவர்கள் நினைத்தார்கள். சூரிய கிரகணமோ, சந்திர கிரகணமோ ஏற்பட்டால் அதை ஆபத்து என்று நினைத்தார்கள். அது சாதாரண இயற்கை நிகழ்வு என்று அறியாமல் வீணாகக் கவலைப்பட்டுக் குளித்து விரதமிருந்து சூரியனையும் சந்திரனையும் காப்பாற்ற முயற்சிக்கிறார்கள். சூரியனும் சந்திரனும் தங்களைக் காப்பாற்றிக் கொள்ளும். நாம் அதைப்பற்றி கவலைப்பட வேண்டியதில்லை.

மக்கள் சிந்தனை வளர வளரக் கைத்தொழில்களும், சித்திர வேலைப்பாடுகளும், கலைகளும் வளர்ந்தன. நெருங்கி வாழத் தொடங்கினர். ஒருவரையொருவர் சந்தித்துப் பழகினார்கள். வந்தார்கள். சேர்ந்து வாழ வேண்டுமானால் ஒருவர் மனதை மற்றவர் அறிந்து நடக்க வேண்டும். தவறினால், சமுதாய வாழ்வு நடைபெறாது.

உதாரணமாக, குடும்பம ஒரு சிறு சமூகம் மாதிரி. ஒரு குடும்பம் மகிழ்ச்சியாக வாழ குடும்ப உறுப்பினர்கள் தங்களுக்குள் இணங்கி நடக்க வேண்டும். ஒரே குடும்பத்தைச் சேர்ந்தவர்களுக்கு இது கஷ்டமல்ல. அப்படியிருந்தும் சில சமயங்களில் அநாகரிகமாக நடந்து கொள்கிறோம்.

குடும்பத்தைவிட ஒரு பெரிய கூட்டத்திற்கும் இது பொருந்தும். நமக்கு அருகில் வாழ்வோர், நமது நகரத்தைச் சேர்ந்தவர்கள் - நமது தேச மக்கள், மற்ற நாட்டவர் என எல்லாருக்கும் இது பொதுவானது. நாகரிகத்துக்கான பண்புகளில் தன்னடக்கமும் பிறர் மனமறிந்து நடப்பதும் அவசியம். ஒருவன் தன்னை அடக்கிப் பிறர் மனதையும் அறிந்து நடக்காவிட்டால் அவனை நாகரிகமற்றவன் என்று உறுதியாகச் சொல்லலாம்.

ஜவஹர்லால் நேரு 61

நேருவுடன் மகள் இந்திரா

14. கி.மு.ஆறாம் நூற்றாண்டு அற்புதம்!

ஜனவரி 20, 1931

கிறிஸ்து பிறப்பதற்கு 600 ஆண்டுகளுக்கு முன் உலகின் பல பகுதிகளிலும் பல மகான்களும், ஞானிகளும், மதத் தலைவர்களும் தோன்றினார்கள்.

கிழக்கே சீனா, இந்தியா, பாரசீகம், கிரீஸ் உள்ளிட்ட பகுதிகளில் இவர்கள் தோன்றினார்கள். இவர்கள் அனைவரும் ஒரே காலத்தைச் சேர்ந்தவர்கள் அல்ல. ஆனால் ஏறக்குறைய நெருக்கமான காலத்தில் வாழ்ந்தவர்கள். எனவேதான் பொதுவாக கி.மு. ஆறாம் நூற்றாண்டு என்று குறிப்பிடுகிறேன்.

இந்த மகான்கள் தோன்றிய காலகட்டத்தில் நிலவிய சமூக பழக்க வழக்கங்கள் அவர்களுக்குள் அதிருப்தியை ஏற்படுத்தியது. எனவே, அவற்றை மாற்றி புதிய உலகத்தை உருவாக்க வேண்டும் என்று அவர்கள் ஆசைப்பட்டிருக்க வேண்டும்.

பெரிய மதத்தலைவர்கள் அனைவரும் அன்றைக்கு இருந்த நிலையைக் காட்டிலும் மேலான ஒரு நிலையை உருவாக்கவே விரும்பினார்கள். மக்களை சீர்திருத்தி துன்பத்தைக் குறைக்க முயன்றார்கள்.

ஜாரதுஷ்டிரா

யூக்ளிட்

அவர்கள் அனைவரும் ஒருவகையில் புரட்சிக்காரரர்கள். மக்களுக்கு தீமையானது என்று கருதியவற்றை எதிர்த்து அவர்கள் தாக்குதல் நடத்தினார்கள். அதற்கு அவர்கள் அஞ்சவில்லை. எதிர்கால வளர்ச்சியைத் தடுத்த பழைய வழக்கங்களை எதிர்த்து ஒழித்தார்கள். அவர்கள் நடைமுறைப்படுத்திய புதிய வாழ்க்கைமுறை பல தலைமுறைகளாக மக்களை நல்வழிப்படுத்தி ஊக்கத்தைக் கொடுத்து வருகிறது.

கி.மு. ஆறாம் நூற்றாண்டில்தான் இந்தியாவில் புத்தரும் மகாவீரரும் தோன்றினார்கள். சீனாவில் கன்ஃபூஷியஸ், லாவோ-ட்சே பிறந்தார்கள். பாரசீகத்தில் ஜோராஸ்டர் அல்லது ஜாரதுஷ்டிரர் என்பவர் தோன்றினார். சாமாஸ் என்கிற கிரேக்கத் தீவில் பிதகோரஸ் பிறந்தார்.

நீ இந்தப் பெயர்களை முன்பே கேட்டிருப்பாய். பள்ளிக்கூடத்தில் படிக்கும் எல்லாப் பிள்ளைகளுக்கும் பிதகோரஸைத் தெரியும். கணிதத்தில் ஒரு தேற்றத்தைக் கண்டுபிடித்தவர். யூக்ளிட் (Euclid) எழுதிய கணித நூலையோ, வேறெந்த கணித நூலையோ எடுத்துப் பார்த்தால் பிதகோரஸ் கண்டுபிடித்த தேற்றத்தைக் காணலாம். ஒரு நேர் முக்கோணத்தின் (Right angled Triangle) பக்கங்களின் சதுர அளவைப் பற்றியது இந்தத் தேற்றம்.

பாரசீகத்தில் வாழ்ந்த ஜாரதுஷ்டிரர், ஜாரதுஷ்டிர மதத்தை உருவாக்கினார் என்பார்கள். ஆனால் அது சரியல்ல என்பது எனது கருத்து. பாரசீகத்தில் ஏற்கெனவே இருந்த பழைய மதத்துக்கு ஒரு புதிய அர்த்தத்தையும் வடிவத்தையும் கொடுத்தார் என்று

சொல்லலாம். பாரசீகத்தில் இது மறைந்துவிட்டது. ஆனால், பாரசீகத்திலிருந்து இந்தியாவுக்கு வந்த பார்சிகள் இந்த மதத்தை நமது நாட்டில் கடைப்பிடிக்கிறார்கள்.

இதே கி.மு. ஆறாம் நூற்றாண்டில் சீனாவில் இரண்டு தலைவர்கள் வாழ்ந்தார்கள். ஒருவர் கன்பூஷியஸ், மற்றொருவர் லாவோ-ட்சே. இவர்கள் இருவரும் நீதிநெறிகளையும் ஒழுக்க முறைகளையும் வகுத் தார்கள். இவர்களுடைய காலத்திற்குப் பிறகு இவர்களுக்குப் பல கோயில்கள் கட்டப்பட்டன. ஹிந்துக்களுக்கு வேதங்களைப் போலவும் கிறிஸ்த வர்களுக்கு பைபிளைப் போலவும் சீன மக்களுக்கு இவர்களுடைய நூல்களே வேதமாக இருக்கின்றன. உலகத்திலேயே மற்றவரைக் காட்டிலும் சீன மக்கள் மரியாதை, நல்லொழுக்கம், நாகரிகத்தில் சிறந்து இருப்பதற்கு கன்பூஷியஸின் போதனையே காரணம்.

இந்தியாவில் மகாவீரரும் புத்தரும் கி.மு. ஆறாம் நூற்றாண்டில்தான் தோன்றினார்கள். இந்தியாவில் இப்போதுள்ள ஜைன மதத்தை மகாவீரர் தோற்றுவித்தார். அவருடைய இயற்பெயர் வர்த்தமானர். ஜைனர்கள் பெரும்பாலும் மேற்கு இந்தியாவிலும் கத்தியவாரிலும் வசிக்கிறார்கள். கத்தியவாரிலும் ராஜபுதனத்தில் ஆபு (Mount Abu) மலையிலும் உள்ள அவர்களுடைய கோயில்கள் மிகவும் அழகானவை. அஹிம்சையை பின்பற்றும் இவர்கள் ஒரு சிறிய உயிருக்குக்கூட மனதறிந்து தீங்கு செய்யமாட்டார்கள்.

கௌதம புத்தர் ஒரு ராஜகுமாரன். சித்தார்த்தர் என்பது அவருடைய பெயர். மாயா தேவி என்பது அவருடைய தாயாரின் பெயர். புத்தரின் தாய் தந்தையர் அவரைச் செல்வச் சிறப்போடு வளர்த்தார்கள். உலகத்தின் கஷ்டங்களையும் துன்பங்களையும் அவர் பார்த்துவிடாமல் வளர்த்தார்கள். ஆனால் வறுமையையும் துன்பத்தையும் சாவையும் அவர் ஒருநாள் பார்த்தார். அதையடுத்து அவருக்குள் நிறைய மாற்றம் ஏற்பட்டது. அரண்மனை சுகமும் ஆடம்பரமும் அவருக்கு நிம்மதி அளிக்க முடியவில்லை.

உலகத்தில் தீமைகளுக்கு ஒரு மாற்றுக் கண்டுபிடிக்க வேண்டும் என்ற எண்ணம் அவரை பாடாய் படுத்தியது. ஒரு நாள் இரவு தனது காதல் மனைவியையும் மக்களையும் சுற்றத்தாரையும் விட்டு அரண்மனையில் இருந்து வெளியேறினார். உண்மையைக் காண நெடுங்காலம் தன்னை வருத்து தவம் இருந்தார். பல ஆண்டுகளுக்குப் பிறகு கயா என்ற இடத்தில் ஓர் அரச மரத்தின் (Peepal tree) கீழ்

அவருக்கு ஞானோதயம் உண்டாயிற்று. அன்று முதல் அவர் புத்தர் அதாவது 'ஞான ஒளி பெற்றவர்' என்று அழைக்கப்பட்டார்.

அப்போதுமுதல் அரச மரத்துக்கு போதி மரம் அல்லது ஞான விருட்சம் என்று அழைக்கப்படுகிறது. தொன்மையான காசி நகருக்கு அருகில் இசிபட்டணம் (Isipatana) என்று அழைக்கப்பட்ட சாரநாத்தில் உள்ள மான் தோட்டத்தில் (Deer park) தாம் கண்ட உண்மைகளை புத்தர் போதிக்கத் தொடங்கினார். தெய்வங்களுக்குப் பலவித யாகங்கள் செய்வதையும் உயிர்களைப் பலியிடுவதையும் கண்டித்தார். மனிதர்கள் தங்களுடைய கெட்ட எண்ணம், பகைமை, கோபம், பொறாமை ஆகிய குணங்களை பலி கொடுக்க வேண்டும் என்றார்.

புத்தருடைய காலத்தில் இந்தியாவில் பழைய வைதிக சமயம் புழக்கத்தில் இருந்தது. ஆனால் பிராமணக் குருமார்கள் பலவிதமான சடங்குகளையும், பூஜைகளையும், மூடப் பழக்க வழக்கங்களையும் அதில் புகுத்திவிட்டார்கள். பூஜைகள் அதிகமானால் குருக்கள் காட்டில் மழைதானே. ஜாதிக் கட்டுப்பாடு கடுமையாகியது. சாதாரண ஜனங்களை மந்திரம், தந்திரம், மாயம், உச்சாடனம் என்று சொல்லி மிரட்டி தம் வசப்படுத்திக் கொண்டனர். அவர்கள் துணையோடு அரசர்களைக்கூட குருக்கள் எதிர்த்தனர்.

பழைய வைதிக சமயத்தில் புகுந்துவிட்ட குற்றங்களையும் குருக்களின் கொடுமைகளையும் புத்தர் அஞ்சாது தாக்கினார். அவருடைய கொள்கைகளுக்கு மக்கள் ஆதரவு கிடைத்தது. ஜனங்கள் நல்வழியில் நற்செயல்கள் புரிந்து வாழவேண்டும். பூஜை

புனஸ்காரங்கள் செய்வதால் பயன் இல்லை என்றார். பௌத்த சங்கம் ஒன்றை தொடங்கினார். புத்தருடைய போதனைகளைப் பின்பற்றும் துறவிகள் அதில் இருந்தார்கள். ஆண் துறவிகளுக்குப் பிக்குகள் என்றும் பெண் துறவிகளுக்குப் பிக்குணிகள் என்றும் பெயர்.

இலங்கை, சீனாவில் பௌத்த மதம் வேகமாகப் பரவியது. ஆனால் அது தோன்றிய இந்தியாவில் மீண்டும் பிராமண மதம் அல்லது ஹிந்து மதத்தில் கலந்துவிட்டது. ஆனால் பிராமண மதத்தை புனிதப் படுத்தி ஓரளவுக்கு மூடப் பழக்க வழக்கங்களையும் சடங்குகளையும் ஒழித்தது.

இன்று உலகில் பின்பற்றுவோரின் எண்ணிக்கையில் பௌத்த மதத்துக்கு அடுத்தபடியாகவே கிறிஸ்துவம், இஸ்லாம், ஹிந்து மதங் களை பின்பற்றுவோர் இருக்கிறார்கள். இவை தவிர எபிரேயர், சீக்கியர், பார்சிகள் ஆகியோரின் மதங்களும் இருக்கின்றன. மதங்களும் மதங்களை தோற்றுவித்தவர்களும் உலக வரலாறை உருவாக்கியதில் வகித்திருக்கும் பங்கு மிகவும் பெரிது. இந்த உண்மையை யாரும் மறுக்க முடியாது. ஆனால் அவர்களைப்பற்றி எழுத எனக்குச் சங்கடமாக இருக்கிறது.

மதத் தலைவர்கள் உத்தமர்கள் என்றாலும், அவர்களுடைய சீடர்களும் அவர்களுக்குப் பின்னால் வந்தவர்களும் அப்படி இல்லை. மக்களை உயர்நிலைக்கு கொண்டு செல்ல தோன்றிய மதமானது அவர்களை மிருகங்கள் போல் நடக்கும்படி செய்வதை அடிக்கடி சரித்திரத்தில் படிக்கிறோம். அறிவொளியைக் கொடுப்பதற்கு பதிலாக அறியாமை இருளில் தள்ளுகிறது. பரந்த நோக்கத்திற்கு பதிலாக குறுகிய நோக்கத்தையும் ஏற்படுத்துகிறது. மதத்தின் பெயரால் அரிய செயல்கள் செய்திருந்தாலும், அதே மதத்தின் பெயரால் ஆயிரக்கணக்கான மக்கள் கொல்லப்பட்டார்கள்.

சொர்க்கத்தையும் மோட்சத்தையும் விரும்புகிறவர்கள் மதத்தை கடைப்பிடிக்கிறார்கள். இது ஜிலேபிக்கு ஆசைப்பட்டு நடக்கும் குழந்தையின் செயலுக்கு ஒப்பாகும். ஜிலேபி அல்லது அது போன்ற பொருள்களை அடைவதற்காகவே எதையும் செய்யும் சிறுவர், சிறுமியரின் செயலை நீ கண்டிப்பாய் அல்லவா? வயது முதிர்ந்தவர்கள் இந்த ரீதியில் காரியங்கள் செய்தால் அதை என்வென்று சொல்வது? நாம் எல்லாரும் சுயநலம் மிக்கவர்களாகவே இருக்கிறோம். ஆனால் நமது குழந்தைகளை சுயநலம் இல்லாதவர்களாக வளர்க்க பயிற்சி அளிக்க வேண்டும்.

ஒரு மதவாதி ஒன்றையும், மற்றொருவர் வேறொன்றையும் சொல்கிறார்கள். அதாவது ஒருவர் இன்னொருவரை முட்டாள் என்றோ அயோக்கியன் என்றோ கருதுகிறார். யார் சொல்வது சரி? நம்மில் பெரும்பாலோர் குறுகிய நோக்கமும் மந்த புத்தியும் கொண்டிருக்கிறோம். முழு உண்மையையும் அறிந்தவர்களாக நம்மை நினைத்துக்கொண்டு அதை அயலார் மீது திணிக்க முயற்சிப்பது சரியா? நாம் சொல்வது சரியாக இருக்கலாம். அல்லது அடுத்தவர் சொல்வதும் சரியாயிருக்கலாம். ஒரு மரத்தில் ஒரு பூவைப் பார்க்கிறோம். அதனால் மரத்தைப் பூ என்று சொல்லலாமா?

அடுத்த உலகத்தைப்பற்றி எனக்கு கவலை இல்லை. இந்த உலகத்தில் என்ன செய்ய வேண்டும் என்ற சிந்தனையே மனதில் நிறைந்திருக்கிறது. இங்கு நான் செல்ல வேண்டிய பாதை எனக்குத் தெளிவாகத் தெரிந்தால் போதும். இந்த பிறவியில் எனது கடமையைச் சரிவர செய்தால் எதற்காக மறுபிறவியைப் பற்றி கவலைப்பட வேண்டும்.

உனக்கு வயது வந்தால் நீயும் பலவகைப்பட்ட மனிதர்களைச் சந்திப்பாய். மதப்பற்றுடையவர்கள், மதத்தை எதிர்ப்பவர்கள், இரண்டுமே பிடிக்காதவர்கள் எல்லாரையும் பார்ப்பாய். மிகுந்த செல்வமும் அதிகாரமும் கொண்ட பெரிய தேவாலயங்களும், மத நிறுவனங்களும் இருக்கின்றன, தீய காரியங்களுக்கும், நல்ல காரியங்களுக்கும் அவை பயன்படுத்தப் படுகின்றன. மதப்பற்று கொண்ட உத்தமர்களையும், மதத்தின் பெயரால் மக்களை வஞ்சித்துப் பொருள் பறிப்போரையும் பார்ப்பாய். ஒருவன் பிறரிடமிருந்து கற்பதைவிட, முக்கியமான உண்மை களை தன் சொந்த அனுபவத்திலேயே கண்டு அறியவேண்டும். சில பிரச்சனைகளுக்கான விடைகளை ஒருவன் தனக்குத் தானேதான் கண்டு பிடிக்க வேண்டும்.

அவசரப்பட்டு ஒரு முடிவுக்கு வராதே. புதிதாகப் பிறந்த ஒரு குழந்தை எதிலாவது முடிவு எட்ட முடியுமா? அப்படி விடலாமா? மனிதர்களில் பலர் வயதில் பெரியவர்களாக இருந்தாலும் அறிவு வளர்ச்சியில் குழந்தைக்குச் சமமானவர்களாக இருக்கிறார்கள்.

நான் இன்று வழக்கமாக எழுதுவதைவிட நீண்ட கடிதம் எழுதி விட்டேன். இப்போது உனக்கு ஒன்றும் புரியாவிட்டாலும் பாதகமில்லை. சீக்கிரத்தில் தெரிந்துகொள்வாய்.

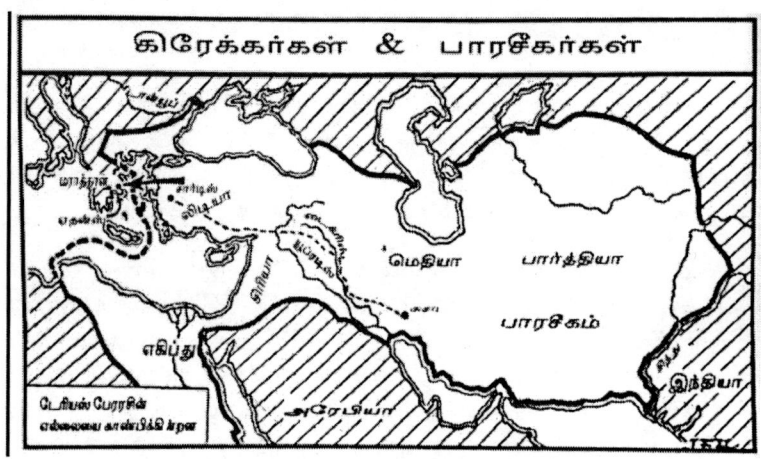

15. கிரீஸ் - பாரசீகப் போர்

ஜனவரி 21, 1931

உனது கடிதம் இன்று கிடைத்தது. உன் அம்மாவும் நீயும் சுகமடைந்து வருவதை அறிந்து ஆறுதல் அடைந்தேன். உன் தாத்தா, நலமடைய விரும்புகிறேன். வாழ்நாள் முழுவதும் உழைத்த அவருக்கு முதுமையிலும் ஓய்வோ அமைதியோ இல்லை.

நூலகத்தில் இருந்து நிறைய புத்தகங்களை வாசித்திருப்பதாக கூறியிருக்கிறாய். மேலும் படிப்பதற்கு தகுந்த புத்தகங்களின் பெயர்களை கேட்டிருக்கிறாய். இது நல்ல பழக்கம்தான். ஆனால், அதிகமான புத்தகங்களை குறுகிய காலத்தில் படித்து முடிப்பவர்களை கண்டால் எனக்கு சந்தேகம் வருகிறது.

அவர்கள் மேம்போக்காக படித்துவிட்டு மறுநாளே மறந்து விடுகிறார்கள். படிப்பதற்குரிய புத்தகம் என்றால் அதை கவனத்துடன் முழுமையாக படிக்க வேண்டும். நூலகத்தில் இடம்பெறும் புத்தகம் நல்லவையாகத்தானே இருக்கும் என்று நீ கூறுவாய். சரிதான். இப்போதைக்கு நீ படித்துக்கொண்டே இரு. நான் நைனிடால் சிறையிலிருந்து என்னாலான உதவியைச் செய்கிறேன். வேகமான உடல் வளர்ச்சியும் அறிவு வளர்ச்சியும், உன்னுடன் இருக்க வேண்டுமென்ற என் ஆசையை அதிகரிக்கிறது. நான் எழுதும் கடிதங்கள் உன்னிடம் சேரும்போது இவற்றின் தரத்துக்கு

மீறிய வளர்ச்சி அடைந்திருப்பாய். அப்போது உனது அத்தை மகள் சந்திரலேகா இவற்றைப் படிக்கத்தக்க பருவத்தை அடைந்திருப்பாள்.

நாம் இப்போது பழங்கால கிரீசுக்கும் பாரசீகத்துக்கும் இடையே நடந்த சண்டைகளைக் கொஞ்சம் கவனிப்போம். கிரேக்கத்தின் நகர அரசுகள் பற்றியும் டேரியஸ் என்ற அரசனின் தலைமையில் இருந்த பாரசீக பேரரசைப் பற்றியும் ஒரு கடிதத்தில் கூறியிருந்தேன்.

இந்தப் பேரரசு ஆசியா மைனரிலிருந்து சிந்து நதிவரை பரவியிருந்தது. எகிப்தும் ஆசியா மைனிரில் இருந்த கிரேக்க நகர அரசுகள் சிலவும் இதில் அடங்கியிருந்தன. சாலைகள் போடப்பட்டு, அரசாங்க தபால் போக்குவரத்து நடைபெற்றது. கிரேக்க நகர அரசுகளை கைப்பற்ற டேரியஸ் நினைத்தான். இதையடுத்து வரலாற்று புகழ்பெற்ற சண்டைகள் நடந்தன.

இந்த சண்டைகளுக்கு பின் வாழ்ந்த ஹெரடோடஸ் (Herodotus) என்ற கிரேக்க வரலாற்று ஆசிரியர் இந்தப் போர்களைப் பற்றி எழுதி வைத்திருக்கிறார். அவர் கிரேக்கர்கள் மீதுள்ள பாசத்தால் ஒருதலைப்பட்சமாக எழுதியிருக்கிறார். இருந்தாலும் சுவையான அவ எழுதிய வரலாற்று குறிபப்புகளில் பகுதிகளை இந்தக் கடிதத்தில் எடுத்துக் காட்டுகிறேன்.

கிரீஸ் மீது பாரசீகர்கள் முதல் முறை போர் தொடுத்தபோது உணவு இல்லாமலும், நோய் தொற்று காரணமாகவும் தோற்றார்கள். கிரீசை நெருங்கும் முன்பே இது நிகழ்ந்தது. கி.மு.490ல் தரை வழியைத் தவிர்த்து கடல் வழியாக பாரசீகர்கள் படையெடுத்தனர். ஏதென்ஸ் நகருக்கு அருகில் மாரத்தான் (Marathon) என்ற இடத்தில் இறங்கிய பாரசீக படையை பார்த்து ஏதென்ஸ் மக்கள் பீதியடைந்தனர்.

அதையடுத்து தங்களுடைய பகைவர்களான ஸ்பார்ட்டா நகரத்தினரோடு சமாதானம் பேசி உதவிக்கு அழைத்தனர். அவர்கள் உதவிக்கு வருவதற்கு முன்பே, பாரசீகர்களை ஏதென்ஸ் நகரத்தார் தோற்கடித்தனர்.

ஒரு சிறிய கிரேக்க நகர அரசு பாரசீக பேரரசின் படையை தோற்கடித்தது எப்படி? பாரசீகப் படை தொலைதூரம் கடந்து வந்தது. அதில் இடம்பெற்ற வீரர்கள் கூலிப்படையினர். மாறாக ஏதென்ஸ் நகரத்தார் தங்களுடைய நாட்டைக்காக்க உயிரைக் கொடுத்து போராடினார்கள். ஒரு காரியத்துக்காக உயிரைவிடத் துணிந்தவர்கள்

தோல்வி அடைவது அபூர்வம்.

மாரத்தான் போரில் தோல்வியடைந்த டேரியஸ் பாரசீகம் சென்று இறந்தான். அவனுக்குப் பின் ஸெர்க்ஸிஸ் (Xerxes) என்பவன் அரசன் ஆனான். இவனும் கிரீசைக் கைப்பற்ற ஒரு படையை தயார் செய்தான். இங்கு ஹெரடோடஸின் கதை சொல்லும் விதத்தை உனக்குக் கூறுகிறேன். மன்னன் ஸெர்க்ஸிசுக்கு ஆர்ட்டாபேனஸ் (Artabanus) என்ற மாமன் இருந்தான். பாரசீகப் படை கிரீசுக்கு போவதில் ஆபத்து இருப்பதாகக் கூறி, போர் தேவையில்லை என்றான். அவனுக்கு ஸெர்க்சிஸ் கூறிய பதில் முக்கியமானது...

'நீ சொல்வதில் நியாயம் இருக்கிறது. ஆனால் ஆபத்தைக் கண்டு என்ன நேரும் என்று கணக்குப் பார்க்க முடியாது. வரப்போவதை தராசில் நிறுத்துப் பார்த்துக் கொண்டிருந்தால் எதுவுமே செய்ய முடியாது. கஷ்டமே படாமல் பயந்து சாவதைக் காட்டிலும் நல்லதே நடக்கும் என்று கஷ்டத்தை அனுபவிப்பது மேல். வெற்றி தோல்விக்கான காரணங்கள் தராசின் தட்டுகளைப் போல் சமமாக இருக்கின்றன. அவை எந்தப் பக்கம் சாயும் என்பதை அறியமுடியுமா? முடியாது, பயந்து பயந்து எதிலும் இறங்கினால் வெற்றி இல்லை. அளவற்ற ஆற்றல் வாய்ந்தது பாரசீகம். எனக்கு முன்பு பாரசீக அரியணையில் இருந்தவர்கள் உங்களைப் போன்ற பயந்தவர்களாக இருந்தாலும் சரி, உன்னைப்போல ஆலோசகர்கள் சொல்வதை கேட்கும் நிலையில் உள்ளவர்களாக இருந்தாலும் சரி நமது பேரரசு இவ்வளவு பெரிதாக ஆகியிருக்காது. ஆபத்துக்கு அஞ்சாமல் அவர்கள் செயல் புரிந்ததால்தான் பெரிய வெற்றிகளை அடைந்தார்கள்."

ஸெர்க்ஸிஸ் இப்படி கூறியதாக ஹெரடோடஸ் எழுதியிருக்கிறார். இதை அப்படியே நான் கூறியது ஏன் தெரியுமா? பாரசீக மன்னனின் உள்ளத்தை நாம் அறிய உதவியாக இருக்கும் என்பதுதான். ஆனாலும் ஆர்ட்டாபேனஸ் பயந்தது போலவே, கிரீசில் பாரசீகப் படை மீண்டும் தோல்வி அடைந்தது. ஸெர்க்ஸிஸ் தோற்றான்.

ஆனால் அவன் சொன்னதாக எழுதப்பட்டவை நமக்கு உதவியாக இருக்கின்றன. நமது இலட்சியத்தை அடைவதற்காக நாம் பெரிய ஆபத்துகளை சந்திக்க வேண்டும் என்பதை அது நினைவூட்டுகிறது.

பேரரசன் ஸெர்க்ஸிஸ் தனது பெரிய படையுடன் ஆசியா மைனர் வழியாக டார்டனல்ஸ் ஜலசந்தியைக் (அக்காலத்தில் அது கிரேக்க சமுத்திரம் என்று அழைக்கப்பட்டது) கடந்து ஐரோப்பாவுக்குள்

சலாமிஸ் என்ற இடத்தில் பாரசீக கப்பல் படை தோற்கடிக்கப்பட்டது

நுழைந்தான். போகும் வழியில்தான் ஹெலன் என்ற கிரேக்க அழகியை மீட்பதற்கு கிரேக்க வீரர்கள் போரிட்ட ட்ராய் என்ற நகரின் அழிவுகளைக் காணச் சென்றான். கிரேக்க சமுத்திரத்தை படை கடப்பதற்காக குறுக்கே ஒரு பெரிய பாலம் கட்டினார்கள். அந்தப் பாலத்தில் பாரசீகப் படை சென்றதை அருகிலிருந்த குன்றின் உச்சியில் இருந்து பார்வையிட்டான் ஸெர்க்ஸிஸ். இனி ஹெரடோடஸ் சொல்வதை கேட்போம்...

“கிரேக்க சமுத்திரம் எனப்படும் டார்டனல்ஸ் நீரிணை முழுவதும் தனது கப்பல்களும், கடற்கரையிலும் அபிடாஸ் சமவெளியிலும் தனது போர் வீரர்கள் நிறைந்திருப்பதையும் பார்த்த ஸெர்க்ஸிஸ் தன்னை பாக்கியவான் என்று கூறிக்கொண்டான். பிறகு அவன் அழத் தொடங்கினான். அவன் அழுவதைப் பார்த்த அவனுடைய மாமன் ஆர்ட்டாபேனஸ் ‘பாக்கியவான் என்று சொல்லிவிட்டு அழுவது ஏன்?’ என்று கேட்டான். அனனுக்கு பதிலளித்த ஸெர்க்ஸிஸ் ‘ஆமாம், மனிதனுடைய வாழ்நாள் எவ்வளவு குறுகியது என்பதை நினைத்து இரக்கத்தால் கண்ணீர் சிந்தினேன்’ என்று கூறினான்.”

பாரசீகப் படை நிலத்தில் முன்னேறியது. பல கப்பல்களும் கடல் வழியாகச் சென்றன. கடலில் எழுந்த பெரும் புயலினால் பெரும் பாலான கப்பல்கள் அழிந்தன. எதிரியின் பெரும்பலத்தைக் கண்டு கிரேக்கர்கள் சச்சரவுகளை மறந்து ஒன்றுபட்டார்கள். சற்று பின்வாங்கி ‘தர்மாப்பைலி’ என்ற இடத்தில் பாரசீகர்களைத் தடுத்து நிறுத்த முயன்றார்கள். ஒரு பக்கத்தில் மலையும் மறுபக்கத்தில் கடலும்

உடைய குறுகலான வழி இது. ஆகவே சிலர்கூடப் பெரும்படையை இங்கு எதிர்த்து நிற்கலாம்.

அந்த இடத்தை காக்க சாகும்வரையில் போரிடும் 300 ஸ்பார்ட்டா வீரர்களைக் கொண்ட சிறு குழு லியோனிடாஸ் (Leonidas) என்பவன் தலைமையில் நியமிக்கப்பட்டது.

மாரத்தான் சண்டை நடந்து பத்து ஆண்டுகளுக்குப் பிறகு நடந்த இந்த போரில் பாரசீக படையை தர்மைப்பைலி என்ற அந்தக் குறுகலான வழியில் மறித்துப் போரிட்டார்கள். ஒருவர் பின் ஒருவராக லியோனிடாஸ் என்பவனும் அவனுடைய 300 வீரர்களும் 'தர்மாப் பைலி' என்ற இடத்தில் போரிட்டு வீழ்ந்த பிறகுதான் பாரசீகப் படை மேலே செல்ல முடிந்தது. 2410 ஆண்டுகளுக்கு முன் அதாவது கி. மு. 480ல் இது நடந்தது. இன்று நாம் தர்மாப்பைலிக்குப் போனால் லியோனிடாஸும் அவனுடைய வீரர்களும் கல்லில் பொறித்திருக்கும் கீழ்வரும் இந்தச் செய்தியைக் கண்டு கண்கலங்க நேரும்.

"இந்த வழியாகப் போகும் நீங்கள் ஸ்பார்ட்டாவுக்குச் சென்று தேசத்தின் கட்டளைக்குப் பணிந்து இங்கே இறந்து கிடக்கிறோம் என்று சொல்லுங்கள்!" என்கிறது அந்த செய்தி.

இந்தியாவிலுள்ள நாம் கூட அதை நினைக்கும் போது உத்வேகம் கொள்கிறோம். சித்தூரின் ஒப்பற்ற கதையை நினைத்துப்பார். அங்கு வாழ்ந்த ராஜபுத்திர ஆண் பெண்களின் வீரம் நம்மைத் திகைக்க வைக்கிறதல்லவா? இந்தக் காலத்திலும் நம்மைப் போல் உணர்ச்சி மிகுந்த நம் தோழர்கள் இந்தியாவின் சுதந்திரத்துக்காகச் சாவுக்கும் அஞ்சாமல் முன்வருவதை எண்ணிப்பார்!

தர்மாப்பைலி சிறிது காலம் பாரசீக சேனையைத் தடுத்து நிறுத்தியது. ஆனால் கிரேக்கர்கள் புறங்காட்டினார்கள். சில கிரேக்க நகரங்கள் எதிரிக்குப் பணிந்த. ஏதென்ஸ் நகரத்தார் நகரத்தை அழியவிட்டு கப்பல்களில் வெளியேறினார்கள். பாரசீகர்கள் நகரில் நுழைந்தனர். ஏதென்சின் கடற்படை இன்னும் தோல்வி அடையாததால் சலாமிஸ் என்ற இடத்துக்கு அருகில் பெரிய கடற்போர் நிகழ்ந்தது. பாரசீகக் கப்பல்கள் அழிக்கப்பட்டன. இதையடுத்து ஸெர்க்ஸிஸ் மனம் உடைந்து பாரசீகத்துக்குத் திரும்பினான். சிலகாலம் வரையில் பாரசீகம் பெரிய சாம்ராஜ்யமாகத் திகழ்ந்தது. ஆனால் மாரதான், சலாமிஸ் இரண்டும் அதன் வீழ்ச்சிக்குரிய வழியைக் காட்டின.

சாக்ரடீஸ் விஷம் கொடுத்து கொல்லப்படும் காட்சி

16. புகழின் உச்சத்தில் கிரேக்கர்

ஜனவரி 23, 1931

பாரசீகர்களின் இரண்டு தோல்விகளைத் தொடர்ந்து கிரேக்கர்களின் வரலாறு ஒளிவிட்டுப் பிரிகாசிக்கத் தொடங்கியது. கிரீஸின் சிறப்பான காலப்பகுதி மிகவும் குறுகியது எனலாம். இரு நூறு ஆண்டுகளுக்குக் குறைவாகவே அது பெருமையுடன் இருந்தது. அதுகூட பாரசீகமும் அதற்கு முன்பிருந்து அழிந்த பேரரசுகளுக்கு நிகரான பெருமை அல்ல.

மகா அலெக்சாண்டர் தனது வெற்றிகளால் உலகத்தையே பிரமிக்கச் செய்த காலத்தைப் பற்றி நாம் இப்போது பேசவில்லை. கிரீஸுக்கும் பாரசீகத்துக்கும் இடையே நடந்த யுத்தங்களுக்கும் அலெக்சாண்டர் காலத்துக்கும் இடைப்பட்ட காலத்தைப் பற்றியே இப்போது கூறப்போகிறேன்.

அதாவது, தர்மாப்பைலி, சலாமிஸ் போர்களுக்குப் பிறகான 150 ஆண்டு வரலாறு. பாரசீகத்தை எதிர்ப்பதற்காக ஒன்றுபட்ட கிரேக்கர்கள், பாரசீகம் பற்றிய பயம் நீங்கியவுடன் மறுபடியும் பிரிந்து தங்களுக்குள் சண்டையிட்டுக் கொண்டனர். குறிப்பாக ஏதென்ஸ் நகர அரசுக்கும், ஸ்பார்ட்டா நகர அரசுக்கும் பலத்த போட்டி உருவாகியது. அந்தச் சண்டைகளைக் காட்டிலும், கிரீஸை பெருமைப்படுத்திய வேறு பல விஷயங்களைச் சொல்லப் போகிறேன்.

கிரேக்கர்கள் பல துறைகளிலும் அடைந்திருந்த முன்னேற்றம் இன்றைக்கும் நம்மை வியப்படையச் செய்கிறது. அழகிய சிலைகளையும் அற்புதமான கட்டடங்களையும் வடிவமைத்தனர். அந்தக் காலத்தில் வாழ்ந்த புகழ்பெற்ற சிற்பிகளில் பிடியாஸ் (Phidias) முக்கியமானவன். கிரேக்கர்களின் துன்பியல் நாடகங்களும் இன்ப நாடகங்களும் சிறப்பானவை. சோபோக்ளெஸ் (Sophocles), ஈஸ்ச்சிலஸ் (Aeschylus), யூரிபிடீஸ் (Euripides), அரிஸ்டோபேனஸ் (Aristophanes), பிண்டார் (Pindar), மினாண்டர் (Menander), சப்போ (Sappho) என்ற பெயர்கள் வரலாற்றில் பொறிக்கப்பட்டவை. இவர்களின் நூல்களை நீ படித்தால் கிரீசின் புகழை அறிவாய்.

கிரேக்கர்களின் வரலாற்றை நாம் சரியாக அறிய வேண்டுமானால், அவர்களுக்குள் நடந்த சண்டைகளை மட்டும் பார்க்கக்கூடாது. ஒரு நாட்டின் புறச்சரித்திரத்தை காட்டிலும் அதன் அகச்சரித்திரமே முக்கியமானது. இந்தக் காரணத்தினால்தான் ஐரோப்பா பல வழிகளில் பழங்கால கிரேக்கக் கலாசாரத்தின் குழந்தையாகவே இருக்கிறது.

நமது தேசத்திலும் அப்படிப்பட்ட காலம் இருந்தது. நமக்குத் தெரிந்தவரையில் நமது வேதங்களும் உபநிஷதங்களும் வேறு சில நூல்களும் தோன்றிய காலதான் சிறப்பானதாகும். ஆனால், அந்தக் காலத்தைப் பற்றிய வரலாறு நமக்குக் கிடைக்கவில்லை. மேலும் பல நூல்கள் அழிந்துகூட போயிருக்கலாம். ஆனால் பழங்கால இந்தியர்கள் அறிவாற்றலில் இணையற்றவர்கள் என்பதற்கு நம்மிடம் போதுமான சான்று இருக்கிறது. பிற்கால இந்திய வரலாற்றிலும் இதுபோன்ற சிறப்பான பகுதியை காண்கிறோம்.

நான் சொல்லிக் கொண்டிருக்கும் காலத்தில் ஏதென்ஸ் புகழ் பெற்று இருந்தது. பெரிக்ளெஸ் (Pericles) என்ற சிறந்த ராஜதந்திரி 30 ஆண்டுகள் ஏதென்ஸ் அரசின் தலைவனாக இருந்தான். அழகிய மாளிகைகளும், கலைஞர்களும் அறிஞர்களும் நிறைய இருந்தார்கள். எனவேதான் 'பெரிக்ளெஸ் காலத்து ஏதென்ஸ்' என்று வரலாறு கூறுகிறது.

இந்தக் காலத்தில்தான் நாம் பேசிக்கொண்டிருக்கும் வரலாறை எழுதிய ஹெரடோடஸ் ஏதென்சில் வாழ்ந்தார். ஏதென்சின் வளர்ச்சியைப் பற்றி இப்படி எழுதுகிறார்...

"சுதந்திரமான வாழ்க்கை ஏதென்சின் வல்லமையை வளர்த்தது. ஏதென்ஸ் சர்வாதிகாரக் கொடுங்கோன்மை ஆட்சியில் இருந்தபோது அந்த நகர மக்கள் மற்றவர்களைப் போரில் வெல்ல முடியவில்லை.

அதிலிருந்து விடுபட்டபோது மற்றவர்களைக் காட்டிலும் உயர்ந்து நின்றார்கள். அதாவது, விடுதலையடைந்த பிறகு ஒவ்வொருவனும் தானாகவே தன்னால் இயன்ற அனைத்தையும் அக்கறையுடன் செய்தான் என்று நன்கு விளங்குகிறது."

அந்தக் காலத்தில் வாழ்ந்த பெரியோர்களில் ஒரு பெயரை உனக்கு சொல்ல வேண்டும். அவர் எந்தக் காலத்திற்கு பெரியாராக இருப்பவர். அவருடைய பெயர் சாக்ரடீஸ். அவர் ஒரு சிறந்த தத்துவ ஞானி. உண்மை அறிவே பெறுவதற்கு அரியது என்று அவர் மதித்தார். தனது நண்பர்களோடும் தெரிந்தவர்களோடும் அரிய விஷயங்களைப்பற்றி விவாதிப்பார். விவாதங்களின் மூலம் உண்மை வெளிப்படும் என்று அவர் நம்பினார்.

அவருடைய சீடர்களில் சிறந்தவர் பிளேடோ. பிளேடோ எழுதிய பல அரிய நூல்கள் கிடைத்திருக்கின்றன. அந்த நூல்கள் சாக்ரடீசைப்பற்றி நமக்கு கூறுகின்றன. உண்மையைக் காண்பதற்கு முயற்சி செய்யும் யாரையும் அரசுகளுக்கு பிடிப்பதில்லை. பெரிக்ளெஸ் காலத்துக்குப் பிந்தைய ஏதென்ஸ் அரசாங்கம் சாக்ரடீஸை விசாரித்து அவருக்கு மரண தண்டனை விதித்தது.

அவர் நடத்தும் விவாதங்களை கைவிட்டு தனது வழியை மாற்றிக் கொண்டால் அவரை விடுவிப்பதாக அரசு கூறியது. ஆனால், தனது கடமையைக் கைவிடுவதைக் காட்டிலும் உயிரை விடுவது மேல் என்றார். அதையடுத்து, ஒரு கிண்ணத்தில் கொடுக்கப்பட்ட விஷத்தை குடித்து உயிர்துறந்தார். உயிர் துறப்பதற்கு முன், தம்மீது குற்றம் சாட்டியவர்களையும், நீதிபதிகளையும் ஏதென்ஸ் மக்களையும் பார்த்து இப்படிப் பேசினார்...

'எனது தத்துவ ஆராய்ச்சியை கைவிட்டால் என்னை விடுதலை செய்வதாக சொன்னால், ஏதென்ஸ் நகர மக்களே, உங்களுக்கு என் வணக்கம். ஆனால் உங்களுக்கு அடிபணிவதைவிட எனக்கு விதிக்கப்பட்டிருப்பதாக கருதும் பணியை தொடர்வேன். என் உயிர் உள்ளவரை தொடர்வேன். யாரை நான் பார்த்தாலும் அவரிடம் 'ஐயா, அறிவைப் பெறுவோம், உண்மையை உணர்வோம். தேவையற்றவை மீது விருப்பம் வைக்கும் உங்களுக்கு வெட்கமில்லையா' என்று கேட்பதை நிறுத்த மாட்டேன். நான் சாவைக்கண்டு அஞ்சவில்லை. கடமையிலிருந்து வழுவும் தீயதை மறுத்து, நன்மையில் முடிந்தாலும் முடியக்கூடிய சாவை வரவேற்பேன்."

பிளாட்டோ

அரிஸ்டாட்டில்

உயிர் வாழும்போது அறிவுப்பிரச்சாரம் செய்த சாக்ரடீஸ் உயிரைத் தியாகம் செய்து அறிவுத்தேடலின் அவசியத்தை வலியுறுத்தி மறைந்தார். அவர் வாழ்க!

இந்தக் காலத்தில் சமத்துவம் (Socialism) பற்றியும், முதலாளித் துவம் (Capitalism) பற்றியும் வேறு பல விஷயங்களை பற்றி விவாதங்களை படிக்கவும் கேட்கவும் நேரும். உலகில் நிலவும் கொடுமையையும் துன்பத்தையும் பிடிக்காதவர்கள் அதை மாற்றி அமைக்க விரும்புகிறார்கள். பிளேடோ கூட அரசாங்கத்தை பற்றி எழுதியிருக்கிறார்.

பிளேடோவின் முதுமைப் பருவத்தில் அரிஸ்டாடில் என்ற இன்னொரு அறிஞர் வந்தார். இவர் மகா அலெக்சாண்டருக்குக் குருவாக இருந்தவர். இவருக்கு அலெக்சாண்டர் மிகவும் உதவியாக இருந்தான். சாக்ரடீஸ், பிளேடோவைப் போல இல்லாமல், இயற்கைத் தத்துவம் (Natural philosophy) அல்லது அறிவியலில் (Science) கவனம் செலுத்தினார். ஆகவே ஆதிகாலத்து அறிவியல் அறிஞர்களில் ஒருவராக அரிஸ்டாடில் இருந்தார்.

நாம் அரிஸ்டாடிலின் சீடனான மகா அலெக்சாண்டரையும் அவன் வாழ்க்கையில் அதிவேகமாக அடைந்த முன்னேற்றத்தையும் பார்க்கலாம். இதை நாளைக்கு சொல்கிறேன். இன்று இது போதும்.

இன்று வசந்த பஞ்சமி. அதாவது வசந்த காலத்தின் வருகையைக் குறிக்கும் நாள். குளிர்காலம் போய்விட்டது. பறவைகள் அதிகமாக வந்து பாட்டிசைக்கின்றன. பதினைந்து ஆண்டுகளுக்கு முன் இதே நாளில் டில்லி மாநகரில் எனக்கும் உன் அம்மாவுக்கும் திருமணம் நடந்தது!

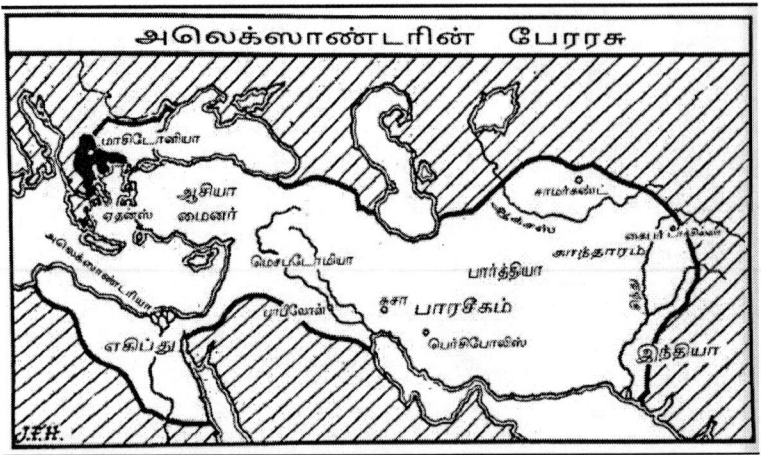

17. அலெக்ஸாண்டரின் நிஜ முகம்

ஜனவரி 24, 1931

மகா அலெக்சாண்டரை பற்றிக் கூறுவதாக கடந்த கடிதத்திலும் அதற்கு முன்பும் கூறியிருக்கிறேன். கிரேக்க நாட்டைச் சேர்ந்தவன் என்று கூறியதாக நினைவு. ஆனால், அது சரியல்ல. அவன் கிரீஸுக்கு வடக்கே உள்ள மாசிடோனியா என்ற நாட்டைச் சேர்ந்தவன்.

மாசிடோனியர்கள் கிரேக்கர்களைப் போல இருந்ததால் அவர்களை கிரேக்கர்களுக்கு சகோதரர்கள் எனலாம். அலெக்சாண்டரின் தந்தை பிலிப் மாசிடோனியாவின் அரசனாக இருந்தான். அலெக்சாண்டர் உலகை வென்று மகா அலெக்ஸாண்டர் என்று அழைக்கப்படுகிறான். ஆனால் அவனுடைய புகழுக்கு அவன் தந்தை போட்ட அடித்தளமே காரணம்.

அலெக்சாண்டர் உண்மையில் புகழுக்குரிய பெரியவனா? நான் அவனைப் பெரியவனாகக் கருதுவதில்லை. ஆனால் குறுகிய காலத்தில் இரண்டு கண்டங்களில் தன் பெயரை நிலைநாட்டினான். உலகத்தை வென்றவர்களில் முதலானவன் என்கிறார்கள். மத்திய ஆசியாவில் அவனை இன்றும் மறவாமல் 'சிகந்தர்' என்று அழைக்கிறார்கள்.

நிஜத்தில் அவன் யாரோ... சரித்திரத்தில் அவன் பெயர் குறிக்கப்பட்டு விட்டது. அவன் பெயரில் பல நகரங்கள் இருக்கின்றன. அவற்றில் முக்கியமானது எகிப்திலுள்ள அலெக்சாண்டிரியா நகரம்.

அலெக்சாண்டர் இருபது வயதில் அரசன் ஆனான். அவன் தன் தந்தையின் சிறந்த சேனையைத் திரட்டி பழைய விரோதியான பாரசீகத்தை ஜெயிக்க விரும்பினான். கிரேக்கர்கள் பிலிப்பையோ அலெக்சாண்டரையோ விரும்பாவிட்டாலும், அவர்களுக்கு அஞ்சி அடங்கினார்கள். பாரசீகத்தைத் தாக்கப் போகும் படைக்கு தலைவனாக பிலிப்பையும் அவன் மகன் அலெக்ஸாண்டரையும் ஏற்றார்கள்.

தீப்ஸ் என்ற கிரேக்க நகரம் அலெக்சாண்டரை எதிர்த்துக் கிளர்ச்சி செய்தது. அவன் அதை கொடூரமாக தாக்கி அழித்தான். கட்டடங்களை நாசம் செய்தான். பலரைக் கொன்றான். பல்லாயிரக் கணக்கான மக்களை அடிமைகளாக விற்றுவிட்டான். இத்தகைய கொடிய செயல்களால் கிரீஸை நடுங்கவைத்தான். இவை போன்ற செயல்கள் அவனை நாம் வெறுக்கும்படியே செய்கின்றன.

ஸெர்க்ஸிஸ் என்பவனுக்குப் மூன்றாவது டேரியஸ் என்ற பாரசீக அரசனை அலெக்சாண்டர் போரில் ஜெயித்தான். அதையடுத்து பாரசீக மன்னனின் ஆளுகையில் இருந்த எகிப்தும் அலெக்சாண்டர் வசமாயிற்று. பிறகு மீண்டும் பாரசீகத்தின்மீது போர்தொடுத்து டேரியஸை இரண்டாம் முறை தோற்கடித்தான். டேரியஸின் பெரிய அரண்மனையை நாசம் செய்தான்.

ஆயிரம் ஆண்டுகளுக்கு முன் பாரசீகத்தில் பிர்தாஸி என்கிற கவி ஒருவர் வாழ்ந்தார். அலெக்சாண்டருக்கும் டேரியஸுக்கும் நடந்த போர்களைக் கற்பனை நயத்துடன் அவர் வருணித்திருக்கிறார். தோற்ற பிறகு டேரியஸ் இந்தியாவிடம் உதவி கோரினான். அதற்காக வடமேற்கு இந்தியாவில் அரசாண்ட போரஸ் என்ற புருஷோத்தமனுக்கு 'வாயு வேகத்தில் செல்லக்கூடிய ஓர் ஒட்டகத்தை அனுப்பினான்' என்று கவிஞர் சொல்லியிருக்கிறார். ஆனால் புருஷோத்தமன் உதவி செய்ய முடியவில்லை. அந்த புருஷோத்தமனையே அலெஸ்ஸாண்டர் தாக்கும் காலம் வந்தது.

ஷாநாமா என்ற இந்த நூலில் பாரசீக மன்னனும் அவனுடைய பிரபுக்களும் இந்தியப் பட்டாக்கத்திகளையும் குத்துவாள்களையும் உபயோகித்ததாகப் பல குறிப்புகள் உள்ளன. அலெக்சாண்டர் காலத்திலேயே இந்தியாவில் நல்ல எஃகு கத்திகள் தயார் ஆனது தெரிகிறது.

அலெக்ஸாண்டர் இறந்தபின் தளபதிகள் பங்கிட்டுக் கொண்டனர்

பாரசீகத்திலிருந்து தொடர்ந்து பயணித்த காபூல், சாமர்கந்த் ஆகிய நகரங்கள் வழியே சிந்து நதியின் கரையை அடைந்தான். அங்கேதான் தன்னை எதிர்த்த முதல் இந்திய அரசனைக் கண்டான். போரஸ் என்ற அந்த மன்னன் தீரத்துடன் போர் புரிந்தான் என்றும், அலெக்சாண்டர் அவனது துணிவையும் வீரத்தையும் மெச்சி அவனைப் போரில் வென்ற பிறகும் அவன் நாட்டை அவனுக்கே கொடுத்துவிட்டான். ஆனால் போரஸ் கிரேக்கர்களுக்கு அடங்கிய 'கவர்னரா'க இருந்தான்.

அலெக்சாண்டர் இந்தியாவின் மத்திய பகுதிகள் மீது படையெடுத்திருந்தால் என்ன ஆகியிருக்கும் என்று யோசித்துப் பார்க்கலாம். அவன் வெற்றி தொடர்ந்திருக்குமா? இந்திய சேனைகள் இவனை வென்றிருக்குமா? எல்லைப் புறத்தில் போரஸ் என்ற ஒரு சிறிய அரசனை வெல்வதற்குள் திணறிய இவனை மத்திய இந்தியாவில் இருந்த பெரிய அரசர்கள் தடுத்து நிறுத்தியிருக்கலாம்.

அவனுடைய போர்வீரர்கள் பல ஆண்டுகளாக அலைந்து களைத்துப் போயிருந்தார்கள். அத்துடன் ஒருவேளை இந்தியர்களின் போர்த் திறமையைக் கண்டு இவர்களிடம் தோற்றுவிட்டால் என்ன செய்வது என்றும் அவர்கள் அஞ்சியிருக்கலாம். காரணம் எதுவாக இருந்தாலும், தனது வீரர்கள் சொன்னதை ஒப்புக்கொள்வதைத் தவிர அலெக்ஸாண்டருக்கு வேறு வழியில்லை. திரும்பிப் போகும்போது உணவும் தண்ணீரும் இன்றி மிகவும் கஷ்டப்பட்டார்கள். கி.மு. 323ஆம் ஆண்டு அலெக்சாண்டர் பாபிலோனில் இறந்துபோனான்.

பாரசீகத்தை ஜெயிக்கப் போனவன் தன் தாய் நாடாகிய மாசிடோனியாவைப் பார்க்காமலேயே இறந்தான். அவன் இறந்தபோது

ஜவஹர்லால் நேரு 79

அவனுக்கு வயது முப்பத்து மூன்று. தனது கொஞ்சகால வாழ்க்கையில் இவன் சாதித்தது என்ன? சில போர்களை வென்று புகழ்பெற்றான். அவன் பெரிய படைத்தளபதி என்பதில் சந்தேகமில்லை.

ஆனால் அவன் வீண் பெருமையும் அகங்காரமும் கொண்டவனாகவும் எவ்விதக் கொடிய செயலுக்கும் அஞ்சாதவனாக இருந்தான். தன்னை தெய்வத்துக்குச் சமமாக எண்ணியிருந்தான். அவன் கோபம் கொண்டபோது தன்னுடைய சிறந்த நண்பர்களில் சிலரைக் கொன்று, பெரிய பட்டணங்களையும் அவற்றில் வாழும் மக்களையும் அழித்திருக்கிறான். வானத்தில் தோன்றும் எரி நட்சத்திரம்போல அவன் தோன்றி மறைந்தான். அவனுடைய சாம்ராஜ்யமும் சீர்குலைந்து சிதறிப்போயிற்று. 'உலகத்தை வென்றவன்' என்று அலெக்சாந்தரை அழைக்கிறார்கள். ஆனால் ஒரு சிறிய பகுதியைத் தவிர இந்தியாவை அவன் ஜெயிக்கவில்லை. சீனாவுக்கு அருகில்கூடச் செல்லவில்லை.

அவனுக்குப் பிறகு அவனுடைய தளபதிகள் அவனுடைய பேரரசை பங்கு போட்டுக் கொண்டார்கள். தாலமி என்பவன் பங்குக்கு எகிப்து கிடைத்தது. அலெக்சாண்டிரியா நகரை தலைநகராகக் கொண்டு, எகிப்து ஒரு வல்லரசாக விளங்கியது. அலெக்சாண்டிரியா நகரம் கலைக்கும் கல்விக்கும் தத்துவ ஞானத்துக்கும் புகழ்பெற்று இருந்தது.

பாரசீகமும், மெசபொடேமியாவும், ஆசியா மைனரில் ஒரு பகுதியும், செலூகஸ் (Seleucus) என்ற படைத் தலைவனுக்குக் கிடைத்தது. அலெக்சாண்டர் வென்ற இந்தியாவின் வடமேற்குப் பகுதியும் இவனுக்கே கிடைத்தது. ஆனால் அலெக்சாண்டர் இறந்தவுடன் கிரேக்கப் படை இந்தியாவிலிருந்து துரத்துப்பட்டது.

கி.மு. 326ல் அலெக்சாந்தர் இந்தியாவுக்கு வந்தான். அலெக்சாண்டரின் படையெடுப்பால் இந்தியர்களுக்கும் கிரேக்கர்களுக்கும் இடையே தொடர்பு உண்டானதாக சிலர் நினைக்கிறார்கள். ஆனால் அவன் காலத்துக்கு முன்பே இந்தியாவுக்கும் பாரசீகம், கிரீஸ் ஆகிய நாடுகளுக்கும் இடைவிடாத உறவு இருந்து வந்திருக்கிறது.

அலெக்சாண்டரின் படையெடுப்பும் அவனுடைய மரணமும் இந்தியாவில் மௌரிய சாம்ராஜ்யம் என்று ஒரு பெரிய சாம்ராஜ்யம் தோன்றுவதற்குக் காரணமாக இருந்தது. இந்திய சரித்திரத்தில் சிறப்பான காலப் பகுதிகளில் இதுவும் ஒன்று. ஆகவே, இதை நாம் சற்று விரிவாகக் பார்ப்போம்.

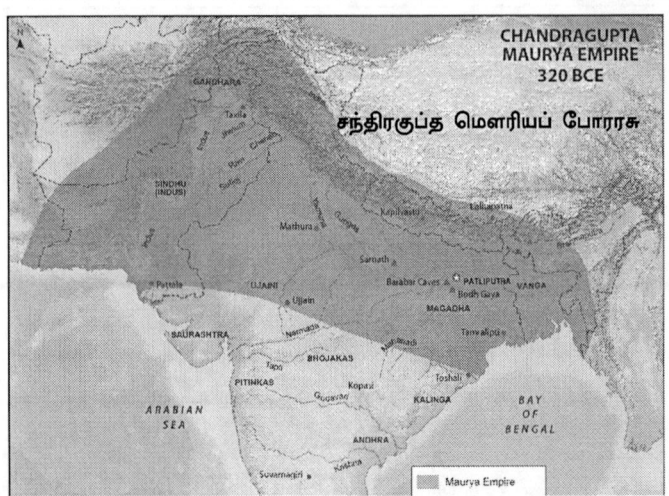

18. சந்திரகுப்தனின் பேரரசு

ஜனவரி 25, 1931

பீகார் மாநிலம் இருக்கும் இப்போது இடத்தில் பழங்காலத்தில் மகதப் பேரரசு அமைந்திருந்தது. இந்த பேரரசு குறித்து முன்பு எழுதிய கடித்தில் கூறியிருக்கிறேன்.

இந்தப் பேரரசு மிகவும் பழமையானது. பாடலிபுத்திரத்தை தலைநகராக கொண்டது. இன்றைய பாட்னா நகரம்தான் பாடலிபுத்திரம் என்று அழைக்கப்பட்டது. நந்த வம்சத்தை சேர்ந்தவர்கள் இதை ஆட்சி செய்தார்கள். அலெக்ஸாண்டர் இந்தியா மீது படையெடுத்த சமயத்தில் நந்த வம்ச அரசன் ஒருவன் ஆண்டான். அவனுடை உறவினர்களில் சந்திரகுப்தன் என்ற இளைஞன் இருந்தான்.

நாம் பேசிக் கொண்டிருக்கும் அக்காலத்தில் நந்த அரச வம்சத்தைச் சேர்ந்த அரசர்கள் மகத நாட்டை ஆண்டுவந்தார்கள். அலெக்சாந்தர் இந்தியாவின் வடமேற்கில் படையெடுத்து வந்தபோது பாடலிபுத்திரத்தில் நந்த வம்சத்தைச் சேர்ந்த ஓர் அரசன் ஆண்டுவந்தான். இவனுடைய உறவினர்களில் சந்திரகுப்தன் என்று ஓர் இளைஞன் இருந்தான். அவனுடைய புத்திக் கூர்மைக்கு பயந்தோ, அல்லது அவன் ஏதும் தவறு செய்த காரணத்தாலோ அவனை நாட்டை விட்டு விரட்டினான் அரசன். விரட்டப்பட்ட

சந்திரகுப்தன் வடக்கே சென்றான். அவனுடன் விஷ்ணுகுப்தன் என்ற பிராமணன் இருந்தான். சாமர்த்தியசாலியான அவனை சாணக்கியன் என்றும் அழைத்தார்கள்.

சந்திரகுப்தனும் சாணக்கியனும் 'விதியின் செயல்' என்று எதற்கும் பணிந்துபோகிற ஆட்கள் இல்லை. இருவருக்குமே பெரிய ஆசைகளும் திட்டங்களும் இருந்தன. அலெக்ஸாண்டரின் பெரும்புகழைக் கேட்டு அவனைப்போல ஆகலாம் என்று சந்திரகுப்தன் விரும்பியிருக்கலாம். சாணக்கியன் அவனுக்கு ஏற்ற நண்பனாகவும் மதி மந்திரியாகவும் இருந்தான். இருவரும் தட்சசீலத்தில் என்ன நடக்கிறது என்பதை கூர்மையாகக் கவனித்துக் கொண்டு தகுந்த காலத்தை எதிர் நோக்கியிருந்தார்கள்.

அலெக்சாண்டர் இறந்த செய்தியைக் கேட்டவுடன் சந்திரகுப்தன் செயலில் இறங்கினான். ஜனங்களைத் தூண்டிவிட்டு அலெக்ஸாண்டர் விட்டுச் சென்ற கிரேக்கப்படையை விரட்டி அடித்தான். தட்சசீலத்தை கைப்பற்றினான். பின்னர் பாடலிபுத்திரத்தின் மீது படையெடுத்து நந்த அரசனை வென்றனர். அலெக்சாண்டர் இறந்த ஐந்து ஆண்டுகளுக்குப் பின் கி.மு.321ல் இது நிகழ்ந்தது.

இந்த நாளில் இருந்து மௌரிய வம்ச ஆட்சி தொடங்குகிறது. சந்திரகுப்தன் ஏன் மௌரியன் என்று அழைக்கப்பட்டான் என்பது தெளிவாகத் தெரியவில்லை. இவனுடைய தாயார் பெயர் மூரா என்பதிலிருந்து மௌரியன் என்று ஆனதாக கூறுகிறார்கள். எது எப்படி இருந்தாலும் இவனுக்கு பின்னால் பல நூற்றாண்டுகளுக்கு பின் ஒரு சந்திரகுப்தனும் அரசாண்டான். இருவரையும் வேறுபடுத்தவே இவனை சந்திரகுப்த மவுரியன் என்று அழைக்கிறார்கள்.

மகாபாரதத்திலும் மற்றப் பழைய நூல்களிலும் பாரதநாடு முழுவதையும் ஒரு தலைமையில் ஆண்டதாக கூறுகிறார்கள். பாரதநாடு என்பதற்கான எல்லை எதுவரை என்பதை யாரும் குறிப்பிடவில்லை. பழைய அரசர்களின் வல்லமையை மிகப்படுத்தி கூறியிருக்கலாம். ஆனால், சரித்திரத்தில் நமக்குத் தெரிந்த வரையில் இந்தியாவில் பரப்பளவும் பலமும் பொருந்திய முதல் பேரரசு சந்திரகுப்த மௌரியனுடையதே ஆகும்.

அவனுடைய அரசாங்கம் சிறப்பும் பலமும் பெற்றிருந்தது. இப்படிப்பட்ட அரசு அமைக்க அதற்கு முன்பே வலுவான அடித்தளம் அமைத்திருக்க வேண்டும். சந்திரகுப்தனுடைய ஆட்சியில்

அலெக்சாண்டரின் தளபதியான செலூகஸ் ஆசியா மைனரிலிருந்து இந்தியா மீது படையெடுத்து வந்தான். ஆனால் அவன் தனக்கு சொந்தமான இப்போது ஆப்கானிஸ்தான் என்று அழைக்கப்படும் காந்தார தேசத்தின் பெரும்பகுதியை சந்திரகுப்தனிடம் தோற்க நேர்ந்தது. காபூல், ஹீரெட் வரையில் உள்ள பகுதியை வென்ற சந்திரகுப்தன் செலூகசின் பெண்ணையும் மணந்துகொண்டான். தென் இந்தியா மட்டும் அவனுக்குக் கீழ் வரவில்லை. இந்தப் பெரிய பேரரசுக்கு பாடலிபுத்திரம் தலைநகராக இருந்தது.

சந்திரகுப்தனுடைய அரசவையில் இருந்த மெகஸ்தனிஸ் என்ற கிரேக்கத் தூதர் அந்தக்கால வரலாறை எழுதியிருக்கிறார். அதைவிட சிறப்பாக கவுடில்யர் என்பவர் அர்த்தசாஸ்திரம் என்ற நூலில் எழுதியிருக்கிறார். கவுடில்யர் யார் தெரியுமா? விஷ்ணுகுப்தன் என்றும் சாணக்கியன் என்றும் அழைக்கப்பட்ட சந்திரகுப்தனின் நண்பன்தான். அர்த்த சாஸ்திரம் என்றால் பொருளியல் நூல் என்று அர்த்தம்.

அரசர், அமைச்சர், ஆலோசனையாளரின் கடமைகள், சபை கூடுவது, அரசாங்கத்தின் பல்வேறு கிளைகள் அல்லது இலாக்காக்கள், வர்த்தகம், வியாபாரம், நகர நிருவாகம், கிராம நிருவாகம், நீதி, நீதிமன்றங்கள், சமூக வழக்கங்கள், பெண்ணுரிமைகள், வயது முதிர்ந்தோரையும் ஆதரவற்றவர்களையும் காப்பாற்றுவது, திருமணம், விவாகரத்து, வரி விதிப்பது, தரைப்படை, கடற்படை, யுத்தம், சமாதானம், ராஜதந்திரம், விவசாயம், நூல்நூற்றல், நெசவு, கைத்தொழில், அனுமதிச்சீட்டுக் கொடுப்பது, சிறை நிர்வாகம் ஆகியவற்றை அர்த்தசாஸ்திரம் விரிவாக பேசுகிறது.

அரசன் பதவி ஏற்கும்போது "உங்களை நான் துன்புறுத்தினால் இந்தப்பிறவியிலும் மறுபிறவியிலும் கிடைக்கவேண்டிய பயன்களையும் குழந்தைப்பேறையும் இழக்கக் கடவேனாக" என்று பிரமாணம் செய்ய வேண்டும். அரசனுக்கு சொல்லப்பட்ட அன்றாட காரியங்களைக் கவனிக்க அவன் எப்போதும் தயாராக வேண்டும். "அரசன் முயற்சி உடையவனாக இருந்தால் அவன் கீழ் வாழும் குடிகளும் முயற்சி உடையவர்களாக இருப்பார்கள். அரசின் நலம் குடிகளின் நலனில் அடங்கியிருக்கிறது. தனக்கு இதமானதை அரசன் நன்மையென்று கருதாமல் குடிகளுக்கு இதமானவற்றையே நன்மையென்று கருதி நடக்கவேண்டும்" என்று கூறப்பட்டிருக்கிறது.

இப்போது உலகிலிருந்து அரச பதவி ஒழிக்கப்படுகிறது. இருக்கின்ற சில அரசர்களும் விரைவில் போய்விடுவார்கள். ஆனால் பழங்கால இந்தியாவில் அரசுரிமை என்பது மக்களுக்குத் தொண்டு புரிவதாக இருந்திருப்பதை நினைக்க ஆறுதலாக இருக்கிறது. ஆனால் பல அரசர்கள் இந்த லட்சிய நெறிப்படி நடக்க முடியாமல் தங்களுடைய அறியாமையால் தங்களுக்கும் நாட்டுக்கும் தீமையைத் தேடிக்கொண்டார்கள்.

'ஓர் ஆரியன் மற்றோர் ஆரியனை அடிமைப்படுத்துவது கூடாது' என்னும் பழைய கொள்கையையும் அர்த்தசாஸ்திரம் வற்புறுத்துகிறது. வெளிநாடுகளில் இருந்து கொண்டுவரப்பட்ட சில அடிமைகள் இருந்தார்கள் என்று தெரிகிறது. ஆனால் ஆரியர்களைப் பொறுத்தவரை ஒருவர் மற்றவருக்கு அடிமையாகாமல் கண்ணும் கருத்துமாய்ப் பார்த்து வந்தார்கள்.

மௌரிய சாம்ராஜ்யத்தின் தலைநகரம் பாடலிபுத்திரம். கங்கைக் கரையில் ஒன்பது மைல் நீளமுள்ள முகப்போடு இருந்தது. அந்நகருக்கு அறுபத்து நான்கு பிரதான வாயில்கள் இருந்தன. வீடுகள் பெரும்பாலும் மரத்தாலர் கட்டப்பட்டிருந்தன. தீ விபத்து ஏற்பட்டால் பாதுகாக்க நகரின் முக்கிய வீதிகளில் ஆயிரக்கணக்கான பாத்திரங்களில் தண்ணீர் நிரப்பி வைத்திருந்தார்கள். வீட்டு உரிமையாளர்கள் தீப்பிடித்தால் அணைக்க பாத்திரங்களில் தண்ணீரும், ஏணி, கொக்கி முதலியவற்றையும் தயாராக வைத்திருக்க வேண்டும் என்கிற கட்டாயம் இருந்தது.

நகரின் தெருக்களில் யாராவது குப்பை கூளங்களை எறிந்தால் அவர்களுக்கு அபராதம் விதிக்கப்படும் என்கிற விதியைக் கௌடில்யர் குறிப்பிடுகிறார். பாடலிபுத்திரத்தின் நிர்வாகத்தைக் கவனிப்பதற்கு ஜனங்களால் தேர்ந்தெடுக்கப்பட்ட நகரசபை இருந்தது. சபை முழுவதும் சுகாதாரம், நிதி, குடி தண்ணீர் வசதி, பூங்காவனங்கள், பொதுக்கட்டடங்கள் ஆகியவற்றை பராமரித்து வந்தது.

நீதி வழங்குவதற்குப் பஞ்சாயத்துக்களும். 'அப்பீல்' செய்வ தற்கு உயர் நீதிமன்றங்களும் இருந்தன. பஞ்சகாலத்தில் உதவ பொருட்கள் கையிருப்பு இருந்தது. 2200 ஆண்டுகளுக்கு முன்பு சந்திரகுப்தன் அரசு இவ்வாறு இருந்தது. கப்பல்கள் கடல் மார்க்கமாகப் பர்மாவுக்கும் சீனாவுக்கும் சென்று வந்தன. இருபத்து நான்கு ஆண்டுகள் ஆட்சி செய்த சந்திரகுப்தன் கி.மு.296ல் இறந்தான்.

மோதிலால் நேரு
ஸ்வரூப ராணி
ஆகியோருடன்
ஜவஹர்லால் நேரு

19. வேதனை நிறைந்த மாதங்கள்!

எஸ். எஸ். 'கிரகோவியா'
ஏப்ரல் 21, 1931

நான் உனக்கு கடிதம் எழுதி மூன்று மாதங்கள் ஆகிவிட்டன. துக்கமும் துன்பமும் நிறைந்த இந்த மூன்று மாதங்களில், இந்தியாவிலும் நம் குடும்பத்திலும் மாறுதல்கள் ஏற்பட்டுவிட்டன.

சட்டமறுப்பு இயக்கம் நிறுத்தி வைக்கப்பட்டு இருக்கிறது. ஆனால் நம்மை எதிர்நோக்கி இருக்கும் பிரச்சனைகள் நீடிக்கின்றன. நமது குடும்பத்தில் உனது தாத்தா... எனது அருமைத் தந்தை மறைந்துவிட்டார். அவர் நம்மை வளர்த்து நமக்கு உயிரும் ஒளியும் கொடுத்தார்.

நைனிடால் சிறையில் கடந்த ஜனவரி 26ஆம் தேதி வழக்கம்போல் உனக்குக் கடிதம் எழுத உட்கார்ந்தேன். அதற்கு முன் தினம்தான் சந்திரகுப்தனைப் பற்றியும் அவனுடைய மௌரிய பேரரசு பற்றியும் உனக்கு எழுதியிருந்தேன். அதைத் தொடர்ந்து அசோகனைப் பற்றி உனக்குச் சொல்வதாக கூறியிருந்தேன்.

ஜனவரி 26ஆம் தேதி நமக்கு ஒரு சிறப்பான தினம் அல்லவா? ஒரு ஆண்டுக்கு முன் அதே நாளில் நாம் இந்தியா முழுவதும் முழு விடுதலை நாள் கொண்டாடினோம் அல்லவா? அன்று நாம்

எல்லோரும் விடுதலை உறுதிமொழி எடுத்துக் கொண்டோம் அல்லவா?

நைனிடால் சிறையில் 6ஆம் எண் சிறைக் கோட்டத்தில் உட்கார்ந்து நாடெங்கும் நடக்கப்போகும் கூட்டங்களைப் பற்றியும், ஊர்வலங்களைப் பற்றியும் எண்ணிக் கொண்டிருந்தேன். திடீரென்று உன் தாத்தாவுக்கு உடம்பு சரியில்லை என்றும் அவரைப் பார்ப்பதற்காக எனக்கு விடுதலை என்றும் தெரிவிக்கப்பட்டது. உள்ளத்தில் கவலை நிறைந்தது. உனக்கு எழுதத் தொடங்கிய கடிதத்தை எடுத்துவைத்து விட்டு நைனிடால் சிறையில் இருந்து ஆனந்தபவனத்துக்குப் புறப்பட்டேன்.

உன் தாத்தாவுடன் பத்து நாட்கள் இருந்தேன். அந்தப் பத்து நாளும் இராப்பகலாக அவர் எமனுடன் போராடியதையும் அவர் அனுபவித்த துன்பத்தையும் நாம் அருகிலிருந்து பார்த்துக் கொண்டிருந்தோம். அவர் உயிர் வாழ்ந்த காலத்தில் எத்தனையோ போராட்டங்களை நடத்தி வெற்றி பெற்றிருக்கிறார். பணிந்து போவது அவருக்குத் தெரியாது. அவரிடத்தில் பெரிதும் அன்பு வைத்துள்ள நான் அவருடைய வேதனையைக் குறைக்க ஒன்றும் செய்ய முடியவில்லையே என்று ஏங்கினேன்... நான் வாசித்த எட்கார் அலன்போ கதையிலுள்ள வாக்கியம் என் நினைவுக்கு வந்தது... 'தேவதூதர்களுக்கும் சாவுக்கும் கூட மனிதன் தன்னை ஒப்புவிப்பதில்லை. சித்தத்தில் உறுதி குன்றிய பிறகுதான் அவன் அவர்களுக்கு ஆட்படுகிறான்."

பிப்ரவரி மாதம் 6ஆம் தேதி அதிகாலை அவர் மறைந்தார். அவருடைய உடலை, தேசியக் கொடியில் சுற்றி, லக்ஷ்மணபுரியிலிருந்து ஆனந்தபவனத்துக்குக் கொண்டு வந்தோம். சில மணி நேரங்களில் அது வெந்து பிடி சாம்பலாகியது. கங்காதேவி அந்தச் சாம்பலை கடலுக்கு கொண்டு சென்றாள்.

பல கோடி மக்கள் அவருக்காக வருந்தினார்கள். நாம் அவருடைய குழந்தைகளாயிருப்பது போலவே ஆனந்தபவனமும் அவர் அன்புடன் போற்றி வளர்த்த குழந்தையாகும். அதுவும் பொலிவிழந்து புலம்புகிறது. அதன் உயிர் பிரிந்தது போலிருக்கிறது.

அவர் இல்லையே என்கிற துயரம் ஒவ்வொரு நிமிஷமும் நம்மைக் வாட்டுகிறது. நாட்கள் சென்றாலும் துக்கம் குறையவில்லை. அவருடைய பிரிவு சிறிதேனும் தாங்கக் கூடியதாக மாறவில்லை. நாம் இப்படி வேதனைப்படுவதை அவர் விரும்ப மாட்டார்.

தமக்கு நேர்ந்த துன்பங்களை எதிர்த்து நின்று வென்றவர் அவர்.

மோதிலால் நேரு

அதுபோல நாமும் துக்கத்திலிருந்து மீள வேண்டும் என்று விரும்புவார். அவர் விட்டுச் சென்ற வேலையை நாமும் தொடர்ந்து செய்ய வேண்டும் என்றுதான் நினைப்பார்.

இந்திய சுதந்திரத்துக்கு நாம் செய்ய வேண்டிய பணி நம்மை அழைக்கிறது. இந்தச் சமயத்தில் நாம் சோர்வடைந்து கலங்கலாமா? இந்திய விடுதலைக்குத்தானே அவர் உயிர் நீத்தார்? நாமும் அதற்காகவே உழைத்து, தேவையானால் உயிரையும் கொடுப்போம். அவருடைய குழந்தைகளான நாம், அவருடைய வீரத்தையும் உறுதியையும் பெற்று போராடுவோம்.

நான் இதை எழுதும்போது கண்ணுக்கு எட்டிய தூரம் வரையில் நீல நிறமான அரபிக்கடல் பரவி விரிகிறது. தொலைவில் இந்தியாவின் கரை மறைந்து கொண்டே போகிறது. எல்லையின்றி விரிந்த வானத்தையும், கடலையும் உனக்கு முந்தைய கடிதங்களை எழுதிய நைனிடால் சிறைக் கூடத்துடனும், அதன் உயர்ந்த சுவர்களுடனும் ஒப்பிட்டுப் பார்க்கிறேன்.

இப்போது என் பார்வை வானமும் கடலும் சேருமிடம் வரையில் நீள்கிறது. சிறையிலோ கைதியைச் சுற்றியிருக்கும் சுவரின் மேல்பக்கம் வரையில்தான் பார்வை செல்ல முடியும். சிறையில் இருந்த எங்களில் பலர் இன்று வெளியே வந்து சுதந்திரக் காற்றைச் சுவாசிக்கிறோம்.

ஆனால், எங்களுடைய தோழர்களில் பலர் பூமியையும், கடலையும், பூமியும் வானமும் சேருவதை பார்க்க முடியாமல் சிறைக் கூடங்களில் வாடி வதங்குகிறார்கள். பாரத மாதாவே இன்று சிறையில் இருக்கிறாள். இந்தியா சுதந்திரம் பெறாமல் நாம் மட்டும் சுதந்திரம் பெற்று என்ன பயன்?

நேருவுடன் மகள் இந்திரா

20. புதைந்த நகரம்

எஸ். எஸ். ' கிரகோவியா '
ஏப்ரல் 22, 1931

'கிரகோவியா' என்ற இந்தக் கப்பலில் பம்பாயிலிருந்து கொழும்புக்கு நாம் பயணம் செய்வது எனக்கு ஆச்சரியமாக இருக்கிறது! நான்கு ஆண்டுகளுக்கு முன் இதே கப்பலுக்காக வெனிஸ் நகரில் நான் காத்திருந்தேன். ஸ்விட்சர்லாந்தில் பெக்ஸ் நகரில் இருந்த பள்ளிக்கூடத்தில் உன்னை கொண்டுபோய் விட்டேன்.

பிறகு, கிரகோவியா கப்பலில் வந்துகொண்டிருந்த உன் தாத்தாவைப் பார்க்க வெனிஸ் சென்றேன். சில மாதங்களுக்குப் பிறகு இதே கப்பலில் உன் தாத்தா ஐரோப்பாவிலிருந்து வந்தார், அவரை வரவேற்க நான் பம்பாய்க்கு போயிருந்தேன். அந்தமுறை அவருடன் பயணம் செய்த சிலர் இன்றைக்கு அதே கப்பலில் எங்களுடன் பயணம் செய்கிறார்கள். அவர்கள் அவரைப்பற்றி ஓயாமல் ஏதேனும் பேசிக்கொண்டே வருகிறார்கள்.

கடந்த மூன்று மாதங்களில் ஏற்பட்ட மாற்றங்களை எழுதியிருந் தேன். கடந்த சில வாரங்களில் நடந்த ஒரு நிகழ்வை நீ நினைவில் வைக்கவேண்டும். கான்பூரில், கணேச சங்கர வித்தியார்த்தி என்ற வீரர் பிறரைக் காப்பாற்றும் முயற்சியில் கொல்லப்பட்டார். அவர் எனக்குச் சிறந்த நண்பர்.

பிறருக்காக வேலை செய்வதே பெரிய விஷயம் ஆகும். கடந்த மாதம் கான்பூரில் இந்தியர்கள் ஒருவரை ஒருவர் வெறியோடு குத்திக் கொலை செய்தனர். இதைக்கண்ட கணேஷ் சண்டையைத் தடுத்து அவர்களைக் காப்பாற்ற முயன்றார். நூற்றுக்கணக்கானவர்களை காப்பாற்றினார். ஆனால் அவர் உயிரை இழந்தார். யாரைக் காப்பாற்ற முயன்றாரோ அவர்கள் கைகளால் கொல்லப்பட்டார். கான்பூர் நகரமும் நமது மாகாணமும் சிறந்த மனிதரை இழந்துவிட்டது.

நாங்கள் அறிவாற்றல் மிகுந்த நண்பரை இழந்துவிட்டோம். அவருடைய மரணம் சிறப்பு வாய்ந்தது. வெறிகொண்ட மக்களை எதிர்கொண்டார். ஆபத்து தன்னைச் சுற்றி சூழ்ந்தபோதும் பிறரைக் காப்பாற்றுவதையே குறியாக கொண்டிருந்தார்.

மூன்று வாரங்களுக்கு முன்பு சிந்து நதிப் பள்ளத்தாக்கில் உள்ள மொஹஞ்ஜோ-தாரோ அகழ்வாய்வுகளை பார்க்கப் போனேன். நீ என்னுடன் அங்கு வரவில்லை. 5 ஆயிரம் ஆண்டுகளுக்கு முன் உருவாக்கப்பட்ட ஒரு நகரம் அது. செங்கற்களால் கட்டப்பட்ட பல வீடுகளோடு, அகலமான வீதிகளோடு, பூமியின் கர்ப்பத்தில் இருந்து வெளிவருவதைப் போல இருந்தது.

இந்தப் புராதன நகரில் கண்டுபிடிக்கப்பட்ட அழகிய நகைகளையும் பாத்திரங்களையும் பார்த்தேன். ஆடவரும் பெண்டிரும் நல்ல ஆடைகளையும் நகைகளையும் அணிந்து பெரிய வீதிகளிலும் சிறிய தெருக்களிலும் நடக்கிறார்கள். குழந்தைகள் விளையாடுகிறார்கள். கடை வீதிகளில் பண்டங்கள் குவிந்திருக்கின்றன. மக்கள் அவற்றை விற்கவும் வாங்கவும் செய்கிறார்கள். கோவில்களின் மணிகள் ‘கணீர் கணீர்’ என்று ஒலிக்கின்றன. என் கற்பனையில் இந்தக் காட்சிகள் விரிகின்றன.

5 ஆயிரம் ஆண்டுகளாக இந்தியா தனது வாழ்க்கையை நடத்தி வந்திருக்கிறது. பல மாறுதல்களை அது பார்த்திருக்கிறது. நான் சில சமயங்களில் இப்படி நினைத்து நெஞ்சத்தில் பெருமை கொள்வதுண்டு. காலம் கடந்து வாழ்ந்தும் இளமை மாறாமல் கட்டழகு மாறாமல் நீடித்து வாழும் நமது தாய், பொறுமை இழந்த அவளுடைய பிள்ளைகளை கண்டும் நீர்க் குமிழிபோல தோன்றி மறையும் அவர்களுடைய இன்ப துன்பத்தைக் கண்டும் புன்னகை செய்வாள் அல்லவா?

ஜவஹர்லால் நேரு

21. சிறைச் சுவரும் கனவுப் பயணமும்

ரேபரேலி ஜில்லா சிறை

மார்ச் 26, 1932

நைனி சிறையிலிருந்து கடந்தகால வரலாறு குறித்து உனக்குக் கடிதம் எழுதி 14 மாதங்கள் ஓடிவிட்டன. இடையில் நாம் கிரகோவியா கப்பலில் இலங்கைக்கு சென்றபோது இரண்டு சிறு கடிதங்கள் எழுதினேன்.

அந்தக் கடிதங்களை எழுதியபோது, அரபிக் கடலின் அழகைக்கூட முழுமையாக ரசிக்க முடியாதவனாக இருந்தேன். இலங்கையில் நம் துயரத்தை மறந்து ஒரு மாதம் இன்பமாக பொழுது போக்கினோம்.

தீவுகளின் ராணியான இலங்கையின் இயற்கை அழகில் வியப்படைந்தோம். கண்டி, நூரலியா, அனுராதபுரம் ஆகிய இடங்களின் பழமை வாய்ந்த சின்னங்களை, சிதைவுகளையும் பார்த்து ரசித்தோம். எல்லாவற்றுக்கும் மேலாகக் குளிர்ச்சி பொருந்திய அந்தக் காடுகள் நம்மை கவர்ந்தன.

உயிரோட்டம் மிக்க அந்தக் காடுகள் ஆயிரம் கண்களுடன் நம்மை பார்ப்பது போலிருந்தது. உயர்ந்து வளர்ந்த கமுகு மரங்களும், அடர்ந்த தென்னந் தோப்புகளும் பார்த்துக் கொண்டே இருக்கத்

தூண்டின. தென்னை மரங்களுடன் கூடிய கடற்கரையின் பசுமை, வானின் நீலத்தைக் கலந்து மயக்கிய கடலின் அழகை நாம் ரசித்தோம். நுரையுடன் கரை மோதும் அலையும், தென்னை ஓலைகளுக்கு ஊடாக காற்று புகுந்து ஒலிக்கும் ஓசையும் மனதை மயக்கின.

வெப்பப் பகுதியில் உள்ள இதுபோன்ற தீவுக்கு வருவது உனக்கு இது முதல் முறை. நான் சிறுவயதில் சிலகாலம் இங்கு வந்து தங்கியிருக்கிறேன். இருந்தாலும் அது எனக்குச் சரியாக நினைவு இல்லை. இதுபோன்ற இடங்களில் உள்ள வெப்பம் என்னை அச்சுறுத்தும். கடலும் மலையும், பனியும் மட்டுமே எனக்கு மிகவும் பிடித்தவை. ஆனால் இலங்கையில் சிலகாலமே தங்கியிருந்தாலும் அதன் அழகில் மயங்கி மீண்டும் செல்ல வேண்டும் என்ற விருப்பம் கொண்டிருந்தேன்.

இலங்கையில் ஒருமாதம் விரைவாக ஓடிக் கழிந்துவிட்டது. அங்கிருந்து இந்தியாவின் தெற்கு முனையான கன்னியாகுமரிக்கு வந்தோம். என்றும் கன்னியாக இருந்து பரமேஸ்வரி எனும் தெய்வம் காவல் காப்பதாக கூறும் அந்த இடம் உனக்கு நினைவிருக்கிறதா?

நம் நாட்டுப் பெயர்களைத் திரித்து கெடுக்கும் மேல்நாட்டவர்கள், குமரி முனையைக் 'கேப்காமரின்' என்கிறார்கள். நாம் பாரத மாதாவின் பாதத்தடியில் உட்கார்ந்து, அரபிக் கடலும் வங்காள விரிகுடாக் கடலும் கலந்து இரண்டும் பாரதத் தாயை வணங்குவதாக கற்பனை செய்தோம் அல்லவா? அந்த இடத்தில் அமைதி பரவியிருந்தது. எனது மனம் தென் கோடியிலிருந்து ஆயிரக்கணக்கான கிலோ மீட்டர்களுக்கு அப்பால் உள்ள இமயமலையின் பனி மூடிய சிகரத்தையும் அங்கு நிலவும் அமைதியையும் நினைத்து பார்த்தது. ஆனால் இந்த இரண்டுக்கும் இடைப்பட்ட நிலத்தை எவ்வளவு போராட்டங்களும், துன்பங்களும், வறுமையும் வாட்டுகின்றன.

குமரிமுனையில் இருந்து வடக்கே திருவாங்கூர், கொச்சி வழியாக மலையாளம் சென்றோம். அங்கு நிலவொளியில் நாம் படகில் சென்றது தனி அனுபவம் அல்லவா? பிறகு மைசூர், ஹைதராபாத், பம்பாய் ஆகிய இடங்களுக்குச் சென்றுவிட்டு அலகாபாத் சென்றோம். இது கடந்த ஜூன் மாதத்தில் நடந்தது. அதாவது ஒன்பது மாதங்கள் முடிந்துவிட்டன.

ஆனால் இப்போது இந்தியாவில் எல்லா பயணங்களின் வழிகளும் ஏறக்குறைய சிறைக்குத்தான் போய்ச் சேருகின்றன. ஆம், நானும் மறுபடியும் சிறைக்கே வந்துவிட்டேன். சிந்திப்பதற்கும் எழுதுவதற்கும்

ஜவஹர்லால் நேரு

நேரு அடைக்கப்பட்ட ரேபரேலி சிறை

எனக்கு போதுமான நேரம் கிடைத்துவிட்டது. ஆனால் நான் எழுதும் கடிதங்கள் உனக்கு வந்து சேராது. மீண்டும் சுதந்திரப்போர் தீவிரமடைந்து விட்டது. ஆண்களும் பெண்களும், சிறுவர்களும் சிறுமிகளும் விடுதலைப்போரில் பங்கேற்கிறார்கள். ஆனால், நாம் எளிதில் விடுதலை அடையமுடியாது.

நான் சிறைக்கு வந்து மூன்று மாதங்கள் ஆகிவிட்டன. 1932, டிசம்பர் மாதம் 26ஆம் தேதி என்னை ஆறாவது முறையாக கைது செய்தார்கள். ஆனாலும் உடனடியாக இந்தக் கடிதங்கள் எழுதுவதை என்னால் தொடங்க முடியவில்லை. வெளியில் நடக்கும் போராட்டங்களும் கைதுகளும் மனதில் கவலை ஏற்படுத்துகின்றன. அதிலிருந்து விடுபட்டு எழுத சில காலம் ஆகிறது. இனி தொடர்ந்து எழுத முற்சிப்பேன்.

ஆனால் இப்போது நான் இருக்கும் இடம் எனக்குப் பிடிக்கவில்லை. எனக்கு எதிரில் இருக்கும் சுவர், உயரத்தில் சீனாவின் பெருஞ்சுவருக்கு இணையாக இருக்கும். அதன் உயரம் 25 அடி இருக்கும் என்று நினைக்கிறேன். தினமும் காலையில் சூரியனைப் பார்க்க ஒன்றரை மணி நேரம் கூடுதலாக ஆகிறது.

ஆனால், பத்து மாதங்களுக்கு முன் நீயும் நானும் உன் அம்மாவும் சென்ற பயணத்தை நினைத்துப் பார்ப்பது இனிமையாக இருக்கிறது.

நேருவுடன் மகள் இந்திரா

22. முதலாளித்துவம் தொலையும்போது...

மார்ச் 28, 1932

நான் உனக்கு எழுதிய உலக வரலாறு தொடர்பான கடிதங்களை மீண்டும் எழுதத் தொடங்குகிறேன். கடந்தகால உலக வரலாறு சிக்கலானது. அதை தனித்தனியாக பிரித்து அறிவதும், முழுமையாகப் பார்ப்பதும்கூட அரிதாக இருக்கிறது.

வரலாற்றில் ஒரு சிறு பகுதிக்கு அளவுக்கு மீறிய முக்கியத்துவம் கொடுத்துவிடும் அபாயமும் இருக்கிறது. அதாவது, ஒரு தேசத்தைச் சேர்ந்த மக்கள் தங்களுடைய தேசத்தின் வரலாறுதான் மற்றவற்றைக் காட்டிலும் கூடுதல் பெருமை வாய்ந்தது என்று நினைக்கும் போக்கு இருக்கும். அத்தைகைய தவறை நீ செய்யக் கூடாது என்று நான் உன்னை எச்சரித்து இருக்கிறேன்.

அது நடக்கக்கூடாது என்றுதான் நான் இந்தக் கடிதங்களை எழுதத் தொடங்கினேன். ஆனால் நானே சில சமயங்களில் அந்தத் தவறைச் செய்வது போல் தோன்றுகிறது. எனக்குக் கிடைத்த கல்வி குறையுடையதாக இருக்கலாம். அல்லது எனக்கு சொல்லப்பட்ட வரலாறு தலைகீழாக இருந்திருக்கலாம். அதற்கு நான் என்ன செய்யமுடியும்?

அந்தக் குறையைப் போக்க சிறையின் தனிமையில் என்

கல்வியறிவை வளர்த்துக் கொண்டேன். அதில் ஓரளவு வெற்றியும் பெற்றதாக நினைக்கிறேன். எனினும், இளமையில் என் மனத்திரையில் பதிவுசெய்த மனிதர்களையும் நிகழ்வுகளையும் பற்றிய எண்ணச் சித்திரங்களை அழிக்கவே முடியவில்லை.

எனவே, எனது வரலாற்று அறிவில் அவற்றின் சாயல் வந்துவிடுகிறது. அதனால் நான் எழுதுவதில் பிழை இருக்கலாம். முக்கியமான விஷயங்களை மறந்தும் விடலாம். முக்கியமில்லாதவற்றை குறிப்பிட்டு விடலாம். எப்படி இருந்தாலும், இந்தக் கடிதங்கள் வரலாற்று நூல்களின் இடத்தை பெறும் நோக்கத்தில் எழுதப்பட்டவை அல்ல.

நானும் நீயும் பேசிக்கொள்ளும் உரையாடலாகவே இவற்றை கருதுகிறேன். இப்படி நினைப்பதில் எனக்கு ஒரு மகிழ்ச்சி கிடைக்கிறது. ஆயிரம் மைல் இடைவெளியும், உயர்ந்த சுவர்களும் நம்மை பிரிக்காமல் இருந்தால்கூட நாம் இந்த விஷயங்களை பேசிக்கொள்ள முடியும்.

புகழ்பெற்ற மனிதர்கள் பலரைப்பற்றி வரலாறு பேசுகிறது. அவர்களைப் பற்றி நாம் பேசாமல் இருக்கமுடியாது. ஆனால், பெரிய மனிதர்கள், அரசர்கள், பேரரசர்கள் ஆகியோரின் சாதனைகள் மட்டுமே வரலாறு அல்ல. அப்படி இருந்தால் இன்றைக்கு மன்னர்களும் போரரசர்களும் இல்லாததால் வரலாறு அவசியமில்லை என்றாகிவிடும்.

இன்றைக்கு பெரியோராக இருப்போரை பேசுவதற்கு சிம்மாசனமோ, கிரீடமோ, ஆபரணங்களோ, பட்டப் பெயர்களோ தேவையில்லை. ஆனாலும், நம்மில் பலர் படாடோபங்களை கண்டு மயங்கி, மகுடம் சூட்டிய மன்னவர்கள் அனைவரும் மாண்புடையவர்கள் என்று எண்ணி விடுகிறோம்.

ஒரு தேசத்தின் உழைக்கும் மக்கள், அவர்களுடைய செயல்களால் பிறருக்கு எந்த வகையில் பாதிப்பை ஏற்படுத்துவார்கள். மற்றவர்களுடைய செயல்களால் அவர்கள் எப்படி பாதிக்கப்பட்டார்கள். இப்படி பாதிக்கப்படுகிற பொதுமக்களைப் பற்றி எழுதுவதுதான் உண்மையான வரலாறு. இப்படிப்பட்ட மனிதர்களின் வரலாறுதான் அற்புதமாக இருக்கும். பல யுகங்களாக இயற்கையோடும், நீர், நெருப்பு, காற்றோடும், காடுகளோடும், காட்டு விலங்குகளோடும், இவற்றுக்கு மேலாகத் தன்னைச் சுரண்டித் தின்று கொழுக்கும் தன் சக மனிதர்களில் ஒரு பிரிவினரோடும் மனிதர்கள் நடத்திவரும்

போராட்டத்தின் கதையாக அது இருக்கும்.

சுருக்கமாகச் சொன்னால் வரலாறு என்பது மனிதனுடைய வாழ்க்கைப் போராட்டத்தின் கதையாக இருக்கும். மனிதன் உயிர்வாழ உண்ண உணவும், இருக்க இடமும், உடுக்க உடையும் வேண்டும். ஆள்வோரும், முதலாளிகளும் மட்டும் இந்த அவசியமான பொருள்கள் மீது ஆதிக்கம் செலுத்தினார்கள். மக்களை வறுமையில் தள்ளி, அடிமையாக்கி அவர்கள் மீது அதிகாரம் செலுத்தினார்கள். எனவேதான் ஒருசிலர் எந்த வேலையும் செய்யாமல் பெரும்பகுதி மக்களை சுரண்டிப் பிழைக்கும் விபரீதத்தை பார்க்கிறோம். கோடிக்கணக்கான மக்கள் கடுமையாக உழைத்தும் வறுமையில் வாடுகிறார்கள்.

தொடக்கத்தில் ஆதிமனிதன் தனியே வேட்டையாடித் திரிந்தான். பின்னர் குடும்பமாக வாழத் தொடங்கினான். கூட்டாகவும், ஒருவர் மற்றவருக்காக உழைக்கும் வழக்கம் ஏற்பட்டது. பின்னர் பல குடும்பங்கள் உருவாகி கிராமங்கள் ஆகின்றன. பல கிராமங்களில் உள்ள வியாபாரிகளும் தொழில் செய்வோரும் சங்கமாக ஆகிறார்கள். சமூகம் வளர்ச்சி அடைகிறது.

பிழைப்புக்கான போராட்டமே இந்த வளர்ச்சிக்கும் ஒத்துழைப்புக்கும் காரணமாக இருந்தன. எல்லோருக்கும் பொதுவான எதிரியை எதிர்க்கவும், தங்களைக் காக்கவும் இந்த ஒற்றுமை பலந் அளித்தது. தனியாக உழைப்பதைக் காட்டிலும் பலர் சேர்ந்து உழைத்தால் நிறைய உற்பத்தி செய்ய முடிந்தது. பிழைப்புக்காக செய்த முயற்சியால் சமூகம் உண்டாகி வளர்ச்சி அடைந்தது.

இந்த வளர்ச்சியால் உலகம் முன்பு இருந்ததை விட கூடுதலாக மகிழ்ச்சி உடையதாக மாறிவிட்டதாக கூறமுடியாது. முன்னைவிடச் கொஞ்சம் உயர்ந்திருக்கிறது என்று சொல்லலாம். எங்கும் துன்பத்துக்கு குறைவில்லை. இந்த நிலைமை சீரடைய வெகுதூரம் பயணிக்க வேண்டும்.

வளர்ச்சி அதிகமானபோது வாழ்க்கை சிக்கலானது. எதையும் எதிர்பாராமல் கொடுத்தது போய், ஒன்றைக்கொடுத்தால் இன்னொன்றை தர வேண்டும் என்ற பண்டமாற்று நிலை வந்தது. பணம் உருவாகிறது. பொருளுக்கு பொன் அல்லது வெள்ளி கொடுப்பது வழக்கமாகிறது. வியாபாரம் பெருகுகிறது. ஒரு கட்டத்தில் பணத்திற்கு பதிலாக உறுதிமொழி பத்திரம் புழக்கத்திற்கு வருகிறது. அதாவது கடன் வியாபாரம் அறிமுகம் ஆனது. இந்த அடிப்படையிலும் வியாபாரமும்

வர்த்தகமும் வளர்ச்சி அடைந்தன. அறிமுகமானவர்கள் பணப்பைகளை தூக்கிப் போவதில்லை.

வியாபாரம் விரிவடையும்போது உற்பத்தி அதிகரிக்கிறது. போக்குவரத்து சாதனங்கள் வளர்ச்சி அடைகிறது. குறிப்பாக நீராவி எந்திரம் அறிமுகமான பிறகு, ஒரு நூற்றாண்டில் இது அதிகமான வளர்ச்சி அடைகிறது. உற்பத்தியும் செல்வமும் அதிகமாகிறது. சிலருக்கு அதிக ஓய்வு கிடைக்கிறது. இப்படித்தான் நாகரிகம் வளர்ச்சி அடைந்தது.

கல்வியறிவிலும், கலைகளிலும், விஞ்ஞானத்திலும் முன்னேறி தற்கால நாகரிகம் பல அதிசயங்களை சாதித்துள்ளதாக கூறுகிறார்கள். ஆனாலும், ஏழைகள் ஏழைகளாகவே கஷ்டப்படுகிறார்கள். பெரிய தேசங்கள் தங்களுக்குள் போரிட்டுக் கோடிக்கணக்கான மக்களைக் கொன்று குவிக்கின்றன. நமது தேசத்தைப் போன்ற பெரிய தேசங்களை அன்னியர்கள் கைப்பற்றி ஆள்கிறார்கள். நமது சொந்த வீட்டில் நமக்குச் சுதந்திரம் இல்லையென்றால், நாகரிக வளர்ச்சியால் நமக்கு என்ன பயன்? ஆனால் நாம் இப்போது விழித்தெழுந்து விடுதலைக்கு முயற்சி செய்கிறோம்.

கிளர்ச்சி மிகுந்த இந்தக் காலத்தில் உலகம் முழுவதுமே மாறுதல் அடைந்து கொண்டிருக்கிறது. இதை நம்மால் பார்க்க முடிகிறது அதுமட்டுமின்றி, இந்த போராட்டத்தில் நாமும் பங்கேற்கும் வாய்ப்பு பெற்றிருக்கிறோம். உனக்கு நல்வாய்ப்பு கிடைத்திருக்கிறது. ரஷ்ய புரட்சி நடந்து, புதிய சகாப்தம் தோன்றிய ஆண்டு அதே மாதம் பிறந்தாய். அதுமட்டுமல்ல, சொந்த நாட்டில் நடக்கும் புரட்சியையும் பார்த்துக் கொண்டிருக்கிறாய். விரைவில் அதில் நீயும் பங்கேற்பாய்.

உலகம் முழுவதும் கொந்தளிக்கிறது. மாறுகிறது. கிழக்கே, ஜப்பான் சீனா மீது பாய்கிறது. உலகம் முழுவதும், பழைய முறை ஆட்டம் கண்டு நொறுங்கிவிடும் போலிருக்கிறது. ஆயுதக் குறைப்பு குறித்து பேசினாலும், எல்லா நாடுகளும் ஆயுதபலத்தை திரட்டுகின்றன. நீண்ட காலமாக உலகை அடக்கி ஆண்ட முதலாளித்துவம் ஒழியும் வேளை நெருங்குகிறது. உலகை விட்டு முதலாளித்துவம் தொலையும் போது, அதோடு சேர்ந்து பல பீடைகளும் தொலைந்து போகும்.

இளம் வயதில் இந்திரா

23. இதுவரை அறிந்தவை...

மார்ச்சு 29, 1932

கடந்த காலத்துக்கு செல்லும் பாதையில் நாம் எவ்வளவு தூரம் பயணம் செய்திருக்கிறோம்?

எகிப்து, இந்தியா, சீனா, நோஸோஸ் ஆகிய தேசங்களின் பழங்கால வரலாறு குறித்து கொஞ்சம் பேசினோம். 'பிரமிடு'களை உருவாக்கிய பழமையான எகிப்து நாகரிகம் தேய்ந்து உயிர் அற்ற வெறும் அடையாளங்கள் ஆகிவிட்டதை கண்டோம். நோஸோஸ் நாகரிகத்தை கிரேக்க நாகரிகம் அழித்து ஒழித்ததை பார்த்தோம். போதிய ஆதாரம் இல்லாததால் இந்தியா, சீனா, ஆகியவற்றின் ஆதி வரலாறு குறித்து நாம் தெளிவாகத் அறியமுடியவில்லை.

ஆனால் இந்த நாடுகள் பழங்காலத்திலேயே நாகரிகம் அடைந்திருந்தன. பல ஆயிரம் ஆண்டுகளுக்கு முந்தைய தங்கள் நாகரிகத்துடன் தொடர்பு விட்டுப் போகாமல் இருநாடுகளும் இருப்பதை பெருமையுடன் நினைவுபடுத்தினோம்.

மெசபொடேமியாவில் பேரரசுக்குப் பின் பேரரசுகளாக உருவானதையும், பிறகு அவை எல்லாம் சரிந்து வீழ்ந்து அழிந்ததையும் பார்த்தோம்.

கிறிஸ்து பிறப்பதற்கு 500 அல்லது 600 ஆண்டுகளுக்கு முற்பட்ட காலத்தைச் சேர்ந்த பல மகான்களைப் பற்றி கொஞ்சம் தெரிந்துகொண்டோம். இந்தியாவில் புத்தர், மகாவீரர், சீனாவில் கன்ஃபூஷியஸ், லாவோ-ட்சே ஆகியோரைப் பற்றி பார்த்தோம். பாரசீகத்தில் ஜாரதுஷ்டிரரும், கிரீஸில் பிதகோரசும் தோன்றினார்கள்.

இந்தியாவில் பழைய வைதிக சமயத்தின் சடங்கு முறைகளையும் குருக்கள்மாரின் இழிந்த போக்கையும் புத்தர் கண்டித்தார். மூடப்பழக்க வழக்கங்களாலும், பூஜைகளாலும் மக்களை மிரட்டி ஏமாற்றுவதையும் ஜாதி வகுப்பு முறையையும் கண்டித்துச் சமத்துவத்தைப் போதித்தார்.

மேற்கே ஆசியாவும் ஐரோப்பாவும் சேருமிடத்தில் உருவான பாரசீகத்தையும், கிரீஸையும் அறிந்தோம். பாரசீக பேரரசின் டேரியஸ் மன்னன் தனது பேரரசை இந்தியாவின் சிந்து நதி வரை பரவச் செய்திருந்தான். ஆனால், அந்தப் பேரரசு சிறிய கிரீஸ் தேசத்தை கைப்பற்ற முயன்ற தோற்றதை பார்த்தோம். அப்படிப்பட்ட கிரீஸ் தேசத்தின் பிரகாசமான வரலாறையும், அங்கு தோன்றிய அறிவாளிகளையும் மகான்களையும் அவர்கள் படைத்த கலை இலக்கியம் குறித்தும் தெரிந்துகொண்டோம்.

மாசிடோனியாவைச் சேர்ந்த அலெக்சாண்டர் தனது வெற்றிகளால் கிரீஸின் புகழை உலகம் முழுவதும் பரவச் செய்தான். அதேசமயம், கிரீஸின் கலைச்செல்வம் சிறிது சிறிதாக மங்கி மறைந்தது. அலெக்சாண்டர் பாரசீக பேரரசை அழித்து இந்தியாவிலும் நுழைந்து வெற்றி பெற்றான். பெரிய தளபதி என்றாலும், அவன் தனது தகுதிக்கு மீறிய புகழை அடைந்துவிட்டான். பரந்த படிப்பறிவு உள்ளவர்களுக்கு சாக்ரடீஸ், பிளேட்டோ, பிதியாஸ், சோபோக்ளீஸ் போன்ற கிரேக்க அறிஞர்களைத் தெரியும். ஆனால், அலெக்சாண்டரை அறியாதவர் யாரேனும் இருக்க முடியுமா?

அலெக்சாண்டர் பெரிதாக எதையும் சாதிக்கவில்லை. ஏற்கெனவே தடுமாறிக்கொண்டிருந்த பாரசீகத்தை வீழ்த்தினான். இந்தியாவுக்குள் வந்ததும் திரும்பிவிட்டான். இளம் வயதிலேயே இறந்துவிட்டான். அவன் உருவாக்கிய பேரரசும் சிதைந்துவிட்டது. ஆனால், அவனுடைய பெயர் நிலைத்துவிட்டது.

கிழக்கே அலெக்சாண்டரின் படையெடுப்பால்தான், கிழக்குக்கும் மேற்குக்கும் இடையே மீண்டும் புதிய உறவுகள் முளைத்தன. பல கிரேக்கர்கள் கிழக்கே சென்று பழைய நகரங்களிலும் தாங்கள்

புதிதாக வளைத்த இடங்களிலும் குடியேறினார்கள். அலெக்சாண்டர் காலத்துக்கு முன்பே கிழக்குக்கும் மேற்குக்கும் வாணிபத் தொடர்பு இருந்தது. அவனுடைய காலத்துக்குப் பின் அவை மேலும் பெருகின.

அலெக்சாண்டரின் படையெடுப்பிற்கு பிறகு அவனுடைய வீரர்கள் நாடு திரும்பினர். அப்போது மெசபொடேமியாவின் சதுப்பு நிலங்களில் இருந்த 'மலேரியா' காய்ச்சலுக்கு காரணமான கொசுக்கள் அவர்களுடன் பயணித்தன. கிரீஸின் பள்ளமான பகுதிகளில் அவை பரவின. கிரேக்கர்களின் பலம் குறைய காரணமானதாக ஒரு அனுமானம் இருக்கிறது.

அலெக்சாண்டர் சின்ன வயதில் இறந்த பிறகு, வேறு சில சிறு பேரரசுகள் தோன்றின. அவற்றில் தாலமியின் ஆட்சிக்குட்பட்ட எகிப்தும், செலூகஸின் ஆட்சிக்குட்பட்ட மேற்கு ஆசியா இரண்டும் முக்கியமானவை. இவர்கள் இருவரும் அலெக்சாண்டரின் தளபதிகள். செலூகஸ் இந்தியாவை தனக்குக் கீழ் கொண்டுவர முயன்றான். ஆனால் இந்தியாவின் பலமான எதிர்ப்பைச் சந்தித்தான்.

வட இந்தியா மற்றும் மத்திய இந்தியா முழுவதும் சந்திரகுப்த மௌரியன் ஆளுகையின் கீழ் இருந்தது. சந்திரகுப்தனைப் பற்றியும் அவனுடைய பிராமண மந்திரி சாணக்கியனைப் பற்றியும், அவன் எழுதிய 'அர்த்த சாஸ்திரம்' என்ற நூலைப் பற்றியும் எனது கடிதங்களில் சிறிது சொன்னேன். இந்த நூல் நமக்குக் கிடைத்திருப்பதால் அதிலிருந்து 2 ஆயிரத்து 200 ஆண்டுகளுக்கு முந்தைய இந்தியாவை அறிய முடிகிறது.

நான் இதுவரையில் எழுதியதை நாம் மீண்டும் ஒருமுறை சுருக்கமாகப் பார்த்தோம். மௌரிய சாம்ராஜ்யத்தைப் பற்றியும் அசோகனைப் பற்றியும் அடுத்த கடிதத்தில் சொல்கிறேன். நைனி சிறையில் இருந்தபோது, 1931ஆம் ஆண்டு ஜனவரி மாதம் 25ஆம் தேதி, அதாவது 14 மாதங்களுக்கு முன்பே இதைப்பற்றி எழுதுவதாகக் கூறியிருந்தேன்.

ஜவஹர்லால் நேரு

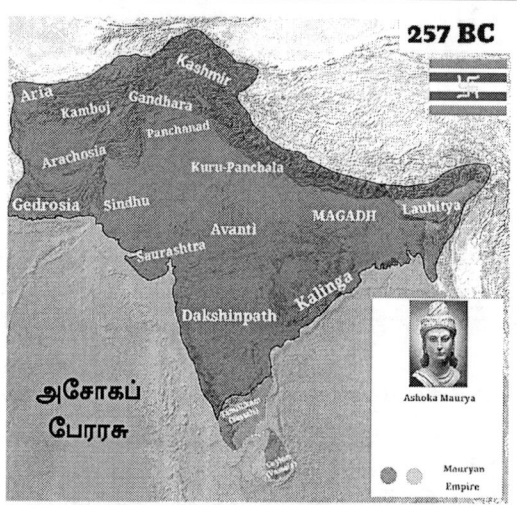

24. மகா அசோகர்

மார்ச் 30, 1932

அரசர்களையும் சிற்றரசர்களையும் நான் மதிப்பதில்லை. அவர்களை புகழ்வதற்கு உரிய எதுவும் அவர்களிடம் இல்லை என்பது எனது கருத்து. ஆனால், அரசனாகவும் பேரரசராகவும் இருந்தும் உண்மையில் பெரியவனாகவும் புகழுக்கு உரியவனாகவும் வாழ்ந்த ஒருவனைப் பற்றி பேசப்போகிறேன்.

அவன்தான் அசோகன். சந்திரகுப்த மௌரியனுடைய பேரன். எச்.ஜி.வெல்ஸ் என்னும் ஆங்கில ஆசிரியர் தம்முடைய Outline of History என்னும் நூலில் அசோகரைப் பற்றி இப்படிக் கூறுகிறார்.

"வரலாறு நெடுகிலும் ஏராளமான மன்னர்களின் பெயர்கள் இருக்கலாம். ஆனால், அந்தப் பெயர்களுக்கு மத்தியில் அசோகனின் பெயர் ஒப்பற்ற பெருமையுடன் ஒரு நட்சத்திரம் போல ஒளிவிட்டுப் பிரகாசிக்கிறது. வோல்காவிலிருந்து ஜப்பான் வரையில் அவனுடைய பெயர் நிலைத்திருக்கிறது. சீனாவிலும், திபெத்திலும், அவனுடைய கொள்கையை விட்டுவிட்ட இந்தியாவிலும் அவனுடைய பெருமை தொடர்கிறது. கான்ஸ்டண்டைன் (Constantine) அல்லது சார்லமேன் (Charlemagne) ஆகியோரின் பெயர்களை அறிந்தவர்களை விட அசோகனை அறிந்திருக்கிறார்கள்."

இவர் அசோகனை வானளாவப் புகழ்ந்திருக்கிறார் என்றாலும் அவ்வளவும் அவனுக்குத் தகும். இந்திய வரலாறில் இவனுடைய காலத்தைப் படிக்கும் இந்தியர்கள் நிஜமாகவே மகிழ்ச்சி அடையலாம்.

கி.மு.300க்கு முன்பே சந்திரகுப்தன் இறந்துவிட்டான். அவனுக்குப் பின் அவனுடைய மகன் பிந்துசாரன் 25 ஆண்டுகள் ஆட்சி செய்தான். அவனுடைய ஆட்சியில் கிரேக்க உலகத்தோடு தொடர்புகளை காப்பாற்றினான். எகிப்து அரசனாகிய தாலமியின் தூதனும், மேற்கு ஆசியாவை ஆட்சி செய்த செலூகஸின் மகன் ஆண்டியோகஸ் (Antiochus) அனுப்பிய தூதனும் அவனுடைய அரசவைக்கு வந்தனர். இந்தியாவில் உற்பத்தியான அவுரியைக் கொண்டு எகிப்து நாட்டினர் துணிகளுக்குச் சாயம் தோய்த்தார்கள். அவர்கள் பதப்படுத்திய மம்மிகளை இந்திய மஸ்லின் துணிகளில் சுற்றிப் பாதுகாத்தார்கள். பீகாரில் கண்டுபிடிக்கப்பட்ட சில பழங்காலச் சின்னங்களில் இருந்து மௌரியர் காலத்துக்கு முன்பே அங்கு கண்ணாடி பாத்திரங்கள் செய்திருக்கலாம் என்று தெரிகிறது.

சந்திரகுப்தன் அரசவைக்கு வந்திருந்த கிரேக்க தூதர் மெகஸ்தனிஸ் இந்தியர்கள் அலங்கார ஆடை அணிகலன்களை விரும்பியதாக எழுதியிருக்கிறார். தங்கள் உயரத்தை அதிகப்படுத்த ஒருவித பாதணிகளை பயன்படுத்தினர் என்றும் கூறுகிறார். இதைக் கேட்க நீ ஆச்சரியப்படுவாய். ஆகவே உயர்ந்த குதிகால்கள் கொண்ட பாதணிகள் நீண்ட காலத்துக்கு முன்பே இருந்தவை என்பது புரியும்.

பிந்துசாரனுக்குப் பின் கி.மு.268ஆம் ஆண்டு அசோகன் பொறுப்பேற்றான். வட இந்தியா, மத்திய இந்தியாவுடன் மத்திய ஆசியா வரை பரவியிருந்த பேரரசுக்கு தலைவன் ஆனான். தெற்கிலும் தென்கிழக்கிலும் தன் பேரரசுக்குள் அடங்காமல் இருந்த வேறு பல நாடுகளையும் கைப்பற்ற நினைத்தான். தான் பொறுப்பேற்ற ஒன்பதாவது ஆண்டில் கலிங்க நாட்டின் மீது படையெடுத்தான்.

மகாநதி, கோதாவரி, கிருஷ்ணா ஆகிய நதிகளுக்கிடையே இருப்பது கலிங்கம். கலிங்கர்கள் வீரத்துடன் போரிட்டாலும் இறுதியில் தோற்றார்கள். இந்தப் போரும் அதனால் விளைந்த உயிர்ப் பலிகளும் அசோகனை வாட்டி வதைத்தன. அவன் போரை வெறுத்தான். தென் கோடித் தமிழ்நாடு தவிர்த்து இந்தியா முழுமையும் அவனுக்குக் கீழ் இருந்தது. வரலாற்றில், வெற்றிக்குப்பின் போர்த் தொழிலை விட்டொழித்த அரசன் அசோகன் ஒருவனே என்கிறார் எச்.ஜி. வெல்ஸ் கூறுகிறார்.

அசோகன் தனது எண்ணங்களையும் செயல்களையும் எழுதி வைத்தது நமது நற்பயன். மக்களும், அடுத்துவரும் தலை முறையினரும் கடைப்பிடிக்க பல கட்டளைகளைக் கல்லிலும் செம்பிலும் செதுக்கிவைத்தான். அலகாபாத் கோட்டையிலும் அத்தகைய அசோகத் தூண் இருப்பது உனக்குத் தெரியும்.

போரினால் விளைகின்ற கொடிய கொலைகளைக் கண்டு அச்சமும் நடுக்கமும் இரக்கமும் கொண்டதை தனது கல்வெட்டுகளில் எழுதி இருக்கிறான். மனம் போனபடி வாழாமல், தர்மத்தினால் பிறர் மனதை கவர்வதே நிஜமான வெற்றியாகும் என்கிறான். அவனுடைய கட்டளைகள் சிலவற்றை உனக்காக தருகிறேன்.

அசோக மகாராஜா பதவியேற்று எட்டு ஆண்டுகளுக்குப் பிறகு கலிங்கம் கைப்பற்றப்பட்டது. அந்தப் போரில் ஒன்றரை லட்சம் பேர் சிறைப்பிடிக்கப்பட்டனர். ஒரு லட்சம் பேர் கொல்லப்பட்டனர். மேலும் பல மடங்கினர் இறந்தனர்.

கலிங்கம் தோற்கடிக்கப்பட்டதும் அசோகருக்கு புத்தரின் கொள்கையில் ஈடுபாடு ஏற்பட்டது. அதை பிறரும் பின்பற்ற வேண்டும் என்று வலியுறுத்தினார். கலிங்கத்தின் மீது வெற்றி கொண்டதற்காக அவர் வருத்தம் கொண்டார். போரில் ஏற்பட்ட உயிர்ப் பலிகள் அவரை துயரத்தில் தள்ளின.

கலிங்கப் போரில் பலியானவர்கள், சிறைப் பிடிக்கப் பட்டவர்களில் ஆயிரத்தில் ஒரு பங்கினர்கூட பலியாகவோ, சிறைப்படவோ அசோகன் பொறுக்கமாட்டான் என்று அந்தக் கட்டளை கூறுகிறது.

அசோக மகாராஜாவுக்கு யாராவது தீங்கிழைத்தால்கூட அதையும் பொறுத்துக் கொள்ள வேண்டும். தமது எல்லைக்கு உள்பட்ட காடுகளில் வாழும் உயிர்களிடமும் அன்பு செலுத்த வேண்டும். அவ்வாறு செய்யத் தவறினால் அவர் வருந்துவார். உயிருள்ள யாவும் பாதுகாப்புடனும் மகிழ்ச்சியுடனும் வாழ வேண்டும் என்பது அவருடைய விருப்பம்.

இந்தக் கட்டளைகளில் தர்மம் என்று அடிக்கடி குறிப்பிடப்படுவது புத்த தர்மமே. அசோகர் புத்த மதத்தை பின்பற்றி அது பரவ தன்னால் இயன்ற எல்லாவற்றையும் செய்தார். மனிதருடைய இதயங்களை அன்பினால் வசப்படுத்தி புத்த மதத்தைத் தழுவும்படி செய்தார். அசோகரைப்போல் பிற மத வெறுப்பற்ற மதவாதிகள் மிக மிக அரிது.

வரலாற்றில் எங்கு பார்த்தாலும் மதக் கொடுமைகளும் மதப்போர்களும் நிறைந்து இருக்கின்றன. மதத்தின் பேராலும் கடவுளின் பேராலும் ரத்தம் சிந்தப்பட்ட அளவுக்கு வேறு எதன் பேராலும் ரத்தம் சிந்தப்படவில்லை என்று சொல்லலாம். ஆனால், அசோகர் தம்முடைய கொள்கைகளை மற்றவர்கள் பின்பற்ற அன்பு வழியைப் பயன்படுத்தினார் என்பதே வியப்பாகும். கத்தியைக் காட்டி மிரட்டி மதத்தை திணிக்கலாம் என்ற மடமை வியப்பையே அளிக்கிறது.

மேற்கு ஆசியாவிலும், ஐரோப்பாவிலும், ஆப்பிரிக்காவிலும் உள்ள நாடுகளுக்குத் தன்னுடைய தூதர்களையும் மத போதகர்களையும் அனுப்பினார். இலங்கைக்கு தனது சகோதரர் மகேந்திரரையும் சகோதரி சங்கமித்திரையையும் அனுப்பிவைத்தார். அவர்கள் கயாவில் இருந்து புத்தர் ஞானம் பெற்ற போதி மரத்தின் கிளையை கொண்டு சென்றார்கள் என்பது உனக்கு தெரியும். அனுராதபுரத்தில் உள்ள புத்தர் கோயிலில் நாம் பார்த்த அரசமரம் அந்தப் கிளையில் இருந்து வளர்ந்ததாக சொல்லப்படுகிறது.

இந்தியாவில் புத்த மதம் விரைவாகப் பரவியது. தோத்திரங்கள் சொல்லுவதும் பூஜைகளும் சடங்குகளும் தர்மம் அல்லவென்றும், நல்ல செயல்களால் சமுதாயத்தை மேம்படுத்துவதே தர்மம் என்றும் அசோகர் கருதினார். நாடு முழுவதும் சாலைகளும், சோலைகளும், குளங்களும், வைத்திய சாலைகளும் உருவாகின. பெண் கல்விக்கு தனி வசதிகள் செய்யப்பட்டன.

நான்கு பெரிய கலாசாலைகள் தோன்றின. தட்சசீலம், மதுரா, உஜ்ஜயினி, பாட்னாவுக்கு அருகில் உள்ள நாளந்தா ஆகியவை கல்வியை வளர்த்தன. இவற்றில் இந்தியாவில் உள்ளவர்கள் மட்டுமின்றி, சீனா மற்றும் மேற்கு ஆசிய நாடுகளில் இருந்தும் மாணவர்கள் வந்தனர். இவர்கள் தங்களுடன் புத்தரின் உபதேசங்களையும் கொண்டு சென்றார்கள். நாடெங்கும் பெரிய விஹார்கள் எனப்படும் மடங்கள் தோன்றின.

பாட்னா அல்லது பாடலிபுத்திரத்துக்கு அருகில் இந்த விஹார்கள் அதிகமாக இருந்தன. எனவே அந்த மாகாணம் 'விஹார்' என்று ஆனது. விஹார் என்பது திரிந்து பிஹார் என்று ஆனது. ஆனால் வழக்கம்போல இந்த மடங்கள் அவற்றின் நோக்கத்தை இழந்து வெறும் பூஜைகள் மட்டும் நடைபெறும் இடங்களாக மாறிவிட்டன.

அசோகருடைய ஜீவகாருண்யம் மனிதர்களை மட்டுமின்றி விலங்குகளையும் தழுவி நின்றது. விலங்குகளுக்கு நோய் வந்தால்

அவற்றுக்கு வைத்தியம் செய்வதற்குத் தனியாக வைத்திய சாலைகள் ஏற்படுத்தப் பட்டன. விலங்குகளைப் பலியிடுவது தடுக்கப்பட்டது. ஆனால், விலங்குகளை பலியிடுவது இன்றும் சில மதங்களின் ஒரு பகுதியாக கருதப்படுகிறது. புத்த மதம் பரவியதாலும் அசோகரின் ஒழுக்கம் காரணமாகவும் பலர் சைவ உணவு கொள்ளத் தொடங்கினார்கள். அதுவரையில் இந்தியாவில் க்ஷத்திரியர்களும் பிராமணர்களும் மாமிசம் உண்டு மது அருந்தினார்கள். புத்தமதம் பரவியதால் இந்தப் பழக்கம் மிகவும் குறையத் தொடங்கியது.

அசோகர் முப்பத்தெட்டு ஆண்டுகள் ஆட்சி செய்தார். பொது நன்மைக்காக எப்போதும் உழைக்கக் கடமைப் பட்டிருக்கிறேன். எனவே எந்த நேரத்திலும் எல்லா இடங்களிலும் மக்கள் பிரச்சனைகளை என்னிடம் தெரிவிக்க வேண்டும் என்று அவர் சொல்லியிருக்கிறார்.

கி.மு. 226ஆம் ஆண்டு அசோகர் மரணம் அடைந்தார். அதற்குச் சில காலத்துக்கு முன் அவர் புத்த துறவி ஆனார். மௌரிய காலத்து மிச்சங்கள் சிலதான் கிடைக்கின்றன. காசிக்கு அருகில் சாரநாத் என்னுமிடத்திலுள்ள மேலே சிங்கங்கள் செதுக்கப்பட்ட அழகிய அசோகத் தூணை நீ இன்றும் பார்க்கலாம்.

அசோகரது தலைநகரான பாடலிபுத்திரப் பெருநகரில் எஞ்சி நின்றது ஒன்றேனும் இல்லை. 1,500 ஆண்டுகளுக்கு முன்னர், அதாவது அசோகர் காலத்துக்கு 600 ஆண்டுகளுக்குப் பிறகு பாஹியன் (Fa-Hien) என்கிற சீன யாத்திரிகர் பாடலிபுத்திரத்தை பார்வையிட்டார். அந்தக் காலத்திலும் அந்த நகரம் சீரோடு இருந்தது. கல்லினால் கட்டப்பட்ட அசோகரது அரண்மனை மட்டும் அழிவுற்றுக் கிடந்தது. அழிவுற்ற அதைப் பார்த்தே அவர் பிரமித்தார். தன் இந்திய பயணக் குறிப்பில், 'இது மனிதர்களால் செய்யக்கூடிய வேலை என்று எனக்குத் தோன்றவில்லை' என்று அந்த அரண்மனையைப் பற்றிக் கூறுகிறார்.

பெரிய கற்களால் கட்டப்பட்ட அந்த அரண்மனை அடையாளம் இல்லாமல் போயிற்று. ஆனால் அசோகரின் பெயர் ஆசியா கண்டம் முழுவதும் பரவியிருக்கிறது. அவருடைய கட்டளைகளில் நாம் கற்க வேண்டியது நிறைய இருக்கிறது. இந்தக் கடிதம் நீளமாகிவிட்டது. அசோகர் கட்டளையிலிருந்து ஒரு சிறிய வாக்கியத்தைக் கூறுகிறேன்.

"எல்லா மதங்களும் ஏதாவது ஒரு வகையில் வணக்கத்துக்கு உரியவையாக இருக்கின்றன. இதை அறிந்து நடப்பவன் தன் மனத்தை உயர்த்துவதோடு பிற மதங்களுக்கும் சேவை செய்தவனாகிறான்."

அசோகர் கட்டிய சாஞ்சி ஸ்தூபி

25. அசோகர் கால உலகம்

மார்ச் 31, 1932

புத்தமதத்தை பரப்புவதற்காக தொலைதூர நாடுகளுக்கு புத்த பிக்குகளையும், தூதர்களையும் அசோகர் அனுப்பினார். அவர்கள் மூலமாக இந்தியாவுக்கும் வெளிநாடுகளுக்கும் தொடர்புகல் நீடித்தன. வியாபாரம் பெருகியது.

அந்தக்கால தொடர்புகளுக்கும், வியாபாரத்துக்கும் இந்தக் காலத்தில் இருக்கிற தொடர்புகளுக்கும் வியாபாரத்துக்கும் நிறைய வேறுபாடுகள் இருக்கின்றன. அதை நீ புரிந்துகொள்ள வேண்டும். இந்தக் காலத்தில் ரயில்கள், கப்பல்கள், விமானங்கள் வழியாக வியாபாரம் நடைபெறுகிறது. ஆனால், அந்தக் காலத்தில் பயணம் என்பதே ஆபத்து நிறைந்தது. துணிவும் தைரியமும் நிறைந்தவர்களே வியாபாரத்தை மேற்கொள்ள முடியும்.

அசோகர் கல்வெட்டுகளில் தொலைதூர தேசங்கள் என்று குறிப்பிடப்பட்டுள்ளன. ஆனால், அவருடைய காலத்தில் உலகம் எப்படி இருந்தது? எகிப்து, மத்தியதரைக் கடல் நாடுகளைத் தவிர்த்து, ஆப்பிரிகாகவைப் பற்றி ஒன்றும் தெரியாது. ஐரோப்பாவின் பகுதிகளையும் ஆசியாவின் சில பகுதிகளைத் தவிர மற்றவற்றையும் நாம் அறிந்திருப்பது மிகவும் குறைவு.

அமெரிக்காவைப் பற்றி நமக்கு எதுவும் தெரியவில்லை. கொலம்பஸ் அமெரிக்காவை கண்டுபிடித்தார் என்கிறார்கள். ஆனால் அவருக்கு முன்பிருந்தே அமெரிக்காக் கண்டத்தில் வளர்ச்சி அடைந்த நாகரிகங்கள் இருந்தாக கூறப்படுகிறது. கொலம்பஸ் அமெரிக்காக் கண்டத்திற்கு கடல் வழியை கண்டுபிடித்தார் என்பதே உண்மை என்கிறார்கள்.

தென் அமெரிக்காவிலுள்ள பெரு நாட்டிலும், அதைச் சுற்றியுள்ள பகுதிகளிலும் ஓர் உயர்ந்த நாகரிகம் இருந்ததாக அறிகிறோம். கி.மு. மூன்றாவது நூற்றாண்டில் இந்தியாவில் அசோகன் வாழ்ந்து வந்த காலத்தில் அமெரிக்காவிலும் நாகரிக முதிர்ச்சி பெற்ற மக்கள் சமுதாயத்தை அமைத்து வாழ்ந்திருக்கலாம். ஆனால் அவர்களைப்பற்றி வெறும் ஊகம் செய்வதில் பயனில்லை.

ஐரோப்பியர்களின் பழங்கால வரலாறு என்பது கிரேக்கர், ரோமர் மற்றும் யூதர்கள் தொடர்பானது என்றுதான் நினைத்தார்கள். அதாவது, அந்தக் காலத்தில் உலகின் மற்ற பாகங்கள் வெறும் காடுகளாக இருந்திருக்கும் என்று அவர்கள் கற்பனை செய்திருந்தார்கள். பின்னர் தோன்றிய அறிஞர்களும் புதைபொருள் ஆராய்ச்சியாளர்களும் சீனா மற்றும் இந்தியாவைப் பற்றியும் மற்ற நாடுகளைப் பற்றிய உண்மைகளை தெரிவித்தனர். அப்போதுதான் அவர்கள் தங்களுடைய அறியாமையை உணர்ந்தார்கள். எனவே நாம் எச்சரிக்கையாக இருக்க வேண்டும். உலக வரலாறு முழுவதும் நமது அறிவுக்குள் அடங்கி இருக்கிறது என்று நினைத்துவிடக்கூடாது.

அசோகன் காலத்திய நாகரிக உலகம் என்பது, கி.மு. மூன்றாவது நூற்றாண்டில் ஐரோப்பாவையும் ஆப்பிரிக்காவையும் சேர்ந்த மத்தியதரைக் கடல் நாடுகளையும், மேற்கு ஆசியாவையும், சீனா, இந்தியா ஆகியவற்றைக் குறிப்பிடலாம். அதிலும் சீனாவுக்கும் மேல்நாடுகளுக்கும், ஏன், மேற்கு ஆசியாவுக்கும் கூட நேரான தொடர்பு இல்லை என்றே தோன்றுகிறது.

அலெக்சாண்டர் இறந்தபிறகு அவனுடைய பேரரசை அவனுடைய தளபதிகள் பங்கிட்டுக் கொண்டதை பார்த்தோம். அதைத்தொடர்ந்து, மூன்று பிரிவுகளாக அது பிரிந்தது. (1) செலூகஸின் ஆட்சிக்கு உட்பட்ட மேற்கு ஆசியா, பாரசீகம், மெசபொடேமியா (2) தாலமியின் ஆட்சிக்கு உட்பட்ட எகிப்து (3) ஆண்டிகோணசின் (Antigonus) ஆட்சிக்கு உட்பட்ட மாசிடோனியா.

முதல் இரண்டு அரசுகளும் நீண்டகாலம் நீடித்தது. இந்தியாவுக்குப்

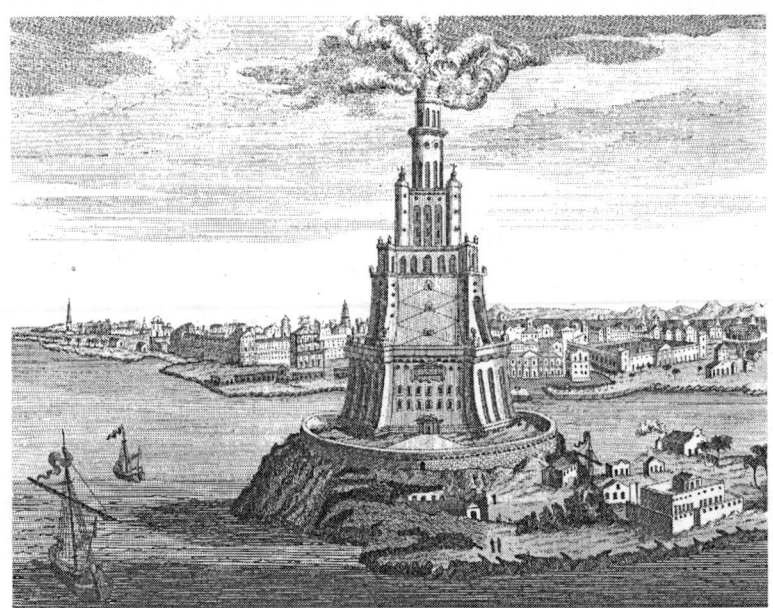

அசோகர் காலத்தில் எகிப்தில் தாலமி உருவாக்கிய அலெக்ஸாண்டிரியா நகரம்

பக்கத்து நாட்டை ஆட்சி செய்த செலூகஸ் இந்தியாவின் ஒரு பகுதியை கைப்பற்ற விரும்பினான். ஆனால், சந்திரகுப்தன் அவனை துரத்தியதோடு, அவனிடமிருந்து ஆப்கானிஸ்தானத்தின் ஒரு பகுதியை எடுத்துக் கொண்டான் என்று கூறியிருக்கிறேன்.

ஆனால், மாசிடோனியாவுக்கு ஆயுள் குறைவாக இருந்தது. வடக்கில் இருந்து படையெடுத்து வந்த கால் (Gauls) என்ற பிரிவினரால் அது அழிக்கப்பட்டது. ஆனால், ஒரு பகுதியினர் மட்டும் அவர்களை எதிர்த்து போரிட்டு தங்கள் சுதந்திரத்தைக் காப்பாற்றிக் கொண்டனர். அந்தப் பகுதியின் பெயர் பெர்கமம் (Pergamum). ஆசியா மைனரில் உள்ள துருக்கி இருக்கும் பகுதியே அது.

அது சிறிய கிரேக்கநாடாக இருந்தாலும் நூறு ஆண்டுகளுக்கு மேலாக கிரேக்கர்களின் கலைகளுக்கும் நாகரிகத்துக்கும் தாயகமாக விளங்கியது. மாடமாளிகைகளும், நூல் நிலையம், பொருட்காட்சிச் சாலை ஆகியவை அங்கே இருந்தன. ஒருவகையில் அது அலெக்சாண்டிரியா நகருக்குப் போட்டியாக இருந்தது.

எகிப்தை ஆட்சி செய்த தாலமி வம்சத்தின் தலைநகர் அலெக்சாண்டிரியா நகரம். பழைய உலகத்தில் மிகவும் புகழ்பெற்ற பெரிய நகரம். ஏதென்சின்

ஐயோசிஸ்
அனைத்து
கடவுள்களின் தாய்

புகழ் குறைந்து அதன் இடத்தை அலெக்சாண்டிரியா பிடித்துக் கொண்டது. அங்கிருந்த பெரிய நூல் நிலையத்தையும் பொருட்காட்சிச் சாலையையும் காண வெளி நாட்டு மாணவர்கள் வந்தனர். அவர்கள் தத்துவ, கணித, சமய நூல்களை ஆராய்ச்சி செய்தார்கள். யூக்ளிட் என்ற கணித நூலாசிரியரை அறியாத மாணவர்கள் கிடையாது. உனக்கும் அவரைத் தெரியும். அலெக்சாண்டிரியா நகரில் வாழ்ந்த அவரும் அசோகரும் ஒரே காலத்தை சேர்ந்தவர்கள்.

தாலமி வம்சத்தைச் சேர்ந்தவர்கள் கிரேக்கர்கள் என்றாலும், எகிப்தியப் பழக்க வழக்கங்களில் மூழ்கினர். எகிப்தியரின் பழைய கடவுள்களை வணங்கினர். ஹோமர் என்ற மகாகவி எழுதிய கிரேக்க இதிகாசங்களில் வரும் ஜுபிடர், அப்பொலோ உள்ளிட்ட கிரேக்க நாட்டு கடவுளர்கள் காணாமல் போனார்கள்.

கிரீசின் கடவுளர்களும் எகிப்தின் கடவுளர்களான ஐசிஸ் (Isis), ஆசிரிஸ் (Osiris) ஹோரஸ் (Horus) ஆகிய புதிய கடவுளர்கள் தோன்றினார்கள். புதிய கடவுளர்களில் மிகவும் போற்றப்பட்டவர் செராபிஸ் (Serapis).

அலெக்சாண்டிரியா பெரிய வியாபார மையமாக இருந்தது. நாகரிக உலகத்தின் பல பாகங்களிலில் இருந்தும் வியாபாரிகள் வந்தனர். அங்கு இந்திய வர்த்தகர்களின் குடியேற்றம் ஒன்றும் இருந்தது. அதேபோலத் தென் இந்தியாவில் மலையாளக் கரையிலும் அலெக்சாண்டிரியாவைச் சேர்ந்த வர்த்தகர்கள் குடியேறி இருந்தனர்.

எகிப்துக்கு அருகில் மத்தியதரைக் கடலின் அந்தக் கரையில் ரோமாபுரி இருந்தது. அதற்கு நேராக ஆப்பிரிக்கக் கரையில் அதனோடு பகைமை கொண்ட கார்தேஜ் நகரம் இருந்தது. இவ்விரு நகரங்களின் கதையைச் சற்று விரிவாகத் தெரிந்துகொண்டால்தான் புராதன உலகத்தை நாம் ஓரளவுக்கு அறிந்தவர்களாவோம். மேற்கே ரோமாபுரியைப் போல் கிழக்கே சீனாவும் வளர்ச்சி பெற்று வந்தது. இதைப்பற்றியும் தெரிந்து கொண்டால்தான் அசோகர் கால உலகம் நமக்கு புரியும்.

சின் பரம்பரையின் ஷி ஹுவாங் டி சீனப் பெருஞ்சுவரை கட்டத் தொடங்கினான்

26. சின் சந்ததியும் ஹான் வம்சமும்

ஏப்ரல் 3, 1932

நைனிடால் சிறையில் இருந்து கடந்த ஆண்டு உனக்கு எழுதிய கடிதங்களில் பழங்கால சீனாவைப் பற்றி எழுதினேன். அதில், ஹொயாங்ஹோ நதிக்கரை குடியேற்றங்களைப் பற்றி கூறியிருந்தேன். அத்துடன், சீனாவை முதன் முதல் ஆட்சிசெய்த ஹிசையா, ஷாங் அல்லது இன், சௌ ஆகிய பரம்பரைகளைப் பற்றியும் எழுதியிருந்தேன்.

இந்தப் பரம்பரை ஆட்சிகளில் சீனா படிப்படியாக வளர்ந்து அங்கு ஒரு மத்திய அரசாங்கமும் உருவாயிற்று. அதன்பிறகு சௌ பரம்பரையினர் அதிகாரமற்ற ஆட்சியாளர்களாக இருந்தனர். மத்திய அரசாங்கம் சீர்குலைந்தது. பல பகுதிகளின் பொறுப்பாளர்களாக இருந்தவர்கள் மத்திய அரசுக்கு கட்டுப்படாமல் ஒருவருக்கொருவர் சண்டையிட்டுக் கொண்டனர்.

சில நூற்றாண்டுகள் நீடித்த இந்த குழப்பத்தின் முடிவில், சிற்றரசர்களில் ஒருவனான சின் பிரபு (Duke of Chin) சௌ பரம்பரையை விரட்டினான். அவனுடைய வாரிசுகள் சின் பரம்பரையினர் என்று அழைக்கப்பட்டனர். 'சீனா' என்ற பெயர் 'சின்' என்பதிலிருந்து வந்தது. ஆக, அதுவரை பெயர் இல்லை.

கி.மு.255ஆம் ஆண்டில் சீனாவில் சின் ஆட்சி தொடங்கியது. இதற்கு 13 ஆண்டுகளுக்கு முன்தான் இந்தியாவில் அசோகரது ஆட்சி தொடங்கியது. அதாவது, நாம் அசோகர் கால சீனாவைப் பற்றி பேசிக் கொண்டிருக்கிறோம். முதல் மூன்று சின் சக்கரவர்த்திகளின் ஆட்சிக் காலம் குறுகியதாக இருந்தது. கி.மு. 246ஆம் ஆண்டு ஒருவன் ஆட்சிக்கு வந்தான். அவன் பெயர் வங்-சங் (Wang Cheng). ஆனால் அவன் தன் பெயரை ஷி உவாங் டி (Shih Huang Ti) என்று மாற்றிக் கொண்டான். 'முதல் சக்கரவர்த்தி' என்பது அதன் பொருள்.

கடந்த காலத்தை அவன் மதிக்கவில்லை. தன்னையும் தன் காலத்தையுமே உயர்வாக மதித்தான். மக்கள் கடந்த காலத்தை மறந்துவிட வேண்டும் என்றான். முதல் சக்கரவர்த்தியாகிய தன்னுடை பிறப்பிலிருந்தே வரலாறு தொடங்குவதாக அவன் கூறினான். மக்கள் அவ்வாறே பின்பற்ற வேண்டும் என்றான்.

தனக்கு முன் 2 ஆயிரம் ஆண்டுள் சீனாவை ஆட்சி செய்த சக்கரவர்த்திகளை அவன் கணக்கிடவே இல்லை. அப்படி ஒரு காலம் இருந்ததையே ஒழிக்க நினைத்தான். சக்கரவர்த்திகளை மட்டுமல்ல, பழைய காலத்து மகான்களையும் மக்கள் மறந்து விடவேண்டும் என்று விரும்பினான். ஆகவே பழைய வரலாறுகளையும் கன்ஃபூஷியஸ் மகானின் உபதேசங்களையும் அழிக்க உத்தரவிட்டான். மருத்துவ நூல்களும், அறிவியல் நூல்களுமே இந்த உத்தரவுக்குத் தப்பின. "பழைமையைப் புகழ்ந்து தற்காலத்தைப் பழிக்கும் யாரையும் கொன்று குவிப்பேன்!" என்று மிரட்டினான்.

நூல்களை மறைக்க முயன்றவர்கள் உயிரோடு புதைக்கப்பட்டனர். இந்தியாவின் பழங்கால வரலாறைப் பற்றி அளவுக்கு மீறிப் புகழும்போது நான் அந்த சக்கரவர்த்தியை நினைத்துக் கொள்வேன். கடந்த கால வரலாறு நம்மை சாதிக்கத் தூண்டினால் நல்லதுதான். ஆனால் எப்போதும் கடந்ததை நினைத்துக் கொண்டே இருப்பது தனி நபருக்கோ, தேசத்துக்கோ நல்லதல்ல. மனிதன் பின்னோக்கியே செல்ல வேண்டும், அல்லது எப்போதும் பின்பக்கமாகவே பார்த்துக் கொண்டிருக்க வேண்டும் என்றால் நாம் பிறக்கும்போதே கண்கள் தலையின் பின்புறத்தில் இருந்திருக்கும் அல்லவா? கடந்த காலத்தை நாம் தாராளமாக ஆராய்ச்சி செய்யலாம். அதில் ஏற்கக்கூடிய அம்சங்கள் இருந்தால் ஏற்கலாம். ஆனால் நமது கண்கள் எப்போதும் முன்னோக்கிப் பார்க்கவேண்டும். நமது கால்கள் எப்போதும் முன்னோக்கி நடக்கவேண்டும்.

பழைய நூல்களையும் அவற்றைக் கற்போரையும் ஷி உவாங் டி எரித்தும் புதைத்தும் அழித்தது அநாகரிகமானது. இதன் முடிவு அவனோடு அவன் சாதித்தவையும் அழிந்தன. சீன அரச பரம்பரையில் மிகவும் குறைந்த காலம் ஆட்சி புரிந்தது சின் பரம்பரைதான். சின் பரம்பரைக்கு முந்தைய பரம்பரை 867 ஆண்டுகள் ஆட்சி புரிந்தது. ஆனால் சின் பரம்பரை வெறும் 50 ஆண்டுகள் மட்டுமே இருந்தது. ஷி உவாங் டி மரணம் அடைந்த மூன்றே ஆண்டுகளில் கி.மு. 209ஆம் ஆண்டு அவன் பரம்பரையே நாசமானது. உடனே கன்ஃபூஷியஸ் மகானின் நூல்கள் யாவும் மறைவிடங்களில் இருந்து அவற்றுக்கு உரிய இடத்தை பெற்றன.

ஷி உவாங் டி சிற்றரசர்களின் கொட்டத்தை அடக்கி, பிரபுத்துவத்தை (feudalism) ஒழித்து, பலமான மத்திய அரசாங்கத்தை அமைத்தான். சீனாவின் 'பெருஞ்சுவரை' கட்டத் தொடங்கியவன் அவன்தான். இதற்கு ஏராளமான பொருள் செலவானது. பெரிய படையை வைத்துக் கொள்வதைக் காட்டிலும் வெளிநாட்டினரிடம் இருந்து நிரந்தரப் பாதுகாப்புக்கு இது நல்லது என்று மக்கள் நினைத்தனர். எனவே சுவருக்கு செலவழித்தனர். அதாவது, சீனர்கள் அமைதியாக வாழ விரும்பினார்கள் என்றும் போரினால் வரும் புகழை விரும்பவில்லை என்றும் புரிந்து கொள்ளலாம்.

ஷி உவாங் டி இறந்த பின் அவனுக்கு அடுத்து பட்டத்துக்கு வரக்கூடியவர்கள் அவனுடைய பரம்பரையில் யாரும் இல்லை. ஆனால் அவன் ஆட்சியில்தான் சீன தேசம் ஒன்றுபட்டது.

சின் பரம்பரைக்கு அடுத்து ஹான் பரம்பரை (Han) ஆட்சிக்கு வந்தது. இதன் ஆட்சி 400 ஆண்டுகள் நீடித்தது. இதன் சக்கரவர்த்திகளிலே ஒரு பெண் சக்கரவர்த்தினி இருந்ததாகத் தெரிகிறது. ஆறாவது சக்கரவர்த்தியின் பெயர் வு-ட்டி (Wu-Ti). சீனாவை 50 ஆண்டுகள் ஆட்சி செய்தான். வடக்கேயிருந்து படையெடுத்து தொந்தரவு கொடுத்த தார்த்தாரியரை (Tartars) அடக்கினான். மத்திய ஆசியாவில் அனைத்து இனங்களும் இவனுக்கு அடிபணிந்தனர்.

ஆசியாவின் வரைபடம் பார்த்தால் கி.மு.முதல் இரண்டாவது நூற்றாண்டுகளில் சீனா அடைந்திருந்த வல்லமை புரியும். இந்தக் காலத்தில் ரோமாபுரியின் பெருமையை அதிகம் படிப்பதால் அது உலகின் மற்றப் பாகங்களை விட சிறப்பாக இருந்த தோற்றம் ஏற்படுகிறது. ரோமாபுரியைப் 'புவியின் அரசி' (Mistress of the World)

என்று அழைக்கிறார்கள். ஆனால் அந்தக் காலத்தில் ரோமாபுரி மேன்மை பெற்றிருந்தது உண்மை என்றாலும், சீனா அதைவிடப் பெரிதாகவும் அதிக பலம் பொருந்தி இருந்தது என்பதே நிஜம்.

வு-ட்டி காலத்தில்தான் சீனாவுக்கும் ரோமாபுரிக்கும் தொடர்பு ஏற்பட்டதாக தோன்றுகிறது. பாரசீகம், மெசபொடோமியா என்று அழைக்கப்படும் பகுதிகளில் அந்தக் காலத்தில் பார்த்தியர்கள் (Parthians) குடியிருந்தனர். அவர்கள் மூலமாக இரு நாடுகளுக்கும் வியாபாரம் நடந்து வந்தது. ரோமாபுரிக்கும் பார்த்தியாவுக்கும் போர் மூண்டபோது, வியாபாரம் நின்றுவிட்டது. நாம் இப்போது கிறிஸ்துவுக்கு முற்பட்ட காலத்தைப் பற்றிப் பேசுகிறோம்.

ஹான் பரம்பரை ஆட்சியில்தான் புத்த மதம் சீனாவுக்கு வந்தது. கிறிஸ்து பிறப்பதற்கு முன்பே சீனர்கள் புத்த மதத்தை அறிந்திருந்தார்கள். ஆனால் பிறகுதான் அது அங்குப் பரவத் தொடங்கியது. அந்தக் காலத்தில் சீன சக்கரவர்த்தியாக இருந்தவர் ஒரு கனவு கண்டார். அவருடைய கனவில் 16 அடி உயரமுள்ள ஓர் திவ்ய புருஷன் ஒளி வட்டம் சூழ்ந்த முகத்தோடு தோன்றினானாம். இக்காட்சியை அவர் மேற்கே கண்டதால் அவர் அந்தத் திக்கில் தூதுவர்களை அனுப்பினார். அவர்கள் சென்று புத்த விக்கிரகம் ஒன்றையும் புத்தருடைய போதனைகளையும் கொண்டு வந்தார்கள். புத்த மதத்தோடு இந்தியக் கலைகளும் சீனாவுக்குள் நுழைந்தன. அங்கிருந்து அவை கொரியாவுக்கும், கொரியாவிலிருந்து ஜப்பானுக்கும் பரவின.

ஹான் பரம்பரையின் ஆட்சியில் நிகழ்ந்த இரு முக்கிய நிகழ்ச்சிகளை நாம் கவனிக்க வேண்டும். மரக்கட்டையில் 'பிளாக்கு'கள் செய்து அச்சிடும் கலையை கண்டுபிடித்தனர். ஆனால் 1000 ஆண்டுகள் வரை இது அதிகமாக புழக்கத்துக்கு வரவில்லை ஆனாலும், இதில் சீனா ஐரோப்பாவை 500 ஆண்டுகள் முந்திக் கொண்டது.

அரசாங்கப் பணிகளுக்கு தேர்வு வைத்து அரசு அதிகாரிகளை நியமித்தது ஆச்சரியமானது. சமீப காலம் வரை உறவினர்களுக்கும் செல்வாக்கான ஜாதியைச் சேர்ந்தவர்களுக்கு அரசு பதவி அளிக்கப்பட்டது. சீனாவில் தேர்வில் தேறியவனுக்கு வேலை அளிக்கப்பட்டது. கன்பூஷியஸ் நூல்களை கற்றுப் தேர்வில் தேறுகிற ஒருவன் அரசு நிர்வாகத்தை நிர்வகிக்க முடியுமா? ஆனால் வேண்டியவர்களுக்கு வேலை அளிப்பதைக் காட்டிலும் இது மேலானது. சீனாவில் 2000 ஆண்டுகளாக இருந்து சமீபத்தில்தான் கைவிடப்பட்டது.

ரோமாபுரிக்கும் கார்த்தேஜூக்கும் நடைபெற்ற பியூனிக் போர்க்காட்சி

27. பியூனிக் போர்கள்

ஏப்ரல் 5, 1932

சீனாவின் வளர்ச்சியை பார்த்த அதே காலகட்டத்தில் ரோமாபுரியின் வளர்ச்சியை பார்ப்போம். கி.மு.எட்டாவது நூற்றாண்டுதான் ரோமாபுரி உருவானது என்று கூறப்படுகிறது. பழங்கால ரோமர்கள் ஆரியர்களின் பரம்பரையில் வந்தவர்களாக இருக்கலாம் என்கிறார்கள்.

டைபர் (The Tiber) நதிக்கரையில் உள்ள ஏழு குன்றுகளில் அவர்கள் குடியேறி வசித்தார்கள். பின்னர் வளர்த்து பெரிய நகரமாகின. இந்த நகர அரசு மேலும் வளர்ந்து சிசிலித் தீவுக்கு எதிரில் உள்ள இத்தாலியின் தென் கோடியாகிய மெஸ்ஸினா (Messina) வரை பரவியது.

கிரேக்க நகர அரசுகளைப்பற்றி உனக்கு நினைவு இருக்கும். கிரேக்கர்கள் சென்ற இடங்களில் எல்லாம் இந்த நகர அரசு அமைப்பு முறையும் பரவியது. ஆனால் ரோமாபுரியில் வேறு விதமான அரசியல் முறை இருந்தது. தொடக்கத்தில் ரோமாபுரியும் கிரேக்க நகர அரசுகளைப் போல இருந்திருக்கலாம். ஆனால் பக்கத்தில் வாழ்ந்த இனத்தவரை ரோமர்கள் வென்றனர். இவ்வாறு ரோம அரசு இத்தாலியில் பரவி, அதன் பெரும் பகுதியை தனக்குள் கொண்டது.

பெரிய பரப்பளவாக இருந்ததால், இது ரோமாபுரியிலிருந்து

ஆளப்பட்டது. இந்த அரசாங்கம் தனி வகையானது. சக்கரவர்த்தியோ, அரசனோ அங்கு ஆட்சி நடத்தவில்லை. இப்போது இருப்பது போன்ற குடியரசாகவும் (Republic) இல்லை. என்றாலும் அதை ஒருவிதமான குடியரசு என்றே சொல்ல வேண்டும்,

பெரும் பணக்காரக் குடும்பங்களின் கையில் ஆதிக்கம் இருந்தது. முதியோர்களைக் கொண்ட 'செனட்' எனப்பட்ட சபை அரசாங்கத்தை நடத்தியது. 'கான்சல்' என்று அழைக்கப்பட்ட இரண்டு சர்வாதிகாரிகள் செனட் சபைக்கு உறுப்பினர்களை நியமித்தனர். இந்தச் சர்வாதிகரிகள் தேர்வு செய்யப்பட்டவர்கள். நெடுங்காலம் வரை பிரபுக்கள்தான் செனட் சபையில் இடம்பெற்றார்கள். ரோமாபுரி மக்கள் மத்தியில் பிரபுக்கள் என்றும் சாமானியர் என்றும் இரண்டு வகுப்புகள் இருந்தன.

பிரபுக்கள் பணக்காரர்கள். சாமானியர் ஏழைகள். இந்த இரண்டு பிரிவினருக்கு இடையிலான போராட்டமே, சில நூற்றாண்டுகள் நீடித்து, அதுவே ரோமாபுரி வரலாறாக இருக்கிறது. பிரபுக்களிடம் அதிகாரம் இருந்தது. ஆனால், அதிகாரத்தை அடைவதற்குச் சாமானியர்கள் இடைவிடாது போராடினார்கள். நீண்ட போராட்டத்தில் சாமானியர்கள் ஒருவித ஒத்துழையாமையை மேற்கொண்டு வெற்றி பெற்றார்கள் என்பதே ஆச்சரியம்.

ஆம், சாமானியர்கள் அனைவரும் மொத்தமாக ரோமாபுரியை விட்டு வெளியேறி புதிய நகரம் ஒன்றில் குடியேறினார்கள். சாமானியர்கள் இல்லையென்றால் பிரபுக்கள் ஏது? பிரபுக்கள் பயந்து அவர்களுக்கு சில சிறப்பு உரிமைகளை கொடுத்து சமாதானம் செய்தனர். ஒரு சாமானியன் கொஞ்சம் கொஞ்சமாக உயர் பதவிக்கு வருவதும், செனட்டில் அங்கம் வகிப்பதும் சாத்தியம் ஆகின.

பிரபுக்களையும் சாமானியர்களையும் தவிர்த்து ரோமாபுரியில் எண்ணற்ற 'அடிமைகள்' வாழ்ந்தனர். இவர்களுக்கு எந்த உரிமையும் கிடையாது. அவர்கள் குடி மக்களாகவே கருதப்படவில்லை. அவர்களுக்கு 'வாக்குரிமை'யும் இல்லை. ஆடு, மாடுகள், நாய்களைப் போல முதலாளியின் உடமைகளாக இருந்தனர். எஜமானன் அவர்களை விற்கலாம். அடமானம் வைக்கலாம். தன் இஷ்டம் போல் தண்டிக்கலாம். முதலாளி மனம் வைத்தால் அடிமையை விடுவிக்கலாம். அப்படி விடுதலை பெற்ற அடிமைகள் தனி வகுப்பாகக் கருதப்பட்டனர்.

மேல் நாடுகளில் பழைய காலத்தில் அடிமை சந்தைகள் இருந்தன.

வேற்று நாடுகளைச் சேர்ந்த ஆண்களையும், பெண்களையும், குழந்தைகளையும் கூடப் பிடித்து வந்து அடிமைகளாக விற்றனர். கிரீஸ், ரோம், எகிப்து ஆகிய பழங்கால பேரரசுகளின் கம்பீரத்துக்கும் மேன்மைக்கும் மக்களைப் அடிமைப்படுத்தும் வெறுக்கத்தக்க இந்த முறையே அடித்தளமாக அமைந்திருந்தது.

இந்தியாவில் அந்தக் காலத்தில் அடிமை முறை வழக்கத்தில் இல்லை. சீனாவிலும் இந்த முறை இல்லை. அதற்காக இரு நாடுகளிலும் அடிமைகள் இல்லவே இல்லை என்று சொல்வது பொருந்தாது. வீட்டு வேலைக்காரர்களில் சிலர் அடிமைகளாக இருந்தனர். நிலத்திலும், தொழிற்சாலைகளிலும் கூட்டம் கூட்டமாக வேலை செய்யும், தொழில் அடிமைகள் இந்தியாவிலும் சீனாவிலும் இல்லை.

ரோமாபுரியை இரண்டு தேர்ந்தெடுக்கப்பட்ட 'கான்சல்' எனும் சர்வாதிகாரிகளால் நியமிக்கப்பட்ட'செனட்' சபை ஆட்சி செய்தது என்று சொன்னேன். அந்தச் சர்வாதிகாரிகளை ஓட்டுரிமை உள்ள குடிமக்கள்தான் தேர்ந்தெடுத்தார்கள். சிறிய நகரமாக இருக்கும்போது மக்கள் ஓரிடத்தில் கூடி வாக்களித்தனர். ஆனால் ரோமாபுரி வளர வளர தொலைவில் வசித்த மக்கள் வாக்களிப்பது கஷ்டமாக இருந்தது.

இப்போது நடைமுறையில் உள்ள பிரதிநிதித்துவ அரசாங்க முறை, பழைய ரோமர்களுக்குத் தோன்றவில்லை. ஆகவே, வாக்களிக்க எல்லோரும் ரோம் நகருக்கு வர வேண்டும் என்ற வழக்கம் இருந்தது. தூரத்தில் இருந்த வாக்காளர்கள் வர முடியவில்லை. அவர்களுக்கு என்ன நடக்கிறது என்பது கூடத் தெரியாது. அவர்களுக்கு வாக்குரிமை இருந்தது. ஆனால் தூரம் அந்த உரிமையைப் பறித்து விட்டது.

ரோம் நகரைச் சேர்ந்த வாக்காளர்கள் மட்டுமே எல்லா உரிமைகளையும் பெற்றார்கள். மறைவான இடங்களில் அவர்கள் வாக்களித்தார்கள். இந்த வாக்காளர்களில் பெரும்பாலோர் ஏழைச் சாமானியர்கள். உயர் பதவியையும் அதிகாரத்தையும் அடைவதற்காக கொழுத்த பிரபுக்கள் இவர்களுக்கு லஞ்சம் வாக்குகளை விலைக்கு வாங்கினார்கள். எனவே இந்தக் காலத் தேர்தலில் நடைபெறுவதைப் போல ரோமாபுரித் தேர்தல்களில், ஏமாற்றும் லஞ்சமும் தலைவிரித்து ஆடின என்று கூறலாம்.

இத்தாலியில் ரோமாபுரி வளர்ச்சியடைந்த அதே வேளையில் வடக்கு ஆப்பிரிக்காவில் கார்தேஜ் நகரின் பலமும் நாளுக்கு நாள்

பெருகி வந்தது. கார்தேஜ் நகரத்தார் பினிஷியரின் வாரிசுகள் என்பதால் அவர்களுக்குக் கடல் பயணமும் வியாபாரம் செய்வதும் பரம்பரை வழக்கம். அவர்களுடைய அரசு முறையும் பணக்காரக் குடியரசு வகையைச் சேர்ந்ததுதான். பணக்காரர்களின் ஆதிக்கம் ரோமா புரியைவிட இங்கு அதிகம் என்றே கூறவேண்டும். இந்த நகரக் குடியரசில் ஏராளமான அடிமைகள் இருந்தார்கள்.

தொடக்கத்தில் ரோமாபுரிக்கும் கார்தேஜ் நகருக்கும் இடையே தெற்கு இத்தாலியிலும் மெஸ்ஸினாவிலும், கிரேக்கர்களின் குடியேற்றங் கள் இருந்தன. ஆனால் இரு நகரத்தினரும் சேர்ந்து அவர்களை விரட்டினர். கார்தேஜ், சிசிலித் தீவைக் கைப்பற்றியது. ரோம் இத்தாலியின் தென்கோடி வரையில் தனதாக்கிக் கொண்டது. ரோமுக்கும் கார்தேஜுக்கும் இடையிலான நட்பும் உறவும் நெடுநாள் நீடிக்கவில்லை.

இரு நகரங்களுக்கும் இடையே போட்டியும் பகைமையும் மூண்டது. மத்திய தரைக்கடலின் இக்கரையிலும் அக்கரையிலும் நேருக்கு நேர் இருந்த இந்த இரண்டு அரசுகளின் ஆசைக்கு அளவே இல்லை. இளம்பருவத்துக்கு உரிய ஆசையும் நம்பிக்கையும் ரோமாபுரிக்கு இருந்தன. கடல் ஆதிக்கம் மிகுந்த கார்தேஜ் முதலில் ரோமாபுரியை கண்டுகொள்ளவில்லை. நூறு ஆண்டுகளுக்கு மேலாக இரு நாடுகளும் போரிட்டு வந்தன.

கொடிய காட்டு விலங்குகளைப்போல அவர்கள் சண்டை போட்டனர். மக்கள் துன்பத்துக்கு அளவில்லை. இருவருக்கும் இடையே மூன்று போர்கள் நடந்தன. பியூனிக் போர்கள் என்று கூறுவார்கள். முதல் யுத்தம் கி.மு. **264**ஆம் ஆண்டு தொடங்கி மூன்று ஆண்டுகள் நடந்தது. ரோம் வெற்றி பெற்றது. **22** ஆண்டுகளுக்குப் பிறகு இரண்டாவது யுத்தம் தொடங்கியது. அந்த யுத்தத்தை கார்த்தேஜ் சார்பில் நடத்திய தளபதியின் பெயர் 'ஹனிபால்' (Hannibal). அவன் **15** ஆண்டுகள் ரோமை நடுங்க வைத்தான். கி. மு. **216**ஆம் ஆண்டு கானே (Cannae) என்ற இடத்தில் நடந்த போரில் ரோம் படையை அவன் முறியடித்தான்.

இத்தனைக்கும் கார்தேஜிலிருந்து ஹனிபால் உதவிகளைப் பெறமுடியவில்லை. அவனுக்கு கடல்வழியே கிடைக்கக்கூடிய கார்த்தேஜின் உதவிகளை தடுப்பதிலேயே ரோம் தளபதி பேபியாஸ் (Fabius) கவனமாக இருந்தான். பத்து ஆண்டுகள் கார்த்தேஜ் படையுடன்

ரோம் தளபதி ஃபேபியஸ் கார்த்தேஜ் படையை தந்திரமாய் தடுத்தான்

நேரடியாக போர் புரிவதை தவிர்த்தான். ஆங்கில மொழியில் அவன் பெயரைக் கொண்டு ஒரு வார்த்தை இருக்கிறது. ஒரு பிரச்சனையை நேரில் பேசாமல், போராட்டங்களையும் அபாயங்களையும் தவிர்த்து, கொஞ்சம் கொஞ்சமாக முயற்சி செய்து காரியத்தைச் சாதித்துக் கொள்ள நினைப்பதற்கு 'பேபியன் தந்திரம்' (Fabian tactics) என்று பெயர். இங்கிலாந்தில் 'பேபியன் சங்கம்' என ஒரு சங்கம் இருக்கிறது. அவர்கள் சமத்துவ கொள்கையில் (Socialism) நம்பிக்கை உள்ளவர்கள். ஆனால் அவசரப்பட்டுக் காரியங்கள் செய்வதிலோ திடீரென்று மாறுதல்கள் விளைவிப்பதிலோ அவர்களுக்கு நம்பிக்கை இல்லை.

கார்த்தேஜ் தளபதி ஹனிபால், இத்தாலியில் பெரும்பகுதியை பாலைவனமாக மாற்றினான். ஆனால் ரோம் நகரின் உறுதியும் விடாமுயற்சியும் இறுதியில் வெற்றி பெற்றன. கி. மு. 202ஆம் ஆண்டு ஜாமா என்ற இடத்தில் ஹனிபால் தோல்வி அடைந்தான். அவன் எங்கு போனாலும் ரோமர்களின் தீராத பகைமை அவனை வாட்டியது. இறுதியில் அவன் விஷம் குடித்து இறந்தான்.

அதன் பிறகு 50 ஆண்டுகள் ரோமுக்கும் கார்தேஜுக்கும் இடையே சமாதானம் நிலவியது. கார்தேஜ் ரோமாபுரியை எதிர்க்கத் துணியவில்லை. ஆனால் ரோம் கார்தேஜியர்கள் மீது போரைத் திணித்தது. இது மூன்றாவது பியூனிக் யுத்தம். இதில் பெரிய உயிர்ச் சேதம் விளைந்தது. கார்தேஜ் நகரம் வேரோடு அழிக்கப்பட்டது. ஒரு காலத்தில் மத்தியதரைக் கடலின் ஒப்புயர்வற்ற அரசியாக கருதப்பட்ட கார்தேஜ் நகரம் இருந்த இடத்தை எதிரிகள் கலப்பை கொண்டு உழுதார்கள்.

ஜவஹர்லால் நேரு

ஸ்பார்ட்டகஸ் தலைமையில் மக்கள் நடத்திய போராட்டம்

28. பேரரசாக மாறிய ரோம் குடியரசு

ஏப்ரல் 9, 1932

கார்தேஜ் நகரை தோற்கடித்து அழிப்பதற்கு முன்பே, ரோமாபுரி கிரேக்க நாடுகளை கைப்பற்றி இருந்தது. இப்போது கார்த்தேஜுக்கு சொந்தமான நாடுகளும் ரோமாபுரிக்கு சொந்தமாகின. இரண்டாவது 'பியூனிக்' யுத்தம் முடிந்த உடனே ஸ்பெயின் தேசம் ரோமாபுரியுடன் சேர்ந்துவிட்டது. ஆனாலும், ரோம் அரசில் மத்திய தரைக்கடல் நாடுகள் மட்டுமே அடங்கி இருந்தன. வடக்கு மற்றும் மத்திய ஐரோப்பிய நாடுகள் அனைத்தும் ரோமாபுரியின் ஆதிக்கத்துக்குள் வராமல் சுதந்திரமாகவே இருந்தன.

ரோமாபுரி அடைந்த வெற்றியைத் தொடர்ந்து செல்வத்துடன், அடிமைகளும் வந்து குவிந்தனர். ஆனால் இவற்றையெல்லாம் பிரபுக்கள் மட்டுமே அனுபவித்தார்கள். ரோமாபுரியின் பரப்பளவும் செல்வமும் பெருகியதும் அந்த பணக்காரக்கூட்டத்தின் செல்வமும் பெருகியது. அதாவது, பணக்காரர்கள் மேலும் பணக்காரர்களாகவும் ஏழைகள் ஏழைகளாகவுமே இருந்தார்கள். அடிமைகளின் தொகை அதிகமாயிற்று. ஒரு பக்கத்தில் செல்வமும் இன்னொரு பக்கத்தில் வறுமையும் வளர்ந்து வந்தன. மனிதர்களின் பொறுமைக்கும் ஓர் எல்லையுண்டு. அந்த எல்லை கடந்துவிட்டால் பிரளயம்தான்.

பணக்காரர்கள் ஏழைகளை மயக்க பலவித விளையாட்டுகளையும் சர்க்கஸ் பந்தயங்களையும் அறிமுகப்படுத்தினார்கள். கிளாடியேட்டர்கள் எனப்படும் மல்லர்கள் தங்களுக்குள் யாரேனும் ஒருவர் சாகும்வரை சண்டையிட்டனர். விலங்குகளை சண்டைக்கு வளர்ப்பதைப் போல அடிமைகளும் யுத்தக்கைதிகளும் இதற்காக வளர்க்கப்பட்டு பலியிடப்பட்டனர்.

ரோமாபுரியில் குழப்பங்கள் மிகுந்தன. அரசாங்கத்துக்கு எதிராக மக்கள் திரண்டனர். அவர்கள் கொல்லப்பட்டனர். தேர்தல்களில் முறைகேடுகள் அதிகரித்தன. ஸ்பார்ட்டகஸ் என்ற வீரனைத் தலைவனாகக் கொண்டு மக்கள் போராடினார்கள். அவர்கள் இரக்கமின்றி கொல்லப்பட்டனர். ரோம் நகரின் அப்பியன் சாலையில் 6 ஆயிரம் பேர் சிலுவையில் அறையப்பட்டதாக சொல்லப்படுகிறது.

செனட் சபையின் அதிகாரம் குறைந்தது. ஆளாளுக்கு அதிகாரம் செலுத்தினர். படைத்தளபதிகள் தங்களுக்குள் சண்டையிட்டனர் உள்நாட்டுப் போர் மூண்டது. மெசபடோமியா எனப்படும் பார்த்தியா மீது போர்தொடுத்தனர். கார்த்தே என்ற இடத்தில் கி.மு.53ல் நடந்த போரில் ரோம் படைகள் தோற்கடிக்கப்பட்டன.

ரோம் படைத் தளபதிகளில் பாம்பே, ஜூலியஸ் சீசர் ஆகிய இருவரும் முக்கியமானவர்கள். சீசர் கால் எனப்பட்ட பிரான்சையும், பிரிட்டனையும் வென்றான். பாம்பே கிழக்கே வென்றான். இரண்டு பேருக்கும் நடந்த போட்டியில் சீசர் வென்றான். ரோம் அரசின் தலைவன் ஆனான். ரோம் குடியரசு என்பதால் அவன் விரும்பியதை செய்ய முடியவில்லை. அதையடுத்து அவனை ரோம் பேரரசனாக முடிசூட்ட ஏற்பாடு செய்தனர். அவன் விரும்பினாலும், குடியரசு முறையை அவனால் மீறமுடியவில்லை. தயங்கினான். இதன் முடிவாகத்தான் செனட் மன்றத்தில் சீசரை புரூட்டஸும் வேறு சிலரும் சீசரை குத்திக் கொன்றனர். ஷேக்ஸ்பியர் எழுதிய ‘ஜூலியஸ் சீசர்’ நாடகத்திலே இந்தக் காட்சியை நீ அவசியம் படித்திருப்பாயே!

கி.மு. 44ஆம் ஆண்டு சீசர் கொல்லப்பட்டாலும், சீசரின் சுவீகாரப் புத்திரனான ஆக்டேவியனும், சீசரின் ஆருயிர் நண்பன் மார்க் ஆண்டனியும் சீசரின் மரணத்துக்குப் பழி தீர்த்தனர். ஆக்டேவியன் அரசனானான். செனட் சபை பேருக்கு நீடித்தாலும் அதன் கையில் அதிகாரம் இல்லை.

ஆக்டேவியன் பதவி ஏற்றதும் தனது பெயரை அகஸ்டஸ் சீசர்

ஜூலியஸ் சீசரை நண்பர்களே கொலை செய்தார்கள்

என்று மாற்றிக்கொண்டான். அவனுக்குப் பின் வந்த அனைவரும் சீசர் என்று அழைக்கப்பட்டனர். சீசர் என்றாலே பேரரசர் என்ற அர்த்தம் ஆகியது. சீசர் என்பதிலிருந்துதான் 'கெய்சர்', 'ஜார்' என்ற வார்த்தைகல் பிறந்தன. கெய்சர் என்ற வார்த்தை ஹிந்துஸ்தானி மொழியில் நீண்டகாலம் வழக்கில் இருக்கிறது. இன்று ஜெர்மனி தேசத்திலும் கெய்சர் பயன்படுத்தப்படுகிறது. ஆஸ்திரியா, துருக்கி நாடுகளிலும் கெய்சர் பயன்படுகிறது. ரஷ்யாவின் ஜாரை காணவில்லை. இங்கிலாந்து அரசர் மட்டுமே ஜூலியஸ் சீசரின் பெயரையும் பட்டத்தையும் பயன்படுத்துகிறார். ரோம் பேரரசுக்காக பிரிட்டனை வென்ற சீசரின் பெயரை பிரிட்டிஷ் மன்னர் பயன்படுத்துவது ஆச்சரியம்தான்.

சீசரின் பெயர் பேரரசின் கம்பீரத்துக்கு அடையாளமாக இருக்கிறது. இதுவே, கிரீஸில் உள்ள பார்சலஸ் என்ற இடத்தில் நடந்த போரில் பாம்பேயிடம் சீசர் தோற்றிருந்தால் என்ன ஆகியிருக்கும்? ஒரு வேளை பாம்பே பேரரசன் ஆகியிருக்கலாம். பாம்பே என்ற வார்த்தை பேரரசர் ஆகியிருக்கலாம்.

ரோம் பேரரசாக மாறிய காலத்தில் எகிப்தில் கிளியோபாட்ரா என்ற பெண் வாழ்ந்தாள். அவள் அழகால் வரலாற்றில் இடம்பெற்றவள். அவள் குற்றமற்றவள் அல்ல. ஆனால், தங்களுடைய அழகால் வரலாறை மாற்றிய பெண்களில் அவளும் ஒருத்தி. ஜூலியஸ் சீசர் எகிப்துக்குச் சென்றபோது அவள் சிறு பெண்ணாக இருந்தாள். பிற்காலத்தில் அவளும் மார்க் ஆண்டனியும் சிறந்த நண்பர்களாக இருந்தனர். ஆனால் அவள் அவனுக்கு எந்த நன்மையும் செய்யவில்லை. ஒரு பெரிய கடல்போர் நடந்துகொண்டிருந்த சமயத்தில் அவனை விட்டு விட்டுத் தன் கப்பல்களுடன் போய் விட்டாள். இது நம்பிக்கைத் துரோகம். பாஸ்கல் என்ற பிரெஞ்சு ஆசிரியர் "கிளியோபாட்ராவின்

மூக்கும் சாயலும் உலகத்தின் போக்கையே மாற்றிவிட்டன" என்று கூறியிருக்கிறார்.

எகிப்து ஒரு முடியரசு நாடு. எகிப்தியர் அரசனைத் தெய்வத்துக்குச் சமமாகவே கருதினர். அலெக்சாண்டரின் மரணத்துக்குப் பிறகு எகிப்தை ஆட்சி செய்த தாலமி பரம்பரையைச் சேர்ந்த கிரேக்கர்களும் எகிப்து வழக்கத்தை பின்பற்றினர். இந்த தாலமி பரம்பரையைச் கிளியோபாட்ரா. ஆகவே அவள் ஒரு கிரேக்க அல்லது மாசிடோனிய இளவரசிதான்.

அரசன் தெய்வத்துக்கு சமமானவன் என்ற எகிப்திய வழக்கம் ரோமாபுரிக்கு சென்று அங்கேயே நிலைத்துவிட்டது. இதற்கு கிளியோபாட்ரா உதவினாளா தெரியாது. சீசர் காலத்திலேயே அவளைப் போல் உருவச் சிலைகள் அமைத்து மக்கள் வழிபட்டு வந்தனர்.

ரோமாபுரியின் வரலாற்றில் முக்கியமான மாற்றம் நிகழும் காலத்தை நெருங்கிவிட்டோம். கி.பி. 27ஆம் ஆண்டு 'அகஸ்டஸ் சீசர்' என்ற பெயருடன், ஆக்டேவியன் அரசன் ஆனான். ரோம் குடியரசின் கடைசி நாட்கள் எப்படி இருந்தது என்பதை பார்ப்போம்.

ரோமாபுரியின் கீழ் இத்தாலி, மேற்கில் ஸ்பெயின், கால் (பிரான்சு) கிழக்கே கிரீஸ், ஆசியா மைனர் ஆகியவை இருந்தன. ஆசியா மைனரில் பெர்கமம் என்ற கிரேக்க அரசு இருந்தது உனக்கு நினைவிருக்கும். வட ஆப்பிரிக்காவில் எகிப்து ரோமின் பாதுகாப்பில் இருந்தது. கார்தேஜும் மத்திய தரைக்கடல் நாடுகளின் வேறு சில பகுதிகளும் ரோமின் கீழ் இருந்தன. ரைன் நதி ரோம் அரசின் வட எல்லையாக அமைந்தது. ஜெர்மனி, ரஷ்யா, வட, மத்திய ஐரோப்பிய நாடுகளும், மெசபொடேமியாவுக்குக் கிழக்கே இருந்த நாடுகளும் ரோம் அரசுக்கு வெளியே இருந்தனர்.

அந்தக் காலத்தில் ரோமாபுரி பலமும் பெருமையும் பெற்றிருந்தது. ஆனால், உலகம் முழுவதையும் ரோம் ஆதிக்கம் செலுத்தியதாக ஐரோப்பியர் பலர் நினைக்கிறார்கள். அதில் உண்மையில்லை. இதே காலத்தில் சீனாவை ஆட்சி செய்த ஹான் பரம்பரையினர் ஆசியாவின் கிழக்கு கடைசியில் இருந்து மேற்கே காஸ்பியன் கடல் வரை அதிகாரம் செலுத்தினர். மெசபொடேமியாவில் கரே என்ற இடத்தில் நடந்த சண்டையில் பார்த்தியர்களிடம் ரோமர்கள் தோற்றதாக கூறியி ருக்கிறேன். ஒருவேளை பார்த்தியர்களுக்கு மங்கோலியர்கள் உதவி இருக்கலாம்.

ரோம் வரலாறு என்றால் ஐரோப்பியர்களுக்கு அன்பு அதிகம். பழைய ரோம் அரசின் வழியில் வந்தவைதான் இப்போதைய ஐரோப்பிய நாடுகள் என்பது அவர்கள் எண்ணம். இது ஓரளவுக்கு உண்மையே. ஆகவே இங்கிலாந்தில் பள்ளிப் பிள்ளைகள் தற்கால வரலாறு தெரியாவிட்டாலும் கிரேக்க ரோம வரலாறு கட்டாயம் படித்தாக வேண்டும்.

நான் அங்கு படிக்கும்போது, ஜூலியஸ் சீசர் கால் அல்லது பிரான்ஸ் தேசத்தில் நடத்திய போரைப்பற்றி லத்தீன் மொழியில் எழுதியுள்ள நூலைப் படிக்கும்படி கட்டாயப்படுத்தப் பட்டது எனக்கு நன்றாக நினைவிருக்கிறது. சீசர் போர் வீரன் மட்டுமல்ல, சிறந்த எழுத்தாளனும் கூட. அவன் எழுதிய 'கால் பிரான்சு போரைப்பற்றிய நூல்' ஐரோப்பா வில் ஆயிரக்கணக்கான பள்ளிகளில் இன்றும் பாடமாக இருக்கிறது.

அசோகன் கால உலகம் எப்படி இருந்தது என்று பார்க்கத் தொடங்கினோம். அதை பார்த்த கையோடு, அவன் காலத்துக்குப் பின் சீனாவிலும் ஐரோப்பாவிலும் நிகழ்ந்த சில வரலாறுகளையும் கவனித்தோம். இறுதியாக கிறிஸ்து சகாப்தத்தின் தொடக்கத்தை அடைந்து விட்டோம். ஆகவே நாம் சிறிது பின்னோக்கிச் சென்று இந்தியாவில் நிகழ்ந்தவற்றை அறிந்துகொள்ள வேண்டும். ஏனெனில் அசோகன் மரணத்திற்குப் பின் அங்கு பெரிய மாறுதல்கள் நிகழ்ந்தன. வடக்கிலும் தெற்கிலும் புதிய பேரரசுகள் தோன்றின.

உலக வரலாறு என்பதை முழுமையாக நீ உணர வேண்டுமென்று நான் முயன்று வந்திருக்கிறேன். ஆனால், பழங்காலத்தில் தூர தேசங்களுக்குள் ஏற்பட்டிருந்த தொடர்பு அவ்வளவு நெருக்கமானதல்ல. இதை நீ நினைவில் கொள்ள வேண்டும். ரோமாபுரி முன்னேறி இருந்தாலும் புவியியல் அறிவு குறைவு. அந்தக் காலத்தில் தேச வரைபடம் இல்லை. அதைக் கற்கவும் முயற்சிக்கவில்லை. ரோமாபுரியில் செனட் சபையில் இடம்பெற்ற அறிவாளிகளும், பெரிய படைத் தளபதிகளும் தாங்கள் உலகம் முழுவதையும் ஆள்வதாகவே நினைத்தார்கள்.

இன்றைக்கு பள்ளிக்கூடம் செல்லும் சிறுவர்களுக்கு இருக்கிற புவியியல் அறிவுகூட அவர்களுக்கு இல்லை. ரோமாபுரியை ஆண்டவர்கள் தங்களை உலகுக்கே அதிபர்களாக நினைத்திருந்தனர். அதுபோலவே, ஆயிரக்கணக்கான கிலோமீட்டர்களுக்கு அப்பால் ஆசியா கண்டத்தை ஆண்டவர்களும் தங்களை உலகின் அதிபர்களாக நினைத்துக் கொண்டிருந்தார்கள்.

தென்னிந்தியாவும் கிரேக்கமும் வர்த்தக தொடர்புக்கு பயன்படுத்திய பழைய வரைபடம்

29. தென் இந்தியாவின் தனித்தன்மை

ஏப்ரல் 10, 1932

கிறிஸ்துவுக்கு முற்பட்ட காலத்தைச் சேர்ந்த சீனாவிலும், ரோமாபுரியிலும் நீண்ட பயணம் செய்துவிட்டு, இந்தியாவுக்கு மீண்டும் வருகிறோம்.

அசோகனின் மரணத்துக்கு பிறகு சில ஆண்டுகளிலேயே மௌரியப் பேரரசு தேய்ந்துவிட்டது. அதில் அங்கம் வகித்த வட மாகாணங்கள் பிரிந்து விட்டன. தெற்கே ஆந்திரா என்ற புதிய வல்லரசு தோன்றியது. அடுத்த ஐம்பது ஆண்டுகள் அசோகனின் வாரிசுகள் சரிந்துவரும் தங்கள் பேரரசை பெயருக்கு ஆட்சி செய்தனர்.

ஒரு கட்டத்தில் படைத் தளபதியான புஷ்யமித்திரன் என்ற பிராமணன் அரசை அபகரித்தான். தன்னையே அரசனாக அறிவித் தான். அதிகாரத்தை பயன்படுத்தி புத்த சன்னியாசிகளை துன்புறுத்தி, மீண்டும் பிராமண மதத்தை வளர்த்தான். நீ இந்திய வரலாறை கூர்ந்து கவனித்தால், பிராமண மதம் புத்த மதத்தை மிக நுட்பமாக எதிர்கொண்டது.

ஓரளவுக்குப் புத்த மதத்தினர் துன்புறுத்தப்பட்டனர் என்றாலும்,

அது மத சம்பந்தமானது அல்ல. புத்த சங்கங்கள் மிகப் பெரியவையாக பலம் மிக்கதாக இருந்தன. அவற்றுக்கு இருந்த செல்வாக்கைக் கண்டு பல மன்னர்கள் பயந்தார்கள். பிராமண மதம் தனது வீட்டிலேயே புத்த மதத்துக்குத் ஓர் இடம் கொடுத்து, அதை கவர்ந்தும், ஓரளவு தழுவியும் சென்றது. இந்த முறைகளை கடைப்பிடித்து, கடைசியில், புத்தமதத்தை பிறந்த நாட்டில் இருந்தே துரத்திவிட்டது.

புதிய பிராமண மதம், புத்த மதம் சாதித்தவற்றை ஒழித்துவிட்டு மீண்டும் பழைய நிலைமைகளை கொண்டு வந்ததாக கூறமுடியாது. அந்தக் காலத்துப் பிராமண மத குருக்கள் உலகியல் அறிவு நிரம்பியவர்கள். ஆதியிலிருந்தே வேற்றுக் கொள்கைகளையும் உள்வாங்கி, தம்மோடு இணைத்துக் கொள்வதை வழக்கமாக கொண்டவர்கள். ஆரியர்கள் முதன் முதல் இந்தியாவுக்கு வந்த பொழுது அவர்கள் திராவிடக் கலை நாகரிகத்தையும் பழக்க வழக்கங்களையும் ஏற்று அவற்றைத் தம் வாழ்க்கையில் பொருந்துமாறு அமைத்துக் கொண்டனர். வரலாறு நெடுகிலும் இதுவே நிஜமாக இருக்கிறது.

புத்த மதத்தையும் இதே பாணியையே பின்பற்றினார்கள். இந்துக் கடவுள் அவதாரங்களில் புத்தரையும் சேர்த்துக் கொண்டனர். மக்கள் புத்தரை வணங்கினார்கள். ஆனால் அவருடைய முக்கிய உபதேசம் ஒதுக்கப்பட்டது. பிராமண மதம் அல்லது ஹிந்து மதம் சில சின்னச்சின்ன மாறுதல்களுடன் பழைய மாதிரியே இயங்கியது. ஆனால் புத்த மதத்தை வைதிக மயமாக மாற்ற நீண்டகாலம் ஆகியது. ஏனெனில், அசோகரின் மரணத்துக்குப் பிறகும் பல நூற்றாண்டுகள் புத்த மதம் இந்தியாவில் நீடித்து இருந்தது.

மகதப் பேரரசில் நிகழ்ந்தவற்றை நாம் அதிகம் தெரிந்து கொள்ள வேண்டியதில்லை. அசோகன் இறந்து 200 ஆண்டுகளுக்குப் பின் மகதம் தனது இடத்தை இழந்துவிட்டது. ஆனால், அது புத்த கலாசாரத்தின் மையமாக இருந்தது.

இதற்கிடையே, வடக்கிலும் தெற்கிலும் முக்கிய நிகழ்ச்சிகள் நடந்தன. வடக்கில், மத்திய ஆசியாவில் இருந்து பக்திரியர்கள், சாகர்கள், ஸிதியர்கள், துருக்கியர்கள், குஷாணர்கள் என பல பிரிவினர் இந்தியா மீது அடுத்தடுத்துப் படையெடுத்து வந்தனர். மத்திய ஆசியாவைச் சேர்ந்த பல கூட்டத்தினர் ஆசியாவிலும் ஐரோப்பாவிலும்

எப்படி பரவினார்கள் என்று முன்பு கூறியிருக்கிறேன். கிறிஸ்துவுக்கு 200 ஆண்டுகளுக்கு முன் இத்தகைய படையெடுப்புகள் இந்தியாவில் நிகழ்ந்தன. ஆனால் இவற்றின் நோக்கம் நாட்டை ஜெயிப்பதும் கொள்ளையடிப்பதும் அல்ல என்பதை நீ நினைவில் வைக்கவேண்டும்.

குடியேறுவதற்கு ஓர் இடத்தைத் தேடியே வந்தார்கள். மத்திய ஆசியாவில் வாழ்ந்த பிரிவினர் பெரும்பாலும் நாடோடிகள். அவர்களின் எண்ணிக்கை அதிகரிக்கும்போது வேறு புதிய இடங்களை தேடி வந்தார்கள். இதை விட முக்கிய காரணம் நாடோடிப் பிரிவுகளில் பெரிய வல்லமை பொருந்திய பிரிவினர் மற்றவர்களைத் துரத்துவார்கள். துரத்தப்பட்டவர்கள் மற்ற நாடுகளைத் தேடி செல்வார்கள். ஆகவே இந்தியாவுக்குள் படையெடுத்து வந்தவர்கள் தங்கள் சொந்த பகுதியிலிருந்து விரட்டபப்பட்டு அடைக்கலம் தேடி வந்தவர்களே ஆவர். சீனப் பேரரசு ஹான் பரம்பரை வசம் இருந்த காலத்தில் இந்த நாடோடிகளை விரட்டி அடித்தது. விரட்டப்பட்டவர்கள் வேறு உறைவிடங்களைத் தேடிச் சென்றனர்.

மத்திய ஆசியாவிலிருந்து வந்த இந்த நாடோடிகள் இந்தியாவை விரோதி நாடாக பார்க்கவில்லை. இந்தியாவில் அந்தக் காலத்தில் வாழ்ந்த மக்களைப்போல அவர்கள் நாகரிகமானவர்கள் அல்ல. ஆனால் அவர்கள் புத்த மதத்தில் தீவிரமான பற்றுக் கொண்டவர்கள். அந்த தர்மத்தின் தாயகமான இந்தியாவை அவர்கள் போற்றி மதித்தார்கள்.

புஷ்யமித்திரன் காலத்திலேயே வடமேற்கிலிருந்து பாக்திரியாவைச் சேர்ந்த மினாண்டர் என்பவன் படையெடுத்து வந்தான். செலூகஸ் பேரரசின் ஒரு பகுதியாக பாக்திரியா இருந்தது. அந்த பேரரசில் இருந்து தனியாக பிரிய விரும்பியது. மினாண்டரின் படையெடுப்பு முறியடிக்கப்பட்டது. ஆனால், அவன் காபூலையும் சிந்துப் பிரதேசத் தையும் கைப்பற்றினான்.

அதன் பிறகு சாகர்கள் படையெடுத்து வந்தனர். அவர்கள் பெருந் தொகையினராக வந்து வட இந்தியா முழுவதும், மேற்கு இந்தியா முழுவதும் பரவினார்கள். சாகர்கள் என்போர் துருக்கி நாடோடி வகையைச் சேர்ந்த ஒரு பிரிவினர். அவர்களிலும் வல்லமை மிகுந்த குஷாணர் என்ற பிரிவினர் அவர்களுடைய நிலங்களிலிருந்து அவர்களை விரட்டிவிட்டனர். சாகர்கள், பாக்திரியா, பார்த்தியா

முதலான நாடுகளை அழித்துவிட்டுக் வட இந்தியாவில், பஞ்சாப், ராஜபுதனம், கத்தியவார் ஆகிய இடங்களில் குடியேறினார்கள். இந்தியா அவர்களை நாகரிகமான மக்களாக மாற்றியது. அவர்கள் தங்களுடைய நாடோடிப் பழக்கங்களை கைவிட்டனர்.

இந்தியாவின் சில பகுதிகளில் பாக்திரிய அரசர்களும், துருக்கி அரசர்களும் ஆட்சி செய்தாலும், இந்திய - ஆரிய சமுதாயம் மாறுதல் அடையவில்லை. இந்த அரசர்கள் புத்த மதத்தினர் என்பதால் அந்த மத அமைப்பை பின்பற்றியே ஆட்சி செய்தனர். இவர்கள் காலத்திலும் தட்சசீலமும் வட மதுரையும் சிறந்த பௌத்த கலாசாலைகளாக இருந்தன. சீனாவில் இருந்தும் மேற்கு ஆசியாவில் இருந்தும் பல மாணவர்கள் அங்கு வந்து கல்வி கற்றனர்.

வடமேற்கு பகுதியில் நடந்த படையெடுப்புகளாலும் மௌரிய பேரரசு சிதறிவிட்ட காரணத்தாலும் ஒரு பலன் ஏற்பட்டது. தென் இந்திய அரசுகள் பழைய இந்திய ஆரிய முறையின் பிரதிநிதிகளாக மாறத் தொடங்கின. படையெடுப்புகள் காரணமாக அறிவாற்றலில் சிறந்த பலர் வடக்கிலிருந்து தெற்கே சென்றிருக்கலாம். இன்றுகூட, அந்நியர்களின் படையெடுப்புகளும் தொடர்புகளும் வட இந்தியாவைப் பாதித்த அளவுக்குத் தென் இந்தியாவைப் பாதிக்கவில்லை. தென் இந்தியா இவற்றால் மிகவும் குறைவாகவே பாதிக்கப்பட்டிருக்கிறது.

தென் இந்தியாவுக்கும் ஐரோப்பாவுக்கும் இடையே நல்ல வியாபாரம் நடந்து கொண்டிருந்தது. முத்து, பொன், தந்தம், அரிசி, மிளகு முதலியவையும் மயில்களும், குரங்குகளும்கூட பாபிலோன், எகிப்து, கிரீஸ் ஆகிய நாடுகளுக்கும் ரோமாபுரிக்கும் அனுப்பப் பட்டன.

மலையாளக் கரையிலிருந்து தேக்கு மரம் சால்டியாவுக்கும் பாபிலோனுக்கும் அனுப்பப்பட்டது. திராவிடர்களால் செலுத்தப்பட்ட கப்பல்களில் வெளிநாடு சென்றன. புராதன உலகத்தில் தென் இந்தியா எத்தகைய இடத்தை பெற்றிருந்தது என்பதை நீ இதனால் தெரிந்து கொள்ளலாம். தென் இந்தியாவில் பல ரோம நாணயங்கள் கிடைத்திருக்கின்றன. நான் ஏற்கெனவே கூறியபடி மலையாளக் கரையில் அலெக்சாண்டிரியரின் குடியேற்றமும்

புதுக்கோட்டையில் கிடைத்த கிரேக்க நாணயங்கள்

அலெக்சாண்டிரியாவில் தென்இந்தியரின் குடியேற்றமும் இருந்தன.

அசோகன் இறந்த உடனே தெற்கில் ஆந்திர அரசு சுதந்திரம் பெற்றது. ஆந்திர தேசம் இப்போது சென்னைக்கு வடக்கே இந்தியாவின் கிழக்குக் கரையில் உள்ள காங்கிரஸ் மாகாணம் என்பதை நீ அறிந்திருக்கலாம். ஆந்திர தேசத்தில் பேசப்படும் பாஷை தெலுங்கு, அசோகனுக்குப் பின் ஆந்திர அரசு விரைவில் பரவிப் பெருகியது. கிழக்குக் கடலிலிருந்து மேற்குக் கடல் வரை தட்சிண பீடபூமி முழுவதும் அது பரவியது.

தென் இந்தியாவிலிருந்து வெளிநாடுகளுக்குச் சென்று அங்கே குடியேறும் முயற்சிகளும் நடந்தன. அவற்றைப் பற்றிப் பிறகு கூறுகிறேன்.

இந்தியா மீது படையெடுத்து வந்து வடக்கே குடியேறிய சாகர், ஸிதியர் ஆகியோரைப் பற்றி கூறியிருந்தேன். அவர்கள் இந்தியரோடு ஒன்றி இந்தியராகவே மாறிவிட்டார்கள். வட - இந்தியாவிலுள்ள நாம் எந்த அளவு ஆரியர்களின் வாரிசுகளோ, அந்த அளவுக்கு இவர்களின் வாரிசுகளும் ஆவோம். சிறப்பாக அழகும் வீரமும் படைத்த ராஜபுத்திரர்களும், ஆற்றல் படைத்த கத்தியவார் மக்களும் இவர்களுடைய வாரிசுகள் ஆவர்.

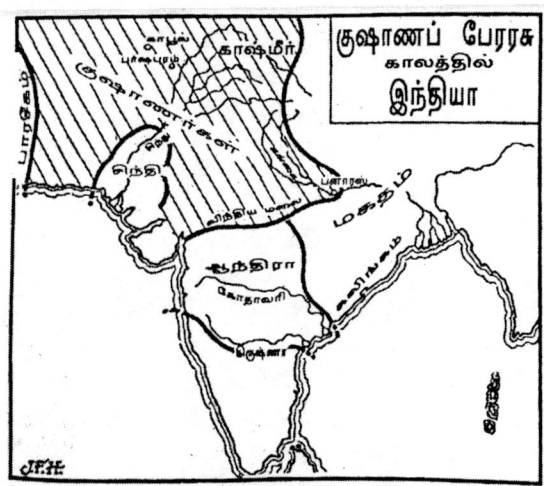

30. குஷாணர் பேரரசு

ஏப்ரல் 11, 1932

இந்தியா மீது சாகரும், துருக்கியரும் அடிக்கடி படையெடுத்த வரலாறை கடந்த கடிதத்தில் கூறியிருந்தேன். தென்னிந்தியாவில், அரபிக் கடல் முதல் வங்காள விரிகுடாக் கடல் வரை பரவியிருந்த ஆந்திர அரசின் வளர்ச்சியை குறிப்பிட்டிருந்தேன்.

சாகர்களை விரட்டியவர்கள் குஷாணர்கள் என்று கூறியிருந்தேன். ஆனால், கொஞ்ச காலத்தில் குஷாணர்களே இந்தியாவுக்கு வந்தனர். இந்தியாவின் எல்லையில் கி.மு.முதல் நூற்றாண்டில் இவர்கள் ஒரு அரசை நிறுவினார்கள். இது பேரரசாக வளர்ந்தது. இந்தக் குஷாண பேரரசு கிழக்கே காசி, தெற்கே விந்தியமலை, மேற்கே பாரசீகம் மற்றும் பார்த்தியம், வடக்கே காஷ்கர், யார்கண்ட், கோடான் என்று எல்லைகளைக் கொண்டிருந்தது.

ஆகவே, ஐக்கிய மாகாணம், பஞ்சாப், காஷ்மீரம் இவை கொண்ட வட இந்தியப் பகுதி முழுவதும், மத்திய ஆசியாவின் ஒரு பகுதியும் குஷாணர்களின் ஆதிக்கத்தில் இருந்தன. இந்தப் பேரரசு 300 ஆண்டுகள் நீடித்து இருந்தது. இதன் காலமும் தென் இந்தியாவில் ஆந்திர அரசு நீடித்திருந்த காலமும் சமம் என்று கூறலாம்.

முதலில் காபூல் குஷாணர்களின் தலைநகராக இருந்தது. பிறகு அது புருஷபுரம் என்று அழைக்கப்பட்ட இன்றைய பெஷாவருக்கு மாற்றப்பட்டது. இந்த குஷாண பேரரசு பௌத்த பேரரசாக இருந்தது. இதனை ஆண்டவர்களில் கனிஷ்கர் புத்த மதத்தில் மிகுந்த பற்றுடையவன்.

குஷாணர்கள் என்பவர்கள் மங்கோலியர்கள், அல்லது அவர்களோடு தொடர்பு கொண்டவர்கள் எனலாம். குஷாண பேரரசின் தலைநகருக்கும் மங்கோலியாவுக்கும் தொடர்ச்சியான போக்குவரத்து இருந்திருக்கலாம். இங்கிருந்து சீனாவுக்கும் மங்கோலியாவுக்கும் பவுத்த கலைகளும், நாகரிகமும் சென்றிருக்கலாம். மேற்கு ஆசியாவுக்கும் அப்படியே பவுத்தக் கல்வி கேள்விகள் போயிருக்கலாம். அலெக்சாண்டர் காலத்திலிருந்து மேற்கு ஆசியா கிரேக்கர்களின் ஆட்சியில் இருந்தது. அங்கு கிரேக்க கலாசாரம் நிலவியது. இப்பொழுது அங்கு கிரேக்க ஆசியக் கலாச்சாரத்துடன், இந்திய பவுத்தக் கலாசாரமும் கலந்துவிட்டது.

சீனாவையும் மேற்கு ஆசியாவையும் இந்தியா பாதித்தது. அவற்றால் இந்தியாவும் பாதிக்கப்பட்டது. குஷாணப் பேரரசு ஆசியாவின் முதுகில் பரவியிருந்தது. இந்தியாவுக்கும் ரோமாபுரிக்கும், இந்தியாவுக்கும் சீனாவுக்கும் மத்தியில் அது அமைந்து இருந்தது.

குஷாண சாம்ராஜ்யம் மத்திய பாகத்தில் இருந்தபடியால் இந்தியாவுக்கும் ரோமாபுரிக்கும் வர்த்தகம் செழித்தது. ரோம பேரரசின் முதல் 200 ஆண்டுகளும் குஷாணப் பேரரசு செழித்திருந்த காலம் ஆகும். அகஸ்டஸ் சீசர் ஆட்சியில் அவரைச் சந்திக்க சில தூதர்களை குஷாண பேரரசர் அனுப்பியதாக கூறப்படுகிறது. கடல் வழியாகவும் தரை வழியாகவும் வியாபாரம் நடைபெற்றது. வாசனைப் பொருட்களும், பொன், வெள்ளி, மஸ்லின் துணிகளும், நவரத்தினங்களும் ரோமாபுரிக்கு அனுப்பப்பட்டன.

பிளினி என்ற ரோம ஆசிரியர் ரோமாபுரியிலிருந்த ஏராளமான பொன் இந்தியாவுக்குப் போவதாக குறைபட்டிருக்கிறார். ஆடம்பரப் பொருள்களை வாங்குவதற்காக ரோமப் பேரரசு ஆண்டுதோறும் பத்து கோடி செஸ்டர்ஸ் (ரோம நாணயம்) செலவழித்தது என்கிறார். இது இன்றைய மதிப்பில் ஏறக்குறைய பத்து லட்சம் பவுன் அல்லது ஒன்றரை கோடி ரூபாய்க்குச் சமமான ஒரு தொகையாகும்.

இந்தக் காலத்தில் பவுத்த மடங்களிலும் பவுத்த சங்கக் கூட்டங்

களிலும் பலத்த வாதப் பிரதிவாதங்கள் நிகழ்ந்துவந்தன. புதிய கருத்துக்களும், புதிய உடை தரித்த பழைய கருத்துக்களும் புகுந்தன. இவற்றால் பவுத்த மதத்தின் எளிய தன்மை பாதிக்கப்பட்டது. இந்த மாறுதல்களால் பவுத்த மதம் மஹாயானம் (பெருவழி) என்றும் ஹீனயானம் (சிறுவழி) என்றும் இரண்டாகப் பிரிந்தது.

இந்த மாறுதல்கள் எவ்வாறு நிகழ்ந்தன என்று கூறுவது எளிதல்ல. ஒருவேளை பிராமண நாகரிகம், கிரேக்க நாகரிகம் ஆகிய இரண்டும் சேர்ந்து, பவுத்த மதத்தின் போக்கை மாற்றி இருக்கலாம்.

ஜாதிக் கொடுமையையும், குருக்கள்மாரின் ஏமாற்று வித்தை களையும், சடங்கு முறைகளையும் ஒழிக்க உருவானது பவுத்தமதம் என்று பலமுறை நான் கூறியிருக்கிறேன். சிலை வழிபாடை கௌதமர் ஆதரிக்கவில்லை. தம்மைப் தெய்வமாக வணங்குவதையும் ஆதரிக்க வில்லை. அவர் புத்தர். அதாவது ஞானம் பெற்றவர். அவ்வளவுதான்.

இந்தக் கொள்கைப்படி முதலில் புத்தருக்கு சிலை வைக்கவில்லை. யாரும் வணங்கவில்லை. ஆனால் பிராமணர்கள் இந்து மதத்துக்கும் பவுத்த மதத்துக்கும் உள்ள வேற்றுமைகளை எப்படியாவது ஒற்றுமைப்படுத்த விரும்பினார்கள். அவர்கள் ஹிந்துக் கருத்துகளையும் குறிகளையும் பவுத்த மதத்தில் புகுத்த முயன்றார்கள். இப்படியாக பவுத்தக் கோயில்களில் நாளடைவில் சிலைகள் நுழைந்தன. முதலில் புத்தருக்கு சிலை வைக்கவில்லை. பவுத்த மத கொள்கைப்படி புத்தருக்கு முந்தைய அவதாரங்களாக கருதப்படும் போதி சத்துவர்களுக்கே சிலைகள் அமைக்கப்பட்டன. கடைசியில் புத்தருடைய உருவத்தையே சிலைகளாக்கி வணங்கத் தொடங்கினர்.

இந்த மாற்றங்களை மஹாயானப் பிரிவினர் ஒப்புக் கொண்டனர். அவர்களுடைய கொள்கைக்கும் பிராமணர்களின் கொள்கைக்கும் அதிக ஒற்றுமை இருந்தது. குஷாண சக்கரவர்த்திகள் மஹாயான கொள்களைகளை ஏற்று அதைப் பரவச் செய்தார்கள். ஆனால் அவர்கள் ஹீனயான கொள்கையிடமும் மற்ற மதங்கள் மீதும் வெறுப்பு கொள்ளவில்லை. கனிஷ்கர் ஜாரதுஷ்டிர மதத்தையும் ஆதரித்தாராம்.

இரண்டு கோட்பாடுகளிலும் வல்லவர்கள் தங்கள் பிரிவுகளின் பெருமைகளை பொது இடங்களில் தர்க்கம் செய்தனர். காஷ்மீரத்தில் ஒரு பெரிய சங்கக் கூட்டத்தைக் கனிஷ்கர் கூட்டியதாகத் தெரிகிறது. இது சம்பந்தமான சொற்போர்களும், வாதங்களும் பல நூறு வருடங்கள் நடைபெற்றுள்ளன. வட இந்தியாவில் மஹாயான

குஷாணர் காலத்து அஜந்தா எல்லோரா குகைக் கோவில் அதிசயங்கள்

சித்தாந்தமும் தென் இந்தியாவில் ஹீனயான சித்தாந்தமும் வெற்றி பெற்றன. கடைசியில் இரண்டையும் ஹிந்து மதம் விழுங்கி விட்டது. இன்று மஹாயான சித்தாந்தம் சீனாவிலும், ஜப்பானிலும், திபெத்திலும் கடைப்பிடிக்கப்படுகிறது. ஹீனயான சித்தாந்தம் இலங்கையிலும் பர்மாவிலும் கடைப்பிடிக்கப்படுகிறது.

குஷாணர்கள் காலத்து நினைவுச் சின்னங்கள் இன்றும் இருக்கின்றன. அவற்றில் மிகவும் சிறந்தவை அஜந்தா குகையிலுள்ள அற்புதமான சித்திரங்களாகும். இப்போதைக்கு குஷாணர்களிடம் இருந்து விடைபெறலாம். ஆனால் இதைமட்டும் மறவாமல் நினைவில் வைத்துக் கொள். தங்களுக்கு முன்வந்த சாகர், துருக்கியரைப் போல, குஷாணர்கள் அந்நியரைப்போல இந்தியாவுக்கு வரவில்லை. அந்நியர்களைப் போல இந்தியாவை ஆளவும் இல்லை. மத சம்பந்தமானது அவர்களை இந்தியாவுடன் பிணைத்துவிட்டது. மேலும் இந்தியாவில் அனுசரிக்கப்பட்ட அரசியல் கொள்கை களையே அவர்களும் ஏற்றிருந்தார்கள். பெரும்பாலும் ஆரிய முறையோடு வாழ்க்கை நடத்தியதால் வட இந்தியாவை அவர்கள் 300 ஆண்டுகள் ஆட்சி செய்வது சாத்தியமாயிற்று.

புரட்சிக்காரர் ஏசு சிலுவையில் அறையப்பட்டார்

31. புரட்சிக்காரர் ஏசு

ஏப்ரல் 12, 1932

வடமேற்கு இந்தியாவை ஆட்சி செய்த குஷாண பேரரசு தொடர்பான வரலாறையும், சீனாவை ஆட்சி செய்த ஹான் பரம்பரையின் வரலாறையும் பார்த்தபோது, முக்கியமான வரலாற்று காலகட்டத்தை கடந்துவிட்டோம்.

இதுவரையில் நாம் கிறிஸ்து பிறப்பதற்கு முற்பட்ட காலத்தைப் பற்றி பேசிக் கொண்டிருந்தோம். நாம் இப்போது கிறிஸ்துவுக்கு பிறகான காலத்தில் வாழ்கிறோம். கிறிஸ்து பிறந்ததாகக் கருதப்படும் நாளில் இருந்து இது தொடங்குகிறது. பார்க்கப்போனால் அந்த குறிப்பிட்ட நாளில் இருந்து நான்கு ஆண்டுகள் முன்புகூட கிறிஸ்து பிறந்திருக்கலாம். அதனால் அதிக வித்தியாசம் ஒன்றுமில்லை.

ஏசு கிறிஸ்துவின் வரலாறு பைபிளில் புதிய ஏற்பாடு எனும் பகுதியில் இருக்கிறது. அது உனக்கு கொஞ்சம் தெரியும். அவரைப்பற்றிய வரலாறில் அவருடைய இளமைப் பருவத்தைப் பற்றி ஒன்றும் சொல்லவில்லை. 'அவர் நாசரேத்து என்னும் ஊரில் பிறந்தார். கலிலேயாவில் மக்களுக்கு நற்போதனைகள் செய்தார். தன் முப்பதாவது வயதில் ஜெருசலேம் நகருக்கு வந்தார். அதற்குப் பிறகு அவர் ரோமாபுரியை ஆண்ட பொன்டியஸ் பிலாது என்பவனால்

விசாரிக்கப்பட்டுத் தண்டிக்கப்பட்டார் என்று கூறப்படுகிறது.

மக்களுக்குப் போதிக்க ஆரம்பிக்குமுன் அவர் என்ன செய்தார், எங்கு சென்றார் என்பது தெளிவாகத் தெரியவில்லை. மத்திய ஆசியா முழுவதிலும், காஷ்மீர், லடாக், திபேத் ஆகிய இடங்களுக்கும் ஏசு சென்றிருப்பதாக சிலர் நம்புகிறார்கள். சிலர் அவர் இந்தியாவுக்கும் வந்ததாக நம்புகிறார்கள். ஆனால், எதையும் நிச்சயமாகக் கூறுவதற்கில்லை.

ஏசுவின் வாழ்க்கையை ஆராய்ந்தவர்கள் அவர் இந்தியாவுக்கோ, மத்திய ஆசியாவுக்கோ போகவில்லை என்கிறார்கள். ஆனால் அந்த நாளில் இந்தியாவில் புகழ்பெற்ற கலாசாலைகள் இருந்தன. வெளிநாட்டு மாணவர்கள் வந்தார்கள். அதுபோல ஏசுவும் வந்திருக்கலாம். இந்தியாவில் பவுத்த மதம் வலுவாக இருந்ததால் அந்த மதத்தைப் பற்றி அவர் அறிந்திருக்கலாம். அவருடைய போதனைகளும் பவுத்த போதனைகளை ஒத்திருக்கிறது. அல்லது இந்தியாவுக்கு வராமலே பவுத்த போதனைகளை அவர் அறிந்திருக்கலாம்.

மதங்கள் மக்கள் இடைய மோதல்களுக்கு காரணமாக இருந்திருக்கின்றன. மதங்களின் நோக்கங்களும் போதனைகளும் பெரும்பாலும் ஒரே மாதிரி இருக்கும். ஆனால், மக்கள் ஏன் மூடத்தனமாக அர்த்தமற்ற காரணங்களுக்காக சண்டை போட வேண்டும்?

மதங்களின் தொடக்ககால போதனைகள் பழைய வடிவத்திலேயே எப்போதும் இருப்பதில்லை. அவற்றோடு வேறு பல விஷயங்களும் சேர்ந்து திரிந்து உருமாறி விடுகின்றன. மதத்தை போதித்தவரின் இடத்துக்கு குறுகிய மனமும், வெறுப்பு உணர்வும், பிடிவாத குணமும், மூட நம்பிக்கையும் கொண்ட மதவாதிகள் வந்துவிடுகிறார்கள். மக்களிடையே மூடநம்பிக்கைகளையும், மூட பழக்க வழக்கங்களையும் வளர்க்க வேண்டும் என்பது பழைய ரோமர்களின் ராஜதந்திர முறையாகும். அதன்மூலம், மக்களை அடக்கி சுரண்டிப் பிழைப்பது மிகவும் எளிதானது.

ரோம பிரபுக்களின் தத்துவங்கள் அவர்களுக்கு மட்டுமே நன்மை தரும். மக்களுக்கு நன்மையானதல்ல என்று மாக்கியவல்லி என்ற இத்தாலிய ஆசிரியர் எழுதியிருக்கிறார். அரசனாக இருப்பவன். தனக்கு பொய் என்று தெரிகிற மதத்தைக் கூட ஆதரிக்க வேண்டியது

கடமை என்று கூறியிருக்கிறார். சமீபகாலத்திலும் மதம் என்ற போர்வைக்குள் புகுந்து ஏகாதிபத்தியக் கொள்கை வளர்வதை நாம் அறிந்திருக்கிறோம். எனவேதான், கார்ல் மார்க்ஸ் என்ற அறிஞர், 'மதம் மக்களின் அறிவை மயக்கும் அபினி என்ற போதைமருந்து' என்று கூறியிருக்கிறார்.

ஏசு ஒரு யூதர். யூதர்கள் எப்போதும் தனி இயல்பு கொண்ட பிரி-வினராக இருக்கிறார்கள். விடாமுயற்சி கொண்டவர்கள். தாவீது, சாலமோன் காலத்தில் சிறப்புடன் இருந்தார்கள். அதன் பிறகு கெட்ட காலம் பிறந்தது. ஆனால், அதை ஒரு பொற்காலம் என்ற தோற்றத்தை கற்பனையில் உருவாக்கி வருகிறார்கள். ரோமாபுரியிலும் அதைத் தாண்டியும் பரவியிருந்தார்கள். ஆனால் அவர்கள் தங்களுக்காக ஒரு ரட்சகர் அதாவது கிறிஸ்து தோன்றுவார் என்று நம்பினார்கள். யூதர்கள் தங்களுக்கென்று ஒரு நாடு இல்லாமல் பிறரால் அளவிட முடியாத துன்பத்துக்கு ஆளானாலும் தங்கள் அடையாளத்தை இழக்காமல் 2000 ஆண்டுகளாக ஒன்றுபட்டு நிற்பது வரலாற்றில் வியப்பானது.

யூதர்கள் தங்களை விடுவிக்க வந்த கிறிஸ்துவே ஏசு என்று நம்பியிருக்கலாம். ஆனால் ஏசு அந்தக் காலத்தில் நிலவிய சமுதாய அமைப்பை எதிர்த்து பேசினார். செல்வமும் சிறப்பும் தருவதாக கூறுவதற்கு பதிலாக, பரலோக ராஜ்யத்திற்காக எல்லாவற்றையும் இழக்கும்படி கூறினார். அவர் பிறவியில் ஒரு புரட்சிக்காரர். அந்தக் காலத்தில் நிலவிய கொடுமைகளை மாற்றுவதற்கு உறுதி கொண்டிருந்தார். யூதர்கள் இதை விரும்பாததால் பெரும்பாலோர் அவருக்கு எதிராக கிளம்பி, அவரை ரோம அதிகாரிகளிடம் பிடித்து கொடுத்தனர்.

ரோமர்களுக்கு மதங்கள் மீது வெறுப்பில்லை. கடவுளை யாராவது எதிர்த்தால் தண்டனை இல்லை. "கடவுளை நிந்தனை செய்தால் அவர்களைக் கடவுளே பார்த்துக் கொள்வார்" என்று டைபீரியஸ் என்ற சக்கரவர்த்தி கூறியிருக்கிறான். ஏசு மீதான வழக்கில் மதம் தொடர்பான விஷயத்தை போன்டியஸ் பிலாது விசாரித்திருப்பான் என்று கருதமுடியாது. ஏசுவை ஓர் அரசியல் புரட்சிக்காரர் என்று அதிகாரிகள் கருதினார்கள். யூதர்களோ அவரை ஒரு சமூகப் புரட்சிக்காரர் என்று கருதினார்கள். இந்தக் காரணங்களுக்காக அவரை விசாரித்து, மரண தண்டனை விதித்து, கொல்கதா என்ற இடத்தில் சிலுவையில் அறையப்பட்டார். அவருக்குத் துன்பம் வந்த

காலத்தில் சீடர்களும் அவரை விட்டு நீங்கினார்கள். சாகும் நேரத்தில் இந்தத் துரோகத்தை நினைத்து "என் கடவுளே, என் கடவுளே, ஏன் என்னைக் கைவிட்டீர்" என்று கல்லும் கரையும்படி கதறினார்.

ஏசு இளவயதிலேயே இறந்துவிட்டார். அவர் சிலுவையில் அறையப்பட்ட சோகம் அழகாக எழுதப்பட்டுள்ளது. அதைப் படிக்கும்போது நாம் மனம் கசிந்து உருகுகிறோம். பிற்காலத்தில் கிறிஸ்தவ மதத்தில் பல கோடிப் பேர் இணைந்து ஏசுவை வணங்க தொடங்கினார்கள். ஏசு சிலுவையில் அறையப்பட்ட போது பாலஸ்தீனத்துக்கு வெளியில் அவரைப்பற்றி யாருக்கும் அதிகமாகத் தெரியாது. ரோமாபுரி மக்களும் பிலாத்தும் ஏசு என்ன செய்தார் என்பதைப் பற்றியே தெரிந்திருக்க மாட்டார்கள்.

ஏசுவின் நெருங்கிய சீடர்கள் அச்சம் காரணமாக அவரிடமிருந்த பிரிந்தனர். ஆனால் அவர் இறந்தவுடன் பால் என்பவர் தோன்றினார். அவர் ஏசுவைக் கண்டதில்லை. கிறிஸ்தவ மதக் கோட்பாடு என்று தான் கருதியதைப் பரப்பத் தொடங்கினார். ஏசுவின் போதனைகளுக்கும் பால் என்பவர் போதித்த கிறிஸ்தவ மதத்துக்கும் நிறைய வேறுபாடு இருந்தது என்று பலர் கூறுகிறார்கள்.

பால் கல்வியறிவும் திறமையும் மிகுந்தவர். சமுதாயப் புரட்சிக்காரர் அல்ல. கிறிஸ்தவ மதம் சிறிது சிறிதாகப் பரவியது. ரோமர்கள் முதலில் இதை பெரிதாக கருதவில்லை. கிறிஸ்தவர்களை, யூதர்களில் ஒரு பிரிவாக கருதினார்கள். ஆனால் கிறிஸ்தவர்கள் வேறு மதங்களை எதிர்த்தார்கள். சக்கரவர்த்தியின் சிலைக்கு வணக்கம் செலுத்த மறுத்தார்கள். ரோமர்களுக்கு இது புரியவில்லை. கிறிஸ்தவர்களைப் பைத்தியங்களாகவும், சண்டைக்கு வருபவர்களாகவும், முன்னேற்றத் துக்கு எதிரானவர்கள் என்றும் ரோமர்கள் கருதினார்கள்.

ரோமச் சக்கரவர்த்தியின் சிலைக்குக் கிறிஸ்தவர்கள் வணக்கம் செலுத்த மறுத்ததை ராஜத் துரோகக் குற்றமாக கருதினார்கள். அந்தக் குற்றத்துக்கு மரணதண்டனை விதிக்கப்பட்டது. கிறிஸ்தவர்கள் துன்பத்துக்கு ஆளானார்கள். அவர்களுடைய சொத்து சுதந்திரங்கள் பறிமுதல் செய்யப்பட்டன. அவர்கள் சிங்கங்களுக்கு இரையாக எறியப்பட்டனர். இப்படி உயிர் துறந்த கிறிஸ்தவ மதத் தியாகிகளின் கதைகளை நீ வாசித்திருப்பாய். ஒருவன் ஒரு கொள்கைக்காக உயிரையும்

கொடுக்க துணியும்போது அவனையோ அல்லது அந்தக் கொள்கையையோ யாரும் அடக்கிவிட முடியாது. ரோம பேரரசுக்கும் கிறிஸ்தவர்களுக்கும் நடந்த போராட்டத்தில் கிறிஸ்தவர்கள் வெற்றி பெற்றனர். கி.பி. நான்காம் நூற்றாண்டின் தொடக்கத்தில் கான்ஸ்டண்டைன் என்ற ரோம சக்கரவர்த்தி ஒருவன் கிறிஸ்தவ மதத்தைத் தழுவினான். அப்போதிருந்து ரோமப் பேரரசில் கிறிஸ்தவ மதமே அரசாங்க மதம் ஆனது. கான்ஸ்டாண்டிநோபிள் என்னும் நகரத்தை அவனே உருவாக்கினான்.

கிறிஸ்தவ மதம் வளர வளர ஏசுவின் தெய்வத் தன்மை பற்றி விவாதங்கள் எழுந்தன. புத்தர் தமக்குத் தெய்வத்தன்மை உண்டென்று சொல்லா விட்டாலும் மக்கள் அவரை கடவுளாகவும் அவதாரமாகவும் வணங்கத் தொடங்கினார்கள். அதுபோலவே, 'தேவ குமாரன்' என்றும் மனுஷகுமாரன்' என்றும் சொன்ன ஏசுவையும் கடவுளாக்கி விட்டார்கள். தங்களிடையே தோன்றும் பெரியவர்களைத் கடவுளாக்கி விடுவது மனிதர்களின் வழக்கம். அப்படிக் கடவுளாக்கிவிட்டு அதுவே போதும் என்று அவர்கள் போதனைகளை தூக்கி போடுகிறார்கள்.

ஏசுவின் மொழிகளை உணர்ந்து அவற்றின்படி நடப்பதற்கு மாறாக ஒரு கூட்டத்தார் மற்றொரு கூட்டத்தாரை நாஸ்திகர் என்பதும், தலைகளைத் துண்டிப்பதும் சாதாரணமாக இருந்தது. கிறிஸ்தவர்ள் இரு பிரிவாக பிரிந்தனர். ஒரு பிரிவினர், தொழுகையின்போது கடவுளே மனிதனாக வந்தார் என்று சொல்ல வேண்டும் என்றார்கள். இன்னொரு பிரிவினர் கடவுள் தன்மை பெற்ற மனிதன் என்பதே சரி என்றார்கள். ஏசுவின் கடவுள் தன்மை குறித்த மோதலில் இரு பிரிவினருக்கும் மூண்ட சண்டையில் பலர் கொல்லப்பட்டனர்.

கிறிஸ்தவ மதம் இங்கிலாந்திலும் மேற்கு ஐரோப்பாவிலும் பரவுவதற்கு முன்னரே இந்தியாவுக்கு வந்து விட்டது. ஏசு கிறிஸ்து இறந்த நூறு ஆண்டுகளுக்குள் கிறிஸ்தவப் பாதிரிமார்கள் கடல் வழியாகத் தென் இந்தியாவுக்கு வந்தனர். அவர்கள் தங்கள் மதத்தை பிரசாரம் செய்ய அனுமதிக்கப்பட்டார்கள். அவ்வாறு மதம் மாறியவர்களின் பரம்பரையைச் சேர்ந்தவர்கள் இப்போதுவரை நம்நாட்டில் வாழ்கிறார்கள். இவர்களில் பெரும்பாலோர் பழைய கிறிஸ்தவ மதப் பிரிவுகளைச் சேர்ந்தவர்கள். இந்தப் பிரிவுகள் இன்று ஐரோப்பாவில் கூட இல்லை.

அஹிம்சையைப் போதித்த ஏசுவின் மலைப்பிரசங்கம்

இன்று அரசியலில் ஆதிக்கம் செலுத்துவது கிறிஸ்தவம் மதம். ஐரோப்பியர்கள் இந்த மதத்தை சேர்ந்தவர்கள் என்பதால் இருக்கலாம். ஆனால் சமுதாயத்தை மாற்றி அமைக்க வேண்டும் என்று கிளர்ச்சி செய்த, அஹிம்சையைப் போதித்த ஏசுநாதர் எங்கே? அவரைப் பின்பற்றுவதாக இன்று வாயளவில் பேசிக்கொண்டு, மண்ணுக்கும் பொன்னுக்கும் ஆசைப்பட்டு வல்லரசுகளையும் யுத்தங்களையும் யுத்த தளவாடங்களையும் வளர்க்கும் இவர்கள் எங்கே! ஏசுநாதர் மலையின் மீது செய்த உபதேசத்தில் அடங்கிய தத்துவங்களுக்கும் இன்று ஐரோப்பாவிலும் அமெரிக்காவிலும் நாம் காணும் கிறிஸ்தவ மதத்துக்கும் எத்தனை வேற்றுமை. இன்று இருக்கும் மேல்நாட்டுப் போலிக் கிறிஸ்தவர்களை விட உண்மையில் ஏசுவைப் பின்பற்றி நடப்பவர் நமது காந்திஜிதான் என்று பலர் எண்ணுவதிலும் சொல்வதிலும் என்ன ஆச்சரியம் இருக்கிறது.

அடிமைகளைச் சாகும்வரை சண்டையிடச் செய்து ரசிப்பது ஒரு பொழுதுபோக்கு

32. ரோமப் பேரரசு

ஏப்ரல் 23, 1932

பல நாட்களாக உனக்குக் கடிதம் எழுதவில்லை. அலகபாத்தில் உன் பாட்டிக்கு நேர்ந்ததை கேட்கும்போது துடித்துவிட்டேன். சிறையில் நான் வசதியாக இருக்கிறேன். ஆனால், வயது முதிர்ந்த என் தாயார் போராட்டத்தில் பங்கேற்று போலீஸின் தடியடி படுகிறார். என் மனம் பதறினாலும், கதைப்போக்கை தடை செய்யும்படி விடக்கூடாது.

மீண்டும் ரோமாபுரிக்கே செல்வோம். ரோமாபுரியில் குடியரசு முடிவுக்கு வந்து, பேரரசு தொடங்கியதைப் பார்த்தோம். ஜூலியஸ் சீசரின் தத்து மகன் ஆக்டேவியன் பதவிக்கு வந்தான். அவன் தனது பெயரை அகஸ்டஸ் சீசர் என்று மாற்றிக் கொண்டான். பொறுப்பை ஏற்றாலும் அவன் தன்னை அரசன் என்று அழைத்துக் கொள்ள மறுத்தான். முதல் காரணம், அரசன் என்ற பட்டம் பெரிதாக தோன்றவில்லை. தவிர, குடியரசின் தோற்றத்தை தொடர வேண்டும் என்று நினைத்தது இன்னொரு காரணம்.

அவன் தன்னை 'இம்பெரேட்டர்' அல்லது தளபதி என்று அழைத்துக் கொண்டான். அதிலிருந்து இந்தப் பட்டமே மிகப் பெரிதாக கருதப்பட்டது. ஆங்கிலத்தில் 'பேரரசர்' என்ற அர்த்தம்

தரும் 'எம்பெரர்' என்ற சொல் இதிலிருந்து பிறந்தது. ஆக, ரோமப் பேரரசு எம்பெரர், சீசர் என்ற இரு வார்த்தைகளை உலகிற்கு கொடுத்தது. முதலில், உலகம் முழுவதிலும் ரோமாபுரிக்கு ஈடு இணை இல்லை என்று மேல்நாட்டினர் நினைத்தனர். ஆனால், ரோமப் பேரரசு கிழக்கில் மெசபொடேமியாவுக்கு அப்பால் செல்லவே இல்லை. இந்தியாவிலும் சீனாவிலும் ரோமப் பேரரசைக் காட்டிலும் பரப்பளவிலும் வல்லமையிலும், நாகரிகத்திலும் பெரிய பேரரசுகள் இருந்திருக்கின்றன. ஆயினும் மேற்கு உலகத்தினர் அறிந்தது ரோமப் பேரரசு மட்டும்தான்.

ரோமாபுரிதான் உலகம் முழுமைக்கும் தலைமையாக இருக்கிறது என்று மக்கள் நினைத்தனர். அது வீழ்ந்த காலத்திலும் மக்களுடைய இந்த எண்ணம் அதற்கு பலம் கொடுத்து மீட்க உதவியது. ரோமாபுரிக்கும் பேரரசுக்கும் தொடர்பு இல்லாத காலத்திலும், வெற்றுத் தோற்றமான சமயத்திலும் மக்கள் மனதில் உயர்வான மதிப்பே இருந்தது.

நான் சிறைக்கு வந்திராவிட்டால் ரோம வரலாற்று நூல்களில் புகழ்பெற்ற ஒன்றைப் படிக்கும் வாய்ப்பு கிடைத்திருக்காது. அது மிகவும் பெரிய நூல். கிப்பன் என்ற ஆங்கில ஆசிரியர் எழுதிய அந்த நூலுக்கு 'ரோம சாம்ராஜ்யத்தின் இறங்கு முகமும் வீழ்ச்சியும்' என்று பெயர். ஒரு நாவலைவிட அருமையான நடையில் எழுதப்பட்டது. பத்து ஆண்டுகளுக்கு முன்பு லட்சுமணபுரி ஜில்லா சிறையில் அதை வாசித்தேன். கடைசி வரை படித்து முடிப்பதற்குள் நான் திடீரென்று விடுதலை செய்யப்பட்டேன். மீண்டும் புராதன ரோமாபுரியைப் பற்றியும் கான்ஸ்டாண்டிநோபிளைப் பற்றியும் படிப்பதற்கு என் மனம் ஓடவில்லை. நேரமும் கிடைக்கவில்லை. ஆகவே அந்நூலில் படிக்காது விட்ட சுமார் நூறு பக்கங்களை இன்னும் படிக்காமலேயே இருக்கிறேன்.

பத்து ஆண்டுகள் ஓடிவிட்டன. அந்த நூலின் பெரும்பகுதியை மறந்துவிட்டேன். மிச்சமிருக்கும் செய்திகளே என்னை குழப்ப போதுமானவை. உன்னையும் குழப்ப நான் விரும்பவில்லை. இப்போதைக்கு, பல நூற்றாண்டுகளாக தொடரும் ரோமப் பேரரசுகளை ஒரு பார்வை பார்ப்போம். பிறகு விவரங்களைச் அறிய முயற்சிப்போம்.

கிறிஸ்து சகாப்தம் தொடங்குவதற்கு முன் முன்பு அகஸ்டஸ் சீசரைத்

தலைவனாகக் கொண்டு ரோமப் பேரரசு பிறக்கிறது. சில காலம் வரை பேரரசர்கள் செனட் சபைக்கு பணிந்து போகிறார்கள். விரைவில் குடியரசின் கடைசி அடையாளம் மறைகிறது. பேரரசருக்கு எதிர்ப்பே இல்லாமல் கிட்டத்தட்ட கடவுளாக கருதப்படுகிறார். பேரரசர்கள் அனைவரும் நற்குணங்களின் உறைவிடம் என்று எழுதப்பட்டுள்ளது. அகஸ்டஸ் சீசரை குணக்குன்று என்கிறார்கள்.

அவன் காலம் ஓர் 'பொற்காலம்' என்று புகழ்கிறார்கள். சர்வாதிகார நாடுகளில் அரசனை புகழ்வதே வேலையாக இருந்திருக்கிறது. குடியரசு முடிவுக்கு வரும் காலத்தில் உள்நாட்டுச் சண்டைகள் அதிகமாக இருந்தன. அதன்பிறகு அகஸ்டஸ் சீசர் காலத்தில் அமைதி நிலவி, வியாபாரமும் நாகரிகமும் வளர்ச்சி அடைந்ததால் மக்கள் இன்பமாக இருந்திருக்கலாம்.

ஆனால் அந்த நாகரிகம் எத்தகையது? அதைப் பணக்காரர்களின் நாகரிகம் என்றே சொல்லவேண்டும். மந்தமதி படைத்த ரோமாபுரிப் பணக்காரர்கள் ஐம்புல நுகர்ச்சிகளிலும் வீண் கேளிக்கைகளிலும் கழித்தார்கள். வெளிப்பகட்டும் ஆரவாரமும் மலிந்து கிடந்தன. இந்த ஆடம்பரங்களை கூர்ந்து கவனித்தால் அதன் பின்னணியில் பொதுமக்களின் துன்பம் இருப்பதைக் காணலாம். சாதாரண மக்கள் வரிச்சுமையால் வாடினர். அடிமைகளோ ஓயாமல் உழைத்தனர். உலகத்தையே கட்டி ஆள்வதாக கூறிக்கொண்ட அவர்கள், உலகத்தைப் பற்றி உண்மைகளை அறியவும் கல்வியை பரப்புவதற்கும் எந்த முயற்சியையும் செய்யவில்லை.

பேரரசர்கள் அடுத்தடுத்து வந்தனர். சிலர் நல்லவர்களாகவும் சிலர் தீயவர்களாகவும் இருந்தனர். படையின் ஆதிக்கம் மேலோங்கியது. சேனையை மீறி பேரரசர்கள் எதுவும் செய்ய முடியாது. பேரரசர்கள் பதவியில் நீடிப்பது சேனையின் கையில் இருந்தது. சேனையின் தயவைப் பெற பேரரசர்கள் லஞ்சம் கொடுத்தனர். அந்த பணத்திற்காக மக்கள் மீது வரி விதித்தனர். வெற்றிபெற்ற நாடுகளை கசக்கி பிழிந்தனர்.

அடிமை வியாபாரத்தில் அரசாங்கத்துக்கு அதிகமான பணம் கிடைத்தது. கீழை நாடுகளில் இருந்து அடிமைகளை பிடிப்பதையே ரோமாபுரி சேனை வேலையாக கொண்டது. பிடிக்கப்பட்ட இடங்களிலேயே அடிமை வியாபாரம் நடந்தது. பழங்கால கிரேக்கர்களுக்குப் புனிதமான டிலாஸ் தீவு பெரிய அடிமைச் சந்தையாக இருந்தது. அங்கு சில சமயங்களில் ஒரே நாளில் 10 ஆயிரம் அடிமைகள் விற்கப்படுவார்களாம். ரோமாபுரியிலிருந்த

பெரிய அரங்கத்தில் ஒரேசமயத்தில் 1200 மல்லர்களை ஒரு பேரரசர் கொல்வாராம். பேரரசரும் மக்களும் கண்டு களிப்பதற்காக இந்த அடிமை மல்லர்கள் தங்களுக்குள் சண்டையிட்டு மடியவேண்டும்.

நிலைமை இப்படி இருந்தாலும், நூலாசிரியர் கிப்பன்... "உலக வரலாற்றில் மனிதர்கள் செழிப்பாகவும் மகிழ்வாகவும் வாழ்ந்த காலம் எதுவென்றால், டாமிடியன் இறப்பதற்கும் கம்மோடஸ் பதவி ஏற்பதற்கும் இடைப்பட்ட காலம் என்பார்கள்" என்கிறார். அதாவது கி.பி. 96ஆம் ஆண்டுக்கும் கி.பி. 180 ஆம் ஆண்டுக்கும் இடைப்பட்ட 84 ஆண்டுகளை அவர் கூறுகிறார். மனிதர்கள் என்று கிப்பன் கூறுவது, அன்றைய மத்திய தரைக்கடலை சூழ்ந்த நாடுகளின் மக்களையே குறிக்கும். ஏனெனில் இந்தியாவையோ, சீனாவையோ, புராதன எகிப்தையோ அவர் சிறிதேனும் அறிந்திருப்பாரா என்பது சந்தேகம்தான்.

ரோமாபுரியை பற்றிச் சற்றுக் கடுமையாக பேசிவிட்டேன் என்று நினைக்கிறேன். ரோமரின் ஆட்சிக்கு உட்பட்ட நாடுகளில் ஓரளவுக்கு அமைதி நிலவியது. எல்லைப்புறங்களில் அடிக்கடி போர்கள் நடந்தாலும் ரோமப் பேரரசுக்குள் தொடக்கத்திலிருந்தே அமைதி நிலவியது. இதை 'ரோமப் பேரரசு அமைதி' என்கிறார்கள். சொத்துகளுக்குப் பாதுகாப்பு இருந்ததால் வியாபாரம் செழித்தது. ரோம பேரரசில் ஏழை அடிமைகளுக்கு குடியுரிமை இல்லை. பேரரசருக்கு எல்லா அதிகாரங்களும் இருந்தன. மக்களுக்கு உரிமைகள் குறைவு. அரசியலைப் பற்றி விவாதித்தால் அதுகூட பேரரசருக்கு எதிரான துரோகமாக கருதப்பட்டது.

ரோமர்கள் தங்களுடைய படையில் சேர்ந்து சண்டையிடவே தகுதியில்லாத சோம்பேறிகளாக மாறிவிட்டார்கள். வரிச்சுமையால் குடியானவர்களும் நகர மக்களும் வறுமையில் சிக்கினார்கள். ஆனால், நகர மக்களால் தங்களுக்கு ஆபத்து ஏற்படாமல் இருக்க அவர்களை சந்தோஷப்படுத்த பேரரசர்கள் முயன்றனர். ரோமாபுரியில் வாழ்ந்த மக்களுக்கு மட்டும் இலவசமாக ரொட்டி தரப்பட்டது. அவர்களுக்காக இலவசமாக இலவச சர்க்கஸ் பந்தயங்களும் விளையாட்டுகளும் நடத்தப்பட்டன. சில இடங்களில்தான் இந்த இலவசங்களை கொடுக்க முடிந்தது. அதுவும், எகிப்து உள்ளிட்ட வேறு நாடுகளில் வாழ்ந்த ஏழை அடிமைகளிடம் இருந்த பறிக்கப்பட்ட மாவிலிருந்து ஒரு சிலருக்கு மட்டும் கொடுத்து வந்தார்கள்.

ரோமப் பேரரசின் படையில் சேர ரோமர்கள் மறுத்ததால்

ரோமப் பேரரசர் கான்ஸ்டண்டைன் உருவாக்கிய கான்ஸ்டண்டைன்நோபிள் நகர்

ரோமாபுரிக்கு எதிரான நாடுகளில் இருந்து 'காட்டுமிராண்டிகள்' என்று கருதப்பட்டவர்கள் படையில் சேர்க்கப்பட்டனர். இதையடுத்து, படையில் பெரும்பகுதியினர் ரோமாபுரியின் எதிரிகளாக இருந்தனர். எல்லைப் பகுதிகளில் இந்த 'காட்டுமிராண்டி'கள் எப்போதும் ரோமர்களைத் தாக்கி வளைத்தனர். ரோமர்களின் பலம் குறையக் குறைய இந்தக் 'காட்டுமிராண்டி'களின் பலம் அதிகரித்தது. கிழக்கில் அபாயம் மிகுந்து வந்தது. கிழக்கு எல்லை ரோமாபுரியில் இருந்து அதிக தூரத்திலிருந்தது. எனவே அதைக் காப்பாற்றுவது கடினமாக இருந்தது. அகஸ்டஸ் சீசருக்கு 300 ஆண்டுகளுக்குப் பிறகு பொறுப்புக்கு வந்த கான்ஸ்டண்டைன் என்ற பேரரசர் தலைநகரையே ரோமாபுரியிலிருந்து கிழக்கே மாற்றினார். மத்தியதரைக் கடலுக்கும் கருங்கடலுக்கும் இடையே உள்ள 'பாஸ்பரஸ்' நீரிணையின் கரையில் பைஜாண்டியம் என்ற பழைய நகருக்கு அருகில் மாற்றினார். அங்கு 'கான்ஸ்டாண்டிநோபிள்' என்ற புதிய நகரம் ஒன்றை உருவாக்கினார். அந்த நகரம் புது ரோமாபுரி என்றும் அழைக்கப்பட்டது. அதுவே ரோமப் பேரரசின் தலைநகராக மாறியது. இன்றுகூட ஆசியாவின் பல பகுதிகளில் அந்த நகரை ரோம் என்ற அழைக்கிறார்கள்.

ரோமப்பேரரசு கிழக்கு மற்றும் மேற்கு பேரரசாக பிரிந்தது

33. சிதைந்த ரோமப் பேரரசு

ஏப்ரல் 24, 1932

இந்தக் கடிதத்திலும் ரோமப் பேரரசின் வரலாறைத்தான் பார்க்கப் போகிறோம். கி.பி.326ஆம் ஆண்டு பைஜாண்டியம் நகருக்கு அருகில் கான்ஸ்டாண்டிநோபிள் என்ற நகரை, ரோமப் பேரரசன் கான்ஸ்டண்டைன் உருவாக்கினான். ரோமப் பேரரசின் பழைய தலைநகர் ரோமாபுரியிலிருந்து இது வெகு தொலைவில் அமைந்தது. பாஸ்பரஸ் நீரிணையின் கரையில் அமைந்த இது புதிய ரோமாபுரி என்றும் அழைக்கப்பட்டது.

படத்தைப் பார்த்தால், இந்த நகரம் ஆசியாவை நோக்கி பிரமாண்டமாக இருப்பதை பார்க்கலாம். ஐரோப்பாவை ஆசியாவுடன் இணைப்பதைப் போல இருக்கும். கடலோரத்தில் ஒரு வியாபார மையமாகவும் தலைநகருக்கு உரிய கெத்தோடும் அது உருவாக்கப்பட்டது. கான்ஸ்டண்டைன் அந்த இடத்தை தேர்வு செய்தது அருமை. ஆனால், அவன் மட்டுமின்றி அவனுக்கு பின்னால் வந்த பேரரசர்களும் அதற்கான பலனை அனுபவித்தார்கள். இந்த புதிய நகரம் ரோமாபுரியின் கட்டுப்பாட்டில் இருந்த ஐரோப்பிய நாடுகளுக்கும் ஆசியாவின் கிழக்கு நாடுகளுக்கும் தொலைவாக இருந்தது.

இதையடுத்து ரோமப் பேரரசுக்கு இரண்டு பேரரசர்கள் என்ற புதிய நிலை உருவானது. ஒருவர் ரோமாபுரியில் இருந்தும், மற்றவர் கான்ஸ்டண்டைன் நோபிள் நகரிலும் இருந்தும் ஆட்சி செய்தார்கள். இதையடுத்து பேரரசு இரண்டு பகுதிகளாகியது. இன்றைய ஜெர்மனைச் சேர்ந்த கோத்ஸ் என்ற காட்டுமிராண்டி பிரிவினர் பழைய ரோமாபுரியை கைப்பற்றினார்கள். அவர்களுக்கு பிறகு வண்டல்கள் எனப்படுவோரும், ஹூணர்களும் படையெடுத்தனர். இதன்காரணமாக ரோமப்பேரரசின் மேற்குப்பகுதி வீழ்ந்தது.

முதல் உலகப்போர் சமயத்தில் ஜெர்மானியரின் கொடூரமான நடவடிக்கைகளை வைத்து, ஆங்கிலேயர் அவர்களை இப்படி அழைத்தனர். யுத்தக் காலத்தில் கொடூரமாக நடப்பது இயல்புதான். ஆங்கிலேயரும் மற்றவர்களும் மென்மையாகவா நடந்துகொண்டனர்?

'ஹூணர்' என்ற வார்த்தையும் வண்டல்கள் என்ற வார்த்தையும் இப்போது வசைச்சொற்கள் ஆகிவிட்டன. ஆனால், அவர்களைப் பற்றிய வரலாறுகளை சொன்னவர்கள் ரோமர்கள். எனவே அவர்கள் நல்லவிதமாக சொல்லியிருக்க வாய்ப்பில்லை. எப்படியோ ரோமப் பேரரசின் மேற்குப்பகுதி நொறுங்கிவிட்டது. மக்கள் வெறுப்பில் இருந்ததால் யாராவது புதியவர்கள் வந்தால் நல்லது என்று நினைத்தார்கள். இன்றாக்கு வறுமையிலும் சிரமத்திலும் வாழும் இந்தியனின் மனநிலைதான் இருந்திருக்கும்.

ரோமப் பேரரசின் மேற்குப்பகுதி வீழ்ந்தாலும் சில நூற்றாண்டு களுக்கு பிறகு எழுச்சியுற்றது. ஹூணர்களும் மற்றவர்களும் கிழக்குப் பேரரசையும் தாக்கினார்கள். அவர்கள் மட்டுமல்ல. அராபியரோடும், துருக்கியரோடும் அது தொடர்ந்து போரிட வேண்டியிருந்தது. இருந்தாலும் 1100 ஆண்டுகள் வரை அது நீடித்து நின்றது.

ஆனால், கி.பி. 1453ஆம் ஆண்டு ஒட்டோமன் துருக்கியர் ரோமப் பேரரசின் கிழக்குப் பகுதியை வென்று கான்ஸ்டாண்டிநோபிள் நகரை கைப்பற்றினர். இது துருக்கியின் தலைநகராகியது. பெயரையும் இஸ்தான்புல் என்று அழைக்கத் தொடங்கினார்கள். அங்கிருந்து அவர்கள் ஐரோப்பா படையெடுத்து ஆஸ்திரியா தலைநகர் வியன்னா வரை வென்றார்கள். முதல் உலகப்போரில் கிட்டத்தட்ட தலைநகரை இழந்தார்கள். இந்த நகரம் ஆங்கிலேயரின் பொறுப்பில் இருந்தது. துருக்கி சுல்தான் ஆங்கிலேயரின் கைப்பொம்மையாக இருந்ததால் இந்த நிலைமை. ஆனால் துருக்கியரின் அடிமை வாழ்வை மீட்க

ஒட்டாமன் பேரரசின் தலைநகராக கான்ஸ்டண்டைன்நோபிள் மாறியது

முஸ்தபா கமால் பாஷா என்ற பெரிய தலைவர் தோன்றினார். அவருடைய தீரமான போராட்டம் துருக்கியை மீட்டது. இப்போது அது குடியரசாக இருக்கிறது. அங்கு சுல்தான் கிடையாது. குடியரசின் தலைவர் கமால் பாஷாதான். ரோம பேரரசுக்கும் துருக்கிக்கும் தலைநகராக 1500 ஆண்டுகள் இருந்த காண்ஸ்டண்டைன் நோபிள் நகரம் இப்போது துருக்கியின் ஒரு பகுதியாக இருக்கிறது. துருக்கியின் தலைநகரை அங்கோராவுக்கு மாற்றிக் கொண்டனர்.

சுமார் 2000 ஆண்டு வரலாறை சுருக்கமாக பார்த்திருக்கிறோம். பேரரசர் கான்ஸ்டண்டைன் கிறிஸ்தவ மதத்தைத் தழுவினான். அந்த மதம் அரச மதமாகியது. இந்த திடீர் மாற்றம் வேறுபட்ட பல பிரிவு களைச் சேர்ந்த கிறிஸ்தவர்கள் சண்டையை தொடங்கினார்கள். கடைசியில் லத்தீன் பிரிவு என்றும் கிரேக்கப் பிரிவு என்றும் அந்த மதம் பிரிந்தது. லத்தீன் பிரிவுக்கு ரோமாபுரி தலைமையாகியது. ரோமாபுரியின் பிஷப் அதன் தலைவரானார். இவர்தான் பிறகு போப்பாண்டவர் ஆனார். கிரேக்கப் பிரிவுக்கு கான்ஸ்டாண்டிநோபிள் தலைநகரானது.

லத்தீன் மதப்பிரிவு வடக்கு மற்றும் மேற்கு ஐரோப்பா முழுவதும் பரவியது. அது ரோமன் கத்தோலிக்கப் பிரிவு என்று அழைக்கப்பட்டது. கிரேக்கப் பிரிவு ஆர்த்தடாக்ஸ் பிரிவு என்று அழைக்கப்பட்டது.

கிழக்கு ரோமப் பேரரசு வீழ்ந்த பிறகு ரஷ்யாவில்தான் இந்தப் பிரிவு செழித்து வளர்ந்தது. ரஷ்யப் புரட்சிக்குப் பிறகு அங்கு இந்த பிரிவுக்கோ வேறு எந்த மதப் பிரிவுக்கோ அரச செல்வாக்கு கிடையாது.

கான்ஸ்டாண்டிநோபிளைத் தலைநகராகக் கொண்ட பகுதியை கிழக்கு ரோமப் பேரரசு நான் குறிப்பிட்டிருக்கிறேன். ஆனால், ரோமாபுரிக்கும் இதற்கு தொடர்பே இல்லை. இங்கு ஆட்சி மொழிகூட லத்தீன் இல்லை. கிரேக்க மொழிதான் ஆட்சி மொழி. மேற்கு ஐரோப்பிய நாடுகளுக்கும் இதற்கும் சம்பந்தம் இல்லை. அப்படியிருந்தும் இது ரோமப் பேரரசு என்றே அழைக்கப்பட்டது. மக்களும் ரோமர்கள் என்றே அழைக்கப்பட்டனர். 'ரோம்' என்ற வார்த்தையில் என்ன மாயம் இருந்ததோ, அதைத் தாக்க வந்த காட்டுமிராண்டிகள்கூட அதற்கு வணக்கம் தெரிவித்தனர். ஒரு பேருக்கு இருக்கும் சக்தியை வியக்காமல் இருக்க முடியவில்லை.

பேரரசு தகுதியை இழந்தாலும், புதிய பேரரசை நிறுவ முயன்றது. ஏசுவின் சீடரான பீட்டர் ரோமாபுரிக்கு வந்து முதல் மதகுருவாக இருந்தார் என்று கூறப்பட்டது. அதைவைத்து ரோமாபுரியை பரிசுத்தம் மிகுந்த நகரம் என்று கூறினார்கள். இந்த நகரில் இருக்கும் மதகுரு எல்லா மதகுருக்களுக்கும் தலைவராக கருதப்பட்டார். பிறகு அவர் போப்பாண்டவர் என்று அழைக்கப்பட்டார். ரோமன் கத்தோலிக்கப் பிரிவின் தலைவர்களாகப் போப்பாண்டவர்கள் இருப்பது உனக்குத் தெரியும்.

ரோமன் கத்தோலிக்க மதப் பிரிவு ஏசுவின் அன்னை மேரியை சிலை வழிபாடு செய்தது. இதை ஆர்த்தடாக்ஸ் பிரிவு எதிர்த்தது. இதுவே இரண்டு பிரிவுக்கும் உள்ள வேறுபாடு ஆகும். ஒரு கட்டத்தில் ரோமாபுரி மதகுருவின் ஆதிக்கம் அதிகமாகியது. கடைசியில் அவர் பேரரசருக்கு அடங்க மறுத்தார். சிலை வழிபாடு தொடர்பான மோதல் ஏற்பட்டபோது, ரோமப்பேரரசின் கிழக்குப் பகுதியின் தொடர்பை மதகுரு துண்டித்தார். இதற்கிடையில் அரேபியா தேசத்தில் இஸ்லாம் என்ற புதிய மதம் தோன்றியிருந்தது. அரேபியர் வட ஆப்பிரிக்காவையும் ஸ்பெயினையும் ஜெயித்துவிட்டு ஐரோப்பாவின் மத்திய பகுதியை தாக்கினர். வடக்கு ஐரோப்பாவிலும், மேற்கு ஐரோப்பாவிலும் புதிய அரசுகள் உருவாகின. அரேபியர் கிழக்கு பேரரசு மீது போர் தொடுத்திருந்தனர்.

இந்நிலையில் வடக்கு ஐரோப்பாவில் இன்றைய ஜெர்மனிப் பகுதியைச் சேர்ந்த பிராங்க் என்ற பிரிவினரின் தலைவனின் உதவியை போப்பாண்டவர் கேட்டார். அதைத்தொடர்ந்து பிராங்க் பிரிவினரின் தலைவனான கார்ல் அல்லது சார்லஸ் ரோமாபுரியின் பேரரசன் ஆனான். இது ஒரு புதிய பேரரசு என்றாலும் இதையும் ரோமப் பேரரசு என்றே அழைத்தார்கள். 'ரோம்' என்ற ஒட்டு இல்லாத பேரரசு இருக்க முடியும் என்று அவர்களால் நினைக்கக்கூட முடியவில்லை.

புதிய பேரரசன் மகா சார்லஸ் என்று அழைக்கப்பட்டான். புதிய பேரரசு போப்பாண்டவரின் ஆசிர்வாதத்தைப் பெற்ற ஒரு கிறிஸ்தவ பேரரசாக இருந்தது. எனவே, அது பரிசுத்தமானதாக கருதப்பட்டது.

இதுவும் வினோதமானதுதான். மத்திய ஐரோப்பாவைச் சேர்ந்த பிராங்க் பிரிவைச் சேர்ந்தவன் பேரரசன் ஆகிறான். அதன்பிறகு இந்த பரிசுத்த பேரரசின் வரலாறு மேலும் வினோதமாகிறது. பேரரசு என்ற முறையில் அது வெறும் தோற்றமாகி விட்டது. கான்ஸ்டாண்டிநோபிளில் இருந்த கிழக்கு ரோமப் பேரரசு அங்கு தொடர்ந்து கொண்டிருந்தது. மேற்குப் பேரரசு மறைவதும் மீண்டும் மீண்டும் தோன்றுவதுமாக இருந்தது. இது கற்பனையானதாக இருந்தது. ரோமாபுரி என்ற பெயருக்காகவும், கிறிஸ்தவ மத தலைமையிட செல்வாக்காலும் பெயரளவில் இது இருந்தது. வால்டேர் என்று நினைக்கிறேன். அவர்தான், பரிசுத்த ரோமப் பேரரசு என்பதில் பரிசுத்தமும் இல்லை. ரோமனும் இல்லை, பேரரசும் இல்லை என்று கூறினாராம்! யாரோ ஒருவர் 'இந்தியன் சிவில் சர்வீசு' என்பதற்கு, இந்தியரும் இல்லை, 'சிவில்' ஆகவும் இல்லை, 'சர்வீசு'ம் செய்யவில்லை என்று சொன்னது போல இருக்கிறது அல்லவா? அந்த 'இந்தியன் சிவில் சர்வீசி'ன் கீழ் நாம் இன்று கஷ்டப்படுகிறோம்.

இந்த 'பரிசுத்த ரோமப் பேரரசு' பெயரளவில் சுமார் 1000 ஆண்டுகள் இருந்தது. சுமார் 100 ஆண்டுகளுக்கு முன் நெப்போலியன் காலத்தில்தான் இது முடிவுக்கு வந்தது. திடீரென்று, இதற்கு முடிவு நேரவில்லை. பேரரசின் முடிவை யாரும் உணரக்கூட இல்லை. நிஜத்தில் அது இருந்தே நீண்டகாலம் ஆகிவிட்டது. முடிவாக அழிக்கப்பட்டு விட்டது என்று சொல்ல முடியாது. ஏனென்றால், 'கெய்சர்' என்றும் 'ஜார்' என்றும் வேறு பல வகையில் மீண்டும் உலவத் தொடங்கியது. ஆனால் முதல் உலகப்போருக்கு பின் பூமிக்கடியில் புதைக்கப்பட்டு விட்டன என்று சொல்லலாம்.

ரோமாபுரி தீப்பற்றி எரியும்போது பிடில் வாசித்த நீரோ மன்னன்

34. ஒரே உலகப் பேரரசு

ஏப்ரல் 25, 1932

நான் உனக்கு எழுதும் இந்தக் கடிதங்களின் நோக்கம் வரலாற்றுக் காட்சிகளை உனக்குச் சொல்லி, வரலாறு குறித்து உனக்குள் ஆவலை தூண்டுவதுதான். ரோமப் பேரரசு தொடர்பான முந்தைய இரண்டு கடிதங்களும் உனக்கு குழப்பத்தை ஏற்படுத்தி இருக்கும். அதற்காக நீ கவலைப்படாதே. புரியாவிட்டாலும் தொடர்ந்து படி. கடிதத்தில் நீ படிக்கும் சில விஷயங்கள் உன் நினைவில் பதிந்தால், அதுகுறித்து அறியும் ஆவல் உனக்கு ஏற்படும் என்பதே எனது எண்ணம்.

ரோமப் பேரரசு தொடர்பான வரலாறு அலுப்பை ஏற்படுத்தி இருக்கும். இருந்தாலும் இந்தக் கடிதத்திலும் அதைப்பற்றி கொஞ்சம் தெரிந்துகொண்டு சில காலம் அவற்றை தவிர்ப்போம்.

தேசியம், தேசபக்தி என்றெல்லாம் இப்போது பெரிய அளவில் பேசப்படுகிறது. தான் பிறந்த நாட்டின்மீது அன்பு செலுத்துவதைத்தான் இப்படிக் கூறுகிறார்கள். இந்தியாவில் இன்று நம்மில் பெரும்பாலோர் தேசியவாதிகள்தான். இந்த 'தேசியம்' என்பது வரலாற்றில் புதிது. அதன் தோற்றத்தையும் வளர்ச்சியையும் பார்ப்போம்.

ரோமப் பேரரசுகள் வளர்ந்த காலத்தில் தேசிய உணர்ச்சி என்பது யாருக்கும் இல்லை. உலகம் முழுவதையும் ஆண்ட பேரரசு எதுவும் எப்போதும் இல்லை. ஆனால், பழங்கால மக்கள் அப்படி இருப்பதாக நினைத்தார்கள். அதற்குக் காரணம் புவியியல் அறிவு குறைவு. மேலும், உலக நிலப்பரப்பில் ஓரிடத்தில் இருந்து இன்னொரு இடத்துக்கு பயணிப்பது எளிதல்ல. ரோமப் பேரரசு உருவாவதற்கு முன்பே, அப்போது மத்தியத் தரைகடல் மற்றும் ஐரோப்பாவில் இருந்த நாடுகளுக்கு அதுவே மேலான அரசாக இருந்தது.

ஆசியா மைனரில் கிரேக்க அரசான பெர்கமம், எகிப்து உள்ளிட்ட நாடுகள் இருந்தன. இவற்றை ஆண்டவர்கள், தங்கள் நாடுகளை ரோமர்களுக்கு தானமாக கொடுத்தார்கள். அந்த அளவுக்கு ரோம் அரசுக்கு மிகப்பெரிய மதிப்பு இருந்தது. அந்த அளவுக்கு யாராலும் எதிர்க்க முடியாத பலம் பொருந்தியதாக ரோமாபுரியை கருதினார்கள். இத்தனைக்கும் ரோமாபுரி குடியரசாக இருந்தபோதும், பேரரசாக இருந்தபோதும் அதன் ஆட்சி மத்திய தரைக்கடல் நாடுகளைத் தாண்டியதில்லை.

ரோமாபுரியின் அதிகார எல்லை எப்படி இருந்தாலும், அதற்கு உலகப் புகழ் இருந்தது. அந்த முக்கியத்துவத்தை அந்தக்கால மக்கள் பெரும்பாலோர் ஒப்புக்கொண்டனர். ரோமப் பேரரசுகள் நீண்டகாலம் நிலைபெற்றதற்கு இதுவே காரணம். ரோம் பேரரசுகள் சிதைந்த பிறகும் அந்த பெயரும் புகழும் நீடித்தது.

உலகம் முழுவதையும் ஒரே ஆட்சியின் கீழ் கொண்டுவர வேண்டும் என்ற எண்ணம் ரோமாபுரிக்கு மாத்திரம் சொந்தமானதில்லை. பழங்கால சீனாவின் எல்லை காஸ்பியன் கடல் வரை பரவியிருந்தது. சீனப் பேரரசர் தெய்வக்குமாரன் என்று அழைக்கப்பட்டார். உலகின் பல பிரிவினர் சீனப் பேரரசருக்கு பணியாமல் தொல்லை கொடுத்தார்கள். அவர்கள் அனைவரும் காட்டுமிராண்டிகள் என்று அழைக்கப்பட்டனர். ரோமர்கள் வட ஐரோப்பியர்களை இப்படித்தான் அழைத்தார்கள்.

இவ்விதமே, இந்தியாவிலும் பல பேரரசர்கள் இருந்தார்கள். ஆனால், ‘உலகம்’ என்பதைப் பற்றி அவர்கள் அறிந்தது குறைவு. இந்தியா பெரிய நாடு என்பதால் அதுவே அவர்களுக்கு உலகமாகத் தோன்றியது. இந்தியா முழுவதையும் ஒரு குடை நிழலில் ஆட்சி செய்வதையே உலகத்தை ஆட்சி செய்வதாக நினைத்தார்கள். அவர்களுடைய ஆட்சி எல்லைக்கு அப்பால் இருந்தவர்களை காட்டுமிராண்டிகள் என்றும் மிலேச்சர்கள்

என்றும் அழைத்தார்கள். ராமாயணக் கதையில் வருகிற பரதன் உலகை ஆண்டான் என்று கூறுகிறார்கள். அவன் பெயரால்தான் நம் தேசம் பாரத வர்ஷம் என்று அழைக்கப்படுகிறது. தர்மரும் அவருடைய தம்பிமாரும் இந்த உலகப் பேரரசுக்காகவே போரிட்டார்கள் என்று மகாபாரதம் கூறுகிறது. திக்விஜயம் செய்து பகைவர்கள் எல்லாரையும் வென்று செய்யும் அசுவமேத யாகமும் இந்த உலக ஆதிக்கத்தின் அடையாளமாகவே சொல்லப்படுகிறது.

அசோகனுக்கும் முதலில் இந்த எண்ணம் இருந்திருக்கலாம். ஆனால் பிறகு அவன் போருக்கு எதிராக மாறிவிட்டான். அசோகனுக்குப் பின் இந்தியாவை ஆண்ட குப்தர் பேரரசர்களுக்கு இந்த எண்ணம் இருந்ததாக தெரிகிறது. இப்படித்தான் பழங்கால மக்கள் உலகப் பேரரசர்கள் என்றும் உலக அரசாங்கம் என்றும் நினைத்திருந்தார்கள்.

நெடுங்காலத்துக்குப் பிறகு தேசியமும், ஒரு புதிய ஏகாதிபத்தியக் கொள்கையும் தோன்றின. இந்தச் சிந்தனைகளால் தேவையற்ற விளைவுகள் ஏற்பட்டிருக்கின்றன. உலகக் குடியரசை ஏற்படுத்த வேண்டும் என்று சொல்கிறார்கள். இந்த சிந்தனைப்படி ஒரு தேசம் மற்றொரு தேசத்தையும், ஒரு இனம் மற்றொரு இனத்தையும் ஒரு வகுப்பு மற்றொரு வகுப்பையும் சுரண்டிப் பிழைக்கும் கேவலமான வாழ்க்கை ஒழிய வேண்டும். இந்த நோக்கம் சமீபத்தில் நிறைவேறுமா என்று சொல்ல முடியாது. ஆனால் உலகத்தின் இன்னல்களுக்கும் நோய்களுக்கும் வேறு வழி இருப்பதாகத் தெரியவில்லை.

வட ஐரோப்பாவில் வாழ்ந்த ஒரு பிரிவினரை ரோமர்கள் காட்டுமிராண்டிகள் என்று அழைத்தார்கள். அதனால் நானும் அந்த வார்த்தையை உபயோகித்தேன். மத்திய ஆசியாவில் வாழ்ந்த நாடோடிகளைப் போலவே, ரோமாபுரியிலும், இந்தியாவிலும் வாழ்ந்த மக்களைக் காட்டிலும் நாகரிகத்தில் தாழ்ந்தவர்களாக இருந்தார்கள். ஒரு கட்டத்தில் அவர்கள் கிறிஸ்தவர்கள் ஆனார்கள். ரோமாபுரியை வென்று ஆண்ட காலத்தில் அவர்கள் இரக்கமற்றவர்களாக நடக்கவில்லை. வட ஐரோப்பாவில் இப்போதிருக்கும் தேசங்களில் வாழ்கிறவர்கள் இந்தக் 'காட்டுமிராண்டி'களின் வாரிசுகள்தான்.

ரோமப் பேரரசர்களில் சிலரைத் தவிர மற்றவர்கள் தீயவராகவே இருந்தார்கள். சிலரைக் கொடிய ராட்சசர்கள் என்றே கூறவேண்டும். நீரோ என்பவனைப் பற்றி நீ கேள்விப்பட்டிருப்பாய். அவனைவிடக் கொடியவர்கள் எத்தனையோ பேர் இருந்தனர். ஐரினி என்ற பெண்

தான் பேரரசி ஆவதற்காக பேரரசராக இருந்த தன் மகனையே கொன்றுவிட்டாளாம். இது கான்ஸ்டாண்டிநோபிளில் நடந்தது.

ரோமப் பேரரசர்கள் எல்லோரிலும் மார்க்கஸ் அரேலியஸ் ஆண்டோணியஸ். பெரிய தத்துவ ஞானியான அவரது சிந்தனைகளைக் கொண்ட நூல் ஒன்று இருக்கிறது. மார்க்கஸ் அரேலியருடைய பெருமையை நிலைநாட்டும் வகையில் அவருடைய மகன் ரோமாபுரியின் கொடுங்கோல் மன்னர்களில் ஒருவனாக மாறினான்.

ரோமப் பேரரசின் தொடக்க 300 ஆண்டுகளில் மேற்கு உலகத்தின் அதிகார மையமாக ரோமாபுரி நகரம் இருந்தது. அது மாடமாளிகைகள் நிறைந்த பெரிய நகரமாக இருந்தது. வெளிநாடுகளில் இருந்து உயர் வகை உணவு வகைகளும் வேறு விலை மதிப்புமிக்க பொருட்களும் கப்பல்களில் வந்தன. ஒவ்வொரு ஆண்டும் 120 கப்பல்கள் செங்கடலில் இருந்த ஓர் எகிப்தியத் துறைமுகத்தில் இருந்து புறப்பட்டு இந்தியாவுக்குப் போனதாம். அவை தென் இந்தியாவில் அரிய பொருள்களை ஏற்றிக்கொண்டு எகிப்துக்குத் திரும்பின. பின்னர் அந்தப் பொருட்கள் எகிப்திலிருந்து தரை வழியாகவும், கடல் வழியாகவும் ரோமாபுரிக்கு அனுப்பப்பட்டன.

இந்த வியாபாரத்தால் பணக்காரர்களுக்கே அதிக லாபம் கிடைத்தது. 300 ஆண்டுகள் மேற்கு உலகில் நிகரற்று இருந்தது ரோமாபுரி. பிறகு கான்ஸ்டாண்டிநோபிள் அதற்கு மாற்று இடத்தை பிடித்தது. மிக நீண்ட இந்தக் காலத்தில் அறிவுத் துறையில் ரோமாபுரி எதையும் சாதிக்கவில்லை. ஆனால், பழங்கால கிரீஸ் மிகக் குறுகிய காலத்தில் எவ்வளவோ சாதித்திருந்தது. சுருக்கமாக சொல்லப்போனால், ரோம நாகரிகம் பல வகையில் கிரேக்க நாகரிகத்தின் மங்கலான தோற்றம் என்பதே நிஜம். ஆனால், சட்டத் துறையில் எல்லோருக்கும் வழிகாட்டியாக இருந்தார்கள். இன்றுகூட மேற்கு நாடுகளில் வக்கீல்கள் ரோமானியச் சட்டம் படித்தே ஆகவேண்டும். அதுவே ஐரோப்பிய சட்டங்களுக்கு அடிப்படையாக கருதப்படுகிறது.

ஆங்கிலேயர்கள் பிரிட்டிஷ் பேரரசை ரோமப் பேரரசுடன் ஒப்பிடுவதில் திருப்தி அடைவார்கள். எல்லா பேரரசுகளுக்கும் ஒரே தன்மைதான். பலரையும் சுரண்டிக் கொழுப்பார்கள். ரோமானியருக்கும் ஆங்கிலேயருக்கும் கற்பனா சக்தியே இல்லை. உலகம் முழுவதும் தங்களுக்காகவே படைக்கப்பட்டதாக தங்களுக்குள் திருப்தி கொள்வார்கள்.

பால்மைரா
பாலைவன
நகரம்

35. இந்தியாவில் பார்சிகள் யார்?

ஏப்ரல் 26, 1932

ரோமப் பேரரசையும் ஐரோப்பாவையும் கொஞ்சம் ஒதுக்கிவிட்டு, உலகின் மற்ற பாகங்களுக்கும் சிறிது பயணம் செய்வோம். குறிப்பாக ஆசியாவில் நடந்தவற்றையும், இந்தியா, சீனா ஆகியவற்றில் நடந்தவற்றையும் அறிய வேண்டும். இவை தவிர, புதிய நாடுகள் சிலவும் உருவாகி இருக்கின்றன. காலம் செல்லச் செல்ல பேச வேண்டிய செய்திகள் அதிகமாகும். எங்கே எனக்கே மலைப்பாகி கடிதம் எழுதுவதையே நிறுத்தி விடுவேனோ என்ற அச்சம் எழுகிறது.

முன்பு உனக்கு எழுதிய கடிதம ஒன்றில், ரோமாபுரி படையி னர் பார்த்தியாவில் கர்ரே என்ற இடத்தில் தோற்றதை கூறியி ருந்தேன். பார்த்தியர்கள் யாரென்று நான் சொல்லவில்லை. மேலும் அவர்கள் இன்று பாரசீகமும், மெசபொடேமியாவும் உள்ள இடத்தில் எப்படி ஒரு அரசை உருவாக்கினார்கள் என்பதையும் சொல்லவில்லை.

அலெக்சாண்டரின் மரணத்துக்குப் பிறகு அவனுடைய தளபதி செலுகசும் அவன் வாரிசுகளும் இந்தியாவில் இருந்து ஆசியா மைனர் வரை பரவியிருந்த ஒரு பேரரசை கட்டி ஆண்டார்கள் என்பது உனக்கு நினைவிருக்கும். சுமார் 300 ஆண்டுகள் வரையில் அவர்களுடைய ஆட்சி நடந்தது. பிறகு மத்திய ஆசியாவில் இருந்து

வந்த பார்த்தியர் என்னும் ஒரு பிரிவினர் செலுகஸ் கூட்டத்தை விரட்டிவிட்டார்கள்.

இந்த பார்த்தியர்கள்தான் ரோமக் குடியரசின் முடிவு காலத்தில் அதன் படைகளை தோற்கடித்தவர்கள். அந்தக் குடியரசுக்குப் பின் வந்த பேரரசும் இவர்களை வெல்ல முடியவில்லை. 250 ஆண்டுகள் வரை இவர்கள் பார்த்தியாவை ஆண்டார்கள். ஒரு உள்நாட்டு புரட்சி காரணமாக ஆட்சியிலிருந்து துரத்தப்பட்டனர். பாரசீகர்களே புரட்சிக்குக் காரணமாக இருந்தார்கள். பார்த்தியர்கள் இருந்த இடத்தில் தங்கள் மதத்தைச் சேர்ந்த ஒருவனை அரசனாக்கினார்கள்.

முதலாவது அர்தெஷர் என்ற பெயர்கொண்ட இவனுடைய பரம்பரை சசநீத பரம்பரை என்று அழைக்கப்படுகிறது. இவன், ஜாரதுஷ்டிர மதத்தைத் தீவிரமாக ஆதரித்தான். இதுவே பார்சிகளுடைய மதம் என்பது உனக்கு நினைவிருக்கும். பிற மதங்களை இவன் வெறுத்தான். ரோமப் பேரரசுடன் அடிக்கடி சண்டை நடந்தது. ஒரு ரோமப் பேரரசனை சிறைப்பிடித்தார்கள். எகிப்தையும் வென்றிருக்கிறார்கள். கி.பி. ஏழாவது நூற்றாண்டில் இஸ்லாம் மதம் வந்து சசநீத பேரரசுக்கும் ஜாரதுஷ்டிர மதத்துக்கும் முடிவுகட்டியது. அதைத்தொடர்ந்து ஜாரதுஷ்டிர மதத்தினர் இந்தியாவுக்கு வந்தனர். அடைக்கலம் வருவோரை எல்லாம் வரவேற்ற இந்தியா இவர்களையும் ஏற்றுக்கொண்டது. பார்சிகள் இவர்களுடைய வாரிசுகள்தான்.

பிற மதத்தினரை மதித்து நடத்துவதில் இந்தியாவின் தனித்தன்மையை வேறு நாடுகளிடம் காணமுடியாது. ஐரோப்பாவில் அரசாள்வோர் மதத்தை ஒப்புக்கொள்ள மறுத்தால் காட்டிய வெறுப்பை அளவிட முடியாது.

இந்தியாவில் ஆதிகாலத்தில் நாம் மதவெறுப்பை காண முடியவில்லை. இங்கு, ஹிந்து மதத்துக்கும் பவுத்த மதத்துக்கும் மோதல் ஏற்பட்டது உண்மைதான். ஆனால், மேற்கு நாடுகளில் மதவாதிகள் நடத்திய பயங்கர போர்களோடு ஒப்பிட்டால் கடுகுக்கும் மலைக்கும் இடையிலான வேறுபாடு காணப்படுகிறது. இதை இப்போது நாம் நினைவில் வைத்துக்கொள்ள வேண்டியது மிகவும் அவசியம். ஏனெனில், இங்கு சமீப காலத்தில் சில மதச் சண்டைகள் நடக்கின்றன. வரலாறு அறியாத சிலர் நீண்ட காலமாக இந்தியாவிந் கதி இப்படியே இருப்பதாக நினைத்துவிடுகிறார்கள். இது முற்றிலும் தவறாகும். இந்தச் சண்டைகள் சமீப காலத்தில் முளைத்தவையே. இஸ்லாம் மதம் அறிமுகமான பிறகு பல நூற்றாண்டுகளாக முஸ்லீம்கள்

இந்தியாவின் பல பகுதிகளில் பிற மதத்தினரோடு சகோதரர்களாகவே வாழ்ந்து வருகின்றனர். முஸ்லீம்கள் முதல் முதல் வியாபாரம் செய்ய வந்த காலத்தில் அவர்களை வரவேற்று தங்க இடம் கொடுத்தது இந்த நாடு. இதெல்லாம் பிறகு சொல்லவேண்டிய விஷயம். அது இருக்கட்டும்.

கி.பி. முதல் நூற்றாண்டில் ரோமாபுரியிலிருந்து ஓடிவந்து சரணடைந்த யூதர்களுக்கு இடம் கொடுத்து காப்பாற்றியதைப் போல இப்பொழுது ஜாரதுஷ்டிர மதத்தினரையும் அணைத்து காத்தது.

பாரசீகத்தில் சசநீதர் ஆட்சி நடைபெற்ற சமயத்தில் சிரியாவின் பாலைவனப் பகுதிகளில் பல்மைரா என்ற சிறு அரசு சிலகாலம் இருந்தது. அது வியாபார சந்தையாக இருந்தது. இன்று அந்த இடத்தில் இருக்கிற இடிந்த பெரிய மாளிகைகள் இதை நிரூபிக்கின்றன. ஒரு காலத்தில் ஜெனோபியா என்ற பெண்மணி அந்த ராஜ்யத்தை ஆட்சி செய்தாள். ஆனால், ரோமர்கள் அவளைப் போரில் வென்று பெண் என்றும் பாராமல் சங்கிலிகளால் பிணைத்து ரோமாபுரிக்கு கொண்டு போனார்கள்.

கிறிஸ்து சகாப்தம் தொடக்கத்தில் வளமான நாடாக சிரியா இருந்தது. அதிக மக்கள்தொகை கொண்ட பெரிய நகரங்கள் இருந்தன. ஆனால் நல்ல ஆட்சி நடைபெறவில்லை. அதேசமயம், பாசனத்துக்காகப் பெரிய கால்வாய்கள் வெட்டப்பட்டு இருந்தன. வியாபாரம் பெருகியிருந்தது. தொடர்ச்சியான போராட்டமும், நடுநிலை இல்லாத ஆட்சியும், அதை 600 ஆண்டுகளில் வெறும் பாலை நிலமாக்கி விட்டது. பெரிய நகரங்களில் இருந்து மக்கள் வேறு இடங்களுக்குச் சென்றுவிட்டனர். அங்கிருந்த மாளிகைகள் அழிந்தன.

இந்தியாவிலிருந்து ஐரோப்பாவுக்கு விமானத்தில் செல்லும்போது பல்மைராவிலும், பால்பக்கிலும் உள்ள இந்த அழிவுகளை நீ காணலாம். பாபிலோன் இருந்த இடத்தையும், ஒரு காலத்தில் வரலாற்றுப் புகழ்பெற்றிருந்த இப்போது அழிந்துபோன வேறு பல இடங்களையும் நீ காணலாம்.

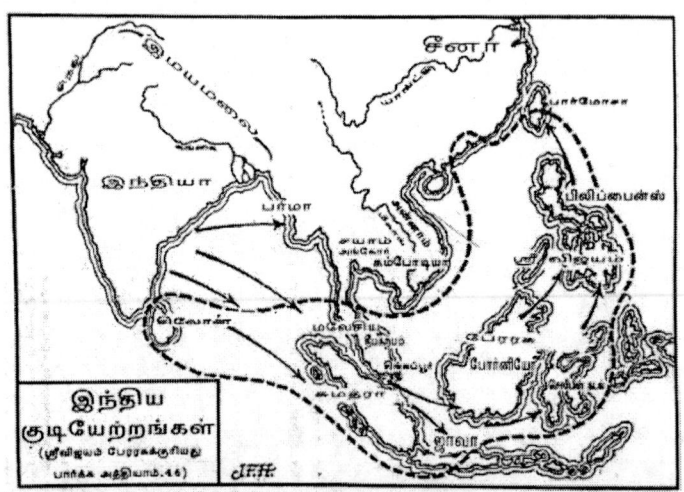

36.கடல் கடந்த தென்னிந்திய குடியேற்றம்

ஏப்ரல் 28, 1932

உலகின் வேறு பகுதிகளோடும் நமது இந்தியாவில் அதே காலகட்டத்தில் என்ன நடந்தது என்பதையும் பார்ப்போம்.

சில கடிதங்களுக்கு முன் இந்தியாவின் வடமேற்கு எல்லைப் பகுதியில் குஷாண பேரரசு பற்றி பார்த்தோம். அவர்கள் பவுத்த மதத்தை பின்பற்றினார்கள். புருஷபுரம் என்ற பெஷாவர் தலைநகராக இருந்தது என்று சொல்லியிருந்தேன். கிட்டத்தட்ட அதே காலத்தில் தெற்கே ஆந்திரா பேரரசு அமைந்திருந்தது. மேற்கு கடலில் இருந்து கிழக்கு கடல் வரை அது பரவியிருந்தது. உனக்கு நினைவிருக்கும். சுமார் 300 ஆண்டுகள் இந்தப் பேரரசுகள் நீடித்தன. அதற்கு பிறகு இந்தியாவில் சிறு அரசுகள் உருவாகி இருந்தன. சந்திரகுப்தன் என்ற பெயரில் மற்றொரு குப்தப் பேரரசு இந்து மதத்தை வலுக்கட்டாயமாக பரப்பத் தொடங்கியது.

குப்தர்கள் என்று சொல்லிக்கொண்ட அவர்களைப் பற்றி பார்ப்ப தற்கு முன், தென் இந்தியாவில் என்ன நடந்தது என்று பார்க்கலாம். தென் இந்தியாவிலிருந்து இந்தியக் கலைகளும் நாகரிகமும் கிழக்கே நெடுந்தூரத்தில் உள்ள தீவுகளில் எல்லாம் பரவியிருந்தது.

இந்தியாவின் கிழக்கிலும் மேற்கிலும் தெற்கிலும் மிக

நீளமான கடற்கரை. தெற்கே போகப் போகக் நிலப்பகுதி குறுகி கிழக்கும் மேற்கும் கன்யாகுமரியில் கலக்கும் அதிசயம் நிகழ்கிறது. பழங்காலத்திலேயே தென் இந்தியாவில் கப்பல்கட்டும் தொழில் சிறப்பாக நடைபெற்றதாக கூறியிருக்கிறேன். எனவே, அந்த பகுதியில் வாழ்ந்த மக்கள் வியாபாரம் செய்யவும், வேறு பகுதிகளில் குடியேறவும் கடல் கடந்து சென்றது வியப்பான விஷயமல்ல.

கௌதம புத்தர் வாழ்ந்த காலத்தில் விஜயன் என்பவன் இந்தியாவிலிருந்து சென்று இலங்கையை வென்றதாகச் கூறப்படுகிறது. அஜந்தா குகை ஓவியங்களில் யானைகளையும் குதிரைகளையும் கப்பல்களில் ஏற்றிக் கொண்டு விஜயன் இலங்கைக்குச் செல்லும் ஓவியம் இருக்கிறது. இலங்கைக்குச் சிங்களத் தீவு என்ற பெயரை விஜயன்தான் கொடுத்தான். 'சிங்கம்' என்ற சொல்லில் இருந்து பிறந்தது. சிலோன் என்ற ஆங்கிலப் பெயரும் 'சிங்களம்' என்பதில் இருந்தே வந்திருக்கலாம் என்று நினைக்கிறேன்.

தென் இந்தியாவிலிருந்து இலங்கைக்குச் சென்றது அவ்வளவு பெரிய காரியமல்ல. ஆனால் வங்காளத்திலிருந்து குஜராத் வரையில் உள்ள கடலோர துறைமுகங்களில் இருந்து மக்கள் வெளிநாடுகளுக்கு கப்பல்களில் சென்றார்கள் என்பதுதான் வியப்பளிக்கிறது. சந்திரகுப்த மௌரியனின் அமைச்சரான சாணக்கியர் தனது அர்த்த சாஸ்திரத்தில் கடற்படையைப் பற்றிக் கூறியிருக்கிறார். கிரேக்க தூதரான மெகஸ்தனிஸ் என்பவரும் கப்பல் படையைப் பற்றி கூறியிருக்கிறார்.

பலர் கப்பல் ஏறிக் கடல் கடந்து பிற நாடுகளுக்குச் சென்றிருக்க வேண்டும். ஆனால், கடல் கடந்து செல்ல அஞ்சுவதையும் அது நமது மதத்துக்கு விரோதம் என்று சொல்வதையும் பார்த்தால் நமக்கு ஆச்சரியமாக இருக்கிறது. நல்லவேளையாக இத்தகைய எண்ணங்கள் இப்போது பெரும்பாலும் மறைந்துவிட்டன. இவற்றைப் பின்பற்று வோரும் அதிகமாக இல்லை.

வட இந்தியாவை விடத் தென் இந்தியாவுக்கு கடலோடு அதிக உறவு இருந்தது. வெளிநாட்டு வியாபாரம் தென் இந்தியாவுடன் தான் நடைபெற்றது. பழந்தமிழ்ப் பாடல்களில் 'யவனர்'களைப் பற்றிய குறிப்புகள் ஏராளமாக இருக்கின்றன. யவன தேசத்து மதுவகைகள், பூந்தொட்டிகள், சரவிளக்குகள் ஆகியவற்றைப் பற்றி தமிழ் நூல்கள் கூறுகின்றன. 'யவனர்' என்ற சொல் முதலில் கிரேக்கர்களை மட்டும் குறித்தது. பிறகு வெளிநாட்டவர் எல்லோருக்கும் பொதுவாகியது. கி.பி. இரண்டாவது, மூன்றாவது நூற்றாண்டுகளைச் சேர்ந்த ஆந்திர நாணயங்களில் இரண்டு பாய்மரங்களையுடைய கப்பல்

முத்திரை காணப்படுகிறது. ஆகவே, கிழக்குத் தீவுகளில் இந்தியர் குடியேறுவதற்கு தென் இந்தியாவே வழிகாட்டியாக இருந்தது. இது கி.பி. முதல் நூற்றாண்டில் தொடங்கி பல நூற்றாண்டுகள் வரையில் தொடர்ச்சியாக நடைபெற்றது. மலாய், கம்போடியா, ஜாவா, சுமத்திரா, போர்னியோ உள்ளிட்ட தீவுகளில் குடியேறினார்கள். அவர்கள் தங்களோடு தங்கள் கலை, நாகரிகங்களையும் கொண்டு சென்றனர்.

பர்மா, சையாம் (தாய்லாந்து), இந்தோ - சீனா ஆகியவற்றிலும் இந்தியக் குடியேற்றங்கள் இருந்தன. அவர்கள் தங்களுடைய புதிய நகரங்களுக்கு அயோத்தி, ஹஸ்தினாபுரம், தட்சசீலம், காந்தாரம் போன்ற இந்தியப் பெயர்களை சூட்டினர். அமெரிக்காவில் குடியேறிய ஆங்கிலேயர்களும் இங்கிலாந்துப் பெயர்களை சூட்டினர். இன்று அமெரிக்காவில் பல இடங்களுக்கு பழைய ஆங்கிலேய நகரங்களின் பெயர்கள் இருக்கின்றன.

வெளிநாடுகளில் குடியேறிய இந்தியர்கள் சில காலத்துக்குப் பிறகு அந்தத் தீவுகளின் மக்களுடன் ஒன்றாகக் கலந்து விட்டார்கள். அந்தத் தீவுகளிலும் ஹிந்துக்களும் பவுத்தர்களும் சண்டையிட்டுக் கொண்டார்கள். இந்தக் குடியேற்றப் பகுதிகளில் சிதைவுற்றுக் கிடக்கும் கோயில்களும் கட்டடங்களும் பழைய பெருமையின் அடையாளமாக கிடக்கின்றன.

அந்தக் குடியேற்றங்களில் 1400 ஆண்டுகள் வரை ஹிந்து மற்றும் பவுத்த அரசுகள் இருந்தன. அவை தங்களுக்குள் போரிட்டுக் கொண்டன. ஒன்றையொன்று அழித்துக் கொண்டன. கி.பி.15ஆம் நூற்றாண்டில் முஸ்லிம்கள் அதிகாரத்தைக் கைப்பற்றினார்கள். அவர்களைத் தொடர்ந்து போர்ச்சுகீசியரும், ஸ்பானியரும், டச்சுக்காரரும், ஆங்கிலேயரும் அமெரிக்கரும் வந்தார்கள். சீனர்கள் பெரும்பாலும் நண்பர்களாக இருந்தனர். சில சமயம் இந்த நாடுகளை வென்றதும் உண்டு.

இந்த குடியேற்றங்களைப் பற்றி நாம் அறிய வேண்டிய அரிய விஷயங்கள் இருக்கின்றன. அந்தக் காலத்தில் தென் இந்தியாவில் இருந்த பெரிய அரசு இந்தக் குடியேற்றங்களுக்கு முக்கிய காரணமாக இருந்தது. குடியேறியவர்களில் பெரும்பாலோர் பல்லவ தேசத்தில் இருந்து சென்றவர்கள். இந்தோ - சீனா, மலாய்நாடு, போர்னியோ, சுமத்திரா, ஜாவா இன்னும் பல இடங்களிலும் இந்தக் குடியேற்றங்கள் இந்தியப் பெயர்களுடன் அமைந்தன. இது பல்லவர்களின் முயற்சியால் ஏற்பட்டவை. இந்தோ - சீனாவிலிருந்த குடியேற்றத்துக்கு காம்போஜம் (தற்காலத்து கம்போடியா) என்று பெயர். இந்தப் பெயர் காந்தார

நாட்டுக் காபூல் பள்ளத்தாக்கில் உள்ள ஓர் ஊரின் பெயராகும்.

சுமார் 400 அல்லது 500 ஆண்டுகள் வரையில் இந்தக் குடியேற்றங்கள் ஹிந்து மதத்தை அடிப்படையாக கொண்டிருந்தன. பிறகு பவுத்த மதம் எல்லா இடங்களிலும் பரவியது. நெடுங்காலத்துக்குப் பின்னர் இஸ்லாம் மதம் வந்து மலேசியாவின் ஒரு பாகத்தில் பரவியது. மற்றொரு பாகம் பௌத்த மதத்தையே கடைப்பிடித்தது.

மலேசியாவில் பல அரசுகள் தோன்றி மறைந்தன. தென் இந்தியக் குடியேற்றங்களால் இங்கு இந்திய நாகரிகம் வேரூன்றியது. இன்று மலேசியாவில் வாழ்வோரும் நாமும் ஒரே நாகரிகத்தின் குழந்தைகள் என்று கூறலாம். பர்மா, சையாம், இந்தோ-சீனா ஆகிய பகுதிகளில் சீன நாகரிகத்தின் தாக்கம் அதிகமாக இருக்கிறது. ஆனால் மலேசியா நாட்டில் அப்படி இல்லை. ஜாவா, சுமத்திரா தீவுகளில் இந்திய நாகரிகத்தின் தாக்கம் அதிகம். இஸ்லாம் மார்க்கத்தின் சாயலும் அங்கே கலந்திருக்கிறது.

மதத்தைப் பொறுத்தவரையில் ஹிந்து மதம் பவுத்த மதம் இரண்டுக்கும் இந்தியாவே பிறப்பிடமாக இருந்தது. சீனாவுக்கே மதம் இந்தியாவிலிருந்து தான் சென்றது. கலைத்துறையில் இந்தியாவின் தாக்கம் மலேசியாவில் அதிகமாக இருந்தது. சீனா ஆதிக்கம் செலுத்திய இந்தோ-சீனாவில் கூடச் சிற்பக்கலை முழுவதும் இந்திய மயமாகவே இருந்தது. இன்று இந்தோ - சீனா, பர்மா, சையாம் ஆகிய பகுதிகளில் வாழும் மக்கள் சீனர்களோடு அதிக தொடர்பு உள்ளவர்கள் போல இருக்கிறார்கள். இனம் என்று பார்த்தால் அவர்களுடைய உடலில் மங்கோலிய ரத்தம் அதிகமாக ஓடுகிறது. எனவே, அவர்கள் ஓரளவுக்குச் சீனர்களைப்போல இருக்கிறார்கள்.

ஜாவாவில் போரோபொதூர் என்ற இடத்தில் இந்தியர்களால் கட்டப்பட்ட பெரிய பௌத்தக் கோயில்கள் இன்று சிதிலமாகிக் கிடக்கின்றன. அந்தக் கோயில்களின் சுவர்களில் புத்தரின் வாழ்க்கைச் வரலாறு முழுவதும் செதுக்கப்பட்டு இருக்கிறது. அவை புத்தருக்கு ஒப்பற்ற நினைவுச் சின்னங்களாக இருக்கின்றன.

இந்தியக் குடியேற்றத்தின் தாக்கம் பிலிப்பைன்ஸ், ஃபர்மோசா தீவுகள் வரை நீண்டது. நெடுங்காலத்துக்குப் பிறகு பிலிப்பைன்ஸ் தீவுகள் ஸ்பானியரால் ஆளப்பட்டது. இப்போது அவை அமெரிக்கா ஆதிக்கத்தில் உள்ளது. பிலிப்பைன் தீவுகளின் தலை நகரம் மணிலா.

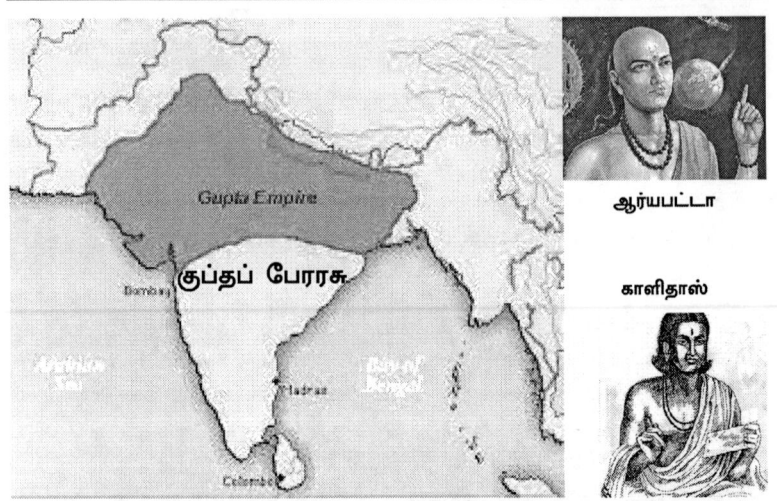

ஆர்யபட்டா

காளிதாஸ்

37. குப்தர்கள் அமைத்த ஹிந்து பேரரசு

ஏப்ரல் 29, 1932

தென் இந்தியர் வெளிநாடுகளில் குடியேற்றங்களை உருவாக்கிக் கொண்டிருந்தனர். அதேவேளையில், வட இந்தியாவில் குடியேறி பிழைக்க வந்து அரசு அமைத்த அன்னியர்களுக்கு எதிராக ஒரு போர் தொடங்கியிருந்தது.

300 ஆண்டுகள் ஆட்சி செய்த குஷாணர்களின் வலிமை குன்றி, அந்த பேரரசு வீழ்ச்சி அடைந்தது. இந்நிலையில்தான் இந்தியாவுக்கு வந்து குடியேறிய சாகர், ஸிதியர், துருக்கியர் உள்ளிட்டோர் சிறு சிறு அரசுகளை ஆட்சி செய்தனர். இந்தியாவில் குடியேறியவர்கள் இந்தியாவிலேயே வாழ விரும்பி வந்தவர்கள். அவர்கள் இந்திய நாகரிகத்தையும் பண்பாட்டையும் ஏற்றுக் கொண்டவர்கள்.

மதம், கலை, நாகரிகம் ஆகியவற்றுக்கு இந்தியாவே அவர்களின் தாயகமாக இருந்தது. குஷாணர்களும் பவுத்த மதத்தை கடைப்பிடித்தாலும், இந்திய பழக்க வழக்கங்களையே பின்பற்றினர். இந்தியர்களாகவே தங்களை கருதி ஆண்டதால்தான் நீண்டகாலம் அவர்கள் ஆட்சி செய்ய முடிந்தது. அதாவது, தங்களை அன்னியர்கள் என்று இந்தியர்கள் கருதிவிடக்கூடாது என்றே அவர்கள் விரும்பினர்.

ஆனால், தங்களை அன்னியர் ஆட்சி செய்கிறார்கள் என்ற உணர்ச்சி இந்திய வம்சாவளி வீரர்களுக்கு இருந்தது. குஷாணர்கள் ஆட்சிக் காலத்திலேயே இந்தியாவின் பல பகுதிகளில் ஆரிய அரசுகள் அமைந்திருந்தன. இந்நிலையில்தான் பாடலிபுத்திரத்தை ஆட்சி செய்த சந்திரகுப்தன் அன்னிய அரசுகளுக்கு எதிராக கிளம்பினான். அன்னியர்களை ஒழிக்க ஆரிய அரசுகளை ஒன்றுசேர்க்க முயன்றான்.

ஏற்கெனவே கொந்தளித்துக் கொண்டிருந்தவர்கள் அவன் தலைமையில் ஒன்றுசேர்ந்து போருக்கு தயாரனார்கள். சரி, யார் இந்த சந்திரகுப்தன்? அசோகனின் பாட்டனான சந்திரகுப்தன் வேறு. இவன் வேறு. இதை நீ தெளிவாக மனதில் வைக்க வேண்டும். இவனுக்கும் மௌரிய வம்சத்துக்கும் எந்தத் தொடர்பும் இல்லை. இவன் ஒரு சிற்றரசன். இவனுடைய காலம் நாலாம் நூற்றாண்டின் தொடக்கம். அதாவது கி.பி. 308ஆம் ஆண்டு. அதாவது, அசோகன் இறந்து 534 ஆண்டுகள் ஓடிவிட்டன. அசோகனின் வம்சமே காணமால் போயிருக்கும்.

சந்திரகுப்தனுக்கு ஆசையும் திறமையும் இருந்தது. வட இந்திய ஆரிய அரசர்களோடு ஒருவித கூட்டு ஏற்படுத்திக் கொள்ள முயன்றான். அதற்காக வலிமையும் மக்கள் ஆதரவும் கொண்ட லிச்சாவி வம்சத்தைச் சேர்ந்த குமாரதேவியை மணந்தான். தேவையான ஏற்பாடுகளை செய்து முடித்த சந்திரகுப்தன் அன்னிய அரசுகள் மீது போர் தொடங்கினான். அவனுக்கு சத்திரியர்களும் ஆரியர்களும் ஆதரவு தெரிவித்தனர். பன்னிரண்டு ஆண்டு போருக்கு பிறகு வட இந்தியாவின் ஒரு பாகத்தை கைப்பற்றினான். தன்னை பேரரசனாக முடி சூட்டிக்கொண்டான்.

இப்படித்தான் குப்த வம்சம் ஆரம்பமாயிற்று. 200 ஆண்டுகளுக்குப் பிறகு ஹூணர்களால் ஆபத்து ஏற்பட்டது. குப்தப் பேரரசு காலம் ஆரியர்களின் கை மேலோங்கி இருந்த காலம். ஆரியரல்லாத பார்த்தியர், துருக்கியர் உள்ளிட்ட அன்னிய அரசர்கள் ஒழிக்கப்பட்டனர். அதாவது, பிற மத வெறுப்பு தலைதூக்கியது. இந்திய உயர்குல ஆரியன் தன்னைத் தவிர மற்ற எல்லோரையும் வெறுத்தான். குப்தர்கள் தங்களால் வெல்லப்பட்ட ஆரியர் அல்லாத அரசர்களிடம் மிகவும் கடுமையாக நடந்துகொண்டனர்.

சந்திரகுப்தனுடைய மகன் சமுத்திரகுப்தன் தந்தையை விடப் வீரமும், போர்த் திறமையும் கொண்டவன். பெரிய தளபதியாக இருந்தான். அவன் முடிசூட்டிக் கொண்டதும் இந்தியாவின்

பெரும்பகுதியை கைப்பற்றினான். ஆனால் தென் இந்தியாவில் அவனுடைய அதிகாரம் செல்லவில்லை. வடக்கில் குஷாணர்கள் சிந்து நதிக்கு அப்பால் துரத்தப்பட்டனர்.

சமுத்திர குப்தனுடைய மகன் இரண்டம் சந்திரகுப்தன் நெடுங்காலமாக சாகர் அல்லது துருக்கியரின் பிடியில் இருந்த கத்தியவார், குஜராத் ஆகியவற்றை வென்றான். அவன் விக்கிரமாதித்தியன் என்ற பட்டப்பெயரை சூட்டிக் கொண்டான். இந்தப் பட்டப்பெயர் அடுத்தடுத்த மன்னர்களுக்கும் வருவதால் குழப்பம் ஏற்படுகிறது.

டில்லியில் 'குதுப்மினார்' என்ற தூணுக்கு அருகில் ஸ்தம்பத்துக்கருகில் பெரிய இரும்புத் தூண் ஒன்றைப் பார்த்தது உனக்கு நினைவிருக்கிறதா? இது விக்கிரமாதித்தியன் கட்டிய ஜெயஸ்தம்பம் என்று சொல்லப்படுகிறது. சிறந்த வேலைப்பாடமைந்த அந்த ஸ்தம்பத்தின் உச்சியில் தாமரைப் பூ செதுக்கப்பட்டிருக்கிறது.

இந்தியாவில் குப்தர்களின் காலம் ஆரியர்களின் காலமாக இருந்தது. ஆரியர்களின் பழைய கலைகளும் சமஸ்கிருதக் கல்வியும் புத்துயிர் பெற்றன. கிரேக்கர்களாலும் குஷாணர்களாலும் இந்தியர்களின் வாழ்க்கையில் பரவிய கிரேக்க, மங்கோலிய சாயல் அழிக்கப்பட்டது. அதற்கு பதிலாக ஆரியப் பழக்க வழக்கங்கள் திணிக்கப்பட்டன. சமஸ்கிருதம் அரசாங்க மொழியாக இருந்தது. ஆனால் அந்தக் காலத்திலேயே சமஸ்கிருதம் மக்கள் பேசும் மொழியாக இல்லை. பிராகிருத மொழியே பேச்சு மொழியாக இருந்தது. சமஸ்கிருதம் மக்கள் பேசும் மொழியாக இல்லாவிட்டாலும் உயிருள்ள மொழியாக இருந்தது. வட மொழியில் காவியமும், நாடகமும் படைக்கப்பட்டன.

மகாகவி காளிதாசன் வாழ்ந்த காலம் இது. விக்கிரமாதித்தனின் அரசவையில் சிறந்த கவிவாணரும், இசைவாணரும், கலைவாணரும் இருந்தனர். அவர்கள் நவரத்தினங்கள் என்று அழைக்கப்பட்டனர். அந்த நவரத்தினங்களில் காளிதாசன் ஒருவன்.

சமுத்திரகுப்தன், தனது தலைநகரைப் பாடலிபுத்திரத்தில் இருந்து அயோத்திக்கு மாற்றினான். வால்மீகியின் ராமாயண காவியத்தில் சொல்லப்பட்ட ராமன் வாழ்ந்த அயோத்தியை அவன் தனது ஆரிய மனோபாவத்துக்கு ஏற்ற இடமென்று நினைத்திருக்கலாம்.

ஆரியத்துக்கும் பிராமண மதத்துக்கும் புத்துயிர் கொடுத்த குப்தர்கள் பவுத்த மதத்தை ஆதரிக்காமல் கைவிட்டனர். குப்தப்

பேரரசில் சத்திரிய அரசர்கள் நிறைய இருந்தனர். இவர்கள் பிரபுத்துவ மனநிலையில் இருந்தார்கள். ஆனால், பவுத்த மதத்தில் ஜனநாயகம் அதிகமாக இருந்தது. பவுத்த மதத்தின் மஹாயானப் பிரிவைக் குஷாணர்களும் வட இந்தியாவிலிருந்த அன்னிய அரசர்களும் ஆதரித்தது இன்னொரு காரணம். எனினும் பவுத்தர்கள் துன்புறுத்தப் பட்டதாக தெரியவில்லை. பவுத்த மடங்கள் கல்விச் சாலைகளாகவே இருந்தன. பவுத்தம் வளர்ந்திருந்த இலங்கையுடன் குப்தர்கள் நட்பாக இருந்தனர். இலங்கை மன்னனான மேகவர்ணன் சமுத்திரகுப்தனுக்கு வெகுமதிகள் அனுப்பினான். சிங்கள மாணவர்களுக்காக கயாவில் ஒரு மடம் ஏற்படுத்தினான்.

ஆனால் இந்தியாவில் பௌத்த மதம் மங்கி மறைந்துவிட்டது. பிராமணர்களோ அல்லது அரசாங்கமோ தங்கள் பலத்தை வெளிப்படையாக உபயோகித்துப் பவுத்த மதத்தை அழிக்கவில்லை. ஆனால், பவுத்த கோட்பாடுகளை தனதாக மாற்றி ஏற்றுக் கொண்டு அழித்தது எனலாம்.

கிட்டத்தட்ட இந்தக் காலத்தில்தான் சீன யாத்திரிகர்களுள் மிகவும் புகழ்பெற்ற ஒருவரான பாஹியான் இந்தியாவுக்கு வந்தார். பவுத்த மத நூல்களைத் தேடிவந்தார். மகத நாட்டு மக்கள் இன்பமாக வாழ்ந்தனர். நீதி நிர்வாகம் செம்மையாக நடைபெற்றது. யாருக்கும் மரண தண்டனையே இல்லை என்று இவர் எழுதி இருக்கிறார்.

புத்த கயா அழிந்து கிடந்தது. புத்தர் பிறந்த கபிலவஸ்து காடு மண்டிக் கிடந்தது. ஆனால் பாடலிபுத்திர மக்கள் செல்வச் செழிப்புடன் அறவழியில் நடந்தனர் என்று இவர் சொல்கிறார். அக்காலத்தில் வசதி படைத்த பல பவுத்த மடங்கள் இருந்தன. வழி நெடுகிலும் தர்மச் சத்திரங்கள் இருந்தன. அங்கே வழிப் போக்கர்கள் தங்கி, உண்டு இளைப்பாறிச் சென்றார்கள் என்றும் எழுதி இருக்கிறார்.

இந்தியாவில் சுற்றிவிட்டு இலங்கைக்குச் சென்ற பாஹியான் அங்கே இரண்டு ஆண்டுகள் தங்கினார். ஆனால் அவருடைய தோழரான டவோ சிங் இந்தியாவை விரும்பி இங்கேயே தங்கிவிட்டார். பல ஆண்டுகளுக்குப் பிறகு பாஹியான் இலங்கையிலிருந்து கடல் வழியாகச் சீனாவுக்குச் சென்றார்.

விக்கிரமாதித்தியன் 23 ஆண்டுகள் ஆட்சி செய்தான். அவனுக்குப் பின் அவனுடைய மகன் குமாரகுப்தன் நாற்பது ஆண்டுகள் ஆட்சி செய்தான். அடுத்தபடியாக கி.பி. 453ஆம் ஆண்டு ஸ்கந்த குப்தன்

பட்டத்துக்கு வந்தான். இவன் ஒரு புதிய பகையை எதிர்த்து நிற்க வேண்டியிருந்தது. அந்தப் பகை குப்த சாம்ராஜ்யத்தின் முதுகையே ஒடித்துவிட்டது. இதைப்பற்றி அடுத்த கடிதத்தில் சொல்கிறேன்.

அஜந்தாவிலுள்ள சிறந்த சித்திரங்களும் மண்டபங்களும் குப்தர் காலத்துக் கலையின் உயர்வுக்கு சாட்சியாக இருக்கின்றன. அவற்றைப் பார்க்கும் போது நாம் வியப்படைகிறோம். ஆனால் கெடுவாய்ப்பாக நீண்ட காலமாக காற்று, மழையில் சேதமடைகின்றன.

இந்தியாவில் குப்தர்கள் ஆண்ட காலத்தில் உலகின் மற்ற பகுதிகளில் என்ன நடந்தது? முதலாவது சந்திரகுப்தனும் கான்ஸ்டாண்டிநோபிளைக் உருவாக்கிய கான்ஸ்டண்டைன் என்ற ரோமப் பேரரசரும் ஒரே காலத்தைச் சேர்ந்தவர்கள். பிறகு வந்த குப்தர்களின் காலத்தில்தான் ரோமப் பேரரசு கிழக்கு பேரரசு என்றும் மேற்கு பேரரசு என்றும் பிளவுபட்டது. இறுதியில் மேற்கு பேரரசு வட ஐரோப்பியர்களால் வெல்லப்பட்டது. இவ்வாறு ரோம பேரரசு வலிமை குறைந்த காலத்தில் பெரிய தளபதிகளையும், பலம் பொருந்திய படைகளையும் கொண்ட அரசு இந்தியாவில் நடைபெற்றது. சமுத்திர குப்தனை இந்திய நெப்போலியன் என்று அழைப்பார்கள். அவனுக்கு நாடு பிடிக்கும் ஆசை இருந்தாலும், இந்தியாவுக்கு வெளியில் அவன் செல்லவில்லை.

குப்தர்களின் காலத்தைப் பலாத்காரமும், போரும், வெற்றியும் மிகுந்த ஆரிய பேரரசின் காலம் என்றே கூறவேண்டும். ஆனால் ஒவ்வொரு தேசத்தின் வரலாறிலும் காலங்கள் பல வருகின்றன. நாளடைவில் அவற்றை யாரும் கருத்தில் கொள்வதில்லை. குப்தர்களுடைய காலத்தை இந்தியாவிலுள்ள நாம் பெருமையுடன் நினைப்பதற்கு அந்தக் காலம் கலை இலக்கியத்தின் மறுமலர்ச்சி காலமாக இருந்ததே காரணம்.

நேருவுடன் மகள் இந்திரா

38. ஹூணர்களும் குப்தர்களும்!

மே 4, 1932

இந்தியாவில் இப்போது ஒரு புதிய அச்சம் உண்டாகியது. வட மேற்கில் உயர்ந்த மலைகளின் வழியாக வந்த ஹூணர்களால் அந்த அச்சம் ஏற்பட்டது. ரோமப் பேரரசு பற்றி நான் எழுதிய கடிதம் ஒன்றில் ஹூணர்களைப் பற்றி கொஞ்சம் கூறியிருக்கிறேன்.

ஐரோப்பாவில் ஹூணர்களின் தலைவனான அட்டிலா என்பவன் ரோமாபுரியையும் கான்ஸ்டாண்டிநோபிளையும் பல ஆண்டுகள் நடுங்க வைத்தான். இதே காலத்தில் இந்தியாவுக்கு வந்த ஹூணர்கள் அந்தக் கூட்டத்தைச் சேர்ந்தவர்களே. இவர்கள் வெள்ளை நிறமாக இருந்ததால் வெள்ளை ஹூணர்கள் என்று அழைக்கப்பட்டனர்.

மத்திய ஆசியாவில் விரட்டப்பட்ட பிரிவினரில் இவர்களும் ஒரு பிரிவினர். நெடுங்காலமாகவே, இந்தியாவின் எல்லைப்புறத்தைச் சுற்றி வட்டமிட்டவர்கள். எல்லைப் பகுதியில் உள்ளவர்களுக்கு தீங்கு செய்தார்கள். நாளடைவில் இவர்களின் எண்ணிக்கை அதிகமாகியது. ஒரு கட்டத்தில் இவர்கள் இந்தியா மீது படையெடுத்தனர்.

இந்த ஹூணர்களின் படையெடுப்பைத்தான் குப்த அரசர்களில்,

ஐந்தாவது வந்த ஸ்கந்த குப்தன் எதிர்க்க வேண்டி வந்தது. அவன் இவர்களை முதல் முறை வென்றான். ஆனால் 12 ஆண்டுகளுக்கு பிறகு இவர்கள் மீண்டும் வந்தார்கள். கொஞ்சம் கொஞ் சமாக காந்தாரத்தையும் வட இந்தியாவில் பெரும் பகுதியையும் கைப்பற்றினர். பவுத்தர்களை கொடுமை செய்தனர். கொடுமையும் அநீதியும் இவர்களுடைய குலத்தொழிலாக இருந்தது.

இவர்களோடு பலர் பல பகுதிகளில் தொடர்ந்து போர் செய்திருக்க வேண்டும். ஆனாலும், குப்தர்களால் இவர்களைத் துரத்த முடியவில்லை. ஹூணர்கள் அலை அலையாக வந்து மத்திய இந்தியா முழுவதும் கைப்பற்றினார்கள். இவர்களுடைய தலைவன் தோரோமான் அரசனாக முடிசூடினான். இவன் தீயவன் என்றால், இவனுடைய மகன் மிஹிரகுலன் என்பவன் கொடிய ராட்சசனாக இருந்தான்.

காஷ்மீர் வரலாறை சொல்லும் ராஜதரங்கிணி நூலின் ஆசிரியரான கல்ஹண கவி இவனைப் பற்றி எழுதியிருக்கிறார். மலை உச்சிக்கு யானைகளைக் கொண்டுபோய் அங்கிருந்து அவற்றைக் கிடுகிடு பாதாளத்தில் தள்ளுவானாம். அவை ஓலமிட்டு சாவதை பார்த்து ரசிப்பானாம். இவனுடைய இந்தக் கொடுமைகளைத் தாங்க முடியாமல் ஆரியக்கூட்டம் கொதித்து எழுந்தது. குப்த பரம்பரையைச் சேர்ந்த பாலாதித்தியன், மத்திய இந்தியாவில் ஆட்சி செய்த யசோதர்மன் ஆகியோர் தலைமையில் ஹூணர்கள் மீது போர் தொடுத்தனர்.

போரில் ஹூணர்களைத் தோற்கடித்து மிஹிரகுலனை சிறைப் பிடித்தனர். ஆனால் பாலாதித்தியன் மிஹிரகுலனை நாட்டுக்கு வெளியே போகும்படி கூறினான். ஆனால், மிஹிரகுலன், காஷ்மீரில் அடைக்கலம் புகுந்து, கொஞ்சநாள் கழித்து பாலாதித்தியனைத் தாக்கினான். இந்தியாவில் ஹூணர்களின் பலம் குறைந்தது. ஆனால், அவர்களுடைய வாரிசுகள் இங்கேயே தங்கி ஆரியருடன் கலந்தனர். மத்திய இந்தியாவிலும் ராஜபுதனத்திலும் உள்ள சில ராஜபுத்திர வம்சத்தினரின் உடலில் வெள்ளை ஹூணர்களின் ரத்தமும் கலந்திருக்கிறது என்று சொல்லலாம்.

ஹூணர்கள் வட இந்தியாவை ஆண்ட காலம் ஐம்பது ஆண்டுகளுக்கும் குறைவாகவே இருக்கும். அதன்பிறகு அவர்கள் அமைதியாக வாழ முயன்றார்கள். ஆனால் ஹூணரின் வாழ்க்கை முறையும் அரசியல் முறையும் ஆரிய முறையில் இருந்து பெரிதும்

மாறுபட்டிருந்தது. ஹூணர்கள் வந்து இந்திய மக்களோடு கலந்து வாழத் தொடங்கிய பிறகு, ஆரிய முறைகளில் மாறுதல் ஏற்பட்டு அவற்றின் தரம் குறைந்துவிட்டது.

புகழ்மிக்க குப்த வம்சத்தின் கடைசி அரசனான பாலாதித்தியன் கி.பி. 530ல் இறந்தான். அசல் ஆரிய பரம்பரையில் பிறந்த இந்தஅரசன் பவுத்த மதத்தை ஏற்று, பவுத்த துறரி ஒருவரைக் குருவாகக் கொண்டிருந்தான். குப்தர்களுடைய காலத்தில் கிருஷ்ண வணக்கம் புத்துயிர் பெற்றது. அப்படியிருந்தும் இதற்கும் பவுத்தத்துக்கும் பெரிய மாறுபாடு ஒன்றும் இருந்ததாகத் தெரியவில்லை.

குப்தர்களின் 200 ஆண்டு ஆட்சிக்குப் பிறகு வட இந்தியாவில் பல சிறு அரசுகள் தோன்றின. இவை யாருக்கும் அடங்காமல் சுயேச்சையாக செயல்பட்டன. இதே காலத்தில் தென் இந்தியாவில் ஒரு பெரிய அரசு வளர்ந்தது. புலிகேசி என்ற அரசன் தெற்கில் அந்த பேரரசை அமைத்தான். அதற்குச் சாளுக்கியப் பேரரசு என்று பெயர். இந்தத் தென்னிந்தியர் கிழக்குத் தீவுகளில் இருந்த இந்தியக் குடியேற்றங்களோடு நெருங்கிய தொடர்பு உடையவர்களாக இருந்திருக்க வேண்டும். இந்தியாவுக்கும் இந்தத் தீவுகளுக்கும் இடையே தொடர்ந்த போக்குவரத்து இருந்திருக்கலாம். இந்தியக் கப்பல்கள் பொருள்களை ஏற்றிக்கொண்டு பாரசீகத்துக்கு அடிக்கடி சென்று வந்ததாக அறிகிறோம். சாளுக்கிய மன்னர்கள் பாரசீகத்தை ஆண்ட சசநீதர்களோடு உறவு கொண்டிருந்தனர். குறிப்பாக அவர்களில் சிறந்த இரண்டாம் குஸ்ரா என்ற மன்னனின் அரசவைக்கு தூதர்களைப் பரிமாறிக் கொண்டதாகத் தெரிகிறது.

நேருவுடன் மகள் இந்திரா

39. இந்தியாவின் வெளிநாட்டு வர்த்தகம்

மே 5, 1932

ஆயிரம் ஆண்டு பழங்கால வரலாறை நாம் பார்த்திருக்கிறோம். இந்தக் காலத்தில் இந்திய வர்த்தகம், கிழக்கு மற்றும் மேற்கு நாடுகளில் சிறப்பாக வளர்ந்திருப்பதை பார்க்கிறோம். மேற்கே, ஐரோப்பா, மேற்கு ஆசியா, கிழக்கே சீனாவரை இந்திய வர்த்தகம் வளர்ந்ததற்கு என்ன காரணம்?

இந்தியர்களின் கப்பல் கட்டும் திறமையோ, நல்ல வியாபாரிகளாக இருந்ததோ, கைத்தொழில் திறமையோ மட்டும் காரணம் இல்லை. இதெல்லாம் உதவியாக இருந்திருக்கலாம் என்று வேண்டுமானால் சொல்லலாம். மிகவும் முக்கிய காரணம், இந்தியர்கள் சாயம் காய்ச்சி, சாயம் தோய்ப்பதில் வல்லவராக இருந்தனர். துணிகளுக்குக் கெட்டிச் சாயங்கள் தயாரிக்கும் முறைகளில் அவர்கள் திறமை பெற்றிருந்தார்கள்.

இந்தியாவில் விளைந்த அவுரிச் செடியில் இருந்து சாயம் இறக்கும் முறையை அறிந்து வைத்திருந்தார்கள். அவுரியை ஆங்கிலத்தில் 'இண்டிகோ' என்பார்கள். இந்தச் சொல் இந்தியா என்ற வார்த்தையில் இருந்த வந்தது. தவிர, பழங்கால இந்தியர் எஃகை வடித்து நல்ல ஆயுதங்கள் செய்தனர். அலெக்சாண்டரின் படையெடுப்பைப்

பற்றிய பழைய கதைகளில் இந்தியாவிலிருந்து வந்த வாள்களையும் கத்திகளையும் இருப்பதை நான் கூறியது உனக்கு நினைவிருக்கும்.

சாயங்கள் தயாரிப்பு, பொருள்கள் உற்பத்தியில் தனித்திறமை ஆகியவை வெளிநாட்டு வர்த்தகத்தை வளர்த்தது. அதேசமயம், யார் ஒருவன் மற்றவர்களைக் காட்டிலும் நல்ல கருவிகளை படைக்கிறானோ, மற்றவர்களைக் காட்டிலும் குறைந்த விலையில் உயர்ந்த தரத்தில் செய்கிறானோ, அவனை வளரவிடாமல் தடுப்பதற்கான முயற்சியில் மற்றவர்கள் ஈடுபடுவார்கள்.

இது தேசங்களுக்கும் பொருந்தும். கடந்த 200 ஆண்டுகளில் ஐரோப்பா ஆசியாவைவிட வெகுதூரம் முன்னேறி இருப்பதற்கு இதுதான் காரணம். புதிய கண்டுபிடிப்புகளையும் புதிய உற்பத்தி முறைகளையும் பயன்படுத்தியே உலக வர்த்தகத்தை ஐரோப்பா கைப்பற்றியுள்ளது. செல்வமும் வல்லமையும் பெற்றிருக்கிறது. வேறு காரணங்களும் இருந்தாலும், கருவி என்பது என்பது எவ்வளவு முக்கியம் என்பதை நீ யோசிக்க வேண்டும்.

மனிதன் கருவி செய்யும் விலங்கு என்று ஒரு அறிஞர் சொன்னார். ஆதிநாளில் இருந்து இன்றுவரை மனிதனின் வரலாறு முழுவதும் கருவிகளின் வரலாறுதான். கல்லால் அம்புகளும் சம்மட்டிகளும் செய்த கற்காலம் முதல், ரயிலும், நீராவி எந்திரமும் அதைவிட பெரிய பிரம்மாண்டமான எந்திரங்களும் இயங்கும் இந்தக் காலம் வரை அதுவே உண்மையாக இருக்கிறது. நாம் எதையும் ஒரு கருவியின் உதவியின்றிச் செய்ய முடிவதில்லை. கருவிகள் இல்லாவிட்டால் நம் கதிதான் என்ன?

கருவியால் வேலை குறைகிறது. ஆனால் அதைத் தீய வழிக்கும் பயன்படுகிறது. வாள் பயனுள்ள கருவிதான். ஒருவன் வேறு ஒருவனை கொன்றுவிடலாம். தற்கால எந்திர சாதனமும் நல்லது என்றாலும் பல வழிகளில் தவறாக பயன்படுத்தப்படுகிறது. சாதாரண மக்களின் வேலைப் பளுவைக் குறைப்பதற்குப் பதிலாக அது அவர்கள் நிலையை முன்னைவிட மோசமாக்கியும் இருக்கிறது. மக்களுக்குச் சுகத்தையும் சந்தோஷத்தையும் அளிப்பதற்கு பதிலாக அது அவர்களுக்குப் துன்பத்தைக் கொடுக்கிறது. எந்திர சாதனத்தால் அரசாங்கங்களின் கையில் அளவில்லாத அதிகாரம் குவிந்து, அவை நடத்தும் யுத்தங்களில் லட்சக்கணக்கான பேரை சாகடிப்பது சாத்தியமாகி இருக்கிறது.

ஆனால் குற்றம் எந்திரத்திடம் இல்லை. அதைத் தவறாக உபயோகிப்பதில்தான் இருக்கிறது. பெரிய எந்திர சாதனங்கள்,

சுயலாபத்தை மட்டுமே கருதும் தனி மனிதர்களின் ஆதிக்கத்தில் இருக்கிறது. மாறாக பொது மக்களின் நன்மைக்காக பயன்படுத்தினால் பெரும் நன்மை விளையும் என்பதில் சந்தேகமில்லை.

அந்நாளில் இந்தியா உலகின் மற்ற பாகங்களைவிட உற்பத்தி முறைகளில் மேலோங்கி இருந்தது. அதனால் இந்தியத் துணிகளும் இந்தியச் சாயங்களும் மற்ற பொருள்களும் தொலைதூர நாடுகளுக்கு அனுப்பப்பட்டன. அங்கு எல்லோராலும் விரும்பி ஏற்கப்பட்டன. இந்த வியாபாரம் காரணமாக இந்தியாவில் செல்வம் பெருகியது. தென் இந்தியா மிளகையும் வேறு பல வாசனைப் பொருட்களையும் வெளி நாடுகளுக்கு உதவி வந்தது. இந்த வாசனைத் திரவியங்கள் கிழக்குத் தீவுகளில் இருந்து இந்தியா வழியாக மேல்நாடுகளுக்குச் சென்றன. ரோமாபுரியிலும் மேல் நாடுகளிலும் மிளகுக்குப் பெருமதிப்பு இருந்தது. கி.பி. 410ஆம் ஆண்டு ரோமாபுரியைக் கைப்பற்றிய காதியர் தலைவனான அலரிக் என்பவன் அங்கிருந்து சுமார் 150 கிலோ மிளகு எடுத்துச் சென்றானாம். இந்த மிளகு முழுவதும் இந்தியாவில் இருந்தோ அல்லது இந்தியா வழியாகவோ சென்றிருக்க வேண்டும்.

நேருவுடன் இந்திரா

40. நாடுகள், நாகரிகங்களின் நிலை

மே 6, 1932

சீனாவைப் பற்றிப் பார்த்து ரொம்ப நாள் ஆகிவிட்டது. மீண்டும் சீனாவின் கதையை பார்க்கலாம். மேற்கில் ரோமப் பேரரசு முடிவுக்கு வந்தது. கிழக்கில் குப்தப் பேரரசு காலத்தில் இந்தியாவில் மறுமலர்ச்சி ஏற்பட்டது. இந்த காலகட்டத்தில் சீனாவில் என்ன நடந்தது?

ரோமப் பேரரசில் ஏற்பட்ட மாற்றங்கள் சீனாவை பாதிக்கவில்லை. ஆனால், மத்திய ஆசியாவிலிருந்த சில பிரிவினரை, சீனப் பேரரசு, துரத்தியதால் ஐரோப்பாவிலும், இந்தியாவிலும் விபரீதமான விளைவுகள் ஏற்பட்டதை சொல்லி இருக்கிறேன். சீனாவால் துரத்தப்பட்டவர்களும் அவர்களால் துரத்தப்பட்ட வேறு பிரிவினரும் மேற்கிலும் தெற்கிலும் சென்றார்கள். இவர்களால் பல அரசுகள் கவிழ்ந்தன. பல நாடுகளில் குழப்பம் ஏற்பட்டது. கிழக்கு ஐரோப்பாவிலும், இந்தியாவிலும் நுழைந்து குடியேறினார்கள்.

ரோமாபுரிக்கும் சீனாவுக்கும் தூதர்கள் உறவு இருந்தது. கி.பி.166ல் அன்-டூன் என்ற ரோமப் பேரரசர் சீனாவுக்கு முதன் முதல் ஒரு தூதுக்குழுவை அனுப்பினார். இவர் யார் தெரியுமா? முன் கடிதம் ஒன்றில் நான் கூறிய மார்க்கஸ் அரேலிய ஆண்டோணியஸ் தான்.

ரோமாபுரி வீழ்ச்சி அடைந்தது என்று சொல்ல முடியாத அளவுக்கு

கான்ஸ்டாண்டிநோபிளில் அதன் ஆட்சி தொடர்ந்து நடந்தது. சுமார் 1400 ஆண்டுகள் வரை அது ஐரோப்பாவில் பாதிப்பை ஏற்படுத்தியது. ஆனால், ரோமாபுரியின் வீழ்ச்சியோடு ஒரு காலம் முடிவடைகிறது. அது, கிரேக்க - ரோம உலகத்தின் முடிவாகும். அந்த சிதைவுகளின் மீது ஒரு புதிய உலகம், ஒரு புதிய கலாசாரம், ஒரு புதிய நாகரிகம் தோன்றி வளர்ந்தன.

ரோமாபுரி வீழ்ந்து விட்டது. ஆனாலும் மேற்கு ஐரோப்பா ரோமாபுரியின் மொழியிலேயே பேசியது. மொழி ஒன்றாக இருந்தாலும் கருத்தும் பொருளும் மாறாமல் இருந்தன. இன்றைய ஐரோப்பிய நாடுகளைக் கிரீசும் ரோமாபுரியும் பெற்றெடுத்த குழந்தைகள் என்கிறார்கள். இது ஓரளவு உண்மை என்றாலும், கிரீஸ் மற்றும் ரோமாபுரி பின்பற்றிய எதையும் இன்று ஐரோப்பிய நாடுகள் பின்பற்றவில்லை.

ஆயிரம் ஆண்டுகளாக வளர்க்கப்பட்ட கிரேக்க நாகரிகம் அழிந்தது. மேற்கு ஐரோப்பாவில் உருவான நாகரிகமில்லாத சில நாடுகள் புதிய நாகரிகத்தையும் கலையையும் கட்டத் தொடங்கின. அது கரடு முரடான பாதை. சில நூற்றாண்டுகள் வரை ஐரோப்பாவில் அறியாமை இருள் சூழ்ந்தது. மூடக் கொள்கைகள் மலிந்து கிடந்தன. இதை 'இருண்ட காலம்' என்று வரலாற்று ஆசிரியர்கள் சொல்கிறார்கள்.

இது ஏன்? உலகம் ஏன் பின்னோக்கிச் செல்லவேண்டும்? என்ற கேள்விகளுக்கு நான் விடை சொல்லப் போவதில்லை. சிந்தனையிலும் செயலிலும் சிறந்த இந்தியா ஏன் வீழ்ச்சியுற்று அடிமை வாழ்வில் சிக்க வேண்டும்? சீனா கடந்த காலத்தில் இருந்த நிலை இப்போது போர்களால் சிதையவில்லையா?

ஐரோப்பாவின் இருண்ட காலத்துக்குக் காரணம் கிறிஸ்தவ மதம் என்று சிலர் சொல்கிறார்கள். அதாவது ஏசு போதித்த மதத்தை சொல்லவில்லை. ரோமப் பேரரசர் கான்ஸ்டண்டைன் தழுவிய பிறகு வளர்ந்த அரசாங்க ஆதரவு பெற்ற கிறிஸ்தவ மதத்தையே இவர்கள் சொல்கிறார்கள். கி.பி. நான்காம் நூற்றாண்டில் கான்ஸ்டண்டைன் கிறிஸ்தவ மதத்தைத் தழுவினான். அதற்கு பிறகு ஆயிரம் ஆண்டுகள் அறிவும் சிந்தனையும் முடக்கப்பட்டன. மதவெறுப்பு அதிகரித்தது. அறிவுக்கு இடமில்லை. விஞ்ஞான ஆராய்ச்சியும் வேறு பல துறைகளும் முடங்கின. வேத ஆகமங்கள் அறிவு வளர்ச்சிக்குத் தடையாக அமைந்தன. அவற்றில் எழுதப்பட்ட எதையும் எதிர்த்து கேட்கக் கூடாது. உலகம் மாறினாலும், நாம் நமது எண்ணங்களையும் பழக்க வழக்கங்களையும் மாற்றிக் கொள்ள அனுமதி இல்லை. இதனால், நாம் தற்கால நிலைக்குப் பொருத்த மற்றவர்களாக ஆகி கஷ்டத்துக்கு ஆளாவோம்.

ரோமப் பேரரசர் கான்ஸ்டண்டைன்

வேறு சிலரோ, கிறிஸ்தவ மதமும் கிறிஸ்தவத் துறவிகளும்தான் ஓவியக் கலை உள்ளிட்ட கலைகளையும் அரிய நூல்களையும் காப்பாற்றியதாக கூறுகிறார்கள். இருவர் கருத்தும் சரியாக இருக்கலாம். ஆனால் ரோமாபுரியின் வீழ்ச்சிக்குப் பிறகான கேடுகளுக்கு கிறிஸ்தவ மதத்தைக் காரணமாக்குவது கேலிக்குரியது. ஏனென்றால் ரோமாபுரியின் வீழ்ச்சிக்கே இந்தக் கேடுகள்தான் காரணம்.

ஐரோப்பாவில் இப்படி சமூக அமைப்பு குலைந்ததைப் போல சீனாவிலும் இந்தியாவிலும் நிகழவில்லை. ஐரோப்பாவில் தோன்றி வளர்ந்து முதிர்ச்சி அடைந்த நிலையே இன்றைய நாகரிகம். சீனாவில் கலைப்பண்பும் நாகரிகமும் அறுபடாமல் தொடர்வதைப் பார்க்கிறோம். அங்கும் காலம் மாறுகிறது. வாழ்வும் தாழ்வும் மாறிமாறி வந்தது. அரசர்களிலும் கெட்டவர்கள் வந்து போனார்கள். ஆனால் சீனாவின் கலைச் செல்வம் அறுபடவே இல்லை. அச்சிடும் முறை வருகிறது. தேநீர் அறிமுகமாகிறது. உயரிய நாகரிகத்தில் இருந்து பிறக்கக்கூடிய ஒப்பற்ற கலையழகு சீனாவில் தொடர்கிறது.

இந்தியாவிலும் இதையேகாண்கிறோம். எத்தனைமாற்றங்கள்நிகழ்ந்தாலும் நாகரிகம் மட்டிலும் மாறாமல் தொடர்கிறது. அது இந்தியாவிலிருந்து கீழ் நாடுகளுக்கும் பரவுகிறது. அடைக்கலமாக வருவோரையும் கொள்ளையடிக்க வருவோரையும் அது ஏற்றுச் சீர்திருத்துகிறது.

இந்தியாவையும் சீனாவையும் புகழ்ந்து மேல் நாடுகளை நான்

இகழ்வதாக கருத வேண்டாம். பழம் பெருமை இருந்தும் இந்த இரண்டு தேசங்களுக்கும் மற்ற தேசங்களுக்கும் இடையிலான வேறுபாடு ஏன்? இவற்றின் தாழ்ச்சிக்கு காரணம் என்ன? நமது நாகரிகம் ஜீவநதியைப் போல் தொடர்வதாக மகிழ்ச்சி அடையலாம். ஆனால் அந்த நாகரிகமே இளமையை இழந்து மூப்படைந்து விட்ட பிறகு அதனால் நமக்கு என்ன பயன்? இன்று இந்தியாவிலும் உலகிலும் நடக்கும் நிகழ்வுகள் நமது பழைய தேசத்துக்கு உத்வேகத்தைக் கொடுக்கலாம் என்று நம்புகிறேன்.

இந்தியாவின் பலமும் உறுதியும் அதன் கிராமக் குடியரசு முறையில் இருந்தது என்று சொல்லலாம். இந்தப் பஞ்சாயத்துகளுக்குச் செல்வாக்கும் அதிகாரமும் இருந்தன. பஞ்சாயத்துக்கு ஜனநாயக அஸ்திவாரம் இருந்தது. அரசர்கள் வந்தாலும் போனாலும், அவர்கள் சண்டை போட்டாலும் இந்த அமைப்பு முறையில் தலையிடவில்லை. அரசுகள் மாறினாலும், சமுதாயமானது பெரிய மாறுதல் இல்லாமல் நடைபெற்றது. படையெடுப்புகள் போர்கள், அரசர்கள் மாற்றம் பற்றிய வரலாறுகளை படிக்கும்போது மக்கள் வாழ்க்கை பாதிக்கப்படும் என்று நினைப்போம். அது தவறானது. சில வேளைகளில் வட இந்தியாவில் பாதிக்கப்பட்டார்கள் என்பது உண்மைதான். ஆனால், பொதுவாக பார்த்தால், மேல் நிலையில் எத்தகைய மாற்றம் ஏற்பட்டாலும், மக்கள் அதற்காக கவலைப்படாமல் தங்கள் போக்கில் வாழ்க்கையை நடத்தினார்கள் என்பதே எதார்த்தம்.

இந்தியாவில் சமுதாய அமைப்பு நீண்டகாலம் சீர் குலையாமல் பலமாக இருந்ததற்கு ஜாதி முறையே காரணம். முதலில் ஜாதிமுறை கடுமையாக இல்லை. பிறகுதான் ஜாதிக் கட்டுப்பாடு வலுத்தது. இந்திய மக்கள் தற்போதைய பரிதாப நிலைக்கு வருகிறவரை ஜாதி அவர்களை மாற்றிக்கொண்டே வந்தது. எல்லாவித முன்னேற்றங்களுக்கும் ஜாதி முட்டுக்கட்டையாக இருந்தது. சமுதாய அமைப்பைச் சேர்த்துப் பிடிப்பதற்கு மாறாக ஜாதியானது அதைப் பல நூறு பிரிவுகளாகப் பிரித்தது. அது நம்மைப் பலவீனப்படுத்தி, சகோதரனுக்கு எதிராகவே சகோதரனை நிறுத்தி வருகிறது.

கடந்த காலத்தில் இந்தியாவின் சமுதாய அமைப்பைப் பலப்படுத்த ஜாதி உதவியது. ஆனாலும் ஜாதியில் அழிவுக்கான விதைகள் புதைந்து கிடந்தன. உயர்வு தாழ்வையும், அநீதியையும், நிலைநாட்டும் எந்த முயற்சியும் முடிவில் பயன்படாமல் அழியும். உயர்வு தாழ்வையும், அநீதியையும், ஒருவர் மற்றவரை சுரண்டும் நோக்கத்தை அடிப்படையாக கொண்டு உருவாக்கப்பட்ட எந்த சமுதாயமும் நீடிக்காது. இன்றும் இந்த அநீதியான சுரண்டல்முறை நீடிப்பதால்தான் உலகில் இன்னலும்

போராட்டமும் தொடர்கின்றன. ஆனால் இதை உணர்ந்த மக்கள் இந்தத் தீமையை அகற்ற பாடுபட்டு வருகிறார்கள்.

இந்தியாவைப்போல, சீனாவிலும் சமுதாய அமைப்பின் பலம் கிராமங்களில் இருந்தது. நிலத்தை உழுது பயிரிட்ட குடியானவர்களிடம் இருந்தது. மதமானது சில மூடக் கொள்கைகளைப் பிடிவாதமாகப் பற்றிக் கொண்டு வெறுப்பை விதைக்க அனுமதிக்கவில்லை. சீனர்கள், அன்றும் இன்றும் மற்ற நாட்டினரைக் காட்டிலும், மத சம்பந்தமான விஷயங்களில் மூடப் பிடிவாதம் இல்லாதவர்களாக இருக்கிறார்கள் என்று சொல்லலாம்.

கிரீசிலும், ரோமாபுரியிலும், அவற்றுக்கு முன்பே எகிப்திலும் இருந்த தொழில் அடிமைத்தனம் இந்தியாவிலும், சீனாவிலும் இல்லை. வீடுகளில் சிலர் அடிமைகளாக இருந்தனர். அதனால் சமுதாய அமைப்பு பாதிக்கப்படவில்லை. இந்த அடிமைகள் இல்லாவிட்டாலும் சமுதாயம் நடைபெற்று வந்திருக்கும். பண்டைய கிரீஸ் அல்லது ரோமாபுரியின் நிலைமை இப்படியில்லை. அங்கு நடைபெற்ற ஆட்சி முறைக்குப் பல்லாயி ரக்கணக்கான அடிமைகள் அவசியமாக இருந்தார்கள். எல்லா வேலைகளையும் அவர்களே செய்ய வேண்டும். அவர்கள் இல்லாவிட்டால் இந்த நாடுகளில் ஒரு வேலைகூட நடக்காது. அவர்கள் இல்லாவிட்டால், எகிப்தில் பிரமிடுகள் எழுந்திருக்காது. ரோமாபுரியிலும், அடிமைகளை துன்புறுத்துவதே பொழுதுபோக்காக இருந்ததைப் பார்த்தோம். இப்படிப்பட்ட நிலை இந்தியாவிலும் சீனாவிலும் இல்லை.

இந்தக் கடிதத்தில் சீனாவைப் பற்றிப் பேசத் தொடங்கி அதன் கதையைத் தொடர்ந்து சொல்ல எண்ணினேன். ஆனால் வேறு விஷயங்களைப் பற்றிப் பேசிவிட்டேன். இது எனக்கு இயற்கையாகிவிட்டது. அடுத்த முறையாவது சீனாவைப்பற்றி மட்டும் பேசுகிறேனா பார்ப்போம்.

டாங் வம்ச ஆட்சியில் புத்தமதம் சீனாவில் பரவியது

41. டாங் வம்ச ஆட்சியில் செழித்த சீனா

மே 7, 1932

சீனாவில் ஹான் வம்ச ஆட்சி, பவுத்த மதத்தின் வருகை, அச்சிடும் முறை கண்டுபிடிப்பு, தேர்வு மூலம் அரசு ஊழியர்கள் நியமனம் ஆகியவை பற்றி கூறியிருந்தேன்.

கி.பி. மூன்றாம் நூற்றாண்டில் ஹான் வம்சம் முடிந்து, மூன்று தனி அரசுகளாக சீனா பிரிந்தது. இந்த மூன்று அரசுகளும் சில நூற்றாண்டுகள் நடைபெற்றது. பின்னர் டாங் வம்சம் தலைமையில் புதிய ஒன்றுபட்ட சீனப் பேரரசு உருவாகிறது. கி.பி.ஏழாம் நூற்றாண்டில் இது நிகழ்ந்தது.

சீனா மூன்று அரசுகளாக பிரிந்த காலத்திலும் அந்த தேசத்தின் கலை, நாகரிகம் பாதிக்கவில்லை. சீனாவின் வடக்கேயிருந்து தார்த்தாரியர்கள் தாக்குதல் நடத்தினார்கள். அப்போதும் பாதிப்பு ஏற்படவில்லை. பெரிய நூலகங்கள், அரிய ஓவியங்கள் பாதுகாப்பாக இருந்தன. இந்தியா, பொருள்களுடன் பவுத்த மதத்தையும் அனுப்பியது. சீனாவின் உயர்ந்த நாகரிகத்துடன் பவுத்த மதக் கோட்பாடுகளும், இந்திய கலை, பண்பாடுகளும் கலந்தன. அதன்மூலம் புதிய மாறுபட்ட ஒன்று பிறந்தது.

சீனாவுக்கு மட்டுமின்றி, கொரியாவுக்கும் ஜப்பானுக்கும் பவுத்த

மதமும் இந்தியக் கலையும் சென்றன. சீனாவிலும், ஜப்பானிலும் பவுத்த மதம் வெவ்வேறாக இருக்கிறது. அந்தந்த மண்ணுக்கு ஏற்றபடி மதமும் கலையும் மாறி இருக்கிறது. இந்தியாவில் நெடுங்காலமாக அழகுள்ள எதையும் நாம் உருவாக்கவில்லை. அதுமட்டுமில்லை. நம்மில் பெரும்பாலோர் அழகை ரசித்து அனுபவிக்கவும் தெரியாமல் இருந்தோம். ஆனால், நமக்கு விடுதலை கிடைத்தவுடன் நம் நாட்டில் கலையும் அழகும் புத்துயிர் பெறுவதை நீ காண்பாய்.

சீனாவில் பவுத்த மதம் பரவும் சமயத்தில் இந்தியாவிலிருந்து பவுத்த துறவிகள் பலர் சென்றார்கள். சீனத் துறவிகள் இந்தியாவுக்கும் வேறு நாடுகளுக்கும் பயணம் செய்தார்கள். பாஹியனையும், யுவான் சுவாங்கையும் நீ அறிவாய். பவுத்த மதத் தலைவரான போதி தர்மன் தென் இந்தியாவிலிருந்து கி.பி.526ல் சீனாவுக்கு சென்றார். சீனாவின் லோ யாங் என்ற மாகாணத்தில் மட்டும் 3 ஆயிரம் இந்தியத் துறவிகளும் 10 ஆயிரம் இந்தியக் குடும்பங்களும் இருந்ததாம். இந்தியாவில் பவுத்த மதத்தின் பெருமை மங்கி மறைந்துவிட்டது. ஆனால், சீனா தலைசிறந்த பவுத்த நாடாக இருக்கிறது.

சீனாவில், டாங் வம்சம் கி.பி. 618ல் கவோ ட்சு என்ற பேரரசன் காலத்தில் தொடங்குகிறது. அவர் சீனாவை ஒன்றுபடுத்தினார். அதுமட்டுமின்றி, தெற்கே அன்னாம், கம்போடியா வரையிலும் மேற்கே பாரசீகம், காஸ்பியன் கடல் வரையிலும் தனது ஆட்சியை விரிவுபடுத்தினார். இந்தப் பேரரசில் கொரியாவின் ஒரு பகுதியும் இணைந்தது. ஸியன் ஃபு என்ற நகரம் பேரரசின் தலைநகராக இருந்தது.

டாங் பேரரசர்கள், வெளிநாடுகளில் இருந்து வருவோருக்கும் வெளிநாட்டு வியாபாரத்துக்கும் ஆதரவு அளித்தனர். வெளிநாட்டவருக்கு தனியாக சட்டங்கள் இயற்றப்பட்டன. அவரவர் பழக்க வழக்கங்களுக்குத் தகுந்த நியாயம் வழங்கப்பட்டது. கி.பி.300ஆம் ஆண்டு தெற்கு சீனாவில் அரபியர் குடியேறினார்கள். இது முகமது நபி பிறப்பதற்கு முன் நடந்தது. இந்த அரபியரின் உதவியால் வெளிநாடுகளுடன் கப்பல் வியாபாரம் வளர்ச்சி அடைந்தது. அரபிக் கப்பல்களும் சீனக் கப்பல்களும் பொருட்களை ஏற்றிச் சென்றன.

சீனாவில் ஆதிகாலத்திலேயே மக்கள்தொகை கணக்கெடுப்பு இருந்தது உனக்கு ஆச்சரியமாக இருக்கும். கி. பி. 156ஆம் ஆண்டிலேயே ஒரு கணக்கு எடுக்கப்பட்டதாம். இது ஹான்

டாங் வம்ச ஆட்சி சீனாவின் பொற்காலம்

வமிசத்தாரின் ஆட்சியில் நடந்திருக்க வேண்டும். குடும்பங்கள் மட்டுமே எண்ணிக் கணக்கிடப்பட்டது. குடும்பத்திற்கு சராசரி ஐந்து பேர் வீதம் கணக்கிட்டதில், கி.பி. 156ல் சீனாவின் மக்கள்தொகை ஐந்துகோடி என்று அறியப்பட்டது. அமெரிக்க ஐக்கிய நாடுகளில் 150 ஆண்டுகளுக்கு முன்னர்தான் முதல்முறையாக மக்கள் தொகை கணக்கு எடுக்கப்பட்டது என்று நினைக்கிறேன்.

டாங் வம்ச ஆட்சியின் தொடக்க காலத்தில் கிறிஸ்தவ மதமும் இஸ்லாம் மதமும் சீனாவுக்கு வந்தன. மேற்கு நாடுகளில் நாத்திகர் என்று துரத்தப்பட்ட பிரிவினரும் சீனாவுக்கு வந்தனர். அவர்களுக்கு நெஸ்தோரியர் என்று பெயர். ரோமாபுரியிலிருந்து விரட்டப்பட்ட நெஸ்தோரியர்கள் சீனாவிலும், பாரசீகத்திலும், ஆசியாவின் மற்ற பாகங்களிலும் பரவினார்கள். அவர்கள் இந்தியாவுக்கும் வந்து சிறிது வெற்றியும் பெற்றார்கள். நாம் கடந்த ஆண்டு தென் இந்தியாவுக்குச் சென்றபோது இவர்கள் ஒரு சிறு கூட்டமாக வசிப்பதைக் கண்டு வியப்படைந்தேன். அது உனக்கு நினைவு இருக்கிறதா? அவர்களுடைய மத குரு நமக்குத் தேநீர் விருந்து அளித்தாரே, அந்தப் பெரியவர் ரொம்பவும் குஷியான மனிதர்.

நெஸ்தோரியர் வருவதற்குச் சில ஆண்டுகளுக்கு முன்பே, அதாவது, முகம்மது நபி உயிரோடு இருந்த காலத்திலேயே இஸ்லாம் சீனாவுக்கு வந்துவிட்டது. சீன பேரரசர் மதங்களின் கருத்துகளுக்கு மரியாதை

அளித்தார். கான்டனில் மசூதி கட்டிக்கொள்ள அரபியருக்கு அனுமதி கொடுத்தார். 1300 ஆண்டுகளுக்கு முன் கட்டப்பட்ட மசூதி இன்னும் இருக்கிறது. உலகில் உள்ள மிகப் பழைய மசூதிகளில் இதுவும் ஒன்றாகும்.

கிறிஸ்தவர்கள் மாதா கோயிலும், மடமும் கட்டிக்கொள்ள டாங் பேரரசர் அனுமதி அளித்தார். மத வெறுப்பற்ற சீன பேரரசரின் மனோபாவத்துக்கும் மதவெறுப்புக் கொண்ட அந்தக் கால ஐரோப்பிய மனோபாவத்துக்கும் எவ்வளவு வேறுபாடு!

கி.பி.751ல் மத்திய ஆசியாவிலுள்ள துருக்கிஸ்தானத்தில் சீனர்களுக்கும் அரபிய முஸ்லிம்களுக்கும் ஒரு போர் நிகழ்ந்தது. அதில் சீனர் பலரை அரபியர் சிறைப் பிடித்தனர். அவர்கள் அரபியருக்குக் காகிதம் செய்யக் கற்றுக் கொடுத்தார்கள். அதை அரபியர், ஐரோப்பியருக்குக் கற்றுக் கொடுத்தார்கள்.

டாங் வம்சத்தார் 300 ஆண்டுகள் அதாவது கி.பி. 907ஆம் ஆண்டு வரை ஆடசி செய்தனர். இந்த முன்னூறு ஆண்டுகள் சீனாவின் பொற்காலம் என்று கருதப்படுகிறது. காகிதத்தையும் வெடி மருந்தையும் கண்டுபிடித்தார்கள். சிறந்த பொறியாளர்கள் இருந்தார்கள். எதிலும் அவர்கள் ஐரோப்பியரைவிட வெகுதூரம் முன்னேறி இருந்தார்கள். ஆனால் ஐரோப்பா சிறிது சிறிதாக ஊர்ந்து வந்து சீனாவைப் பிடித்து விட்டது. தேசங்களின் வரலாறில் ஏன் இவ்வாறு நிகழவேண்டும்? தத்துவ ஆசிரியர்கள் மூளையைக் கசக்கி யோசிக்க வேண்டிய விஷயம் இது.

டாங் ஆட்சிக் காலத்தில் சீனா அடைந்திருந்த பெருமை ஆசியாவின் மற்ற நாடுகளையும் கவர்ந்தது. அவை கலையிலும் நாகரிகத்திலும் சீனாவைத் தங்களுக்கு வழிகாட்டியாகக் கொண்டன. குப்த சாம்ராஜ்யம் முடிவுற்ற பிறகு இந்தியா தன் உச்ச நிலையிலிருந்து தாழ்ந்து விட்டது.

வழக்கம்போல், சீனாவின் முன்னேற்றமும் நாகரிகமும் ஒரு தேக்கத்தை ஏற்படுத்தின. மக்கள் ஆடம்பர வாழ்க்கைக்கும் சோம் பேறித்தனமான சுகவாழ்க்கைக்கும் அடிமை ஆகினர். டாங் அரசாங்க நிர்வாகம் சீர்கெட்டது. வரிச்சுமை அதிகமாயிற்று. டாங் வம்சத்தின் ஆட்சி மக்களுக்குப் போதும் போதும் என்றாகி விட்டது. ஆகவே அவர்கள் அந்த ஆட்சிக்கு முற்றுப்புள்ளி வைத்தார்கள்.

ஜப்பானின் பூர்வ குடிகளான ஐனஸ் பிரிவினர்

42. கொரியாவும் ஜப்பானும்

மே 8,1932

உலக வரலாறை கவனிக்கும்போது, ஒவ்வொரு கால கட்டத்திலும் புதிய நாடுகள் உருவாவதை பார்க்கலாம். இப்போது, நாம் சீனாவுக்கு அருகில், ஆசியாவின் கீழ் பகுதியில் உள்ள கொரியாவையும் ஜப்பானையும் பார்க்கலாம். இரண்டு நாடுகளும் சீனாவைப் போலவே நாகரிகம் பண்பாடுகளை கொண்டவை. இவற்றின் உறவெல்லாம் ஆசியாவின் சீனாவுடன்மட்டுமே. அந்த வகையில் கொரியாவும் ஜப்பானும் சீனாவுக்குப் பெரிதும் நன்றிக் கடன் பட்டிருக்கின்றன.

இந்த நாடுகளில் நிகழ்ந்த எதுவும் பெரிய அளவில் முக்கியமானவை அல்ல. ஆனாலும், மலேசியா, கிழக்குத் தீவுகளின் பழங்கால வரலாறை ஒதுக்கியதைப் போல இவற்றையும் ஒதுக்க வேண்டியதில்லை. கொரியாவை ஜப்பான் விழுங்கிவிட்டாதால், அதன்பெயர் இப்போது அடிபடவில்லை. அதுமட்டுமின்றி, சீனா மீது ஜப்பான் தாக்குதல் நடத்துகிறது. இதை எழுதிக் கொண்டிருக்கும்போது, சீனாவின் மஞ்சூரியா மீது ஜப்பான் போர் தொடுத்துள்ளது. ஆகவே, கொரியா, ஜப்பான் நாடுகளின் கடந்த காலத்தைக் கொஞ்சம் அறிந்துகொள்வது நிகழ்காலத்தை புரிந்துகொள்ள உதவியாக இருக்கும்.

இருநாடுகளும் தொடக்கத்திலிருந்தே தனித்து நின்றன. அதிலும் ஜப்பான் தனது நாட்டவரை வெளியே செல்லவும், வெளிநாட்டவர் ஜப்பானுக்குள் நுழையவும் அனுமதிப்பதில்லை. ஜப்பான் மீது படையெடுக்கும் பல முயற்சிகள் தோல்வி அடைந்தன. ஜப்பான் அனுபவித்த கஷ்டங்கள் அனைத்துமே சொந்த கஷ்டங்களே. வணிகம் செய்ய முயன்ற ஐரோப்பிய நாடுகளைக் கூட அனுமதிக்கவில்லை. ஐரோப்பிய நாடுகளின் வணிகர்களையும், கிறிஸ்தவ பாதிரியார்களையும் நெருங்க விடவில்லை. கிட்டத்தட்ட ஒருநாடு முழுவதையும் சிறையில் அடைத்தது போன்ற நடவடிக்கை இது. வெளிநாட்டில் என்ன நடக்கிறது என்பதே தனது மக்களுக்கு தெரியாமல் வைத்திருந்தது. ஆனால், திடீரென்று ஒருநாள் தனது கதவுகளை திறந்தது. இதையடுத்து ஐரோப்பிய நாடுகளுக்கு இணையாக அது எல்லாவற்றிலும் திறன் பெற்றது. ஐரோப்பாவின் தீய அம்சத்தையும் அது பற்றிக் கொண்டது.

கொரியாவின் வரலாறு சீனாவுக்கு பின்னரும், ஜப்பான் வரலாறு கொரியாவுக்கு பின்னரும் தொடங்குகின்றன. சீனாவை ஆண்ட ராஜ வம்சம் மாறியபோது, கிய் ட்ஸே என்பவன் 5 ஆயிரம் பேருடன் கிழக்கு நோக்கி சென்றான் என்று ஏற்கெனவே கூறியிருக்கிறேன். அவர்கள்தான் கொரியாவை உருவாக்கியவர்கள். கி.மு.1122ல் இது நடந்தது. தொள்ளாயிரம் ஆண்டுகள் கிய்ட்ஸே கொரியாவை ஆண்டார்கள். சீனாவின் தொடர்பும் நீடித்தது.

சீனாவை ஷி உவாங் டி ஆட்சி செய்தபோது சீனர்கள் பெருங் கூட்டமாக கொரியாவுக்கு வந்தனர். இவன்தான் தன்னை சீனாவின் முதல் பேரரசன் என்று நிரூபிக்க பல தகிடுதித்தங்களை செய்தவன். பழைய வரலாற்று நூல்களை கொளுத்தியவன். இவனைப்பற்றி ஏற்கெனவே பேசியிருக்கிறோம். இவனால் துரத்தப்பட்டவர்கள் கொரியாவுக்கு வந்தார்கள். இப்படி தஞ்சம் புகுந்தவர்கள் கொரியாவை கைப்பற்றினார்கள். அதன்பிறகு கொரியா 800 ஆண்டுகள் சிறு அரசுகளாப் பிரிந்து கிடந்தது. சிறு அரசுகள் தங்களுக்குள் சண்டையிட்டன. அவற்றில் ஒன்று சீனாவின் உதவியை கேட்டது. உதவிக்கு வந்த சீனா, கொரியாவை விட்டு போக மறுத்துவிட்டது. கொரியாவின் ஒருபாகத்தை சீனா அபகரித்துக் கொண்டது. மிச்சமிருந்த பகுதி சீனாவின் டாங் வம்சத்திற்கு அடங்கிக் கிடந்தது.

கி.பி. 935ல் கொரியாவை, வாங் கீன் என்பவன் ஒரே நாடாக மாற்றினான். இவனுடைய வாரிசுகள் 450 ஆண்டுகள் ஆட்சி செய்தனர்.

கொரியாவின் 2 ஆயிரம் ஆண்டு வரலாறை இரண்டு மூன்று பத்திகளில் சொல்லிவிட்டேன். கொரியா நாடு சீனாவுக்குப் பெரிதும் கடமைப்பட்டுள்ளது என்பது மட்டுமே நினைவில் வைக்க வேண்டிய விஷயம். சீனாவிடம் இருந்துதான் கொரியா எழுதக் கற்றுக் கொண்டது. ஆயிரம் ஆண்டுகள் வரை அவர்கள் சீன எழுத்துக்களையே பயன் படுத்தினார்கள். சீன எழுத்துக்கள் வெறும் எழுத்துகள் அல்ல. ஒவ்வொரு எழுத்தும் சொற்களையும், வாக்கியங்களையும், கருத்துகளையும் குறிப்பது உனக்கு நினைவிருக்கும். பிறகுதான் கொரியர்கள் தங்கள் மொழிக்கு பொருத்தமான எழுத்துக்களைச் உருவாக்கிக் கொண்டார்கள்.

பவுத்த மதமும் கன்ஃபூஷிய மதமும் சீனாவில் இருந்தே வந்தது. கலையுணர்வு இந்தியாவிலிருந்து சீனா வழியாகத்தான் கொரியாவுக்கும் ஜப்பானுக்கும் சென்றது. கொரியாவில் கப்பல் கட்டும் தொழில் மிகவும் வளர்ச்சி அடைந்திருந்தது. ஜப்பான் மீது போர்தொடுக்கும் அளவுக்கு கொரியாவின் கப்பற்படை பலம் பொருந்தியதாக இருந்தது.

இப்போதைய ஜப்பானியரின் முன்னோர் கொரியர்களாக இருக்கலாம். சிலர் தெற்கே மலேசியாவில் இருந்து வந்திருக்கலாம். ஜப்பானியர் மங்கோலிய வகுப்பைச் சேர்ந்தவர்கள் என்பது உனக்குத் தெரியும். 'ஐனஸ்' (Ainus) என்ற பிரிவினர்தான் ஜப்பானின் பூர்வ குடிகள் என்று கருதப்படுகிறது. சிவந்த நிறமும், நிறைந்த தலைமுடியும் கொண்ட இவர்கள் ஜப்பான் தீவுகளின் வட பாகத்துக்குத் துரத்தப்பட்டனர்.

ஜப்பானின் ஆதிப் பெயர் யாமடோ. கி.பி. 200ஆம் ஆண்டில் யாமாடோவை ஜிங்கோ என்ற பேரரசி ஆட்சி செய்ததாக தெரிகிறது. ஜிங்கோ என்ற பெயர் ஆங்கிலத்தில் ஆணவம் படைத்த என்று அர்த்தம் ஆகிறது. பேரரசுகளை ஆட்சி செய்பவர்கள் ஆதிக்க வெறி கொண்டவர்களாக இருப்பார்கள். இத்தகைய ஆதிக்க வெறி ஜப்பானையும் பிடித்திருப்பதாக கருதப்படுகிறது. சென்ற சில ஆண்டுகளில்கூட ஜப்பான் கொரியாவிலும் சீனாவிலும் மிகவும் அக்கிரமமாக நடந்திருக்கிறது. ஜப்பானின் முதல் அரசியின் பெயர் 'ஜிங்கோ' என்று இருப்பது வியப்பானதுதான்.

கொரியா வழியாகத்தான் சீன நாகரிகமும், சீன மொழி எழுத்துகளும், பவுத்த மதமும் யாமாடோவை கி.பி.400ல் அடைந்தன. கி.பி. 552ல் கொரியாவின் மூன்று ராஜ்யங்களில் ஒன்றான பக்ச்சேவை ஆண்ட அரசன், யாமாடோ அரசனுக்குப் பொன்னால் செய்யப்பட்ட புத்தர்

சிலைம் ஒன்றையும், பவுத்த நூல்களையும், மத போதகர்களையும் அனுப்பிவைத்தான்.

ஜப்பானியரின் பூர்வீக மதம் ஷின்டோ. இந்தச் சீனச் சொல்லுக்கு தேவர்களின் வழி என்று அர்த்தம். போர்க்குணம் கொண்ட ஒரு பிரிவினரின் மதம் அது. சீனர்களின் நாகரிகம், வாழ்க்கைத் தத்துவம் முழுவதும் சமாதானத்தை அடிப்படையாகக் கொண்டது. ஜப்பானியரோ, அன்றும் இன்றும் போரில் விருப்பம் உடையவர்கள். ஒரு போர்வீரனின் குணம் என்னவென்றால் தன் தலைவனிடமும் தோழனிடமும் விசுவாசம் உடையவனாக இருப்பதுதான். ஜப்பானியரின் குணமும் இதுதான். ஜப்பானில் இன்று வரை பௌத்த மதத்தோடு கூடவே இந்த குணமும் இருந்து வருகிறது.

ஆனால் இதை ஒரு நற்குணம் என்று சொல்லலாமா? நமது விசுவாசத்தை நம்மை ஆளும் ஒரு சிறு கூட்டத்தாரின் நன்மைக்காக பயன்படுத்த முயற்சிப்பதே இது. இது ஒரு அதிகார வணக்கம். இது எவ்வளவு கேடுகளுக்கு காரணமாக இருந்த தென்பதை பிறகு நீ காண்பாய்.

ஜப்பானில் இருந்த ஷின்டோ மதத்துக்கும் புதிதாக வந்த பவுத்த மதத்துக்கும், தொடக்கத்தில் கொஞ்சம் போராட்டம் இருந்தது. ஆனால் விரைவாகவே இரண்டும் அனுசரிக்கத் தொடங்கின. இப்போதுவரை அந்த இணக்கம் நீடிக்கிறது. இரண்டில் ஷிண்டோவை அரசு ஊக்குவிப்பதால் அதிக ஆதரவு பெற்றுள்ளது. ஷிண்டோ பணிவையும் விசுவாசத்தையும் போதிக்கிறது. பவுத்த மதத்தை தோற்றுவித்தவரே ஒரு புரட்சிக்காரரர் அல்லவா?

ஜப்பானின் கலை வரலாறு சீனாவிலிருந்து பவுத்த மதம் வந்ததில் இருந்து தொடங்குகிறது. அப்போதிருந்தே ஜப்பானுடன் நேர்முக தொடர்பும் தொடங்கியது. சீனாவின்புதிய தலைநகரான சி-அன்-பு வைப்போல ஜப்பான் நரா என்ற புதிய தலைநகரை கட்டத் தொடங்கியது. தங்களுக்குப் பிடித்த எதையும் காப்பியடிக்க ஜப்பானியர் தயங்குவதில்லை.

ஜப்பானிய வரலாறு என்பது, பெரிய குடும்பங்கள் அல்லது பரம்பரை ஒன்றுக்கு ஒன்று அதிகாரத்துக்காக போராடுவதையே அடிப்படையாக கொண்டிருக்கிறது. ஜப்பானிய சக்கரவர்த்திகள் பெரும்பாலும் பொம்மைகளாக இருக்கிறார்கள். ஏதாவது ஒரு பெரிய குடும்பம் அல்லது கூட்டம் அவரை கட்டுப்பாட்டுக்குள் வைத்திருக்கிறது. ஜப்பானிய சக்கரவர்த்தி மிகாடோ, சூரியனின் பரம்பரையில் வந்தவர்

சீனாவின் தலைநகரைப் போல ஜப்பான் கட்டிய நகரம்

என்றும், தெய்வத்துக்கு நிகரானவர் என்றும் கருதப்படுகிறார். ஷிண்டோ மதம் இதை ஒப்புக்கொள்ளச் செய்துள்ளது.

ஜப்பான் வரலாற்றில் அந்த நாட்டு அரசாங்கத்தைத் தன் ஆதிக்கத்தில் வைத்திருந்தது சோகா குடும்பம். அவர்கள் பவுத்த மதத்தைத் தழுவியதால் அது அரசாங்க மதமாயிற்று. அந்தக் குடும்பத்தின் தலைவர்களில் ஒருவனான ஷோடுகு டைஷி என்பவன் மிகப்பெரிய மனிதன். சிறந்த பவுத்தனாக, ஆற்றல் மிக்கவனாக இருந்தான். சீனாவின் புகழ்பெற்ற கன்ஃபூஷிய நூல்களை படித்து அது சொன்ன தர்மப்படி நடந்தான். சிறு சிறு கூட்டமாக பிரிந்திருந்த ஜப்பானை ஒன்று சேர்த்து கி.பி.600ல், சக்கரவர்த்திக்கு அடங்கியவர்களாக ஆக்கினான் ஷோடுகு.

ஆனால் ஷோடுகு தைஷி மரணத்துக்குப் பின் சோகா குடும்பம் துரத்தப்பட்டது. பிறகு மிகவும் புகழ்பெற்ற காகாடோமி நோ காமாடோரி என்பவன் வந்தான். அவன் சீனாவை காப்பியடித்தது அரசாங்கத்தில் பல மாறுதல்களை செய்தான். அரசு ஊழியர் நியமனத்துக்கு தேர்வு வைக்கும் முறையை பின்பற்றவில்லை. சக்கவர்த்திக்கும் அரசாங்கத்துக்கும் மதிப்பு கூடியது.

இவன் காலத்தில்தான் நரா தலைநகராகியது. ஆனால், கி.பி.794ல் கியோடோ தலைநகராக மாறியது. அது 1100 ஆண்டுகள் தலைநகராக இருந்தது. கொஞ்ச காலத்துக்கு முன்தான் டோக்கியோ

தலைநகராகியது. தற்போதைய பெரிய நகரம் டோக்கியோ என்றாலும், ஜப்பானின் ஆன்மாவை வெளிப்படுத்துவது கியோடோதான். அதில் ஆயிரம் ஆண்டு வரலாறு புதைந்திருக்கிறது.

காகாடோமி நோ காமாடோரி ஃப்புயூஜிவாரா உருவாக்கினான். ஜப்பானின் பெரும்பகுதி வரலாறை இவர்கள் உருவாக்கினார்கள். இவர்கள் ஆண்ட 200 ஆண்டுகளும் பேரரசரை தங்களுடைய கைப்பொம்மையாக ஆட்டுவித்தனர். இவர்களுடைய பெண்ணைத் தான் பேரரசர் மணம்புரிய வேண்டும் என்றனர். வேறு குடும்பத்தில் திறமையுடையோர் இருந்தால் துறவுகொள்ள செய்தனர்.

நரா தலைநகராக இருந்தபோது ஜப்பானிய அரசனுக்கு, சீன சக்கரவர்த்தி அனுப்பிய ஒரு கடிதத்தில், ஜப்பான் அரசனை தாய்-நி-புங்-கோக் நாட்டின் சக்கரவர்த்தி என்று குறித்திருந்தான். அதற்குப் 'பெரிய சூரியோதய நாடு' என்று பொருள். யாமோடோ என்னும் பெயரைவிட இதில் ஆரவாரம் அதிகம் இருந்தபடியால் இந்தப் பெயர் பிடித்திருந்தது. அப்போதிருந்து தங்கள் நாட்டை 'டாய்நிப்பன்' அதாவது சூரியோதய நாடு' என்று அழைத்தார்கள். ஜப்பான் என்னும் சொல்லே 'நிப்பன்' என்பதில் இருந்து வந்தது. ஆறுநூறு ஆண்டுகளுக்குப் பிறகு மார்க்கோபோலோ என்ற இத்தாலி அறிஞர் ஜப்பானை 'சிபாங்கோ' என்று குறிப்பிட்டார். அதிலிருந்தே ஜப்பான் பிறந்தது.

நமது தேசத்துக்கு இந்தியா அல்லது ஹிந்துஸ்தானம் என்று எப்படி பெயர் வந்தது தெரியுமா? நானாவது உனக்கு சொல்லி இருக்கிறேனா? இரண்டு பெயர்களுமே சிந்து நதியின் பெயரிலிருந்து வந்தவை. ஆகவே சிந்து நதிதான் இந்தியாவின் நதி. 'சிந்து' என்பதிலிருந்து கிரேக்கர்கள் நம் நாட்டை 'இண்டஸ்' என்று அழைத்தார்கள். இதிலிருந்து 'இந்தியா' பிறந்தது. இதே 'சிந்து' என்பதைப் பாரசீகர்கள் 'ஹிந்து' என்று அழைத்தனர். இதிலிருந்தே 'ஹிந்துஸ்தானம்' பிறந்தது.

ஹர்ஷ வர்தனனும் யுவான் சுவாங்கும்

43. ஹர்ஷர் காலத்தில் யுவான் சுவாங்

மே 11, 1932

இந்தியாவில் ஹூணர்கள் துரத்தப்பட்டாலும் சில இடங்களில் இருக்கிறார்கள். பாலாதித்தியனுக்குப் பிறகு குப்த வம்சம் மங்கி மறைகிறது. வட இந்தியாவில் பல சிறு அரசுகள் தோன்றுகின்றன. புலிகேசி என்ற மன்னன் தெற்கே சாளுக்கியப் பேரரசை அமைக்கிறான்.

கான்பூருக்கு அருகில் கன்னோஜி என்ற பெரிய நகரம் இருந்தது. அது கிராமமாக இருந்து தலைநகராக மாறி, இப்போது மீண்டும் சிறிய கிராமம் போல இருக்கிறது. நாம் பேசுகின்ற நாளில் கன்னோஜி பெரிய தலைநகரமாக இருந்தது. அங்கே கவிஞரும் கலைஞரும் தத்துவ நூலாசிரியரும் குழுமி இருந்தனர். அப்போது கான்பூர் தோன்றவே இல்லை.

கன்னோஜி என்பது இப்போதைய பெயர்தான். அதன் நிஜப் பெயர் 'கன்யாகுப்ஜம்'. அதற்கு 'கூனல் பெண்' என்று அர்த்தம். இதற்கு ஒரு கதை இருக்கிறது. ஒரு அரசனுடைய நூறு பெண்கள் ஒரு ரிஷைய மத்திக்கவில்லையாம். இதனால் கோபம்கொண்ட ரிஷி அந்த பெண்களின் முதுகையும் கூனல் விழச் சபித்தானாம். அதனால், அந்த நகர் கூனல் பெண்களின் நகரம் -கன்யாகுப்ஜம்-ஆகியது.

நாம் அதை 'கன்னோஜி' என்று அழைப்போம். ஹூணர்கள்

கன்னோஜி அரசனைக் கொன்று அவன் மனைவி ராஜ்யஸ்ரீயைச் சிறைப்பிடித்தனர். அவளை மீட்க, சகோதரன் ராஜவர்த்தனன் ஹூணர்களுடன் போரிட்டான். அவர்கள் தோற்றனர். ஆனாலும் அவன் கொல்லப்பட்டான். பிறகு அவன் தம்பி ஹர்ஷவர்த்தனன் தன் ராஜ்யஸ்ரீயைத் தேடிப் போனான். அவளோ தற்கொலை செய்து கொள்ளும் நிலைக்குப் போயிருந்தாள். அந்தச் சமயத்தில் அவளை ஹர்ஷவர்தன் காப்பாற்றினான் என்கிறது கதை.

தன் சகோதரியை மீட்ட ஹர்ஷன், தனது சகோதரனை கொன்ற சிற்றரசனை தண்டித்தான். பிறகு தொடர்ந்து வட இந்தியா முழுவதையும் தெற்கே விந்தியமலை வரை கைப்பற்றினான். விந்திய மலைக்கு தெற்கே சாளுக்கியப் பேரரசு அவனை தடுத்து நிறுத்தியது.

ஹர்ஷவர்த்தனன் கன்னோஜியைத் தலைநகராகக் கொண்டான். ஹர்ஷன் பெரிய கவிஞனாகவும், நாடக ஆசிரியனாகவும் இருந்தான். அரசவையில் கவிஞரும் கலைஞரும் இருந்தனர். ஹர்ஷன் சிறந்த பௌத்தன். பௌத்த மதத்தை பிராமண மதம் விழுங்கிவிட்டது. எனவே, ஹர்ஷன்தான் இந்தியாவின் கடைசி பௌத்த மன்னன்.

ஹர்ஷனுடைய ஆட்சியில்தான் சீன யாத்ரீகர் யுவான் சுவாங் இந்தியாவுக்கு வந்தார். இவரைப் பற்றி நாம் பேசியிருக்கிறோம். அவர் எழுதிய பயண வரலாற்று நூலில் இந்தியாவைப் பற்றியும், மத்திய ஆசிய நாடுகளைப் பற்றியும் விரிவாகப் எழுதி இருக்கிறார். பவுத்த மதத்தில் ஈடுபாடு கொண்டவர். கோபி பாலைவனம் வழியாக டாஷ்கண்ட், சாமர்கண்ட், பால்க், கோடான், யார்கண்ட் உள்ளிட்ட நகரங்களைக் கடந்து வந்தார். இந்தியா முழுவதும் சுற்றினார். இலங்கைக்கும் அவர் போயிருக்கலாம். அவர், தாம் கண்டவற்றையும் கேட்டவற்றையும் அப்படியே எழுதியிருக்கிறார். இந்தியாவின் பல பாகங்களில் அவர் கண்ட மனிதர்களைப் பற்றி அவர் எழுதியிருப்பது இன்றும் நிஜம் போல இருக்கிறது. அறிவு வளர்ச்சியால் வயிறு வெடித்து விடாமல் இருக்க வயிற்றைச் சுற்றி செப்புத் தகடுகளைக் கட்டித் திரிந்த அதிமேதாவி' யைப் பற்றி அவர் சொன்ன கதையை உனக்கு சொல்லியிருக்கிறேன்.

இந்தியாவில் நாளந்தா பல்கலைக் கழகத்தில் பல ஆண்டுகள் இருந்தார். அங்கு பத்தாயிரம் மாணவர்களும் சந்நியாசிகளும் குருகுல வாசம் செய்ததாக கூறப்படுகிறது. பௌத்த மதக் கல்விக்குப் புகழ்பெற்ற இது, பிராமண மதக் கல்விக்கு புகழ்பெற்ற காசிக்கு போட்டியாக இருந்ததாக கூறுகிறார்கள். இந்தியாவுக்கு இந்து பூமி

என்று பெயர் இருந்ததாக யுவான் சுவாங் கூறுகிறார். சீன மொழியில் இன்-டு என்ற சொல் சந்திரனைக் குறிப்பதாக எழுதியிருக்கிறார். ஆகவே நீ சீன மொழிப் பெயரை வைத்துக் கொள்வது எளிது. (இந்திராவின் செல்லப்பெயர் இந்து என்பது குறிப்பிடத்தக்கது.)

யுவான் சுவாங் கி.பி. 629ல் இந்தியாவுக்கு வந்தார். 26 வயதில் சீனாவில் இருந்து புறப்பட்டார். அவர் உயரமாகவும் அழகாகவும் இருந்தார் என்று ஒரு சீனக் குறிப்பில் காணப்படுகிறது. அவருடைய சாந்தமும் பிரகாசமும் தண்ணீரிலே முளைக்கும் தாமரை மலரை நினைவூட்டும் என்றும் அது கூறுகிறது.

பௌத்தத் துறவியின் காவி உடையை அணிந்து தனியாக அவர் பயணத்தை தொடங்கினார். சீனப் பேரரசர் அனுமதிக்க மறுத்தும் புறப்பட்டார். கோபி பாலைவனத்தின் விளிம்பில் இருந்த டர்பன் அரசை அடைந்தார். அந்தக் காலத்தில் நாகரிகம் மிக்க பகுதியாக இருந்த இது, பாழ்பட்டுக் கிடக்கிறது. ஆராய்ச்சியாளர்கள் தோண்டிக் கொண்டிருக்கிறார்கள். யுவான் சுவாங் அதைக் கடந்த காலத்தில் இந்தியா, சீனா, பாரசீகம், ஐரோப்பாவின் சில பாகங்களில் இருந்த நாகரிகங்கள் கலந்த ஒரு நாகரிகம் இதில் இருந்தது.

அவர்கள் ஒருவிதமான இந்திய - ஐரோப்பிய மொழி கலந்து பேசினர். அவர்கள் கற்களில் பொறித்த சித்திரங்கள் ஐரோப்பிய வகையாக இருக்கின்றன. புத்தரையும், போதி சத்துவர்களையும், வேறு சில கடவுள் சிலைகளையும் கற்பனை வளத்தோடு தீட்டப்பட்ட அந்த ஓவியங்கள் ஒப்பிட முடியாத அழகுடன் இருக்கின்றன. பிரஞ்சு விமர்சகர் குரோசே இப்படிக் கூறுகிறார்... 'அந்தச் ஓவியங்களில் ஹிந்துக் குழைவும், கிரேக்கக் கற்பனையும், சீன வனப்பும் மிக அழகாக உறவாடுகின்றன.'

டர்பன் இன்னும் இருக்கிறது. அதை நீ படத்தில் காணலாம். ஏழாம் நூற்றாண்டில் பல தூரதேசங்களில் இருந்து வந்த நாகரிகங்கள் ஒன்றுகூடிக் கலந்த அழகை என்னென்பது!

டர்பனிலிருந்து யுவான் சுவாங், குச்சாவுக்குச் சென்றார். இது சங்கீத வித்துவான்களுக்கும் அழகிய நாட்டியக்காரிகளுக்கும் புகழ்பெற்ற இடம். இதனுடைய மதமும் கலையும் இந்தியாவிலிருந்து வந்தவை. நாகரிகமும் வியாபாரப் பொருள்களும் ஈரானிலிருந்து வந்தவை. மொழியோ சமஸ்கிருதம், பாரசீகம், லத்தீன், கெல்டு ஆகிய மொழிகளுடன் தொடர்புடையது.

இங்கிருந்து யுவான் சுவாங் துருக்கி சென்றார். பிறகு சார்கண்ட் நகரத்திற்கும் அவர் வந்தார். அப்பொழுதே அது ஒரு புராதன நகரம். அதற்கு ஆயிரம் ஆண்டுகளுக்கு முன் அலெக்சாண்டர் அவ்வழியாகப் போனான். அதன் பிறகு அவர் பால்க் நகருக்கும், காபூல் நதிப் பள்ளத்தாக்கிற்கும், காஷ்மீரத்துக்கும், கடைசியாக இந்தியாவுக்கும் வந்தார்.

அந்த காலகட்டத்தில் சீனாவில் டாங் வம்ச ஆட்சி தொடங்கியிருந்தது. நாகரிகத்தில் சீனா உலகுக்கே வழிகாட்டியாக இருந்த காலம் அது. அத்தகைய தேசத்திலிருந்து வந்தவர் யுவான் சுவாங் என்பதை நீ நினைவில் வைக்கவேண்டும். அவர் இந்தியாவுக்கு அளித்திருக்கும் சான்றிதழ் பெருமை உடையதாகும். அவர் தனது நூல் இப்படிக் கூறுகிறார்... 'சாதாரண மக்கள் இயற்கையாகவே கவலை இல்லாமல் இருக்கிறார்கள். அவர்கள் ஏமாற்றுவதோ, வஞ்சிப்பதோ கிடையாது. சொன்ன சொல்லும் தவறுவதில்லை. அவர்கள் பிறருடன் பழகுவதில் ஒரு நயத்தையும் இனிமையையும் காண்கிறோம். குற்றம் செய்வோரின் தொகை மிகவும் குறைவு.'

'மக்களைப் கட்டாயப்படுத்தி வேலை வாங்கும் வழக்கம் இல்லை..... மக்கள் செலுத்தும் வரி மிகவும் குறைவு... எல்லோரும் தங்கள் உடமைகளை பயம் இல்லாமல் வைத்திருக்கிறார்கள். அரசனுக்குச் சொந்தமான நிலத்தைப் பயிரிடுவோர் விளைவதில் ஆறில் ஒரு பங்கை அவனுக்கு செலுத்துகிறார்கள்.'

பையனோ பெண்ணோ தன் ஏழாவது வயதில் சாஸ்திரங்கள் ஐந்தையும் கற்கத் தொடங்கவேண்டும். சாஸ்திரங்கள் ஐந்து என்பவை இவைதான்...

1. வியாகரணம் (இலக்கணம்). 2. சிற்பம், (Science of Arts and Crafts) (ஜோதிடம் முதலியன இதில் அடங்கும்). 3. ஆயுர்வேதம் (வைத்தியம்). 4. தர்க்கம். 5. மீமாம்சை. சர்வ கலாசாலைகளில் மேற்கூறியவற்றைக் கற்று முடிக்க மாணவனுக்கு வயது முப்பது செல்லும். ரொம்பப் பேர் அந்த வயது வரையில் படித்திருக்க மாட்டார்கள் என்று நினைக்கிறேன். பிரயாகையில் நடக்கும் கும்பமேளாவை நீ மறுபடி பார்க்கும்போது 1300 ஆண்டுகளுக்கு முன் யுவான் சுவாங் இதைப் பார்த்ததை நினைவில் கொண்டுவந்து பார். புராதனமான பிரயாகை எங்கே! நேற்று முளைத்த அலகாபாத் எங்கே! 400 வருஷங்களுக்கு முன் அலகாபாத் அக்பரால் உருவாக்கப்பட்டது. ஹர்ஷன் பவுத்தனாக இருந்தும் இந்த அசல் ஹிந்து திருவிழாவுக்குச்

சென்ற வரலாற்றை யுவான் சுவாங் நமக்குக் கூறுகிறார். தினந்தோறும் லட்சம் பேர் விருந்து உண்டனர் என்று கூறப்படுகிறது! இந்த மேளாவில் ஐந்து ஆண்டுக்கு ஒருமுறை ஹர்ஷன் தனது மகுடம் உள்ளிட்ட செல்வங்களை தானமாக கொடுத்துவிட்டு, தனது சகோதரி ராஜ்யஸ்ரீயிடம் இருந்து ஒரு கிழிந்த பழைய ஆடையை வாங்கிக் கொண்டானாம்.

ஹர்ஷன், சிறந்த பவுத்தன் என்பதால், உணவுக்காக உயிர்களைக் கொல்ல அனுமதிக்கவில்லை. இதைப் பிராமணர்கள் அதிகமாக எதிர்க்கவில்லை. புத்தர் காலத்திலிருந்தே அவர்கள் சைவ உணவுக்கு பழக்கப்படுத்தி வந்தார்கள்.

யுவான் சொல்லும் இன்னொரு தகவலும் முக்கியமானது. இந்தியாவில் ஒருவன் நோயில் விழுந்தால் ஏழு நாள் பட்டின் இருப்பானாம். அதிலேயே பலர் குணம் அடைவார்களாம். குணம் அடையாவிட்டால் மருந்து சாப்பிடுவார்களாம். அந்நாளில் நோயும் தெரியாது. மருந்து கொடுக்கும் வைத்தியனும் அதிகமாக இருக்க மாட்டார்கள் என்பதையும் கவனிக்க வேண்டும். இந்தியாவில் கல்வி கற்றவர்களுக்கு மரியாதை இருந்தது. அந்த வகையில் சீனாவும் இந்தியாவும் ஒரே சிந்தனை கொண்டிருந்தன.

இந்தியாவில் பல வருஷங்கள் வாழ்ந்த பிறகு, யுவான் சுவாங் சீனாவுக்கு திரும்பினார். வழியில் சிந்து நதியில் அடித்துச் செல்லப்பட்டார். அப்போது, அவருடன் வைத்திருந்த அரிய நூல்கள் நீரில் போயின. உயிர் தப்பி, மிச்சமிருந்த நூல்களை சீன மொழியில் பெயர்க்கவே பல ஆண்டுகள் ஆகின.

அந்தக் காலத்தில் யாத்ரீகர்களின் பயணம் ஆச்சரியம் மிக்கவை. மலைகள், வனங்கள், நதிகளை தாண்டி பயணித்தார்கள். அவர்களுக்கு துணை யாரும் இல்லை. வீட்டு நினைவு வந்தாலும் தவிர்த்துவிட்டு நடந்தனர். அவர்களோடு ஒப்பிடும்போது, இன்றைக்கு வட துருவத்துக்கும் தென்துருவத்துக்கும் செல்லும் பயணம் கூட சுலபமானது. சூங் யூன் என்ற பயணி இந்தியாவுக்கு வந்தார். அவர் காந்தாரத்திலுள்ள மலைப்பிராந்தியத்தில் இருந்தபோது எழுதினார்... "வானில் மிதந்துவந்த மெல்லிய பூங்காற்று, பூக்கள் தோறும் சென்று தேனை நுகரும் வண்டுகளின் ரீங்காரம் ஆகிய காட்சிகளை தூரதேசத்தில் பார்த்தபோது என் மனம் வீட்டை நாடிச் சென்றது.' இந்த நினைவே அவருக்கு நோயாகி மரணத்தையும் கொடுத்ததாம்.

ஆதி சங்கரர்

44. தென் இந்திய அரசர்களும், மகானும்!

மே 13, 1932

கி.பி.648ஆம் ஆண்டு ஹர்ஷர் மரணம் அடைந்தார். அவர் இறப்பதற்கு முன்னரே அரபிய நாட்டில் முகமது என்ற தீர்க்கதரிசி தோன்றி இருந்தார். மேற்கு ஆசியாவிலும், வட ஆப்பிரிக்காவிலும், தெற்கு ஐரோப்பாவிலும் மிகப்பெரிய புயலுக்கான அறிகுறியாக அவரது பிறப்பு இருந்தது.

அவர் போதித்த இஸ்லாம் மதத்தை ஏற்ற அரபியர் நாடுகளை வென்று இஸ்லாம் மதத்தை பரப்பினர். வியப்பை ஏற்படுத்தும் இந்த சாதனையையும், புதிய சக்தியையும் நாம் ஆராய்வோம். ஆனால், அதற்கு முன், இந்தக் காலகட்டத்தில் தென் இந்தியா எப்படி இருந்தது என்று பார்ப்போம்.

ஹர்ஷன் காலத்தில் அரபிய முஸ்லிம்கள் பலுசிஸ்தானுக்கு வந்தனர். விரைவில் அவர்கள் சிந்துவைக் கைப்பற்றினார்கள். அதன்பிறகு 300 ஆண்டுகள் முஸ்லிம்கள் இந்தியா மீது படையெடுக்கவில்லை. அப்புறம் படையெடுத்தவர்கள் அரபியர் அல்ல. இஸ்லாம் மார்க்கத்தைத் தழுவிய மத்திய ஆசியாவில் வசித்த பிரிவினரே படையெடுத்தனர்.

இனி தென்னிந்தியாவை பார்ப்போம். இந்தியாவின் மேற்கிலும்

மத்திய பாகத்திலும் சாளுக்கியப் பேரரசு பரவியிருந்தது. பேரரசின் பெரும்பாகம் மகாராஷ்டிரத்தை உள்ளடக்கி இருந்தது. இதற்கு பாதாமி தலைநகராக இருந்தது. யுவான் சுவாங் மகாராஷ்டிரர்களின் வீரத்தைப் பெரிதும் புகழ்ந்து பேசுகிறார். சாளுக்கியர்கள் வடக்கே ஹர்ஷனையும், தெற்கே பல்லவர்களையும், கிழக்கே கலிங்கர்களையும் எதிர்க்க வேண்டியதாயிற்று. அவர்கள் ராஷ்டிரகூடர்களால் விரட்டப்பட்டார்கள்.

தென்னிந்தியாவில் பல அரசுகள் இருந்தன. அவை சம பலத்துடனும், ஒன்றுடன் ஒன்று மோதிக்கொண்டும் இருந்தன. பாண்டிய மன்னர்களின் தலைமையில் மதுரை தமிழ்க் கலையின் மையமாக இருந்தது. அங்கே தமிழ்ப் புலவர்களும், தமிழாசிரியர்களும் சங்கம் வைத்து தமிழ் வளர்த்தனர். பண்டைத் தமிழ் இலக்கியங்களில் பெரும் பகுதி இரண்டாயிரம் ஆண்டுகளுக்கு முந்தியவை. பல்லவ மன்னர்கள் காஞ்சிபுரத்தைத் தலைநகராகக் கொண்டு ஆண்டனர். கிழக்கு ஆசியாவில் இந்தியர்கள் குடியேற பல்லவரே காரணம்.

பிறகு ஒன்பதாம் நூற்றாண்டில் சோழப் பேரரசு பலமடைந்தது. சோழர்கள் கடல் ஆதிக்கம் உள்ளவர்கள். அவர்களுடைய கடற்படை அரபிக் கடலிலும், வங்காளக்குடாக் கடலிலும் கம்பீரமாக உலவியது. அவர்களுடைய முக்கிய துறைமுகம் காவிரிப்பூம்பட்டினம். சோழர்களின் முதல் பெரிய அரசன் விஜயாலயன். பத்தாம் நூற்றாண்டில் ராஜராஜ சோழன் ராஷ்டிரகூடர்களை தோற்கடித்து வடக்கிலும் ஆதிக்கம் செய்தான்.

அப்போதுதான் முஸ்லிம்கள் வடஇந்தியா மீது படையெடுக்கத் தொடங்கினார்கள். அந்தப் போர்களால் ராஜராஜன் பாதிக்கப்பட வில்லை. அவன் தன் பேரரசை விரிவுபடுத்திக் கொண்டே சென்றான். இலங்கையை வென்ற சோழர்கள் 70 ஆண்டுகள் ஆட்சி செய்தனர். அவனுடைய மகன் ராஜேந்திர சோழன் போர் யானைகளைக் கப்பலில் ஏற்றிச்சென்று பர்மாவை வென்றான். வட இந்தியாவில் வங்காள மன்னனை தோற்கடித்தான். குப்தர்களின் காலத்துக்குப் பின்பு இதுதான் மிகப் பெரிய பேரரசாக இருந்தது.

ஆனால் இது நெடுநாள் நிலைக்கவில்லை. ராஜேந்திரன் சிறந்த வீரன் என்றாலும் அவன் கருணை இல்லாதவனாக இருந்தான். தான் வென்ற நாடுகளை அன்பினால் வசப்படுத்த முயற்சிக்கவில்லை. அவனுடைய ஆட்சிக்காலம் கி.பி.1013லிருந்து 1044 வரை இருந்தது. அவனுக்குப் பின்னர், சிற்றரசுகள் கலகத்தால் பேரரசு வீழ்ந்தது.

போரில் அவர்கள் அடைந்த வெற்றியோடு, சோழர்களின் கடல்

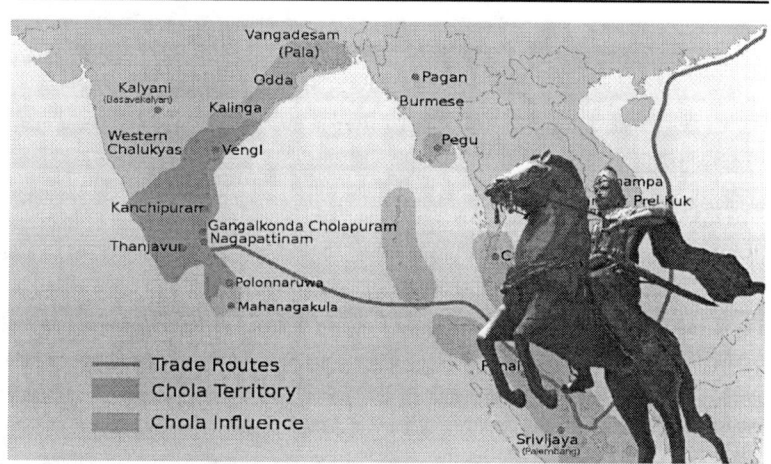

சோழப் பேரரசும் வர்த்தக பாதையும்

கடந்த வியாபாரத்தையும் பார்க்க வேண்டும். அவர்களுடைய மெல்லிய ஆடைகளை பிற நாட்டினர் பெரிதும் விரும்பினர். காவிரிப்பூம்பட்டினத்தில் கப்பல்கள் சரக்குகளை ஏற்றி தொலைதூர தேசங்களுக்கு ஓயாமல் போய் வந்து கொண்டிருந்தன. அங்கே யவனர் அல்லது கிரேக்கர்களின் குடியேற்றம் இருந்ததாகத் தெரிகிறது. மகாபாரதமும் சோழர்களைப் பற்றிப் பேசுகிறது.

தென் இந்தியாவின் பல நூறு ஆண்டுகால வரலாறை சில வரிகளில் சுருக்கமாகச் சொல்லிவிட்டேன். இவ்வாறு சுருங்கக் கூறும்முறை உன்னைக் குழப்பிவிடும் என்று நினைக்கிறேன். ஆனால், நாம் பலவகையான் அரசுகள், அரசப் பரம்பரைகளின் சிக்கலில் சிக்கிக் கொள்ளக்கூடாது. நாம் உலகம் முழுவதையும் கவனிக்க வேண்டும். அதில் ஒரு சிறிய பாகத்தில் நிறைய நேரம் தேங்கினால் மற்றவற்றைக் கவனிக்கவே முடியாது.

அரசர்களையும் அவர்களுடைய வெற்றிகளையும்விட அந்தக் கால கலை, நாகரிகங்களின் பெருமைகளே முக்கியம். வட இந்தியாவைக் காட்டிலும் தென்னிந்தியாவில்தான் பழங்காலச் சின்னங்கள் அதிகம். வட இந்தியாவில் இருந்த நினைவுச் சின்னங்கள், கட்டிடங்கள், சிற்ப வேலைப்பாடுகள் முஸ்லிம் படையெடுப்புகளாலும் உள்நாட்டு சண்டைகளாலும் அழிந்துவிட்டன.

தென் இந்தியாவுக்கு முஸ்லிம்கள் சென்றும் இவை தப்பிப் பிழைத்தன. கெடுவாய்ப்பாக இவை வடக்கே அழிந்துவிட்டன. அங்கு

போர்தொடுத்த முஸ்லிம்கள் அரபியர் அல்ல. மத்திய ஆசியாவில் மதம் மாறியவர்கள். அவர்கள் கோவில் சிலைகளை அழித்தனர். பழைய காலத்தில் கோயில்களை கோட்டைகளாகவும், போரிடும் இடங்களாகவும் உபயோகப் படுத்தியதால் இந்த அழிவு ஏற்பட்டது எனலாம். தென்னாட்டுக் கோயில்களில் பல கோட்டைகளைப் போல் இருப்பதைக் காணலாம்.

இந்தக் கோயில்கள் கடவுள் வணக்கத்துக்கு மட்டுமின்றி வேறு பல காரியங்களுக்கும் பயன்பட்டன. ஊர்ப் பள்ளிக்கூடமாகவும், ஊரார் கூடும் இடமாகவும், ஊர்ப் பஞ்சாயத்து மையமாகவும், கடைசியாக அவசியம் ஏற்பட்டால், எதிரிகளிடம் இருந்து காப்பாற்றிக் கொள்ளக் கூடிய கோட்டையாகவும் இருந்தது. இவ்வாறாக ஊர் வாழ்க்கை முழுவதும் கோயிலைச் சுற்றி நடைபெற்றது. ஆகவே பிராமணர்களோ அல்லது கோயில் அர்ச்சகர்களோ எல்லாவற்றையும் தலைமை ஏற்று நடத்தியிருக்க வேண்டும். படையெடுத்து வந்த முஸ்லிம்கள் கோயில்களை அழித்ததற்குக் காரணம் அவை கோட்டைகளாக பயன்பட்டதே ஆகும்.

தஞ்சாவூரிலுள்ள அழகிய பிரகதீசுவரர் ஆலயம் ராஜராஜ சோழனால் கட்டப்பட்டது. பாதாமியிலும், காஞ்சிபுரத்திலும் அருமையான கோயில் கள் இருக்கின்றன. ஆனால் எல்லோரா மலையில் குடையப்பட்ட அற்புதமான கைலாச ஆலயம் மிகவும் புகழ்பெற்றது. இது எட்டாம் நூற்றாண்டின் பிற்பகுதியில் தொடங்கப்பட்டது. வெண்கலத்தில் செய்யப்பட்ட அற்புதமான சிற்ப வடிவங்கள் இருக்கின்றன. நடனமாடும் நடராஜரின் சிலையின் பெருமையை யாரால் அளவிட முடியும்?

முதலாவது ராஜேந்திர சோழன் கங்கை கொண்ட சோழபுரத்தில் வியக்க வைக்கும் நீர்ப்பாசன வசதிகளை ஏற்படுத்தினான். பதினாறு மைல் நீளமுள்ள பெரிய நீர்த்தேக்கத்தை உருவாக்கினான். அது கட்டப்பட்டு நூறு ஆண்டுகளுக்குப் பிறகு இதைக்கண்ட அல்பெருனி என்ற அரபியப் பயணி, 'நமது மக்கள் இதைப் பார்த்து வியப்படைகிறார்கள். இதை வர்ணிக்க வார்த்தைகள் இல்லை. இதைப்போல், கட்டுவதற்கு அவர்களால் எப்படி முடியும்?' என்கிறார்.

இந்தக் கடிதத்தில் சில அரசர்களின் பெயர்களையும், சில அரச பரம்பரைகளின் பெயர்களையும் கூறினேன். அவர்கள் சிறிது காலம் பெருமையுடன் அரசாண்டனர். பின்னர் மறைந்தும், மறக்கப்பட்டும் போனார்கள். ஆனால் தென் இந்தியாவில் ஒரு ஆச்சரியமான மனிதர் தோன்றினார். இந்திய வாழ்க்கையில் மன்னரும், மன்னர் மன்னரும்

செய்ததைவிட முக்கியமான காரியங்களை இவர் செய்தார்.

இளம் வயதினரான இவருடைய பெயர் சங்கராசாரியர். கி.பி. எட்டாம் நூற்றாண்டின் இறுதியில் பிறந்திருக்கலாம். ஹிந்து மதத்துக்குப் புத்துயிர் அளிக்கும் முயற்சியில் ஈடுபட்டார். சிவபெருமானை வணங்கும் சைவ சமயத்தை பரப்பத் தொடங்கினார். இவர் பிரசாரம் செய்த சைவ சமயத்தை, பகுத்தறிவுக்கு இசைந்த ஹிந்து மதம் என்று சொல்லலாம். இவர் பவுத்த மதத்தை எதிர்த்து நிகழ்த்திய சொற்போருக்கும் வாதப் போருக்கும் அளவே இல்லை. பவுத்த சங்கத்தைப் போன்று சகல பிரிவினரும் சேரக்கூடிய ஒரு சந்நியாசி சங்கத்தை இவர் உருவாக்கினார்.

இந்த சந்நியாசிகள் தங்கி பயிற்சி பெறுவதற்காக இந்தியாவின் வடக்கு, மேற்கு, தெற்கு, கிழக்கு ஆகிய நான்கு மூலைகளிலும் நான்கு மடங்களை உருவாக்கினார். இந்தியா முழுவதும் பயணித்து, சென்ற இடங்களில் எல்லாம் வெற்றிக்கொடி நாட்டினார். வெற்றியுடன் இவர் காசி நகருக்கு வந்தார். ஆனால் இவர் அடைந்த வெற்றி அறிவுத் துறையிலும் வாதத் திறமையிலும் அடைந்த வெற்றியாகும். கடைசியாக இவர் இமயமலையிலுள்ள கேதார்நாத் என்ற இடத்துக்கு சென்று அங்கே மரணம் அடைந்தார். இவருக்கு அப்போது முப்பத்திரண்டு வயதுதான் இருக்கும்.

சங்கராசாரியரின் சாதனை ஆச்சரியமானது. வடக்கேயிருந்து தெற்கே விரட்டப்பட்ட பவுத்த மதம், இப்போது இந்தியாவில் இருந்தே ஏறக்குறைய மறைந்துவிட்டது. ஹிந்து மதமும் அதன் ஒரு பிரிவான சைவமும் தேசம் முழுவதும் ஆதிக்கம் பெறுகின்றன. சங்கரர் இயற்றிய நூல்களும், உரைகளும், வாதங்களும் அறிவுத் துறையில் தேசத்தைத் தட்டி எழுப்பின. அவர் பிராமணர்களுக்குப் பெரிய தலைவராக இருந்தார். அத்துடன் பாமர மக்களின் மனதையும் கவர்ந்தார்.

ஒருவர் தமது அறிவு முதிர்ச்சி காரணமாகப் பெரிய தலைவராவதும், கோடிக்கணக்கான மக்களின் உள்ளத்தைக் கொள்ளை கொள்வதும், சரித்திரத்தை உருவாக்குவதும் சாதாரணமாக நிகழக்கூடியதல்ல. மக்களுடைய சிந்தனையையும், அறிவையும் தூண்டுவது எளிதல்ல. சங்கரர் மக்களுடைய சிந்தனையையும் பகுத்தறிவையுமே தட்டி எழுப்பினார். பழைய நூல்களில் கண்டவற்றைக் கிளிப்பிள்ளை போல் அவர் சொல்லவில்லை. அவருடைய வாதம் சரியா, தப்பா என்பது

விஷயமல்ல. மத சம்பந்தமான பிரச்சனைகளை அறிவுக் கண்கொண்டு பார்த்தார். அவர் அவ்வாறு பார்த்ததும், அதில் அவர் அடைந்த வெற்றியுமே நாம் கவனிக்க வேண்டியவை. இதிலிருந்து அந்த நாளில் அரசாட்சி செய்தவர்களை நாம் ஒருவாறு அறிய முடிகிறது.

ஹிந்து தத்துவ ஞானிகளுள் சார்வாகன் என்று ஒருவர் இருந்தார். அவர் நாத்திகம் போதித்தார். அதாவது கடவுளே இல்லை என்று சொன்னார். இன்று கடவுள் நம்பிக்கை இல்லாதவர்கள், முக்கியமாக ரஷ்யா தேசத்தில், பலர் இருக்கிறார்கள். ஆனால் பழங்காலத்தில் இந்தியாவில் இருந்த கருத்துச் சுதந்திரமும், எழுத்துச் சுதந்திரமும் நமக்கு வியப்பைத் தருகின்றன. அதாவது ஒருவன் தன் மனச்சாட்சிக்கு ஏற்ப நடக்கும் சுதந்திரம் பெற்றிருந்தான். சமீப காலம் வரையில் ஐரோப்பாவில் இந்தச் சுதந்திரம் இல்லை. இப்போதும் சில தடைகள் இருக்கின்றன.

பூமியின் இயற்கை அமைப்பில் இந்தியா ஏறக்குறைய ஒரு தனிப்பட்ட பகுதியாக இருக்கிறது. அரசியலில் அது பிளவுபட்டே இருந்திருக்கிறது. ஆனால், சாதாரண இந்தியன் எவனும் இந்த நாட்டை ஒரு புண்ணிய பூமியாகக் கருதுகிறான். உலகின் மற்ற பாகங்களில் வாழ்பவர்கள் மனிதர்களே இல்லை என்பது அவன் எண்ணம். இப்படி எழுந்த ஒரு பொதுவான இந்திய மனநிலை தேசத்தின் அரசியல் பிளவுகளைப் பொருட்படுத்தாமல் அவற்றை வெற்றிகொண்டது.

சங்கரர் சைவ மதத்தைப் போதித்தார். இது தென் இந்தியாவில் பரவிற்று. அங்குள்ள பழைய கோயில்களில் பல, சிவன் கோயில் களாக இருப்பதை காணலாம். வட இந்தியாவில் குப்தர்கள் காலத்தில் வைணவ மதமும் கிருஷ்ண வணக்கமும் புத்துயிர் பெற்றன. ஹிந்து மதத்தின் இரு பிரிவுகளான சைவ, வைணவ ஆலயங்கள் மாறுபட்டிருக்கின்றன.

இந்தக் கடிதம் மிகவும் நீளமாகி விட்டது. ஆனால் இடைக்கால இந்தியாவின் நிலைமையைப் பற்றி இன்னும் நிறைய சொல்ல வேண்டும். அதை அடுத்த கடிதத்தில் பார்க்கலாம்.

இந்தியாவில் நிலவும் நால் வர்ண சாதி அமைப்பு

45. இடைக்கால இந்தியா

மே 14, 1932

சாணக்கியன் எழுதிய அர்த்தசாஸ்திரம் என்ற நூலைப்பற்றி கூறியிருக்கிறேன். அது கி.மு. நான்காம் நூற்றாண்டில் இந்தியாவின் நிலையை அறிய ஒரு ஜன்னல் போல இருக்கிறது. அரசாட்சி முறையின் சிறு அம்சங்களையும் கூறுகிற இதுபோன்ற நூல்கள், அரசர்களையும் அவர்களுடைய வெற்றிகளையும் மிகைப்படுத்திக் கூறும் நூல்களைவிட நமக்கு எவ்வளவோ உதவியாக இருக்கின்றன.

இடைக்காலத்தில் இந்தியாவின் நிலைமையை அறிவதற்கு, சுக்கிராசாரியர் என்பவர் எழுதிய நீதிசாரம் என்ற நூல் உதவுகிறது. அர்த்தசாஸ்திரம் போல இல்லாவிட்டாலும், இந்த நூலின் துணையோடும், சில கல்வெட்டுக்கள், வரலாறுகள் துணையோடும் கி.பி. ஒன்பது அல்லது பத்தாம் நூற்றாண்டு இந்தியாவை அறிந்துகொள்ள முயற்சிக்கலாம். (இடைக்காலம் என்பது கி.பி. 9ஆம் நூற்றாண்டிலிருந்து 18 ஆம் நூற்றாண்டு வரை உள்ள ஆயிரம் ஆண்டுகள் எனலாம்.)

ஒருவன் வர்ணத்தாலும் முன்னோர்களாலும் பிராமணனுக் குரிய தகுதியை அடையமுடியாது என்று நீதிசாரம் கூறுகிறது. அதன்படி ஜாதிப் பாகுபாடு பிறப்பினால் இல்லாமல் திறமையின் அடிப்படையில்

இருக்க வேண்டும் என்று ஆகிறது. 'ஜாதியையும் குடிப்பிறப்பையும் பாராமல், ஒழுக்கம், உழைப்பு, தகுதி இவற்றைப் பார்த்தே அரசாங்க ஊழியர்களை நியமிக்கவேண்டும்' என்றும் அது கூறுகிறது.

அரசன் தன் சித்தப்படி எதுவும் செய்யக்கூடாது. பெரும்பாலான மக்கள் கருத்துப்படியே எதையும் செய்ய வேண்டும். 'பொதுமக்கள் கருத்து அரசனைவிட அதிக சக்தி வாய்ந்தது. எதைப்போல என்றால், பல நார்களால் பின்னப்பட்ட கயிறு சிங்கத்தையும் இழுக்கக்கூடிய சக்தி பெற்றிருப்பது போல.'

இவையெல்லாம் சிறந்த நீதி வாக்கியங்கள். சொல்லளவில் இவை இன்னும் நன்றாக இருக்கின்றன. ஆனால் செயலுக்கு வரும்போது இவை அதிக பயனைத் தருவதில்லை. திறமையும் தகுதியும் இருக்குமாயின் ஒருவன் முன்னுக்கு வரக்கூடும். ஆனால் அவன் அந்தத் திறமையையும் தகுதியையும் எவ்வாறு அடைவது? ஒரு பையனோ பெண்ணோ கூரிய அறிவு பெற்றிருக்கலாம். தகுந்த கல்வியும் பயிற்சியும் அளித்தால் கெட்டிக்காரத்தனமும் திறமையும் பெறலாம். ஆனால் அத்தகைய படிப்புக்கும் பயிற்சிக்கும் ஏற்பாடு செய்யாவிட்டால், அந்த ஏழைப் பையனோ பெண்ணோ என்ன செய்ய முடியும்?

பொதுமக்கள் கருத்து என்பது என்ன? யாருடைய கருத்தை பொதுமக்கள் கருத்தாக எடுத்துக் கொள்வது? நீதிசாரத்தை இயற்றியவர், பெரும்பான்மை மக்களான சூத்திரர்கள் கருத்து சொல்லத் தகுதியற்றவர்கள் என்று கருதியிருக்கலாம். அவர்களைப் யாரும் பொருட்படுத்தவே இல்லை. பொதுமக்கள் கருத்து என்பது மேல் ஜாதியினர் மற்றும் ஆளும் வர்க்கத்தின் கருத்துதான் போலும்.

இருந்தாலும், இந்திய அரசியலில் இடைக்காலத்திலும் சரி, அதற்கு முன்பும் சரி, சர்வாதிகாரத்திற்கும் 'அரசரின் தெய்வீக உரிமை'க்கும் இடமில்லை என்பது வியப்பளிக்கிறது.

அரசனுக்கு யோசனை கூற ஒரு ஆலோசனை குழு இருந்தது. பொது மராமத்து வேலைகள், தோட்டங்கள், காடுகளை பாதுகாக்க அதிகாரிகள் இருந்தனர். கிராம வாழ்க்கையும், நகர வாழ்க்கையும் நன்றாக இருந்தது. பாலங்கள், ஓடங்கள், சத்திரங்கள், சாலைகள், முக்கியமான வடிகால்கள் நன்கு பராமரிக்கப்பட்டன.

பஞ்சாயத்து உறுப்பினர்களை அரசாங்க அதிகாரிகள் மரியாதையுடன் நடத்தினார்கள். நிலத்தை பகிர்ந்து கொடுத்து,

வரிகளை வசூலித்து, அரசாங்கத்துக்குக் வரி செலுத்துவது பஞ்சாயத்து சபையின் பொறுப்பு. இந்தப் பஞ்சாயத்து சபைகள் நீதி வழங்கும் இடமாகவும் மக்களை விசாரித்து நியாயம் வழங்கின.

தென் இந்தியாவிலுள்ள சில பழைய கல்வெட்டுகளில் யாரெல்லாம் பஞ்சாயத்து உறுப்பினர்கள் ஆகலாம். யாரெல்லாம் ஆகக்கூடாது என்று இருக்கிறது. உறுப்பினர்களின் நெருங்கிய உறவினர்களுக்கு அரசு உத்தியோகம் தரக்கூடாது என்றும் கூறியிருக்கிறது. இந்த விதி இன்றைய சட்ட சபைகளிலும் நகரசபைகளிலும் இருந்தால் நன்றாக இருக்கும் அல்லவா?

ஒரு கமிட்டியில் பெண் ஒருவர் உறுப்பினராக இருந்ததாக உத்திரமேரூர் கல்வெட்டில் இருக்கிறது. ஆகவே பஞ்சாயத்துகளிலும் அவற்றின் குழுக்களிலும் பெண்கள் இடம்பெறலாம் என்று ஆகிறது.

குடிகள் அரசனிடம் ஒரு அதிகாரியைப் பற்றிக் குறைகூறினால் அவன் ‘அதிகாரியின் பக்கம் சேராமல் குடிகளின் பக்கம் சேரவேண்டும்’ என்று நீதிசாரம் சொல்லுகிறது. இந்தப் பொன்மொழிகள் நம் நாட்டில் அதிகாரத் திமிர் பிடித்து அலைவோருக்கு எவ்வளவு பொருத்தமாக இருக்கின்றன.

கைத்தொழிலாளிகளும், வியாபாரிகளும் அதிகமாயிருந்த பெரிய பட்டணங்களில் சங்கங்கள் அமைக்கப்பட்டன. அரசன், குடிமக்கள் தாங்க முடியாத அளவுக்கு வரி விதிக்கக் கூடாது என்று நீதி நூல்கள் உரைக்கின்றன.

இவ்வளவுதான் இடைக்காலத்து இந்தியா. ஆனால், நூல்களிலும் கல்வெட்டுகளிலும் காணப்படும் கொள்கைகள் எவ்வளவு தூரம் நடைமுறை படுத்தப்பட்டன என்பதை அறிவது கஷ்டமான காரியம்.

இந்தியாவில் சமுதாய அமைப்பு முழுவதும் ஜாதி முறையை அடிப்படையாகக் கொண்டது. வாயளவில் இது கடுமையாக இல்லாமல் இருந்திருக்கலாம். நீதிசாரம் கூறுகிறபடி திறமையும் தகுதியும் வாய்ந்தவர்களுக்கு அவர்கள் யாராயினும் ஜாதி முறை இடம் கொடுத்திருக்கலாம். ஆனால் உண்மையில் இதற்கு அதிக அர்த்தம் கிடையாது. பிராமணர்களும், க்ஷத்திரியர்களுமே அரசாட்சியை நடத்தியவர்கள். சில சமயங்களில் இந்த இரு ஜாதியினருக்கும் இடையே போராட்டம் நடந்ததுண்டு. ஆனாலும் அவர்கள் தங்களுக்குள் விட்டுக் கொடுத்துக் கூட்டாகவே ஆட்சி செய்தனர்.

மற்றவர்களை அவர்கள் அடக்கி வைத்தனர். ஒருகட்டத்தில் வியாபாரிகளின் செல்வம் பெருகியபோது வைசியர்களுக்கும் சில விசேஷ சலுகைகள் தரப்பட்டன. ஆயினும், வைசியருக்கு அரசாங்க அதிகாரத்தில் பங்கு கிடையாது. ஏழைச் சூத்திரர்களைப் பற்றிக் கேட்கவே வேண்டியதில்லை. அவர்கள் எப்போதும் கீழேதான் இருந்து வந்தனர். அவர்களுக்குக் கீழும் வேறு சிலர் இருந்தார்கள்.

சில வேளைகளில் கீழ் ஜாதியினர் மேலே வருவார்கள். சூத்திரர்களும் அரசர்களாகி இருக்கிறார்கள். ஆனால் இது மிகவும் அரிது. ஹிந்து மதத்தில் அவ்வப்போது புதிய ஜாதிகளும் சேர்ந்து வந்தது.

ஆகவே, நம் நாட்டில் மேல் நாடுகளைப்போல் தொழில் அடிமைத் தனம் இல்லாவிட்டாலும் நமது சமுதாய அமைப்பு முழுவதும் படிப்படியாக அமைந்திருந்தது. அதாவது ஒரு வகுப்புக்கு மேல் இன்னொரு வகுப்பு, அதற்கு மேல் வேறொரு வகுப்பு இப்படியாக இருந்தது. அடிநிலையிலுள்ள கோடிக்கணக்கான மக்கள் மேல் நிலையில் இருந்தவர்களைத் தாங்கியும், அவர்களால் சுரண்டப்பட்டும் வந்தார்கள். மேலே இருந்தவர்கள் இந்த நிலைமை நிரந்தரமாக இருக்கும்படி பார்த்துக் கொண்டார்கள். கீழே இருந்த சூத்திரர் மற்றும் ஏழைகளுக்கு கல்வியோ, பயிற்சியோ அளிக்காமல் அதிகாரத்தை தாங்களே வைத்துக் கொண்டார்கள். இந்தப் பஞ் சாயத்துகள் சில கெட்டிக்காரப் பிராமணர்களின் ஆதிக்கத்தின் கீழ்தான் இருந்திருக்க வேண்டும்.

ஆரியர் இந்தியாவுக்கு வந்து இங்குள்ள திராவிடர்களுடன் தொடர்பு கொண்ட நாளில் இருந்து இப்போது நாம் பேசும் இடைக்காலம் வரையில் இந்தப் பழைய ஆரிய அரசியல் தொடர்ந்து வந்திருக்கிறது. ஆனால் காலம் செல்லச் செல்ல இது பலவீனம் அடைந்தது. ஒருவேளை கிழப்பருவம் எய்தியிருக்கலாம். அடிக்கடி நடந்த அன்னியரின் படையெடுப்புகள் கூட இதை பலவீனப் படுத்தி இருக்கலாம்.

பழங்காலத்தில் கணித சாஸ்திரத்தில் இந்தியா சிறந்திருந்தது. லீலாவதி என்ற பெண்ணும் அவள் தந்தை பாஸ்கராவும், பிரம்மகுப்தர் என்பவரும் முதல் முதலில் தசாம்ச பின்ன முறையைக் கண்டுபிடித்தனர். பீஜ கணிதமும் இந்தியாவில் பிறந்தது. அது இந்தியாவிலிருந்து அரபியாவுக்கும், ஐரோப்பாவுக்கும் சென்று பிறகு அல்ஜீப்ரா ஆகியது. இது ஒரு அரபிய சொல் ஆகும்.

அங்கோர்வாட் நகரின் அழகிய கோவில்

46. கடல் கடந்தும் இந்திய நகரங்கள்!

மே 17, 1932

பரந்த இந்தியாவைக் கொஞ்சம் பார்ப்போம். அது என்ன பரந்த இந்தியா? தென் இந்தியர்கள், மலாய் ஆசியாவிலும் இந்தோ-சீனாவிலும் உருவாக்கிய குடியேற்றங்களைத்தான் குறிப்பிடுகிறேன்.

இந்தக் குடியேற்றங்கள் எப்படியோ தோன்றி வளர்ந்ததாக சொல்லமுடியாது. ஏககாலத்தில் வெவ்வேறு இடங்களில் இந்தக் குடியேற்றங்கள் நிகழ்ந்தன. அப்படியென்றால் முன்கூட்டியே திட்டமிட்டு இது நடந்திருக்க வேண்டும். அப்படியானால் ஒரு இடத்திலிருந்து மற்றோர் இடத்துக்கு கடல்பயணம் நடந்திருக்க வேண்டும். பயணத்துக்கு கப்பல்கள் இருந்திருக்க வேண்டும்.

கி.பி. முதல் மற்றும் இரண்டாம் நூற்றாண்டுகளில் இந்த குடியேற்றங்கள் தொடங்கியதாக கூறியிருக்கிறேன். இந்தக் குடியேற்றங்கள் தென்னிந்திய பெயர் கொண்ட ஹிந்துக் குடியேற்றங்கள். சில நூற்றாண்டுகளுக்குப் பிறகு பௌத்த மதம் மலேசியா முழுவதும் பரவியது.

முதலில் இந்தோ-சீனாவை பார்ப்போம். அங்கு அன்னாம் மாகாணத்தில் ஆதியில் ஏற்பட்ட குடியேற்றத்துக்குச் சம்பை என்று பெயர். மூன்றாம் நூற்றாண்டில் பாண்டுரங்கம் என்னும் நகரமும்,

இருநூறு ஆண்டுகளுக்குப் பிறகு காம்போஜ நகரமும் உருவாகி வளர்ந்தன. அந்த நகர்களில் பெரிய கட்டிடங்களும் கற்களால் கட்டப்பட்ட கோயில்களும் இருந்தன. இந்த குடியேற்றங்களில் மாளிகைகளும், கோபுரங்களும் தோன்றுகின்றன. இவற்றைக் கட்டுவதற்கு சிற்பிகளும், கட்டிடக் கலைஞர்களும் இந்தியாவில் இருந்து சென்றிருக்க வேண்டும்.

இந்தக் குடியேற்றங்களில் வாழ்ந்த மக்கள் இயற்கையில் கடலோடிகளாக இருந்தார்கள். கடலை எளிதாக கையாள்வோர், வியாபாரத்தில் தெளிவாக இருப்பார்கள். ஆகவே அவர்கள் தங்கள் சரக்குகளை மேற்கே இந்தியாவுக்கும், கிழக்கே சீனாவுக்கும், வேறு பல தீவுகளுக்கும் வர்த்தகம் செய்தனர். மலேசியா முழுவதும் இந்த வர்த்தகர்களின் ஆதிக்கத்தில் இருந்தன. இந்தக் குடியேற்ற நாடுகளுக்கு இடையே வர்த்தகம் தொடர்பாக போர்கள் நடந்தன.

கிட்டத்தட்ட 300 ஆண்டுகள், அதாவது கி.பி.8ஆம் நூற்றாண்டு வரை, இந்தோ-சீனாவில் மூன்று ஹிந்து அரசுகள் இருந்தன. ஒன்பதாம் நூற்றாண்டில் ஜெயவர்மன் என்ற அரசன் இந்த மூன்று அரசுகளையும் ஒன்றாக்கி பேரரசை அமைத்தான். அவன் பவுத்தனாக இருக்கலாம். அவன் அங்கோர் என்ற இடத்தில் தனது தலைநகரை கட்டினான். அவன் தொடங்கிய அந்த வேலையை அவனுக்குப் பின்வந்த யசோதவர்மன் நிறைவு செய்தான்.

இந்த கம்போடியப் பேரரசு 400 ஆண்டுகள் நிலைத்திருந்தது. தலைநகரான அங்கோர்தோம் 'அங்கோர் அணிநகரம்' என்று புகழ் பெற்றிருந்தது. அதன் மக்கள் தொகை பத்து லட்சம் பேர். நகரில் அழகிய அங்கோர்வாட் ஆலயம் இருந்தது. பதின்மூன்றாம் நூற்றாண்டில் கம்போடியா நாலா பக்கங்களிலும் தாக்கப்பட்டது. மிகப்பெரிய தாக்குதலுக்கு பிறகும் கிழக்கில் இருந்த ஒப்பற்ற நகரங்களில் ஒன்றாக அது இருந்தது. கி.பி. 1297ல் கம்போடியாவுக்கு வந்த சீன தூதர் நகரின் வானளாவிய மாளிகைகளை வியந்திருக்கிறார்.

ஆனால், திடீரென்று அங்கோர் நகருக்குப் பெரிய ஆபத்து நேர்ந்தது. கி.பி. 1300இல் மீகாங் நதியில் ஏற்பட்ட வெள்ளம் நகரைச் சூழ்ந்து, விளைநிலத்தை சதுப்பு நிலமாக மாற்றியது. பட்டினியால் வாடிய மக்கள் நகரிலிருந்து வெளியேறினர். அதையடுத்து அங்கோர் அணிநகரம் சிதைவுற்றது. காலப்போக்கில் காடாகி, மண்ணோடு மண்ணாகியது.

இந்த அழிவிற்குப் பிறகு கம்போடியா சிதைந்தது. சில சமயம்

சையாம் நாட்டினரும், சில சமயம் அன்னாம் நாட்டினரும் இதை தங்களுக்கு கீழ் வைத்திருந்தனர். ஆனால் இன்றுகூட அங்கோர்வாட் ஆலயத்தின் அழிவுகள் பழைய பெருமைகளின் சாட்சியாக நிற்கிறது.

இந்தோ - சீனாவுக்குச் சிறிது தொலைவில் சுமத்திரா தீவு இருக்கிறது. பல்லவர்கள் கி.பி. முதல் அல்லது இரண்டாம் நூற்றாண்டில் இங்கு குடியேற்றங்களை ஏற்படுத்தினர். ஸ்ரீவிஜயம் என்ற பெரிய நகரம் இதன் தலைநகராக இருந்தது. பாலம்பாங் நதியின் முகத்துவாரத்தில் ஒரு துறைமுகமும் இருந்தது. ஐந்து அல்லது ஆறாம் நூற்றாண்டில் சுமத்திராவில் பவுத்த மதம் முழுமையாக பரவியது. இதையடுத்து, ஸ்ரீவிஜய பவுத்த பேரரசு என்று ஆகியது.

ஸ்ரீவிஜய பேரரசு விரிவடைந்தது. சுமத்திரா, மலாய் நாடு, போர்னியோ, பிலிப்பைன்ஸ் தீவுகள், செலிபீஸ், ஜாவாவில் பாதி, பர்மோசா தீவில் பாதி, இலங்கை, சீனாவில் காண்டனுக்கு அருகில் ஒரு துறைமுகம் ஆகியவை இந்த பேரரசில் இணைந்தன. இந்த குடியேற்றங்களின் வாணிகமும், கப்பல் கட்டுதலும்தான் முக்கிய தொழில்கள். இந்தப் பேரரசுக்குள் அடங்கிய துறைமுகங்கள், குடியேற்றங்களின் பட்டியல் இன்னும் நீளமானது.

இன்று பிரிட்டிஷ் பேரரசு உலகம் முழுவதும் பரவியிருக்கிறது. எங்கு பார்த்தாலும் அதற்குத் துறைமுகங்களும், நிலக்கரி நிரப்பிக்கொள்ளும் இடங்களும் இருக்கின்றன. 300 ஆண்டுகளாக பிரிட்டிஷாரின் வர்த்தகம் பெருகியுள்ளது. அவர்களுடைய வியாபாரமும் பலமும் கடலாதிக்கத்தைச் சார்ந்து உள்ளன. ஸ்ரீவிஜய பேரரசும் வர்த்தகத்தை அடிப்படையாகக் கொண்டதாகவே இருந்தது. இதன் குடியேற்றங்கள் பெரும்பாலும் ஜோடி ஜோடியாக அமைந்தன. ஆதிக்கம் செலுத்த ஒன்றுக்கொன்று உதவியாக இருந்தன.

இன்று பெரிய நகரமாக விளங்கும் சிங்கப்பூர் ஆதியில் சுமத்திரா நாட்டினர் ஏற்படுத்திய குடியேற்றமே. சிங்கப்பூர் என்பதே அசல் இந்தியப் பெயர். அவர்கள் நீரிணையின் அக்கரையில் சிங்கப்பூருக்கு எதிர்த்தாற்போல் ஒரு குடியேற்றத்தையும் உருவாக்கினார்கள். அவர்கள் நீரிணையில் வரும் கப்பல்களை நிறுத்தி ஏராளமான பணத்தைச் சுங்கமாகப் பெற்றனர்.

ஸ்ரீவிஜய பேரரசு பிரிட்டிஷ் பேரரசைக் காட்டிலும் சின்னதாக இருந்தாலும் அதைப்போலவே பரவி இருந்தது. ஆனால் அது பிரிட்டிஷ் பேரரசைக் காட்டிலும் கூடுதலான காலம் நிலைத்திருந்தது.

பதினோராம் நூற்றாண்டு வரை நிலைத்திருந்தது. கிட்டத்தட்ட அதே காலத்தில்தான் தென் இந்தியாவில் சோழப் பேரரசு செழித்து வளர்ந்திருந்தது. ஆனால் சோழப் பேரரசைக் காட்டிலும் அது அதிக காலம் நீடித்திருந்தது. இரண்டும் நீண்டகாலம் நட்புடன் இருந்தன. ஆனால் பதினோராம் நூற்றாண்டின் தொடக்கத்தில் இரண்டுக்கும் போர் மூண்டது. சோழ மன்னனான முதலாம் ராஜேந்திரன் ஸ்ரீவிஜய பேரரசை அடக்கினான். ஆனால் அது மீண்டும் விரைவாக தலையெடுத்தது.

ஸ்ரீவிஜய பேரரசு முதல் அல்லது இரண்டாம் நூற்றாண்டில் தொடங்கி, ஐந்து அல்லது ஆறாம் நூற்றாண்டில் பவுத்த மதத்தைத் தழுவியது. பிறகு பதினோராம் நூற்றாண்டு வரையில் வளர்ச்சியுற்றது. அதற்கு மேலும் 300 ஆண்டுகள் பெரிய பேரரசாக இருந்தது. கி.பி.1377ல் அது இறுதியாக வீழ்த்தப்பட்டது.

ஸ்ரீவிஜய பேரரசால் ஜாவா தீவின் கீழ்ப் பகுதியை மட்டும் அடக்க முடியவில்லை. அது கடைசிவரை சுதந்திர நாடாகவும், பவுத்த மதத்தை ஏற்க மறுத்த ஹிந்து நாடாகவும் இருந்தது. ஸ்ரீவிஜய பேரரசுக்கும், கீழ் ஜாவாவுக்கும் போட்டி ஏற்பட்டு தீராப் பகையாகியது. பகை முற்றி பதினான்காம் நூற்றாண்டில் கி. பி. 1377ல் ஸ்ரீவிஜய பேரரசை முற்றும் அழித்துவிட்டது. அதன் அழிவைத் தொடர்ந்து மத்திய பாஹிதம் என்ற மூன்றாவது பேரரசு உருவானது.

கீழ் ஜாவாவில் வசித்தவர்கள் நாகரிகம் அடைந்திருந்தார்கள். சிற்பக்கலையில் முக்கியமாக, கோயில்கள் கட்டுவதில் சிறந்து இருந்தனர். அங்கு 500 கோயில்களுக்கு மேல் இருக்கின்றன. ஜாவா, மத்திய பாஹிதம் இவற்றின் வரலாற்றைப் பிறகு பார்ப்போம்.

போர்னியோவிலும், பிலிப்பைன்ஸ் தீவுகளிலும் வாழ்ந்தவர்கள் இந்தியாவிடம் இருந்துதான் முதன் முதலில் எழுதக் கற்றுக் கொண்டார்கள். ஆதியில் பல்லவ அரசிலிருந்து வந்து குடியேறியவர்கள் அவர்களுக்கு எழுதக் கற்பித்தார்கள். கெடுவாய்ப்பாக பிலிப்பைன்ஸ் தீவுகளில் இருந்த கையெழுத்துப் பிரதிகளில் பல ஸ்பானியரால் அழிக்கப்பட்டன.

ஆதியிலிருந்தே, அதாவது இஸ்லாம் தோன்றுவதற்கு நெடுங்காலம் முன்னரே, இந்தத் தீவுகளில் அரபியர் குடியேற்றங்கள் இருந்தன என்பதை நீ நினைவில் வைக்கவேண்டும். அரபியர் வர்த்தகத்தில் ஆர்வம் மிக்கவர்கள். எங்கேயாவது வர்த்தகம் செய்ய முடியும் என்றால், நிச்சயம் அரபியர் அங்கே செல்வார்கள்.

புராதன ரோமாபுரியின் தோற்றம்

47. ரோமாபுரியை மீண்டும் சூழ்ந்த இருள்

மே 19, 1932

கடந்த கால வரலாறுக்குள் செல்ல நானே வழி தெரியாமல் மயங்குகிறேன். அப்படி இருக்கும்போது உன்னை அந்த சிக்கலுக்குள் அழைத்துச் செல்ல தகுதி இல்லாதவன் என்று அடிக்கடி உணர்கிறேன். ஆனால், நான் எழுதுவது கொஞ்சமாவது உனக்கு உதவியாக இருக்கும் என்று மீண்டும் நம்புகிறேன்.

ஆகவே, இந்தக் கடிதங்களைத் தொடர்கிறேன். என்னைப் பொறுத்த வரை இவை எனக்கு எவ்வளவோ உதவியாக இருக்கின்றன. என் கண்ணே, எழுதிக் கொண்டே உன்னை நினைக்கும் போது நான் வெய்யிலின் கடுமையை மறக்கிறேன். (நான் உட்காரும் இடத்தில் வெப்பம் 112 டிகிரி) சில சமயம் நான் பரில்லி மாவட்ட சிறையில் இருக்கிறேன் என்பதையே மறந்து விடுகிறேன்.

சென்ற கடிதத்தில் மலேசியாவில் 14ஆம் நூற்றாண்டு முடிய நடந்தவற்றை கூறினேன். ஆனால், வட இந்தியாவில் ஹர்ஷ பேரரசு முடிவுக்கு வந்த 7வது நூற்றாண்டு வரையில்தான் பார்த்திருந்தோம். அதுபோல ஐரோப்பாவிலும், நாம் பின்னோக்கி சென்று பார்க்க வேண்டியது நிறைய இருக்கிறது.

கிழக்கே கம்போடிய பேரரசும், ஸ்ரீவிஜய பேரரசும் புகழ்பெற்ற

காலத்தில் இந்தியாவிலும், சீனாவிலும், ஐரோப்பாவிலும் பல்வேறு மாற்றங்கள் நிகழ்ந்தன என்பதை நீ நினைவில் வைக்க வேண்டும். இந்தோ-சீனா, மலாய்சியா ஆகியவற்றின் 1000 ஆண்டு வரலாறை சென்ற கடிதத்தில் சுருக்கமாகக் கூறியுள்ளேன். அந்த நாடுகள் ஆசிய, ஐரோப்பிய வரலாறுடன் தொடர்பு இல்லாமல் இருப்பதால் அவற்றை யாரும் கவனிப்பதில்லை. ஆனால், இந்தியருக்கு அந்த நாடுகளின் வரலாறில் கவனம் இருக்கவேண்டும். ஏனென்றால் கிட்டத்தட்ட அவை இந்தியாவின் ஒரு பாகமாக இருந்தவை.

நாம் இப்போது ஏழாம் நூற்றாண்டில்தான் இருக்கிறோம். அரேபியாவுக்குச் சென்று இஸ்லாமின் வருகையையும் அதனால் ஐரோப்பாவிலும் ஆசியாவிலும் ஏற்பட்ட மாறுதல்களையும் பார்ப் போம். அத்துடன் ஐரோப்பாவில் நிகழ்ந்தவற்றையும் நாம் கவனிக்க வேண்டும்.

பாஸ்பரஸ் ஜலசந்தியின் கரையில் ரோம பேரரசர் கான்ஸ்டண் டைன், கான்ஸ்டாண்டிநோபிள் என்னும் நகரத்தை உருவாக்கியது உனக்கு நினைவிருக்கும். பழைய ரோமாபுரியிலிருந்து தனது தலைநகரை அவன் இந்த புதிய ரோமாபுரிக்கு மாற்றினான். இதற்குப் பிறகு ரோம பேரரசு இரண்டாகப் பிரிந்தது. ரோமாபுரியைத் தலைநகராகக் கொண்ட மேற்கு பேரரசும் கான்ஸ்டாண்டிநோபிளை தலைநகராகக் கொண்ட கிழக்கு பேரரசும் தோன்றின. கிழக்கு பேரரசு பல தாக்குதல்களை எதிர்கொண்டது. ஆனாலும் அது 1100 ஆண்டுகள் நிலைத்திருந்தது. கடைசியில் துருக்கியர் அந்த பேரரசுக்கு முற்றுப்புள்ளி வைத்தனர்.

மேற்கு பேரரசுக்கு இப்படி ஏதும் இல்லை. தலைநகராகிய ரோமாபுரி மேற்கு உலகத்துக்கே அரசியாக நெடுங்காலம் இருந்தது. வட ஐரோப்பாவிலிருந்து வந்தவர்களின் தாக்குதலில் அது வீழ்ந்தது. காதியர் தலைவனான அலரிக் இத்தாலியில் புகுந்து கி.பி. 410ல் ரோமாபுரியைக் கைப்பற்றினான். அதற்குப் பிறகு வாண்டலர் வந்து அதை அழித்தனர்.

ஜெர்மானிய பிரிவினரான வாண்டலர் பிரான்சையும், ஸ்பெயி னையும் கடந்து ஆப்பிரிக்காவில் கார்தேஜ் நகரில் ஒரு அரசை ஏற்படுத்தினர். அங்கிருந்து அவர்கள் கடல் கடந்து ரோமாபுரியைக் கைப்பற்றினர்.

இந்தக் காலத்தில் மத்திய ஆசியா அல்லது மங்கோலியாவிலிருந்து

வந்த ஹூணர்கள் அதிக பலத்துடன் இருந்தனர். அவர்களுடைய தலைவன் அட்டிலா. கான்ஸ்டாண்டிநோபிள் பேரரசுக்கு ஹூணர்கள் என்றால் பயம். அட்டிலா பேரரசை அச்சுறுத்தி பெருந்தொகையை பெற்றுக் கொண்டான். பின்னர் மேற்கு பேரரசு மீது பாய்ந்தான். கால் (பிரான்ஸ்) மீது படையெடுத்து பல நகரங்களை அழித்தான்.

மேற்கு பேரரசின் படைகளுக்கு ஹூணர்களுடன் போர் புரிய சக்தியில்லை. ஆனால், ரோமர்களால் 'காட்டுமிராண்டிகள்' என்று அழைக்கப்பட்ட ஜெர்மானிய பிரிவினர் ஹூணர்களின் படையெடுப்பைக் கண்டு அஞ்சினர். ஆகவே பிராங்கரும், காதியரும் பேரரசின் படையில் சேர்ந்து அட்டிலாவை தோற்கடித்தனர். டிராயிஸ் என்ற இடத்தில் நடந்த போரில் 1 லட்சத்து 50 ஆயிரம் பேர் மாண்டனர். அட்டிலா தோற்றாலும் இத்தாலிக்குச் சென்று பல நகரங்களை சூறையாடினான். கி.பி.451ல் இது நடந்தது. விரைவில் அவன் மடிந்தான். அவன் இறந்த பிறகு ஹூணர்களின் அட்டகாசம் ஓய்ந்தது. மற்றவர்களுடன் கலந்து வாழ முயன்றனர். இதே காலத்தில்தான் வெள்ளை ஹூணர்கள் இந்தியாவுக்கு வந்தனர்.

40 ஆண்டுகளுக்குப் பிறகு காதிய வகுப்பைச் சேர்ந்த தியோடரிக் என்பவன் ரோமாபுரிக்கு அரசன் ஆனான். அதோடு மேற்கு பேரரசு முடிவுற்றது எனலாம். அதற்குச் சில காலம் கழித்துக் கிழக்குப் பேரரசின் பேரரசராகிய ஜஸ்டினியன் இதாலியையும் சிசிலியையும் கைப்பற்றினான். ஆனால் அவை விரைவிலேயே தங்களை விடுவித்துக் கொண்டன. கிழக்குப் பேரரசு தன்னைக் காப்பாற்றிக் கொண்டாலே போதும் என்றாகி விட்டது.

ரோமாபுரி தூள் தூளாகப் போய்விட்டது என்றோ, உள்ளே ஒன்றுமில்லாத வெறும் ஓடாகிவிட்டது என்றோ நினைக்கத் தோன்றுகிறது. நீண்ட காலமாகவே ரோமாபுரியின் பலம் அதன் கௌரவத்தில்தான் இருந்தது. ரோமாபுரி வெளிப்பார்வைக்கு உலகத்தின் மகாராணியாக இருந்தபோதும் உண்மையில் அதற்கு பலம் இல்லை. ரோமாபுரியின் கடை வீதிகளிலும், நாடக அரங்குகளிலும், பந்தய அரங்குகளிலும் மக்கள் கூட்டத்துக்குக் குறைவில்லை. ஆனால் அதற்கு முடிவுகாலம் நெருங்கிவிட்டது நன்றாகத் தெரிந்தது.

அதற்குக் காரணம் அதன் பலவீனம் மட்டுமல்ல. பாமர மக்கள் அழுத கண்ணீரின் மீது ரோமாபுரி எழுப்பிய பணக்காரர்களின் நாகரிகமே அதன் அழிவுக்குக் காரணமாக இருந்தது. ஏற்கெனவே

அது பிறர் உதவியின்றித் தானே அழியும் நிலையில் இருந்தது. இந்த சமயத்தில் வட திசையிலிருந்து வந்த காதியர் முதலான கூட்டத்தார் அதை நிறைவேற்றி வைத்தனர். அவர்களை எதிர்ப்பதற்கு ஒருவரும் இல்லை. தன் தலைவிதியை எண்ணி நொந்துபோயிருந்த ரோமக் குடியானவன் எத்தகைய மாறுதலையும் ஏற்க தயாராக இருந்தான்.

மேற்கு ரோமப் பேரரசு முடிவுற்றதும் மேற்கு ஐரோப்பாவில் புதிய நாடுகள் உருவம் பெறுகின்றன. காதியர், பிராங்கர் ஆகியோரின் தலைமையில் அவை வளர்ச்சி அடைகின்றன. இன்றைய ஜெர்மானியரும் பிரான்ஸ் நாட்டவரும் அவர்களின் சந்ததியினர் என்பதை நினைவில் வைக்க வேண்டும். ரோமாபுரி வீழ்ந்தவுடன் அதன் ஆடம்பரமும், வெளிப்பகட்டும், அஸ்திவாரமில்லாத நாகரிகமும் கூடவே மறைந்துவிட்டன. ஆகவே, மனித இனம் மீண்டும் பின்னோக்கி பயணிக்கிறது.

இந்தியாவிலும், எகிப்திலும், சீனாவிலும், கிரீசிலும், ரோமிலும் வேறு பல இடங்களிலும் இது நிகழ்கிறது. அறிவையும் அனுபவத்தையும் சேர்த்து ஒரு கலைப்பண்பையும் நாகரிகத்தையும் உருவாக்கிய பிறகு அவற்றின் வளர்ச்சி தடைப்படுகிறது. கடந்த காலம் திரையினால் மறைக்கப்படுகிறது. பழைமையை சில சமயம் காண முடிந்தாலும் பழைய இடத்தைத் தொட மீண்டும் சிரமமம் அனுபவிக்க வேண்டியுள்ளது.

இப்படித்தான் ஐரோப்பாவில் இருண்ட காலம் தொடங்குகிறது. கல்வி சிறை வைக்கப்படுகிறது. போரிடுவதே தொழிலாகவும் விளையாட்டாகவும் மாறுகிறது. சாக்ரடீசும் பிளேட்டோவும் வாழ்ந்த காலம் எங்கேயோ தொலை தூரத்தில் இருப்பதுபோல் உணர்கிறாய் அல்லவா?

கிழக்குப் பேரரசின் பேரரசர் கான்ஸ்டண்டைன் கிறிஸ்தவ மதத்தை அரசாங்க மதமாக மாற்றியது உனக்கு நினைவிருக்கும். அவனுக்குப் பின் வந்த ஜூலியன் என்பவன் கிறிஸ்தவ மதத்தை ஏற்க மறுத்தான். பழைய தெய்வங்களையே மக்கள் வணங்க வேண்டும் என்றான். மக்கள் ஏற்கவில்லை. பழைய தெய்வங்கள் காலாவதி ஆகிவிட்டன. கிறிஸ்தவர்கள் அவனை எதிரியாக கருதினார்கள்.

ஜூலியனுக்குப் பிறகு தியோடோசியஸ் என்பவன் வந்தான். பழைய கோயில்களையும், பழைய தெய்வங்களின் உருவச் சிலைகளையும் அவன் அழித்தான். கிறிஸ்தவர் அல்லாதவரை எதிரியாக கருதினான்.

கிறிஸ்தவ மதத்திலும் தான் பின்பற்றும் வழியை பின்பற்றும்படி வற்புறுத்தினான். சிலகாலம் இரண்டு பேரரசுகளையும் இணைத்து பேரரசனாக இருந்தான். இது கி.பி. 392ல் நிகழ்ந்தது.

கிறிஸ்தவ மதம் பரவத் தொடங்கியது. அந்த மதத்துக்குள்ளேயே பிரிவுகள் தோன்றின. கிறிஸ்தவர்களே பல இடங்களில் மோதிக் கொண்டனர். வட ஆப்பிரிக்காவிலும், மேற்கு ஆசியாவிலும், ஐரோப்பாவிலும் கிறிஸ்தவர்கள் தங்களுக்குள் பல இடங்களில் போரிட்டனர்.

கி.பி. 527லிருந்து 565 வரையில் ஜஸ்டினியன் கான்ஸ்டாண்டி நோபிளில் பேரரசனாக இருந்தான். அப்போது, அந்த நகரில் சாந்தாசோபியா என்ற அழகிய ஆலயத்தைக் கட்டினான். அந்தக் காலத்தில் இருந்த சட்டங்கள் அனைத்தையும் நிபுணர்களைக் கொண்டு முறையாகத் தொகுத்தான். நான் படிக்கும்போது அதை வாசிக்க வேண்டியிருந்தது. அவன் கான்ஸ்டாண்டி நோபிளில் ஒரு பல்கலைக்கழகத்தை உருவாக்கினான். ஆனால், ஏதென்ஸ் மாநகரில் பிளேடோ உருவாக்கி ஆயிரம் ஆண்டுகளாக நடைபெற்ற பழைய தத்துவ ஆராய்ச்சிக் கழகங்களை மூடிவிட்டான். தான் கூறுவதே சரி என்று சாதிக்கும் எந்த மதத்துக்கும் தத்துவ ஆராய்ச்சி ஆபத்தானது. ஏனென்றால் அந்த ஆராய்ச்சி மக்களைப் பகுத்தறிய தூண்டும் அல்லவா?

நாம் இப்போது ஆறாம் நூற்றாண்டுக்கு வந்து விட்டோம். ரோமாபுரியை வட ஐரோப்பாவில் இருந்து வந்த ஜெர்மானிய பிரிவினர் கைப்பற்றுகிறார்கள். கிரேக்கப் பேரரசின் மையமாக கான்ஸ்டாண்டி நோபிள் இருக்கிறது. ரோமப் பேரரசாக இருந்தாலும், நிஜத்தில் கிரேக்கப் பேரரசாகவே இருந்தது. ரோமாபுரி சின்னா பின்னமாகிறது. யாரைக் காட்டுமிராண்டிகள் என்றதோ, அவர்களுடைய கீழ்த்தரமான நாகரிகத்தில் அது சிக்குகிறது.

கான்ஸ்டாண்டி நோபிள் நகரமும் நாகரிகத்தில் பின்தங்குகிறது. கீழ்நோக்கிச் செல்லுகிறது. கிறிஸ்தவ மதத்தின் பிரிவினர் தங்களுக்குள் சண்டையிடுகிறார்கள். துருக்கிஸ்தானம், சீனா, அபிசீனியா வரை பரவியுள்ள கிழக்கு கிறிஸ்தவ மதத்துக்கும் கான்ஸ்டாண்டிநோபிள், ரோமாபுரி ஆகியவற்றுக்கும் தொடர்பு அறுந்து போகிறது.

இருண்ட காலம் ஆரம்பமாகிறது. இது வரையில் கிரேக்க அல்லது பழைய லத்தீன் மொழிகளில் உள்ள பழங்கால இலக்கியங்களையே அனைவரும் கற்றார்கள். கடவுளர்களைப் பற்றியும் தத்துவ ஆராய்ச்சி களைப் பற்றியும் கூறும் இவை தடைசெய்யப்பட்டன். இதையடுத்து

கல்வி குறைந்தது. வேறு பல கலைகளும் மங்கி மறைந்தன.

ஆனால், கல்வியையும் கலையையும் காப்பாற்ற கிறிஸ்தவ மதம் சிறிது உதவி புரிந்தது. பவுத்த சங்கத்தைப் போல் பல கிறிஸ்தவ மடங்கள் உருவாக்கப்பட்டன. அவற்றில் பழைய கல்வி தஞ்சம் புகுந்தது. இங்கே ஊன்றப்பட்ட ஒரு புதிய கலையின் வித்து பல நூற்றாண்டுகள் கழித்து மலர்ந்தது. இந்த மடங்களில் வாழ்ந்த கிறிஸ்தவத் துறவிகளால் கல்வியும் கலையும் காப்பாற்றப்பட்டது. இதுவே அவர்களின் பெரிய சேவையாகும். இருந்தாலும் வெளியில் ஒரே இருள் குடிகொண்டிருந்தது.

கிறிஸ்தவ மதத்தின் தொடக்க நாட்களில் இன்னொரு வேடிக்கை நிகழ்ந்தது. மத வெறி கொண்ட பலர் பாலைவனங்களுக்கும், மனித நடமாட்டம் இல்லாத பகுதிகளுக்கும் சென்று விலங்குகளைப் போல வாழ்ந்தனர். மற்ற இடங்களை விட எகிப்தில் அதிகமாக இருந்தது. தாங்கள் துன்பம் அனுபவித்தும் குளிக்காமலும் இருந்தால் பரிசுத்தர்கள் ஆவதாக நினைத்தார்கள்.

ஒரு கட்டத்தில் இந்த பழக்கம் முடிந்தாலும், பயபக்தியுள்ள கிறிஸ்தவர்கள் ஐம்புலன்களால் எதையும் நுகர்வது பாவம் என்றே நம்பினார்கள். ஆனால், இன்று ஐரோப்பாவில் இதை பார்க்க முடியாது. அங்கு எல்லோரும் ஐம்புலன்களால் நுகரும் அத்தனை இன்பத்தையும், நுகர வெறியோடு அலைகிறார்கள்.

ஆனால் இந்தியாவிலோ இன்று கூட எகிப்தில் வாழ்ந்த கிறிஸ்தவத் தீவிரவாதிகளைப் போல இந்து சாமியார்களை பார்க்கிறோம். சிலர் ஒரு கையை அது சூம்பிப் போகும் வரை உயர்த்தியபடி நிற்கிறார்கள். வேறு சிலர் முள் படுக்கையில் உட்கார்ந்து இருக்கிறார்கள். இதுபோல பல முட்டாள் காரியங்களைச் செய்கிறார்கள். சிலர் மக்களை ஏமாற்றிப் பொருள் பறிக்க இவ்வாறு செய்யலாம். வேறு சிலர் தாங்கள் அதிகப் பரிசுத்தம் அடைவதாக நினைத்தும் இவ்வாறு செய்யலாம்! நமது உடலை எந்தத் வேலைக்கும் பயனற்றதாகச் செய்து கொள்வது விரும்பக் கூடியதா? நிச்சயமாக இல்லை.

தீவிரமாக தவமிருந்த தனது சீடனுக்கு புத்தர் கூறிய விஷயத்தை சொல்கிறேன்... "யாழின் நரம்புகள் அதிக முறுக்கேற்றப்பட்டாலும், அதிக தளர்வாக இருந்தாலும் ஓசை நயமும் இன்பமும் உண்டாகாது. இரண்டும் சமமாக இருந்தால் நாதத்தில் இன்பம் பொங்கும். மனித உடலும் யாழைப்போல்தான். அதை வருத்தினால் களைத்துப்போகும். சித்த உறுதி குலைந்துவிடும்."

48. இஸ்லாம் மார்க்கத்தின் தோற்றம்

மே 21, 1932

உலகின் பல பகுதிகளில் உள்ள தேசங்களையும் புகழ்பெற்ற அரசுகள் பேரரசுகளையும் அவற்றின் எழுச்சி மற்றும் வீழ்ச்சிகளை பார்த்தோம். ஆனால் இதுவரை அரபியா தேசத்தை பற்றி தெரிந்துகொள்ளவில்லை.

உலகின் தூரமான பகுதிகளுக்கும் தன் மாலுமிகளையும் வியாபாரிகளையும் அனுப்பியதாக மட்டும் அறிகிறோம். படத்தைப் பார். அரபியாவுக்கு மேற்கில் எகிப்து, வடக்கில் சிரியா, இராக், சற்று கிழக்கில் பாரசீகம் அல்லது ஈரான் இருக்கிறது. வடமேற்கில் ஆசியா மைனரும், கான்ஸ்டாண்டிநோபிளும் இருக்கின்றன. கிரீஸும்கூட அதிக தூரத்தில் இல்லை. இந்தப் பக்கம் கடல்தாண்டி இந்தியா இருக்கிறது. சீனாவையும், கிழக்கு ஓரத்தையும் நீக்கிவிட்டு பார்த்தால், பழைய நாகரிகங்கள் செழித்து வளர்ந்த இடங்களுக்கு மத்தியில் அரபியா இருப்பது புரியம்.

இராக்கில் டைகிரிஸ், யூப்ரடிஸ் நதிகளின் கரையில் பெரிய பெரிய நகரங்கள் தோன்றின. எகிப்தில் அலெக்சாண்டிரியா, சிரியாவில் டமாஸ்கஸ், ஆசியா மைனரில் ஆண்டியோக் ஆகியவை பெரிய நகரங்கள். அரபியாவில் வாழ்ந்தவர்கள் பல நாடுகளுக்கும்

பழங்கால மக்கா நகரின் தோற்றம்

சென்று வியாபாரம் செய்தார்கள். அவர்கள் இந்த நகரங்களுக்கு அடிக்கடி சென்றிருப்பார்கள். ஆனால், வரலாறை உருவாக்குவதில் அரபியா பங்கெடுக்கவில்லை. உயரிய நாகரிகமும் அங்கு இல்லை. பிற நாடுகளைக் கைப்பற்ற அது முயற்சிக்கவில்லை. பிற நாடுகளும் அதை கைப்பற்ற முயன்றதாக தெரியவில்லை.

அரபியா ஒரு பாலைவனப் பகுதி. பாலைவனங்களிலும் மலைகளிலும் வசிக்கும் மக்கள் முரட்டு குணம் உள்ளவர்களாக இருப்பார்கள். சுதந்திர நாட்டமுடைய அவர்களை யாராலும் வெல்ல முடியாது. பெரிய அளவில் வளம் இல்லாத அந்த நாட்டை கைப்பற்ற யாரும் விரும்பவும் இல்லை. கடற்கரை ஓரத்தில் மக்கா, யேத்ரிப் என்ற இரண்டே சிறு நகரங்கள் இருந்தன. மற்றபடி எல்லாம் சிறு சிறு பாலைவன ஊர்கள். மக்கள் பாலைவனத்தில் வசிப்பவர்களாக இருந்தனர். வேகமாய்ச் செல்லும் ஒட்டகங்களும் அழகான குதிரைகளும், பொறுமை மிகுந்த கழுதையும் மட்டுமே அவர்களுடைய துணை. ஒருவனைக் கழுதைக்கு ஒப்பிட்டால் இழிவு என்பார்கள். ஆனால், அரபியாவில் இந்த ஒப்பீடு உயர்வாகக் கருதப்பட்டது. ஏனெனில், பாலைவனத்தில் வாழ்க்கை பொறுமை அதிகம் வேண்டும் அல்லவா?

பாலைவனத்தில் வாழ்ந்த மக்கள் அடிக்கடி தங்களுக்குள் சண்டையிட்டுக் கொண்டார்கள். கூட்டமாகவும் குடும்பமாகவும் வாழ்ந்தார்கள். ஒரு கூட்டத்தார் இன்னொரு கூட்டத்தாருடனும், ஒரு குடும்பம் இன்னொரு குடும்பத்துடனும் சண்டையிட்டார்கள். ஆண்டுக்கு ஒருமுறை அவர்கள் தங்களுக்குள் சமாதானம் செய்துகொண்டு மக்காவுக்கு யாத்திரை செல்வார்கள். அங்கு தாங்கள் வணங்கும் கடவுள்களின் சிலைகளுக்கு வழிபாடு செய்வார்கள். எல்லாவற்றுக்கும் மேலாக அவர்கள் ஒரு பெரிய கருநிறக் கல்லை வணங்கி வந்தார்கள். அதற்கு காபா என்று பெயர்.

அவர்களுடைய வாழ்க்கை நாடோடி வாழ்க்கையாக இருந்தது. அரபியாவைச் சுற்றி இருந்த பேரரசுகள் அரபியாவையும் தமதாக்கி இருந்தன. ஆனால், அது பெயரளவுக்கு மட்டுமே. பாலைவனங்களில் அலைந்து திரியும் மக்களை அடக்கி ஆள்வது எப்படி முடியும்?

கி.பி. மூன்றாம் நூற்றாண்டில் சிரியாவில் பால்மைரா என்று ஒரு அரபிய அரசு இருந்தது உனக்கு நினைவிருக்கும். ஆனால் இது அரபியாவுக்கு தூரத்தில் இருந்தது. ஆகவே, பாலைவன மக்கள் பல தலைமுறையாக ஒரு மாறுதலுமின்றி வாழந்தார்கள். அரபிய வர்த்தகக் கப்பல்கள் வெளிநாடுகளுக்குச் சென்று வந்தன. சிலர் கிறிஸ்தவ மதத்தையும் வேறு சிலர் யூத மதத்தையும் தழுவினர். ஆனால் பெரும்பாலோர் மக்காவிலிருந்த 360 சிலைகளையும் அந்தப் பெரிய கருப்புக் கல்லையும் வணங்கினர்.

வெளியுலக நிகழ்வுகளோடு அரபியர் தொடர்பு இல்லாமல் இருந்தார்கள். ஒருநாள் இவர்கள் திடீரென்று விழித்தெழுந்து உலகத்தை தலை கீழாக மாற்றினார்கள். அரபியர்கள் ஆசியாவிலும், ஐரோப்பாவிலும், ஆப்பிரிக்காவிலும் வெகு விரைவில் பரவினார்கள். மிக விரைவில் உயரிய கலைப்பண்பும் நாகரிகமும் அடைந்தார்கள். இது வரலாற்று அதிசயமாகும்.

அரபியரின் இந்த எழுச்சிக்கு காரணமாக இருந்த புதிய சக்தி இஸ்லாம். முகம்மது என்ற புதிய தீர்க்கதரிசி ஒருவரால் இந்த மதம் தோற்றுவிக்கப்பட்டது. கி.பி. 570ல் இவர் மக்காவில் பிறந்தார். பிறர் நம்பிக்கைக்கும் அன்புக்கும் உரியவராய் வாழ்ந்தார். நம்பிக்கைக்கு உரியவர் என்று அர்த்தப்படும் 'அல் அமீன்' என்றே அழைக்கப்பட்டார். ஆனால் அவர் தம் புதிய மதத்தைப் போதிக்கத் தொடங்கியதும், அதிலும் மக்காவில் இருந்த சிலைகளுக்கு எதிராக பேசியதும் அவருக்கு எதிராக பலர் புறப்பட்டனர். ஒரு கட்டத்தில் அவர் உயிர் தப்புவதற்காக மக்காவை விட்டு ஓடினார். கடவுள் ஒருவரே என்றும் முகம்மதுவாகிய தாம் அந்தக் கடவுளின் தூதர் என்றும் என்றும் அவர் கூறினார்.

மக்காவிலிருந்து அவர் ஓடியதை அரபு மொழியில் ஹிஜரத் என்கிறார்கள். சொந்த மக்களால் விரட்டப்பட்ட அவர் யேத்ரிப்பில் சில நண்பர்களிடம் அடைக்கலமானார். முஸ்லிம் நாள்காட்டி கி.பி. 622ல் தொடங்குகிறது. இது சந்திரனைக் கொண்டு கணக்கிடப்படுகிறது. சூரியனைக்கொண்டு கணக்கிடப்படும் ஆண்டின் நாட்களைவிட ஐந்தாறு நாட்கள் குறைவாக வரும். மாதங்களும் அந்த ஆண்டின்

ஒட்டி வருவதில்லை. இந்த ஆண்டு மழைக்காலத்தில் வருகிற மாதம் சில ஆண்டுகள் கழித்து வெயில்காலத்தில் வரலாம்.

இஸ்லாம் மதம் கி. பி. 622ல் முகமது நபியின் ஓட்டத்திலிருந்து தொடங்குகிறது. யேத்ரிப் நகரம் முகம்மது நபியை வரவேற்றது. அவர் வருகையின் நினைவாக அதன் பெயர் 'மதீனாத்-உன்-நபி' அதாவது, நபிகளின் நகரம் என்று மாற்றப்பட்டது. அதைத்தான் மதீனா என்று இப்போது அழைக்கிறோம். மதீனாவில் முகம்மது நபிகளுக்கு உதவியவர்கள் அன்ஸார் என்ற அடைமொழியுடன் அழைக்கப்படுகிறார்கள்.

இஸ்லாமின் வெற்றியையும் அரபியரின் வெற்றியையும் விரிவாக அறிவதற்கு முன் சுற்றிலும் சிறிது பார்ப்போம். இப்போதுதான் ரோமாபுரி வீழ்ந்ததைப் பார்த்தோம். அதன் சமுதாய கட்டுக்கோப்பு அடியோடு சரிந்துவிட்டது. வட ஐரோப்பாவில் வாழ்ந்த பின்தங்கிய மக்கள் முன்னேறுகிறார்கள். ரோமாபுரியிடம் சிறிது கற்றுக் கொள்ள முயன்றாலும், முற்றிலும் புதிய நாகரிகத்தையே உருவாக்கினர்.

ஒருவழியாக பழையது கழிந்தாலும் அதன் இடத்தில் புதியது புகவில்லை. கிழக்கு ரோமப் பேரரசு செழித்திருந்தது. அந்தக் காலத்திலும் கான்ஸ்டாண்டிநோபிள் ஐரோப்பாவின் மிகப் பெரிய நகரமாக இருந்தது. ஆரவாரம் குறையாவிட்டாலும் பேரரசு ஆட்டம் கண்டது. பாரசீகத்தை ஆட்சி செய்த சசந்தர்களோடு ஓயாமல் போர் நடந்தது. இரண்டாம் குஸ்ரா என்ற பாரசீக மன்னன் கான்ஸ்டாண்டிநோபிளின் சில கைப்பற்றிக் கொண்டான். அத்துடன், அரபியாவையும் பெயரளவில் தன் ஆதிக்கத்தில் கொண்டு வந்தான். அவன் எகிப்தையும் வென்று கான்ஸ்டாண்டிநோபிள் வரை சென்றான். ஆனால் அங்கு அவன் ஹெராகிளியஸ் என்ற கிரேக்க பேரரசனிடம் தோற்றான். பிறகு அவன் கவாத் என்ற தன் மகனால் கொல்லப்பட்டான்.

மேற்குத் திசையில் ஐரோப்பாவும் கிழக்குத் திசையில் பாரசீகமும் நொறுங்கி இருந்தன. கிறிஸ்தவர்களின் சண்டைக்கு முடிவே இல்லை. மேற்கு நாடுகளிலும் ஆப்பிரிக்காவிலும் கிறிஸ்தவ மதம் இழிநிலையில் இருந்தது. பாரசீகத்தில் அரசாங்க மதமான ஜாரதுஷ்டிர மதம் மக்கள் மீது திணிக்கப்பட்டது. மொத்தத்தில் இந்த பகுதிகளில் வசித்த மக்கள் அங்கு இருந்த மதங்களின் தகுதியை அறிந்து கொண்டார்கள். கிட்டத்தட்ட இதே சமயத்தில் 7ஆம் நூற்றாண்டின் தொடக்கத்தில் ஐரோப்பாவை கொள்ளை நோய் தாக்கி, கோட்க்கணக்கான மக்களை கொன்று குவித்தது.

இந்தியாவை ஹர்ஷவர்த்தனன் ஆண்ட காலம் இது. யுவான்

சுவாங் இந்தியாவுக்கு சென்றதும் இதே காலம்தான். ஹர்ஷனுக்கு பிறகு வட இந்தியா பிளவுபட்டது. சீனாவில் டாங் வம்ச ஆட்சி அப்போதுதான் தொடங்கியிருந்தது. கி.பி. 627ல் டாங் பேரரசர்களில் மிகப் பெரியவரான டாய் சூங் பதவி ஏற்றார். அவர் காலத்தில் சீன பேரரசு மேற்கே காஸ்பியன் கடல் வரை பரவியிருந்தது. மத்திய ஆசிய நாடுகள் அவருக்கு பணிந்து கப்பம் கட்டி வந்தன.

இஸ்லாம் தோன்றிய காலத்தில் ஆசியாவும் ஐரோப்பாவும் இப்படிப்பட்ட மோசமான நிலையில் இருந்தன. சீனா பலமும் சக்தியும் பெற்றிருந்தது. ஆனால் அது தூரத்தில் இருந்தது. ஐரோப்பாவும் ஆப்பிரிக்காவும் தளர்ந்திருந்தன.

முகம்மது நபி மக்காவிலிருந்து மதீனாவுக்கு ஓடிய ஏழு ஆண்டுகள் கழித்து மக்காவுக்கு மீண்டும் திரும்பினார். ஆனால் இப்போது அவர் அதன் ஒப்பற்ற தலைவராக இருந்தார். இதற்கு முன்பே அவர் மதீனாவிலிருந்து உலகத்தின் பல நாட்டு மன்னர்களுக்கும் பகுதி தலைவர்களுக்கும் ஒரு கட்டளையை அனுப்பினார். தாம் கண்ட ஒரே கடவுளையும் அவருடைய தீர்க்கதரிசியான தம்மையும் ஏற்கும்படி அதில் சொல்லியிருந்தார்.

கான்ஸ்டாண்டிநோபிளின் பேரரசர் ஹெராகிளியஸ் சிரியாவில் பாரசீகர்களுடன் போரிடும் நேரத்தில் இந்தக் கட்டளை கிடைத்தது. பாரசீக மன்னனுக்கும், சீனப் பேரரசர் டாய் சூங்கிற்கும் இது கிடைத்தது. இவர்கள், தங்களுக்கே கட்டளை பிறப்பிக்கும் ஊர் பேர் தெரியாத மனிதனைக் குறித்து வியப்படைந்து இருக்க வேண்டும்.

அரசர்களுக்கும் பேரரசர்களுக்கும் தூதர்கள் வழியே கட்டளை அனுப்பும் அளவுக்கு, முகம்மது நபி தனது நம்பிக்கை மீது உறுதி கொண்டிருந்தார். இந்த நம்பிக்கையை அவர் தனது மக்களுக்கும் ஊட்டினார். இந்த நம்பிக்கையை ஆதாரமாகக் கொண்டு அந்தக் காலத்தில் வாழ்ந்தவர் அறிந்திருந்த உலகில் பாதியை பாலைவன மக்கள் வென்றுவிட்டனர். அதுமட்டுமின்ற இஸ்லாம், சகோதரத்துவத்தை போதித்தது. முஸ்லிம்கள் அனைவரும் சரிநிகர் சமம் என்று அது வற்புறுத்தியது. அதாவது மக்களிடம் ஓரளவு ஜனநாயகத்தை முன் வைத்தது. அந்தக் காலத்தில் இழிநிலைக்கு சென்றிருந்த கிறிஸ்தவ மதத்தோடு ஒப்பிடும்போது இஸ்லாம் வலியுறுத்திய சகோதரத்துவம் என்ற செய்தி மக்களை கவர்ந்தது. அரபியர்களுக்கு மட்டுமின்றி அவர்கள் சென்ற பல நாட்டு மக்களுக்கும் அது பெரிய உத்வேகத்தை கொடுத்தது.

மக்காவிலிருந்து முகம்மது நபி மதினாவுக்கு ஓடிய நாளில் இருந்து

பத்து ஆண்டுகளுக்கு பின், கி.பி. 632ல் மறைந்தார். அதாவது இந்தப் பத்து ஆண்டுகளில் அரபியாவில் ஒருவரோடு ஒருவர் போரிட்டு வாழ்ந்த பலதரப்பட்ட மக்கள் அனைவரையும் ஒன்றாக்கினார். தாங்கள் அனைவரும் ஒரு நாட்டைச் சேர்ந்தவர்கள் என்று உணரச் செய்ததோடு அவர்களை ஒரு லட்சியத்தில் ஆர்வமுள்ள மனிதர்களாகவும் மாற்றி-விட்டார். அவருக்குப்பின் அவர் குடும்பத்தைச் சேர்ந்த அபுபக்கர் என்பவர் கலீபா அல்லது தலைவராக வந்தார். இந்தத் தலைவர் தேர்தல் ஒரு பொதுக் கூட்டத்தில் நடைபெறுவது வழக்கம். இரண்டு ஆண்டுகளுக்குப் பின் அபுபக்கர் இறந்தார். அவருக்குப் பின் உமர் என்பவர் கலீபா ஆனார். இவர் பத்து ஆண்டுகள் கலீபாவாக இருந்தார்.

அபுபக்கர், உமர் என்ற இவ்விரு தலைவர்களும் அரபிய மேன்மைக்கும், இஸ்லாமின் உயர்வுக்கும் காரணமானவர்கள். கலீபாக்கள் என்ற முறையில் அவர்கள் மதத் தலைவர்களாகவும் அரசியல் தலைவர்களாகவும் இருந்தனர். அதாவது அரசராகவும் மதத் தலைவராகவும் கலீபாக்களே வகித்தனர்.

அவர்கள் உன்னதமான பதவியில் இருந்தாலும், அவர்களுடைய அரசாங்கத்தின் பலம் நாளுக்கு நாள் வளர்ந்த போதும், அவர்கள் எளிய வாழ்க்கை வாழ்ந்தனர். ஆடம்பரத்தையும் பகட்டையும் வெறுத்தனர். அவர்கள் இஸ்லாமின் ஜனநாயகத்தை உயிருள்ள ஒன்றாக மதித்தனர். ஆனால் அவர்களுக்கு கீழே பணிசெய்தவர்களும் அமீர்களும் விரைவிலேய ஆடம்பர பிரியர்களாக மாறினர். பட்டாடைகளிலும் மற்ற சுகபோகங்களிலும் கவனம் செலுத்தினார்கள்.

அபுபக்கர், உமர் ஆகிய இருவரும் இவர்களை கண்டித்தது பற்றியும் தண்டித்ததைப் பற்றியும், அவர்களுக்காகக் கண்ணீர் சிந்தியதைப் பற்றியும் பல கதைகள் கூறப்படுகின்றன. எளிய, கடினமான வாழ்க்கையில் தங்களுடைய பலம் இருப்பதை அவர்கள் உணர்ந்தார்கள். பாரசீக அரண்மனையிலும், கான்ஸ்டாண்டிநோபிள் அரண்மனையிலும் காணப்பட்ட ஆடம்பர வாழ்க்கையை மேற் கொண்டால் அரபியர் இழிநிலை எய்தி வீழ்ச்சி அடைவது உறுதி என்று அவர்கள் அறிந்திருந்தார்கள்.

அபுபக்கரும், உமரும் ஆண்ட பன்னிரண்டு ஆண்டுகளில் அரபியர், கிழக்கு ரோமப் பேரரசையும், பாரசீகத்தின் சசநீத மன்னனையும் தோற்கடித்தனர். கிறிஸ்தவர்களுக்கும் யூதர்களுக்கும் புண்ணிய இடமான ஜெருசலேம் நகரை அரபியர் கைப்பற்றினர். சிரியா, இராக், பாரசீகம் ஆகியவை புதிய அரபிய பேரரசின் கீழ் வந்துவிட்டன.

பிரான்ஸில் உள்ள டூர்ஸ் என்ற இடத்தில் நடந்த போர்

49.ஸ்பெயின் டூ மங்கோலியா வரை அரபியர்

மே 23, 1932

அந்தக் கால சமூகப் பழக்க வழக்கங்களில் பலவற்றை முகமது நபி அவர்கள் எதிர்த்து நின்றார். அவர் போதித்த மதம் எளிதில் புரியும்படியும், ஜனநாயகத் தன்மை உள்ளதாகவும், சமத்துவம் விரும்புவதாகவும் இருந்தது. ஆகவே, மனம்போன போக்கில் ஆட்சி செய்த மன்னர்கள், மதத்தின் பேரில் அடக்கி ஒடுக்கிய மத குருக்களின் கீழ் துன்பத்தில் வாடிய மக்களை எளிதில் கவர்ந்தது.

மாறுதலை எதிர்நோக்கி நின்ற மக்களுக்கு இஸ்லாம் அவர்கள் விரும்பிய மாறுதலை அளித்தது. அவர்கள் அதை வரவேற்றனர். மக்கள் வாழ்க்கை நிலை சீரானது. பழைய தீமைகள் பல ஒழிந்தன. பெரிய சமுதாயப் புரட்சி எதையும் இஸ்லாம் ஏற்படுத்தவில்லை. ஆனால் முஸ்லிம்களைப் பொறுத்தவரை அவர்கள் சுரண்டப்படுவதை அது எவ்வளவோ குறைத்தது. மேலும், அவர்கள் அனைவரும் பெரிய சகோதர வர்க்கம் என்று உணரச்செய்தது.

ஆகவே, அரபியர் எங்கும் எதிலும் வெற்றி பெற்றனர். பெரும்பாலும் போரிடாமல் வெற்றி கிடைத்தது. நபிகள் நாயகம் இறந்து 25 ஆண்டுகள் முடிவதற்குள், கிழக்குப் பக்கத்தில் பாரசீகம் முழுவதும், சிரியா, அர்மீனியா, மத்திய ஆசியாவில் ஒரு பகுதி,

மேற்குப் பக்கத்தில் எகிப்து, வட ஆப்பிரிக்காவில் ஒரு பகுதி ஆகியவற்றை அரபியர் கைப்பற்றினார்கள்.

எகிப்து நாட்டை எந்த எதிர்ப்பும் இல்லாமல் எடுத்துக் கொண்டார்கள். ரோமப் பேரரசின் கீழும், கிறிஸ்தவப் பிரிவினரின் உள் சண்டைகளாலும் எகிப்து சொல்ல முடியாத துன்பங்களை அனுபவித்து இருந்தது. அலெக்சாண்டிரியாவில் இருந்த பெரிய நூல் நிலையத்தை அரபியர் தீக்கிரையாக்கினர் என்று ஒரு கதை இருக்கிறது. ஆனால் இது பொய்யென்று இப்போது நம்பப்படுகிறது.

கான்ஸ்டாண்டிநோபிள் பேரரசர் தியோடோசியஸ் இதற்கு காரண மாக இருந்திருக்கலாம் என்கிறார்கள். தியோடோசியஸ் ஒரு தீவிர கிறிஸ்தவர். பழைய கிரேக்க தத்துவ ஆராய்ச்சிகளையும், புராண இதிகாசக் கதைகளையும் அவர் விரும்புவதில்லை. இப்படிப்பட்ட பழைய கிரேக்க நூல்களை அவர் ஏற்கவில்லை. எனவே, தாம் குளிக்கும் வெந்நீருக்கு இந்த நூல்களை விறகாக எரித்தார் என்று சொல்லப்படுகிறது.

கிழக்கே ஹீரெட், காபூல், பால்க் எல்லாம் அரபியர் வசமாயின. அவர்கள் சிந்து நதி வரை வந்தார்கள். இந்தியாவுக்குள் அவர்கள் இதற்குமேல் செல்லவில்லை. இதற்குப் பின்னர் பல நூற்றாண்டுகள் அரபியரும் இந்திய மன்னர்களும் நட்புடன் வாழ்ந்தனர். அரபியரின் தளபதி உக்பா என்பவன் மேற்கே அவர்கள் மேலும் மேலும் போய்க்கொண்டே இருந்தான். வட ஆப்பிரிக்காவைக் கடந்து அதன் மேற்குக் கரையில் இப்போது மொராக்கோ என்று அழைக்கப்படும் இடத்தை அடைந்தானாம். அங்கு அட்லாண்டிக் பெருங்கடலைப் பார்த்ததும் அவன் ஏமாற்றம் அடைந்தானாம். அவன் குதிரை மீதமர்ந்து முடிந்தவரையில் சமுத்திர நீரில் சென்றானாம். அல்லாவின் பேரால் ஜெயிப்பதற்கு மேலும் அத்திசையில் பூமி இல்லையே என்று வருத்தப்பட்டானாம்!

மொராக்கோவிலிருந்து ஆப்பிரிக்காவையும் ஐரோப்பாவையும் இணைக்கும் நீரிணை வழியாக ஸ்பெயின் வழியாக ஐரோப்பாவுக்குள் அரபியர் நுழைந்தனர். அரபிய தளபதி ஜிப்ரால்டரில் இறங்கினான். அவன் பெயரான ஜபல்-உத்-தரீக் என்பதுதான் மருவி ஜிப்ரால்டர் என்று ஆனது. அரபியில் 'ஜபல்' என்றால் குன்று. ஆகவே 'ஜபல்-உத்-தரீக்' என்பது 'தரீக்கின் குன்று' என்று பொருள்படுகிறது.

ஸ்பெயின் விரைவில் வெல்லப்பட்டது. பிறகு அரபியர் பிரான்சின் தென்பாகத்தில் நுழைந்தனர். ஆகவே, முகம்மது இறந்து நூறாண்டு

நிறைவதற்குள் அரபியப் பேரரசு தென் பிரான்சு, ஸ்பெயினில் இருந்து வட ஆப்பிரிக்கா, சூயஸ் வரையிலும், அரபியா, பாரசீகத்தில் இருந்து மத்திய ஆசியாவில் மங்கோலிய எல்லை வரை பரவிவிட்டது. இந்தியா அதில் சேரவில்லை.

அரபியரைக் கண்டு மேற்கு ஐரோப்பிய நாடுகளில் வாழ்ந்தவர்கள் நடுங்கினார்கள். அரபியரை எதிர்ப்பதற்காக சார்லஸ் மார்டெல் என்பவன் தலைமையில் ஒரு கூட்டணி அமைத்தனர். கி.பி. 732ல் பிரான்சில் உள்ள டூர்ஸ் என்ற இடத்தில் நடந்த சண்டையில் அரபியரை வென்றான். இந்தத் தோல்வி ஐரோப்பாவை அரபியரிடம் இருந்து காப்பாற்றியது. 'அரபியர் உலக பேரரசை அடையும் சமயத்தை நெருங்கும்போது டூர்ஸ் போர்க்களத்தில் அந்த வாய்ப்பை இழந்து விட்டனர்' என்று ஒரு வரலாற்றாசிரியர் கூறுகிறார். அரபியர் அங்கு வெற்றி பெற்றிருந்தால் ஐரோப்பிய வரலாறே மாறியிருக்கும்.

அந்தக் காலத்தில் ஐரோப்பாவில் அவர்களைத் தடுத்து நிறுத்துவோர் வேறுயாரும் இல்லை. ஐரோப்பாவின் மதம் கிறிஸ்தவத்திற்கு பதிலாக இஸ்லாமாக இருந்திருக்கும். ஆனால் இதெல்லாம் வெறும் கற்பனை. அரபியரின் முன்னேற்றம் பிரான்சில் தடைப்பட்டது. அதற்குப்பின் பல நூற்றாண்டுகள் வரை அவர்கள் ஸ்பெயினை ஆண்டார்கள்.

ஸ்பெயினிலிருந்து மங்கோலியா வரையில் அரபியர் வெற்றி பெற்றனர். பாலைவனங்களில் நாடோடிகளாக வாழ்ந்த அவர்கள் இப்போது பெரிய பேரரசை கட்டி ஆண்டனர். பாலைவன வாசிகள் விரைவில் ஆடம்பரமான நகர வாழ்க்கைக்கு மாறினர். அவர்கள் பெரிய அரண்மனைகளில் வாழ்ந்தனர். இவ்வளவு வெற்றிகளை குவித்தாலும், தங்களுக்குள் சண்டையிடும் பழைய வழக்கத்தை மறந்துவிடவில்லை.

ஆனால் இப்போது சண்டைக்கு ஒரு காரணம் இருந்தது. ஆம், அரபியாவின் தலைமை என்பது பெரிய பேரரசின் தலைமை அல்லவா? ஆகவே கலீபாவாக ஆவதற்கு சதா சச்சரவு நிகழ்ந்தது. சிறிய குடும்பச் சண்டைகள் பெரிய உள்நாட்டுப் போராக மாறின. இந்தப் போர்கள் இஸ்லாமில் பெரிய பிளவை ஏற்படுத்தின. சுன்னி, ஷியா என்ற இரு பிரிவுகள் தோன்றின. இந்தப் பிரிவுகள் இன்றும் உள்ளன.

முதலில் வந்த அபுபக்கர், உமர் ஆகிய இரு பெரிய கலீபாக்கள் ஆட்சி முடிவுற்றதும் தகராறு தொடங்கிவிட்டது. முகம்மது நபிகள் புதல்வியான பாத்திமாவின் கணவர் அலி என்பவர் சிறிது காலம்

கலீபாவாக இருந்தார். ஆனால் இடைவிடாத போராட்டத்தில் அலி கொல்லப்பட்டார். சிறிது காலம் கழித்து அவருடைய மகன் உசேன் குடும்பத்தாருடன் கர்பலா என்ற இடத்தில் கொல்லப்பட்டார். இந்த சோக நிகழ்வின் நினைவாகத்தான் முஸ்லிம்கள் அதிலும் ஷியாக்கள் ஒவ்வொரு ஆண்டும் மொஹரம் மாதத்தில் துக்கம் கடைப்பிடிக்கிறார்கள்.

கலீபா இப்பொழுது சர்வாதிகார மன்னராக மாறுகிறார். ஜனநாயகமோ, தேர்தலோ கிடையாது. அந்தக் காலத்தில் சர்வாதிகாரம் செலுத்திய பிற மன்னர்களைப் போலவே அவரும் இருந்தார். பெயரளவில் அவர் மதத் தலைவராகவும் இருந்தார். ஆனால் இந்த மன்னர்களில் சிலர் தங்கள் நடவடிக்கைகளால் இஸ்லாம் மார்க்கத்துக்கே அவப்பெயர் ஏற்படுத்தினர்.

நூறு ஆண்டுகள் வரை முகம்மது நபிகளின் குடும்பத்தைச் சேர்ந்த ஒமீயது என்ற பிரிவினர் கலீபாக்களாக இருந்தனர். டமாஸ்கஸ் அவர்களுடைய தலைநகராக இருந்தது. அந்தப் பழைய நகரில் உருவான அரண்மனைகளும், மசூதிகளும் ஒரு புதிய அழகைக் கொடுத்தன. இந்தக் காலத்தில் அரபியர் ஒரு தனி வகையான கட்டிட முறையை உருவாக்கினர். இந்தக் கட்டிட முறை இந்தியாவுக்கும் வந்தது. ஆனால் இங்கு அது இந்தியக் கருத்துகளால் பாதிக்கப்பட்டது. அதனால் இரண்டும் சேர்ந்த கலப்பு முறையாக வளர்ந்தது.

பேரரசு உருவானதும் சுகமான வாழ்க்கைக்கு பழக்கப்பட்டனர். குதிரைப் பந்தயம் அரபியருக்கு பிடித்தமான பொழுது போக்காயிற்று. போலோ விளையாடுவதிலும், வேட்டையாடுவதிலும், சதுரங்கம் ஆடுவதிலும் பொழுதை போக்கினர். சங்கீதத்தில் அபார காதல் உண்டாயிற்று. பாடகர்களும் தலைநகரில் குவியத் தொடங்கினார்கள்.

இன்னொரு மாறுதலும் உருவாகத் தொடங்கியது. அதுதான் பெண்களின் சோகமான நிலை. அரபிய மாதர்கள் கோஷாப் பழக்கத்தை கடைப்பிடிக்கவில்லை. அவர்கள் 'விலகி வீட்டிலோர் பொந்தில் வளர' வில்லை. அவர்கள் வெளியே நடமாடினார்கள்; மசூதிகளுக்கும் பிரசங்கங்கள் கேட்கவும் சென்றார்கள். தாங்களே பிரசங்கங்களும் செய்தார்கள். ஆனால் அரபியருக்கு வெற்றி கிடைத்தவுடன் அவர்கள் ரோமானிய, பாரசீக பேரரசுகளின் பாதையில் நடக்கத் தொடங்கினார்கள். கிழக்கு ரோமப் பேரரசை வென்ற அரபியர், பாரசீக பேரரசை முடிவுக்குக் கொண்டுவந்தனர். இதையடுத்து, அவற்றின் தீய பழக்கங்கள் பலவற்றிற்கும் அடிமையானார்கள்.

முக்கியமாகப் பாரசீகத்தையும், கான்ஸ்டாண்டி நோபிளையும் பார்த்தே அரபியர் தங்களுடைய பெண்களை விலக்கிவைக்கத் தொடங்கியதாக சொல்லப்படுகிறது.

கொஞ்சம் கொஞ்சமாக பெண்கள் அந்தப்புரத்துக்குள் சிறை வைக்கப்பட்டார்கள். ஆண்களும் பெண்களும் ஒருவரையொருவர் சந்திப்பது அரிதாகியது. கெடுவாய்ப்பாக பெண்களை விலக்கி வைப்பது இஸ்லாமிய சமூகத்தின் கட்டாய அம்சமாகிவிட்டது. முஸ்லிம்கள் இந்தியாவுக்கு வந்தபோது அவர்களிடம் இருந்து இந்தியாவும் இதைக் கற்றுக் கொண்டது. இந்த அநாகரிக வழக்கத்தை இன்னும் சிலர் தாங்கிக் கொள்வது எனக்கு வியப்பைத் தருகிறது. வெளி உலகத்தின் தொடர்பு அற்ற கோஷா பெண்களைப் பற்றி நினைக்கும்போது எனக்குச் சிறைச்சாலையும், மிருகக்காட்சி சாலையும்தான் நினைவுக்கு வருகிறது. தன் மக்கள் தொகையில் பாதியைச் சிறைக்குள் மூடிவைத்துவிட்டு எந்த தேசம்தான் முன்னே செல்ல முடியும்?

நல்வாய்ப்பாக இந்தியா இந்தக் கோஷா முறையை விரைவில் உடைத்தெறிந்து வருகிறது. முஸ்லிம் சமூகமும் இந்தச் சுமையைப் பெரும்பாலும் அகற்றிவிட்டது. துருக்கியில் கமால் பாஷா இதை அறவே ஒழித்து விட்டார். எகிப்தில் இது விரைவாக மறைந்து வருகிறது.

அரபியர் தாங்கள் விழித்தெழுந்த புதிதில் தங்கள் மதத்தின் மீது மிகுந்த ஆர்வம் உடையவர்களாக இருந்தார்கள். ஆனாலும் அவர்கள் பிற மதத்தினர் மீது வெறுப்பு கொள்ளவில்லை. அவர்களுடைய அனுகுமுறைக்கு எத்தனையோ சான்றுகள் உள்ளன. கலீபா உமர் ஜெருசலேமில் இதை மிகவும் வற்புறுத்தி கடைப்பிடித்தார்.

ஸ்பெயினில் கிறிஸ்தவர்கள் அதிகமாக இருந்தார்கள். அவர்கள் சுதந்திரமாக தங்கள் மதத்தை கடைப்பிடித்தார்கள். இந்தியாவில் சிந்து பகுதியை கைப்பற்றினாலும், மற்ற மன்னர்களுடன் நட்பாக இருந்தனர். இந்தக் கால வரலாற்றில் முக்கியமாக நம் கவனத்தை ஈர்ப்பது கிறிஸ்தவ ஐரோப்பியர் காட்டிய கொடிய மத வெறுப்பும், அதற்கு நேர்மாறாக முஸ்லிம் அரபியர் பிற மதத்தினரிடம் காட்டிய சகிப்புத்தன்மையுமே ஆகும்.

புராதன பாக்தாத் நகரின் அமைப்பு

50. பாக்தாத் நகரின் பெருமையும் நாசமும்!

மே 27, 1932

அரபியரின் கதையை இந்தக் கடிதத்திலும் பார்ப்போம். கடந்த கடிதத்தில் கூறியபடி முகம்மது நபிகளின் குடும்பத்தைச் சேர்ந்த ஒமீயது பிரிவினர் நூறு ஆண்டுகள் வரை கலீபாக்களாக இருந்தனர்.

டமாஸ்கஸ் தலைநகராக இருந்தது. தொலைதூர நாடுகளையும் முஸ்லிம் அரபியர் வென்றார்கள். ஆனால், தங்களுக்குள் சண்டை- யிட்டார்கள். முடிவில் முகமது நபிகளின் சித்தப்பா அப்பாஸ் என்பவரின் வாரிசுகள் ஒமீயதுகளை வென்று அரசாட்சியை கைப்பற்றினார்கள். அப்பாஸ் என்பவரின் வழி வந்தவர்கள் என்பதால் அப்பாசீதுகள் என்று அழைக்கப்பட்டனர்.

ஒமீயதுகளின் கொடுமைகளை ஒழிப்பதற்காகவே அப்பாசீதுகள் ஆட்சியை கைப்பற்றினார்கள். ஆனால், அவர்கள் ஒமீயதுகளை கொடூரமாக கொலை செய்து குவித்தனர். கி.பி. 750ல் அப்பாசீது கலீபாக்களின் ஆட்சி தொடக்கமே மோசமாக இருந்தது. ஆனால், அரபிய வரலாற்றில் அப்பாசீதுகளின் ஆட்சிக்காலம் சிறப்பாக இருந்தது. ஒமீயதுகளின் ஆட்சியோடு ஒப்பிட்டால் அதிக வேறுபாடு இருந்தது.

அரபியாவை அப்பாசீதுகள் கைப்பற்றினாலும் மற்ற நாடுகள் அதை ஏற்க மறுத்தன. ஸ்பெயினை ஆண்ட ஒமீயது கலீபாவும், இப்கிரியா என்று அழைக்கப்பட்ட வட ஆப்பிரிக்காவும், எகிப்தும் தனித்து செயல்படத் தொடங்கின. எகிப்து தனக்கென ஒரு கலீபாவை உருவாக்கிக் கொண்டது. எகிப்து, அரபியா அருகில் இருந்ததால் அதை மட்டும் அடிக்கடி சண்டையிட்டு அடக்கியது.

அப்பாசீதுகள் ஆட்சியைக் கைப்பற்றியதும் அரபிய பேரரசு பிளவுபட்டது. ஆக, முஸ்லிம் நாடுகள் முழுமைக்கும் கலீபா தலைவர் என்ற நிலை மாறியது. இஸ்லாமியர் அனைவருக்கும் அவர் மன்னர் இல்லை என்று ஆகியது. இரண்டு பிரிவினரும் ஒருவர் மற்றவருக்கு ஏற்படும் ஆபத்தை வேடிக்கை பார்க்கும் நிலைமை உருவாகியது.

ஆனாலும், அப்பாசீது கலீபாக்கள் நிகரில்லாத பேரரசர்களாக இருந்தனர். அவர்களுடைய பேரரசு பெரிதாக இருந்தது. அரபியரிடம் பழைய நம்பிக்கையும் சக்தியும் இப்போது இல்லை. எளிமையும், ஜனநாயகமும் தொலைந்தது. இஸ்லாமிய மன்னருக்கும், அவரால் வெல்லப்பட்ட முந்தைய பாரசீக, காண்ஸ்டாண்டிநோபிள் மன்னர்களுக்கும் வேறுபாடு இல்லாமல் போயிற்று.

முகம்மது நபிகளின் காலத்திய எழுச்சி இப்போது இல்லை. அப்போது அரபிய படையை எதிர்த்து நிற்க ஆளில்லை. முந்தைய மன்னர்களால் நொந்துபோயிருந்த மக்களும் அரபியரால் தங்களுக்கு நல்ல வாழ்க்கை அமையும் என்று நம்பி அவர்கள் பக்கம் நின்றார்கள்.

ஆனால், எதுவும் மாறவில்லை. பதிலாக, பாலைவனத்தில் வாழ்ந்தவர்கள் அரண்மனைகளுக்கு மாறினார்கள். பேரீச்சம் பழத்திற்கு பதிலாக அறுசுவை உணவுகளுக்கு மாறினார்கள். சுகபோகங்களை அனுபவிப்பவர்கள் சமுதாயப் புரட்சி குறித்து கவலைப்படுவார்களா? ஏன் கவலைகொள்ளப் போகிறார்கள்? தீய பழக்கங்களுக்கு ஆளானார்கள். அவற்றில் ஒன்றுதான் பெண்களை விலக்கி வைத்தது.

தலைநகரை டமாஸ்கஸ் நகரிலிருந்து இராக்கிலுள்ள பாக்தாத் நகருக்கு மாற்றினார்கள். பாக்தாத் நகரம் ஐரோப்பாவில் இருந்து அதிக தூரத்தில் இருந்தது. எனவே, அப்பாசீதுகள் ஆசியா மீது கவனம் செலுத்தினர். கான்ஸ்டாண்டிநோபிளையும், ஐரோப்பிய நாடுகளையும் கைப்பற்ற நடத்திய போர்கள் அனைத்தும் வீணாயின. இருந்தாலும் மிச்சமிருந்த பேரரசை பலப்படுத்தினால் போதும் என்ற முடிவுக்கு அப்பாசீது கலீபாக்கள் வந்தனர்.

பாக்தாத் என்ற பெயர் உனக்கு நினைவிருக்கிறதா? 'அரபிய இரவுகள்' என்ற புத்தகத்தில் உள்ள ஆச்சரியமான கதைகள் உனக்கு நினைவிருக்கும்!

அப்பாசீது கலிபாக்கள் உருவாக்கிய நகரமே பாக்தாத். அரண்மனைகளும், அரசு அலுவலகங்களும், பள்ளிகளும், கல்லூரிகளும், பெரிய கடைகளும், தோட்டங்களும், பூங்காக்களும் நகரில் நிறைந்திருந்தன. தலைநகருக்கும் பேரரசின் பகுதிகளுக்கும் நல்ல அஞ்சல் போக்குவரத்து இருந்தது. மருத்துவமனைகளுக்கு கணக்கில்லை. உலகத்தின் பல பாகங்களில் இருந்தும் பாக்தாத் நகரைப் பார்க்க வந்தனர். கலைஞர்களையும், அறிஞர்களையும் கலீபா ஆதரிக்கிற விஷயம் அறிந்து பல பகுதிகளில் இருந்தும் கலைஞர்களும் மேதைகளும் பாக்தாத் வந்தனர்.

கலீபா வெகு ஆடம்பரமாக வாழ்ந்தார். அடிமைகள் பலர் இருந்தனர். அந்தப்புரத்தில் பல பெண்கள் இருந்தனர். கி.பி. 786லிருந்து 809 வரை ஹாரூன்-ரஷீத் ஆண்ட காலத்தில் அப்பாசீது பேரரசு அற்புதமாக இருந்தது. பல நாடுகளின் தூதர்கள் அவருடைய அரசவைக்கு வந்தனர். பாக்தாதும், அப்பாசீது அரசுகளும் அன்றைய ஐரோப்பாவைவிட ஆட்சி முறையிலும், வியாபார வளர்ச்சியிலும், கல்வி வளர்ச்சியிலும் எவ்வளவோ முன்னேறி இருந்தன.

விஞ்ஞானக் கல்விக்கு ஊக்கம் அளிக்கப்பட்டது. விஞ்ஞானம் சும்மா கையைக் கட்டி உட்கார்ந்து கொண்டு 'ஈசா யாவும் உன் செயலே' என்று பிரார்த்தனை செய்வதில்லை. நிகழ்ச்சிகளுக்குக் காரணத்தைக் கண்டுபிடிக்க முயல்வதே விஞ்ஞானம். இடைவிடாமல், ஆராய்ச்சியைத் தொடரும். சில சமயம் தோல்வியும் சில சமயம் வெற்றியும் கிடைக்கும். மனித அறிவை அது மேம்படுத்தி செல்கிறது. பழைய உலகுக்கும், இடைக்கால உலகுக்கும், இன்றைய உலகுக்கும் நிறைய வேறுபாடு இருக்கிறது. இதற்கு முக்கிய காரணம் விஞ்ஞானம் ஆகும்.

பழைய உலகில் எகிப்திலும் சரி, சீனாவிலும் சரி, இந்தியாவிலும் சரி விஞ்ஞான முறையைக் காணவில்லை. பழைய கிரீஸில் சிறிது காண்கிறோம். ரோமாபுரியில் இது ஜீரோவாகிறது. ஆனால் அரபியருக்கு விஞ்ஞான ஆராய்ச்சி உணர்வு இருந்தது. ஆகவே, இன்றைய விஞ்ஞானத்தின் தந்தையர் எனலாம். வைத்தியம், கணிதம் உள்ளிட்ட பிரிவுகளில் புதிய கண்டுபிடிப்புகளை நிகழ்த்தினார்கள். இந்தியாவில் இருந்தும் சீனாவில் இருந்து பல விஷயங்களை

அறிந்து அவற்றை மேம்படுத்தினார்கள். இந்தியா, சீனா நாடுகளில் எழுதப்பட்ட அறிவு நூல்களை அரபி மொழியில் எழுதினார்கள். இந்திய மருத்துவ முறையையும் சீனாவின் காகிதம் செய்யும் முறையையும் கற்றுக்கொண்டனர். அவற்றை ஆராய்ச்சி செய்து புதிய உண்மைகளை கண்டறிந்தனர். டெலஸ்கோப், மாலுமிகளுக்கான திசைகாட்டும் கருவி போன்றவற்றை அரபியர்தான் முதலில் உருவாக்கினர். அரபிய மருத்துவ முறையில் தேறியவர்கள் ஐரோப்பாவில் புகழ்பெற்று இருந்தனர்.

கலைப் பயிற்சிகளுக்கும் அறிவுப் பயிற்சிகளுக்கும் பாக்தாத் மையமாக இருந்தது. மேற்கே அரபிய ஸ்பெயினின் தலைநகரான கார்டோபா இன்னொரு மையமாக இருந்தது. கெய்ரோ அல்லது அல்-கஹிரா, பஸ்ரா, கூபா போன்ற இடங்களும் முக்கியமான மையங்கலாக இருந்தன. ஆனால் எல்லாவற்றுக்கும் மேலாகப் பாக்தாத் இருந்தது. இஸ்லாமின் தலைநகர், இராக்கின் மையம், பேரரசின் தலைமை, அழகின் இருப்பிடம், கலைமகளின் திருக்கோயில்' என்று ஒரு அரபிய வரலாற்று ஆசிரியர் பாக்தாத் நகரை புகழ்ந்து எழுதியிருக்கிறார். அன்றைக்கே 20 லட்சம் மக்கள் வசித்தனர்.

பாக்தாத் பணக்காரர்கள்தான் முதன்முதலில் காலுறை அணிந்தனர் என்பது உனக்கு ஆச்சரியமாக இருக்கும். பெண்கள் அணியும் உள்ளாடைக்கான கமிஸ் என்ற வார்த்தையும், காலுறையைக் குறிக்கும் மோஜாஸ் வார்த்தையும் அரபியர் கொடுத்தது. அரபியர் பயணங்களை விரும்பினார்கள். ஆப்பிரிக்கா, இந்தியா, மலாயாசியா, சீனா நாடுகளில் குடியேற்றங்களை உருவாக்கினார்கள். அரபிய பயணியான அல்பெருனி இந்தியாவுக்கு வந்து தனது அனுபவங்களை எழுதி வைத்திருக்கிறார்.

அரபியர் வரலாற்றை எழுதி வைத்தார்கள். அவர்கள் எழுதிய நூல்கள் மற்றும் வரலாற்றிலிருந்தே அவர்களைப் பற்றி தெரிந்துகொள்ள முடிகிறது. கதைகளையும் கற்பனை காவியங்களையும் படைத்திருக்கிறார்கள். கலீபாக்களையும் அவர்களுடைய அரசு பற்றியும் பலருக்கு தெரிந்திருக்காது. ஆனால், ஆயிரத்தொரு இரவுகள் என்ற நூலில் சொல்லப்பட்டுள்ள காதலும் கற்பனையும் பொங்கித் ததும்பும் பாக்தாத் நகரை அறியாதவர்கள் இருக்க முடியாது.

ஹாரூன்-ரஷீதின் இறந்தவுடன் பேரரசு பிளவுபட்டது. மாகாணங்களை நிர்வகித்தவர்கள் பரம்பரை மன்னர்களாக மாறினர். கலீபாக்களின் அதிகாரம் குறைந்துவிட்டது. கடைசியில் பாக்தாத்

நகருக்கும் அதைச் சூழ்ந்த சில கிராமங்களுக்கு மட்டும் ஒரு கலீபா அரசன் என்ற நிலை வந்தது. கலீபாவை அவருடைய படை வீரர்களே அரண்மனையிலிருந்து இழுத்து வந்து கொன்றார்கள். சிறிது காலம் யாரோ ஆட்சி செய்ய, கலீபா அவர்களுக்கு அடங்கி வாழ்ந்தார்.

இஸ்லாமில் ஒற்றுமை மலையேறி வெகுகாலம் ஆகிவிட்டது. எகிப்திலிருந்து மத்திய ஆசியாவில் கொராசான் வரை தனித்தனி அரசுகள் உருவாகின. மத்திய ஆசியாவில் வாழ்ந்த பழைய துருக்கியர், முஸ்லிம்களாக மாறினர். அவர்கள் பாக்தாத் நகரை கைப்பற்றினார்கள். அவர்களுக்கு செல்ஜக் துருக்கியர் என்று பெயர். கான்ஸ்டாண்டி நோபிளின் பைஜாண்டிய படையை அவர்கள் முறியடித்தனர். ஐரோப்பா அதிர்ச்சியில் உறைந்துவிட்டது. அரபியரும் முஸ்லிம்களும் பலம் இழந்துவிட்டதாக ஐரோப்பா நினைத்திருந்தது. அது உண்மை என்றாலும், இஸ்லாமின் கொடியை செல்ஜக் துருக்கியர் உயர்த்திப் பிடித்து, ஐரோப்பாவுக்கு அறைகூவல் விடுத்தனர்.

அந்த அறைகூவல் விரைவிலேயே ஏற்கப்பட்டது. ஐரோப்பாவின் கிறிஸ்தவ நாடுகள் முஸ்லிம்களை வென்று தங்களுடைய புனித இடமான ஜெருஸலேமை கைப்பற்ற போர் தொடங்கின. நூறு ஆண்டுகளுக்கு மேல் நடைபெற்ற இது சிலுவைப் போர் என்று அழைக்கப்படுகிறது. சிரியாவிலும், பாலஸ்தீனத்திலும், ஆசியா மைனரிலும், கிறிஸ்தவமும் இஸ்லாமும் நடத்தி போர்களில் பூமி முழுவதும் ரத்தம் ஓடியது. போரிட்ட நாடுகளின் செல்வம் கொழிந்த நகரங்கள் அனைத்தும் வறுமையில் தள்ளப்பட்டன. வளமான வயல்கள் வெறுமையாகின.

இந்த போர்கள் முடியும் முன்பே, மங்கோலியாவில் இருந்து செங்கிஸ்கான் என்பவன் ‘உலகத்தையே ஆட்டிப் படைக்கப் புறப்பட்டான்.’ உண்மையில் அவன் ஆசியாவையும் ஐரோப்பாவையும் மட்டுமே ஆட்டிப் படைத்தான். அவனும் அவனுக்கு பின் வந்தோரும் பாக்தாத் நகரையும் அதன் பேரரசையும் ஒழித்தனர். பெருமையும் புகழும் படைத்த பாக்தாத் நகரை மங்கோலியர் சரித்துவிட்டனர். நகரில் வாழ்ந்த 20 லட்சம் பேரில் பெரும்பாலோர் இறந்தனர். கி.பி. 1258ல் இது நிகழ்ந்தது.

பாக்தாத் இப்போது மீண்டும் செழித்திருக்கிறது. இராக்கின் தலைநகராக இருக்கிறது. ஆனால் முந்தைய நிலையை அது எட்டவில்லை. மங்கோலியர் அதைச் அந்த அளவுக்கு நாசம் செய்துவிட்டனர்.

ஹர்ஷரும் கஜினி முகமதுவும்

51. ஹர்ஷர் காலம் டூ கஜினி காலம்

ஜூன் 1, 1932

அரபியர் வலிமை பெற்று உலகம் முழுவதும் பரவி, வலிமை குன்றிய காலத்தை பார்த்தோம். அதேகாலத்தில் இந்தியாவிலும், சீனாவிலும், ஐரோப்பிய நாடுகளிலும் என்ன நடந்தது? அதைப் பார்த்துவிடுவோம்...

கன்னோசி மன்னனான ஹர்ஷ வர்த்தனன் கி.பி. 648ல் மரணம் அடைந்தான். வட இந்திய அரசியலில் குழப்பம் ஏற்பட்டது. ஹிந்து மதத்துக்கும் பவுத்த மதத்துக்கும் இடையில் ஏற்பட்ட மோதல் இதற்கு காரணமாக இருந்தது. ஹர்ஷர் மரணத்துக்கு பின் வட இந்தியாவில் பல சிறிய அரசுகள் தோன்றின. இவற்றில் சில நீடித்தும், சில சிதைந்தும், போரிட்டும் 300 ஆண்டுகள் கழிந்தன. இந்தக் காலத்திலும் குழப்பங்களுக்கு இடைய கலையும் இலக்கியமும் செழித்தன.

வடமொழியில் புகழ்பெற்ற கவிகளான பவபூதியும் ராஜசேகரரும் இந்தக் காலத்தை சேர்ந்தவர்கள். அரசியலில் பெயர் பெற்றவர்களாக இல்லாவிட்டாலும் கல்வியையும் கலையையும் பல மன்னர்கள் ஆதரித்த னர். அவர்களில் போஜராஜனைப் பற்றிய கதைகள் நிறைய உண்டு.

ஆனாலும் வட இந்தியா சீரழிந்து கிடந்தது. அதேசமயம், தென்

இந்தியா தலைமை வகிக்க தொடங்கியது. வட இந்தியாவை பல துறைகளிலும் அது விஞ்சி நின்றது. ஆதிசங்கரர் என்பவரால் பவுத்த மதம் முடிவுகட்டப்பட்டது என்று பார்த்தோம். அதேவேளையில் புதிய மதம் ஒன்று இந்தியாவின் வாயிற்படியில் நின்று கதவைத் தட்டியது. பிறகு அந்த மதம் இங்குள்ள மதத்தோடு போரிட்டு வெல்வது விசித்திரமாக இருக்கிறது.

அதாவது ஹர்ஷர் உயிரோடு இருக்கும்போதே அரபியர் இந்திய எல்லையை அடைந்து விட்டனர். பிறகு சிந்துவைக் கைப்பற்றினார்கள். கி.பி. 710ல் பதினேழு வயதே உடைய முகம்மது பின் காசிம் என்ற அரபிய தளபதி சிந்து நதிப் பள்ளத் தாக்கை மேற்குப் பஞ்சாபில் உள்ள மூல்தான் வரை வென்றான். அவர்கள் அப்போதே முயற்சி செய்திருந்தால் மேலும் பல பகுதிகளை கைப்பற்றி இருக்கலாம். ஆனால், அவர்கள் அப்படி செய்யவில்லை. அதற்குப் பின் பல நூற்றாண்டுகள் கழித்துதான் முஸ்லிம்கள் இந்தியாவை ஜெயிக்கப் போகிறார்கள். ஆனால், அரபியருக்கும் இந்தியருக்கும் ஏற்பட்ட தொடர்பால் கலைத் துறையில் பெரிய முன்னேற்றம் ஏற்பட்டது.

அரபியர், தென்னாட்டை ஆண்ட அரசர்களுடன், முக்கியமாக ராஷ்டிர கூடர்களுடன் நட்புடன் இருந்தார்கள். அரபியர் இந்தியாவின் மேற்குக் கரையில் தங்கிப் பல மசூதிகளைக் கட்டினார்கள். அரபிய யாத்திரீகர்களும், வியாபாரிகளும் இந்தியாவின் பல பாகங்களுக்கும் சென்றனர்.

அரபியர், இந்திய-ஆரிய, பாரசீக, கிரேக்க கலை நாகரிகங்களுடன் தங்களுக்கு ஏற்பட்ட தொடர்புகளால் பயன் அடைந்தார்கள். இந்தியரும், பாரசீகரும், கிரேக்கரும் அரபியருடன் ஏற்பட்ட தொடர்புகளால் அதிக பலன் அடையவில்லை என்பது வியப்புதான். ஒருவேளை அரபியர் புதிய விஷயங்களை உள்வாங்கும் வேகம் அதிகம் கொண்டவராக இருந்திருக்கலாம். மற்றவர்களோ, தங்களிடம் உள்ளது போதும் என்று சோம்பி இருந்திருக்கலாம். அதாவது, பழைமையை விடாப்பிடியாகப் பற்றிக்கொண்டு, மாறுதலுக்கு அஞ்சியிருக்கலாம்.

அரபியருடன் சில நூற்றாண்டுகளாக இருந்த தொடர்பினால் இந்தியா அதிகமாகப் பாதிக்கவோ, மாறுதல் அடையவோ இல்லை. ஆனால், இஸ்லாம் என்னும் புதிய மதத்தைப் பற்றியாவது இந்தியா சிறிது அறிந்திருக்க வேண்டும். முஸ்லிம் அரபியர் வருவதும் போவதுமாக இருந்தார்கள். மசூதிகள் கட்டி மதத்தைப்

போதித்தார்கள். பிறரை மதம் மாற்றவும் செய்தார்கள். அந்த நாளில் மதம் மாற்றம் தொடர்பாக எதிர்ப்பு எதுவும் எழவில்லை. ஹிந்து மதத்துக்கும் இஸ்லாமுக்கும் தகராறோ, பூசலோ ஏற்படவில்லை. இது வியப்பளிக்கிறது. ஏனென்றால், பதினோராம் நூற்றாண்டில் இந்தியாவை ஜெயிக்கும் நோக்கத்தில் கையில் வாளேந்தி இஸ்லாம் வந்த காலத்தில்தான் அதற்கு எதிர்ப்பும் பகையும் உருவாகின. பழைய சகிப்புத்தன்மை ஒழிந்து வெறுப்பும் விரோதமும் முளைத்தன.

நெருப்பைக் கக்கிக்கொண்டு கையில் வாளேந்தி வந்தவன் கஜினி முகம்மது. கஜினி என்பது இப்போது ஆப்கானிஸ்தானத்தில் ஒரு சிறு நகரம். பத்தாம் நூற்றாண்டில் இந்த கஜினியைச் சுற்றி ஒரு அரசு வளர்ந்தது. இஸ்லாமிய பேரரசு சிதறி பல சுதந்திர நாடுகள் தோன்றின. நாம் காலத்தைப் பற்றித்தான் பேசுகிறோம்.

சுமார் கி.பி. 975ஆம் ஆண்டு சுபுக்தகின் என்ற துருக்கிய அடிமை கஜினி, காந்தஹாரைச் சுற்றிலும் தனக்கென்று ஒரு அரசை ஏற்படுத்தினான். அவன் கொள்ளை அடிப்பதற்காக இந்தியாவுக்கு வந்தான். அப்போது, லாகூரை அண்ட ராஜா ஜெயபாலன் சுபுக்தகினுக்கு எதிராக சண்டையிட்டு தோல்வி அடைந்தான்.

சுபுக்தகினுக்குப் பிறகு அவன் பிள்ளை முகம்மது பட்டத்துக்கு வந்தான். அவன் ஆண்டுதோறும் இந்தியா மீது படையெடுத்து வந்து ஏராளமான பொருளைக் கொள்ளையடித்துச் சென்றான். அவன் பதினேழு முறை படை எடுத்துவந்தான். காஷ்மீரத்தின்மீது படையெடுத்துச் சென்ற போதுதான் அவன் தோல்வியுற்றான். மற்ற எல்லா படையெடுப்பிலும் வெற்றியே பெற்றான். அவன் பேரைச் சொன்னாலே வட இந்தியாவில் நடுக்கம்தான்.

அவன் பாடலிபுத்திரம், (வட) மதுரை, சோமநாதபுரம் வரை கொள்ளையடித்தான். தானேஸ்வரத்தில் ஏராளமான பொருள்களை கொள்ளையடித்தான். அத்துடன், 2 லட்சம் பேரை சிறைப்படுத்தி தனது நாட்டுக்கு கொண்டு போனான் என்று கூறப்படுகிறது. அவனுக்கு சோமநாதபுரத்தில்தான் அதிக செல்வம் கிடைத்தது. சோமநாதபுரம் கோயிலில் பல நூற்றாண்டுகளாகப் சேர்க்கப்பட்ட செல்வம் குவிந்து கிடந்தது. கஜினி முகம்மது கொள்ளையடிக்க வந்தபோது ஆயிரக்கணக்கான மக்கள் தங்களைக் காப்பாற்றிக் கொள்ள கோயிலுக்குள் ஒளிந்தார்களாம். தாங்கள் வழிபடும் தெய்வம் காப்பாற்றும் என்று நம்பினார்கள். ஆனால் முகம்மது கோயிலை இடித்து சூறையாடியபோது

ஒளிந்திருந்த 50 ஆயிரம் பேரும் கொல்லப்பட்டனர்.

கி.பி. 1030ல் முகம்மது இறந்த சமயத்தில் பஞ்சாபும் சிந்துவும் அவன் ஆட்சியின் கீழ் இருந்தன. அவனை இந்தியாவில் இஸ்லாமை பரப்ப வந்த மகான் என்று நினைக்கிறார்கள். அவனை முஸ்லிம்கள் போற்றுகிறார்கள். ஹிந்துக்கள் வெறுக்கிறார்கள். உண்மையில் மதத்துக்கும் அவனுக்கும் சம்பந்தமே இல்லை.

அவன் முகம்மதியன் என்பது வாஸ்தவம். அதற்கும் மேலாக அவன் ஒரு சிறந்த போர்வீரன். போர்வீரர்களின் வழக்கப்படி இந்தியாவை ஜெயிக்க வந்தான். அவன் எந்த மதமாக இருந்தாலும் இதையே செய்திருப்பான். சிந்துவை அரசாண்ட முஸ்லிம் மன்னர்களையும் அவன் மிரட்டினான். அவர்கள் அவனுக்கு கப்பம் கட்டுவதாக ஒப்புக்கொண்டார்கள். பாக்தாதிலுள்ள கலீபாவிடம் சாமர்கண்ட் நகரைக் கேட்டான். கொடுக்காவிட்டால் அவனைக் கொன்று விடுவதாக மிரட்டினான். ஆகவே, அவனை ஒரு போர்வீரன் என்பதற்கு மேலாக மதிப்பிடும் தவறை நாமும் செய்யக்கூடாது.

இந்தியாவிலிருந்து ஏராளமான சிற்பிகளையும் கட்டிட கலைஞர்களையும் கஜினிக்கு அழைத்துச் சென்றான். அங்கே ஒரு அருமையான மசூதியைக் கட்டி அதைத் 'தேவலோக மணமகள்' என்று அழைத்தான்.

மதுரா நகரைப் போல ஒரு நகரை கட்டுவதற்கு 200 ஆண்டுகள் ஆகும். கோடிக்கணக்கான பொருள்களை செலவழித்தால்தான் அப்படிப்பட்ட நகரை கட்டமுடியும் என்று அவன் கூறியிருக்கிறான். மதுரா நகரைப்பற்றிய முகம்மதுவின் கருத்தை பிர்தாசி என்பவர் எழுதியிருக்கிறார். இவர் முகம்மது காலத்தில் வாழ்ந்த ஒரு பெரிய பாரசீகக் கவி.

ஹர்ஷர் காலத்திலிருந்து முகம்மது காலம் வரை ஒரே பாய்ச்சலில் தாவிவிட்டோம். 350 ஆண்டு இந்திய வரலாறை மூன்று நான்கு பாராவில் பார்த்து விட்டோம். இந்த நீண்ட காலத்தைப் பற்றி இன்னும் பல சுவையான விஷயங்களை சொல்லலாம். ஆனால் அதைப்பற்றி எனக்குத் தெரியாது. ஆகவே, வாயை மூடியிருப்பதே நல்லது.

வட இந்தியாவில் அரசாண்ட பல மன்னர்களைப் பற்றி நான் உனக்குச் சொல்லலாம். அவர்கள் தங்களுக்குள் போரிட்டனர். சில

சமயங்களில் அகண்ட அரசுகளை அமைத்தனர். அவற்றில் பாஞ்சால அரசு ஒன்று. கன்னோசி மாநகர் சந்தித்த கஷ்டங்களைப் பற்றி சொல்லலாம். முதலில் காஷ்மீர மன்னர்கள் அதை கைப்பற்றினார்கள். பிறகு வங்காள மன்னன் அதை வசமாக்கினான். அதற்கும் பிறகு தெற்கிலிருந்து வந்த ராஷ்டிரகூடர்கள் அதைக் கைப்பற்றினார்கள். இப்படி அடுக்கினால் உனக்கு குழப்பம்தான் ஏற்படும்.

இப்போது, இந்திய வரலாறில் ஒரு பெரிய அத்தியாயம் முடிந்து புதிய அத்தியாயம் தொடங்குகிறது. வரலாறு என்பது முடிவற்ற நாடகம் என்றே சொல்லலாம். இந்தியாவைப் பொறுத்தவரை ஒரு அங்கம் முடிவடைகிறது. அதாவது 'ஹிந்து காலம்' என்று கூறப்படும் காலப்பகுதி சிறிது சிறிதாக முடிவுறுகிறது.

ஆயிரக்கணக்கான ஆண்டுகளாகத் செழித்து வளர்ந்த இந்திய - ஆரிய நாகரிகம் புதிதாக வந்த ஒன்றோடு போரிட வேண்டியிருக்கிறது. ஆனால், திடீரென்று நடந்துவிடவில்லை. மெள்ள மெள்ள வளர்ந்த விஷயம் இது. வடக்கே முகம்மது இஸ்லாம் மார்க்கத்தைத் தன்னுடன் கொண்டுவந்தான். ஆனால் அது தென்னிந்தியாவை வெகுகாலம் வரை பாதிக்கவில்லை. 200 ஆண்டுகள் வரை வங்காளம்கூட பாதிக்கப்படவில்லை.

பிற்காலத்தில் ராஜபுத்திர வம்சத்தின் புகலிடமும், அவர்களுடைய வீரத்தின் அடையாளமும் ஆன சித்தூரை வட இந்தியாவில் பார்க்கிறோம். ஆனால் முஸ்லிம் அலை இரக்கமே இல்லாமல் பரவியது. இங்கும் அங்குமாக அதை எதிர்த்த தனித்த வீரம் அதனிடம் எடுபடவில்லை. அதைத் தடுத்து நிறுத்த முடியவில்லை. பழைய இந்திய - ஆரிய இந்தியா இறங்கு முகத்தில் இருந்தது என்பதில் சந்தேகமே இல்லை.

தன்னை ஜெயித்து வரும் இஸ்லாமிடம் இருந்து இந்திய - ஆரிய நாகரிகம் தன்னைக் காக்கும் முயற்சியில் ஆமையைப் போல், ஒரு ஓட்டுக்குள் தன்னை இழுத்துக் கொண்டது. தன்னை விடப் பலம் வாய்ந்த கூட்டத்தாரின் முன்பு தலை வணங்கிய சமயத்திலும் கூட அது அவர்களைத் தன் வழிக்குக் கொண்டு வரவும் தன் மயமாக்கவும் முயற்சித்தது. தன்னை ஜெயிக்க வந்தவர்களைக் கலைத்துறையில் அது ஓரளவு ஜெயித்தும் விட்டது.

போராட்டம் இந்திய - ஆரிய நாகரிகத்துக்கும் நாகரிக முதிர்ச்சியுள்ள அரபியருக்கும் அல்ல என்பதை நீ நினைவில் வைக்கவேண்டும்.

ரோமப்பேரரசர் சார்லமேனும் பாக்தாத் பேரரசர் ஹாரூன் ரஷீத்தும்

52. உருவாகும் ஐரோப்பிய நாடுகள்

ஜூன் 3, 1932

அன்பு மகளே, நாம் இப்போது மீண்டும் ஐரோப்பாவுக்கு போய் வரலாம். கடந்த கடிதங்களில் நாம் ஐரோப்பாவை பார்த்தபோது ஹூணர்களின் தலைவனான அட்டிலா, ஐரோப்பா கண்டத்தின் பெரும்பகுதியை அழித்துவிட்டான். கிழக்கு ரோமப் பேரரசு மட்டும் சற்று நிலைத்து நின்று தனது சக்தியை வெளிப்படுத்தியது.

மேற்கு ரோமப் பேரரசு வீழ்ந்ததால் எல்லாம் புதிதாக உருவாகத் தொடங்கியது. ஐரோப்பா ஒரு நிலைக்கு வர நீண்டகாலம் ஆகியது. புதிய ஐரோப்பா வளரும் நிலையை நாம் காண்போம். கிறிஸ்தவ மதம் பரவுகிறது. கிறிஸ்தவ மத குருக்களின் பக்தியும் கிறிஸ்தவ மன்னர்களின் சண்டைத் திறனும் புதிய அரசுகள் தோன்ற உதவியாக இருக்கின்றன.

பிரான்சிலும், பெல்ஜியத்திலும், ஜெர்மனியின் ஒரு பாகத்திலும் பிராங்கர்கள் ஒரு அரசு அமைக்கிறார்கள். அவர்களுடைய தலைவன் கிளோவிஸ் கி.பி. 481 முதல் 511 வரை ஆண்டான். இவனுடைய வம்சத்தை மெரோவிஞ்சியன் வம்சம் என்றார்கள். ஆனால், இவர்களின் அதிகாரம் பறிபோனது. இவர்களுக்கு கீழ் 'அரண்மனை

மேயர்' என்ற பொறுப்பு வகித்தவர்கள் எல்லா அதிகாரத்தையும் எடுத்துக் கொண்டார்கள். மன்னர்கள் பொம்மைகளாக இருந்தார்கள்.

இந்த மேயர்களில் ஒருவனான சார்லஸ் மார்டெல் என்பவன்தான் கி.பி. 732ல் பிரான்சில் டூர்ஸ் என்ற இடத்தில் நடந்த போரில் சாரசெனியரை விரட்டினான். அதையடுத்து, அவன்தான் ஐரோப்பாவை காப்பாற்றியதாக கிறிஸ்தவர்கள் நினைத்தார்கள். அந்தச் சமயம் ரோமாபுரியின் போப்பாண்டவர்களுக்கும் கான்ஸ்டாண்டிநோபிள் சக்கரவர்த்திக்கும் இணக்கம் இல்லை. அதைத் தீர்க்க சார்லஸ் மார்டெலின் உதவியைக் கேட்டார்கள். அவனுடைய மகன் பெபின் காண்ஸ்டாண்டிநோபிள் அரசனாக விரும்பினான். போப்பாண்டவர்கள் சம்மதித்தார்கள்.

அந்த பெபினின் மகன் சார்லமேன். போப்பாண்டவருக்கு மீண்டும் கஷ்டம் வந்தபோது சார்லமேனை உதவிக்கு அழைத்தார். அவன் பகைவரைத் துரத்தினான். இதையடுத்து கி.பி. 800ஆம் ஆண்டு சார்லமேனை ரோமப் பேரரசராக போப்பாண்டவர் முடி சூட்டினார். அந்த நாளிலிருந்தே "பரிசுத்த ரோமப் பேரரசு" தொடங்கியது. இந்தப் பேரரசே விசித்திரமானது.

அன்றைய நிலையில் உலகத்திலேயே இது ஒன்றுதான் பேரரசு. போப்பாண்டவரைத் தவிர, மற்ற எல்லோருக்கும் பேரரசர்தான் தலைவன் என்று ஆனது. ஆனால், பேரரசருக்கும் போப்பாண்டவருக்கும் இடையே யார் பெரியவர் என்று பல நூற்றாண்டுகளாக போட்டி இருந்தது.

இந்தப் புதிய பேரரசு ஏற்கெனவே இருந்து அழிந்த பழைய ரோமப் பேரரசின் புதிய வடிவம் என்று கருதப்பட்டது. அத்துடன் கிறிஸ்தவ மதம், கிறிஸ்தவ உலகம் என்ற புதிய கொள்கையும் இணைக்கப்பபட்டது. இந்த புதிய அம்சத்தால்தான், இந்தப் பேரரசு 'பரிசுத்த'மாகி விட்டது. உலகில் கடவுளின் பிரதிநிதியாக இருப்பவர் பேரரசர் என்ற கருத்து உருவாக்கப்பட்டது. போப்பாண்டவரும் அப்படியே கருதப்பட்டார். ஒருவர் உலக விஷயங்களையும் இன்னொருவர் ஆன்மிக விஷயங்களையும் கவனிக்கவே இந்த ஏற்பாடு. பேரரசர் 'மதக்காவலராக' இருந்தார். இன்றும் இங்கிலாந்தின் அரசர்தான் 'மதக்காவலர்'.

இந்தப் பேரரசரோடு 'விசுவாசிகளின் தலைவர்' என்று அழைக்கப் பட்ட கலீபாவை ஒப்பிட்டுப் பார். தொடக்கத்தில் கலீபாவே பேரரசராகவும் கருதப்பட்டார். அதாவது, பேரரசர், போப்பாண்டவர்

என்ற இரு பொறுப்புகளும் ஒன்றாக இருந்தது. பின்பு, கலீபா என்பது வெறும் அடையாளமாக மட்டும் ஆகிவிட்டது.

மேற்கே உருவான இந்த பரிசுத்த ரோமப் பேரரசை கான்ஸ்டாண்டிநோபிள் பேரரசர்கள் ஒப்புக் கொள்ளவில்லை. ஆனால், கான்ஸ்டாண்டிநோபிளின் தொடர்பை அறுத்துக்கொண்டு சார்லமேனுக்கு, போப்பாண்டவர் முடி சூட்டினார்.

சார்லமேன் இப்போது கிறிஸ்தவ உலகின் தலைவன், உலகில் கடவுளின் பிரதிநிதி, ஒரு பரிசுத்த பேரரசின் பேரரசர். அதிகாரத்தை வகிப்போர் கடவுளையும் மதத்தையும் தங்களுக்குக் கையாளாக பயன்படுத்தி, மற்றவர்களை மடையர்கள் ஆக்கி தங்களுடைய அதிகாரத்தை வளர்த்திருக்கிறார்கள். ராஜா, சக்கரவர்த்தி, மத குரு என்றால் சாதாரண மனிதன் வாயைப் பிளக்கிறான். அவன் கண்களில் அவர்கள் தெய்வங்களாகவே படுகிறார்கள்.

அரண்மனைகளிலும் ஆலயங்களிலும் கடைபப்பிடிக்கப்படும் பூஜை விதிகளை ஒப்பிட்டுப் பார்த்தால், இந்த உண்மை புரியும். இரண்டு இடங்களிலும் மக்கள் தலை வணங்குவதையும், மண்டியிட்டு வணங்குவதையும் பார்க்கிறோம். குழந்தைப் பருவத்திலிருந்தே அதிகார பீடத்தை வணங்க நமக்குக் கற்றுக் கொடுக்கிறார்கள். இது அச்சத்தால் செய்யப்படுகிறது. அன்புக்கு அல்ல.

பாக்தாதை ஆண்ட ஹாரூன்-ரஷீதும் ரோமப் பேரரசின் பேரரசர் சார்லமேனும் ஒரே காலத்தவர்கள். இருவருக்கும் கடிதப் போக்குவரத்து இருந்திருக்கிறது. இருவரும் சேர்ந்து கான்ஸ்டாண்டிநோபிளையும், ம் ஸ்பெயினில் உள்ள அரபிய அரசையும் எதிர்க்கலாம் என்று சார்லமேன் எழுதியதாகத் தெரிகிறது. இரண்டு அரசியல்வாதிகளின் மன ஓட்டத்தை அறிவதற்கு இது உதவுகிறது. கிறிஸ்தவ உலகின் தலைவன், 'பரிசுத்த' பேரரசன் சார்லமேன், ஒரு கிறிஸ்தவ அரசுக்கும், ஸ்பெயினில் உள்ள ஒரு அரபிய அரசுக்கும் எதிராக சிந்திக்கிறான். பாக்தாதிலுள்ள கலீபாவுடன் கூட்டணி அமைக்க திட்டமிடுகிறான் என்றால் நீயே யோசித்துப்பார்.

அதாவது, ஸ்பெயினில் இருந்த அரபியர் அரசு பாக்தாத் கலீபாக்களுக்கு அடங்கவில்லை. அதேசமயம், காண்ஸ்டாண்டி நோபிளை ஆண்டவர்கள் சார்லமேனுக்கு அடங்கவில்லை. பாக்தாத் கலீபாவுக்கு ஸ்பெயின் மீது போர்தொடுப்பது சிரமம். காரணம் தூரம்தான். அதேபோல, மேற்கு ரோமப் பேரரசு கான்ஸ்டாண்டிநோபிள்

மீது போர் தொடுப்பது சிரமம். காரணம் தூரம்தான். ஆனால், சார்லமேன் ஸ்பெயின் மீது போர் தொடுப்பதும், கலீபா ஹாரூன் ரஷீத் கான்ஸ்டாண்டிநோபிள் மீது போர் தொடுப்பதும் எளிது. ஆக இருவருடைய நோக்கமும் அதிகாரத்தையும் செல்வத்தையும் பெருக்குவதுதான். மதத்தை வளர்ப்பது அவர்கள் நோக்கம் இல்லை என்பது புரியும்.

அவர்கள் தங்களுடைய நோக்கத்தை நிறைவேற்ற மதப் போர்வையை அணிந்து கொள்வார்கள். எங்கும் இப்படித்தான் இருந்து வந்திருக்கிறது. இந்தியாவுக்குள் கஜினி முகம்மது, மதத்தின் பேரைச் சொல்லிக்கொண்டு நுழைந்ததைப் பார்த்தோம். அதனால் அவனுக்கு நல்ல லாபம் கிடைத்தது. மதத்தின் பேரால் போடப்படும் கூச்சல் பெரும்பாலும் லாபகரமாகவே இருந்து வந்திருக்கிறது.

மக்கள் மனநிலை காலந்தோறும் மாறுகிறது. இன்று நமக்கு சாதாரணமாக தோன்றுவது அந்தக் கால மனிதர்களுக்கு வியப்பாக இருந்திருக்கும். 'பரிசுத்த பேரரசு' என்றும், அரசர் கடவுளின் பிரதிநிதி என்றும், போப்பாண்டவர் கிறிஸ்துவின் பிரதிநிதி என்றும் வாயால் பேசப்பட்டதே தவிர மேற்கு ரோமப் பேரரசின் நிலை மோசமாக இருந்தது. சார்லமேனுக்குப் பிறகு இதாலியும் ரோமாபுரியும் கேவலமான நிலையை அடைந்தன. சார்லமேனுக்கு பிறகு ஆட்சிக்கு வந்தவர்களை பார்த்தால் வெறுப்பே ஏற்படுகிறது. அவர்கள் போப்பாண்டவர்களைக் கூட பொம்மைகளாக கருதினார்கள்.

பிற மதத்தினர் கிறிஸ்தவர்களை கேவலமாக நினைக்கக்கூடாத என்பதற்காக புதிய பேரரசு ஒன்றை உருவாக்க வேண்டும் என்ற எண்ணம் தோன்றியது. பேரரசர் என்ற பெயர் வழக்கத்தில் இல்லாவிட்டால் கிறிஸ்தவர்களின் கௌரவம் போய்விடும் என்பதற்காகவே சார்லமேன் பேரரசன் ஆக்கப்பட்டான் என்று ஒருவர் எழுதியிருக்கிறார்.

சார்லமேனின் பேரரசில் பிரான்ஸ், பெல்ஜியம், ஹாலந்து, சுவிட்சர்லாந்து, ஜெர்மனியில் பாதி, இதாலியில் பாதி இருந்தன. ஸ்பெயின் அரபியரின் கீழ் இருந்தது. வட கிழக்கில் ஸ்லாவியரும், பிறரும் இருந்தனர். வடக்கில் டேனியரும் நார்ஸ் மக்களும் இருந்தனர். தென் கிழக்கில் பல்கேரியரும், செர்பியரும் இருந்தனர். அவர்களுக்கு அப்பால்தான் கான்ஸ்டாண்டிநோபிளைத் தலைநகராகக் கொண்ட கிழக்கு ரோமப் பேரரசு இருந்தது.

கி.பி. *814* ல் சார்லமேன் இறந்தான். பேரரசு குறித்து தகராறு

ஏற்பட்டது. அவனுடைய சந்ததியினர் கார்லோ விஞ்சியர் என்று அழைக்கப்பட்டனர். சார்லமேனின் பேரரசு சிதறியதால் ஜெர்மனியும், பிரான்சும் உருவாகின்றன. கி.பி. 843ல் இருந்து ஜெர்மனி ஒரு தேசமாக இருப்பதாக சொல்கிறார்கள். கி.பி. 962ல் இருந்து 973 வரை ஆண்ட மகா ஓட்டோ என்ற பேரரசர் ஜெர்மனியரை தனி இனமாகச் செய்தான். அவனுடைய பேரரசில் பிரான்ஸ் தேசம் அடங்கவில்லை.

987ஆம் ஆண்டு ஹ்யூ காபெட் என்பவன் பலமற்ற கார்லோ விஞ்சியரைத் துரத்திவிட்டு பிரான்சைக் கைப்பற்றினான். அதாவது, பிரான்சு முழுவதும் என்று சொல்வதற்கு இல்லை. ஏனென்றால், பிரான்சு பல பெரிய பாகங்களாகப் பிரிக்கப்பட்டு இருந்தது. ஒவ்வொரு பாகத்தையும் ஒரு பிரபு ஆண்டு வந்தான். பிரபுக்களுள் அடிக்கடி சண்டை நிகழ்ந்தது. ஆனால், அவர்கள் அனைவருக்கும் பேரரசர், போப்பாண்டவர் என்றால் பிடிப்பதில்லை. இந்த இருவரையும் எதிர்க்க பிரபுக்கள் இணைந்தார்கள். ஹ்யூ காபெட் என்பவனின் கீழ் பிரான்சு ஒரே தேசமாகிறது.

இந்த ஆதிகாலத்திலேயே பிரான்சுக்கும் ஜெர்மனிக்கும் பகைமை இருக்கிறது. அது இன்று வரை, ஆயிரம் ஆண்டுகளாக நீடிக்கிறது. இரண்டு தேசங்களும் அடுத்தடுத்து உள்ளவை. இருவருமே நாகரிகத்தில் முதிர்ந்தவர்கள். எல்லாவற்றிலும் தேர்ந்தவர்கள். ஆனால், பழைய பகைமையைத் தலைமுறைகளாக வளர்ப்பது வியப்பாக இல்லையா? ஒருவேளை இது அவர்களுடைய தவறாக இல்லாமல், அவர்கள் எந்த ஏற்பாடுகளின் கீழ் வாழ்கிறார்களோ அவை காரணமாக இருக்கலாம்.

ஏறக்குறைய இதே சமயத்தில் ரஷியாவும் வரலாற்று அரங்கில் தோன்றுகிறது. வட பகுதியைச் சேர்ந்த ரூரிக் என்பவன் கி.பி. 850ல் ரஷிய அரசுக்கு அடித்தளம் இட்டதாக தெரியவருகிறது. தென்கிழக்கு ஐரோப்பாவில் பல்கேரியரும் செர்பியரும் பலம் பெறுகிறார்கள். ஹங்கேரியரும் போலந்துகாரரும் கிழக்கு ரோமப் பேரரசுக்கும் புதிய ரஷிய தேசத்துக்கும் தங்களுடைய நாடுகளை உருவாக்கிக் கொள்கிறார்கள்.

இதற்கிடையே, வட ஐரோப்பாவைச் சேர்ந்த கூட்டத்தினர் கப்பல்களில் மேற்கு நாடுகளுக்கும் தெற்கு நாடுகளுக்கும் பயணிக்கிறார்கள். அவர்கள் அந்த நாடுகளை கொளுத்தவும், கொள்ளையிடவும் மக்களைக் கொல்லவும் தொடங்கினார்கள். இங்கிலாந்தை குறையாடச் சென்ற டேனியரைப் பற்றியும் மற்ற வட நாட்டவரைப்

பற்றியும் நீ படித்திருப்பாய். இந்த வட நாட்டவர் நார்மானியர் என்று அழைக்கப்பட்டனர். அவர்கள் தங்கள் கப்பல்களில் மத்தியதரைக் கடலுக்குச் சென்று அங்கிருந்து பெரிய நதிகளின் மூலம் உள்நாடுகளை அடைந்தார்கள். அவர்கள் போன இடமெல்லாம் கொள்ளையும் கொலையும்தான்.

இதாலியில் வன்முறை அதிகமாகியது. ரோமாபுரியின் நிலை பரிதாபமாக இருந்தது. அவர்கள் ரோமாபுரியைச் சூறையாடினார்கள். கான்ஸ்டாண்டிநோபிளையும் அச்சுறுத்தினார்கள். இந்தக் கொள்ளையர்கள் நார்மண்டி எனப்படும் பிரான்சின் வடமேற்குப் பாகத்தையும், தெற்கு இதாலியையும், சிசிலித் தீவையும் கைப்பற்றினார்கள். பிறகு கொஞ்சம் கொஞ்சமாக அங்கே குடியேறிப் பெரிய பிரபுக்களாகவும், நிலச்சுவான்தார்கள் ஆகவும் ஆகிவிட்டார்கள். கொள்ளையர்கள் செல்வம் சேர்ந்ததும் இப்படி மாறிவிடுவது வழக்கமாகிறது. பிரான்சில் நார்மண்டியில் உள்ள இந்த நார்மானியர்கள் தான் கி.பி. 1066ல் இங்கிலாந்து மீது படை எடுத்து அதை வென்றவர்கள். அவர்களுடைய தலைவன் வில்லியம் 'வெற்றி மன்னன்' என்று பெயர் பெற்றான். ஆக, இங்கிலாந்தும் உருவாகத் தொடங்கியது.

ஒரு வழியாக கிறிஸ்து சகாப்தத்தின் முதல் ஆயிரமாவது ஆண்டின் முடிவில் ஐரோப்பாவின் நிலையைப் பார்த்து விட்டோம். ஏறக்குறைய இந்தக் காலகட்டத்தில்தான் கஜினி முகம்மது இந்தியா மீது படை எடுத்து வந்து போய்க் கொண்டிருந்தான். இதே சமயத்தில்தான் பாக்தாதை ஆண்ட அப்பாசீது கலீபாக்களின் பலம் ஒடுங்கியது. அதைத்தொடர்ந்து செல்ஜக் துருக்கியர் மேற்கு ஆசியாவில் இஸ்லாமுக்கு புத்துயிர் ஊட்டிக் கொண்டிருந்தனர். ஸ்பெயின் இன்னும் அரபியரின் கீழேயே இருந்து வந்தது. ஆனால் அவர்களுக்கும் அரபியாவுக்கும் எந்தத் தொடர்பும் இல்லை. அவர்களுக்கும் பாக்தாத் மன்னர்களுக்கும் பகைமை நீடித்தது. வட ஆப்பிரிக்கா பாக்தாதுக்கு அடங்காமல் சுதந்திரமாக இருந்து வந்தது. எகிப்தில் சுதந்திர அரசாங்கத்தோடு அங்கு கலீபாவும் இருந்தார். எகிப்தில் இருந்த கலீபா வட ஆப்பிரிக்காவையும் கொஞ்ச காலம் ஆட்சி செய்தார்.

நேருவுடன் இந்திரா

53. நிலமானியத் திட்டம்

ஜூன் 4, 1932

பிரான்சு, ஜெர்மனி, ரஷியா, இங்கிலாந்து என்ற பெயர்களில் புதிய ஐரோப்பிய தேசங்கள் தோன்றியதை கடந்த கடிதத்தில் பார்த்தோம்.

இந்த தேசங்களைச் சேர்ந்தவர்களுக்கு ஆங்கிலேயர், பிரெஞ்சுக்காரர், ஜெர்மானியர் என்பதுபோல உணர்வு இருந்ததா என்பது நமக்கு தெரியாது. ஆனால் இன்றைக்கு ஒவ்வொரு நாட்டைச் சேர்ந்தவனும் தன் நாட்டைத் தாய்நாடு என்றும் தந்தை நாடு என்றும் கருதுகிறான். இதைத்தான் தேசிய உணர்ச்சி என்று சொலுகிறோம். இன்றைய உலகில் இது இருக்கிறது.

இந்தியாவில் நாம் நடத்தும் விடுதலைப் போராட்டம் 'தேசிய'ப் போராட்டமாகும். ஆனால், அந்தக் காலத்தில் இப்படிப்பட்ட தேசிய உணர்ச்சி இல்லை. 'நாம் கிறிஸ்தவ சமூகத்தைச் சேர்ந்தவர்கள். முஸ்லிம்களும் மற்றவர்களும் நமக்குப் எதிரானவர்கள். நம்முடையது ஒரு தனி உலகம்' என்ற எண்ணம்தான் இருந்தது. இதேபோல முஸ்லிம்களும் நினைத்தார்கள் என்பதுதான் உண்மை.

ஆனால் இந்த எண்ணங்கள் மக்களின் தினசரி வாழ்க்கையைப்

பாதிக்கவில்லை. சில நேரங்களில் மட்டும் மக்களுக்கு மத வெறியை ஊட்டி சண்டைபோடுவதற்கு மதங்கள் பயன்பட்டன. அந்தக் காலத்தில் தேசிய உணர்ச்சிக்கு மாறாக மனிதர்களுக்கு இடையே ஒரு தொடர்பு இருந்தது. இது, பிரபுத்துவ அமைப்பில் இருந்த நிலமானியத் திட்டத்தில் இருந்து பிறந்தது.

ரோமாபுரியின் வீழ்ச்சிக்குப் பிறகு ஐரோப்பாவின் மேற்குப் பகுதியில் வாழ்க்கை முறை சீர்குலைந்தது. பலம் பொருந்தியவன் தன்னால் முடிந்ததை கைப்பற்றி அனுபவிப்பான். அவனை விட வல்லவன் வந்து அவனை விரட்டும் வரையில் இந்த நிலை நீடிக்கும்.

இதையடுத்து பிரபுக்கள் கோட்டைகளைக் கட்டி வாழ்ந்தனர். இவர்கள் அவ்வப்போது தங்கள் ஆட்களுடன் நாட்டுப்புற மக்களை துன்புறுத்தி கொள்ளையடித்து வந்தனர். பிரபுக்களும் தங்களுக்குள் சண்டை போடுவார்கள். இதனால் நிலத்தை உழுது பிழைக்கும் ஏழைக் குடியானவர்களும் தொழிலாளர்களும்தான் சிரமப்பட்டார்கள். இந்தக் குழப்பமான நிலையில் இருந்துதான் நிலமானிய முறை தோன்றி வளர்ந்தது.

கொள்ளைக்கார பிரபுக்களை எதிர்க்க விவசாயிகளுக்கு போதுமான பலம் இல்லை. அவர்களைக் காப்பாற்ற அரசாங்கமும் இல்லை. ஆகவே, அவர்கள் பிரபுக்களிடம் ஒரு சமரச உடன்பாடு செய்து கொண்டனர். அதாவது, நில வருமானத்தில் ஒரு பகுதியை கொடுக்கவும், அவர்கள் சொல்லும் ஏவல் பணிகளையும் செய்யவும் ஒப்புக்கொண்டனர். இதற்கு பதிலாக தங்களை துன்புறுத்தாமலும் கொள்ளையடிக்காமலும் இருக்க வேண்டும். அவனைப் போன்ற பிரபுக்களிடம் இருந்து காப்பாற்ற வேண்டும் என்று கேட்டுக் கொண்டார்கள்.

விவசாயிகளைப் போலவே, பலம் குறைந்த பிரபு, பலம் அதிகமான பிரபுவுடன் ஒப்பந்தம் செய்துகொண்டான். ஆனால், பெரிய பிரபுவுக்கு நில வருமானத்தில் ஒரு பகுதி கொடுப்பதாக இல்லை. அதற்கு பதிலாக பெரிய பிரபுக்கு அவசியம் ஏற்படும்போது தனது ஆட்களுடன் அவனுக்காக சண்டை செய்ய வேண்டும். இதற்கு பதிலாக, பெரிய பிரபு சின்ன பிரபுவை காப்பாற்றுவான்.

இந்த ஒப்பந்தம் படிப்படியாகப் பெரிய, மிகப் பெரிய பிரபுக்கள் என்று நீடிக்கும். கடைசியில் அரசர் வரை போயிற்று. இந்த நிலமானியத் திட்டத்தின் உச்சியில் அரசர் இருந்தார். ஆனால் அவர்கள் அதோடு நிற்கவில்லை. அதாவது, மேல் உலகிலும் இதேபோன்ற

முறை நடைமுறையில் இருப்பதாக எண்ணம். எனவே, மும்மூர்த்திகள் என்றும், அவர்களில் உயர்ந்தவர் கடவுள் என்றும் கற்பிதம் செய்தனர். இங்கே நடைமுறையில் இருப்பதைப் போலவே மேல் உலகிலும் ஏதோ ஒன்று நடப்பதாக அவர்கள் நினைத்திருந்தார்கள்.

ஐரோப்பாவில் பரவியிருந்த குழப்பமான நிலைமையிலிருந்து சிறிது சிறிதாகத் தோன்றி வளர்ந்தது இம்முறைதான். அந்தக் காலத்தில் மத்திய அரசாங்கம், போலீஸ் எதுவும் இல்லை என்பதை நினைவில் வைக்க வேண்டும்.

ஒரு நிலத்தின் உரிமையாளன் நிலத்துக்கும் அதில் வாழும் மக்களுக்கும் முதலாளி. குட்டி அரசன் மாதிரி. நிலத்தில் வேலை செய்யும் மக்கள் கொடுக்கும் வரிக்காக அவன் அவர்களை காப்பதாக ஒரு ஏற்பாடு. அவனுக்கு கீழ் வாழும் மக்கள் பண்ணைக்குடிகள் அல்லது அடிமைகள் ஆகினர். பிரபு அல்லது குட்டி அரசன் தனது நிலத்தைத் பண்ணைக்குடிகள் அல்லது அடிமைகளுக்கு பெயரளவில் கொடுத்திருக்கிறான். பண்ணைக்குடிகள் பிரபுவுக்கு கீழ் நிலமானியக் குடியாகவும் அவன் படையில் பணி செய்பவனாகவும் இருந்தான்.

கிறிஸ்தவ மத ஊழியர்களும் இத்தகைய திட்டத்தின் பகுதியாக இருந்தனர். அவர்கள் மத போதகர்கள் ஆகவும் நிலமானியப் பிரபுக்கள் ஆகவும் இருந்தார்கள். ஜெர்மனியில் பாதிக்கு மேற்பட்ட நிலமும் செல்வமும் மத குருமார்கள் கையிலும், மடாதிபதிகள் அல்லது தம்பிரான்கள் கையிலும் இருந்தது. போப்பாண்டவர்கூட ஒரு நிலமானியப் பிரபுதான்.

இந்த ஏற்பாட்டில் சமத்துவம் என்பதே கிடையாது. சமூக அமைப்பின் முழு சுமையையும் பண்ணைக் குடிகள்தான் தாங்கினார்கள். பிரபுக்கள் உணவையோ, செல்வத்தையோ உற்பத்தி செய்ய எந்த வேலையும் செய்வதில்லை. போரிடுவது அவர்களுடைய முதன்மைத் தொழில். எழுத்தறிவு இல்லாத அந்த முரட்டுக் கூட்டத்துக்குச் சண்டையிடுவது, சாப்பிடுவது, குடிப்பது இவற்றைத் தவிர வேறு எதுவும் தெரியாது. இப்படிக் கட்டப்பட்ட ஒரு கோபுரத்தின் உச்சியில் அரசர் அமர்ந்து இருந்தார். அவர் கடவுள் கொடுத்த அதிகாரத்தால் இந்த நிலத்தை ஆட்சி செய்வதாக கருதப்பட்டது.

மொத்தத்தில், பிரபுக்கள் பெயரளவில் தங்களுக்கு கீழான ஜமீன்தார்களையும், பண்ணைக் குடிகளையும் காப்பாற்ற பொறுப்பு உள்ளவர்கள். ஆனால், உண்மையில் எதற்கும் கவலைப்படாதவர்கள்.

அவர்கள் வைத்ததுதான் சட்டம். பலம் மிகுந்த அவர்கள் குடிகளிடம் எவ்வளவு முடியுமோ அவ்வளவையும் உறிஞ்சிக் கொண்டு அவர்களை உயிர்வாழ மட்டும் விட்டு வைத்திருந்தார்கள். எல்லாக் காலத்திலும் எல்லா நாடுகளிலும் நிலம் படைத்தவர்கள் இவ்வாறே செய்து வந்திருக்கிறார்கள். சட்டங்களும் நிலம் படைத்தவர்களுக்கு உதவிபுரிகின்றன. இதனால்தான் நிலம் தனிப்பட்ட நபர்களின் உடைமையாக இராமல் சமுதாயம் முழுமைக்கும் பொதுவுடைமையாக இருக்கவேண்டும் என்று பலர் நினைக்கிறார்கள்.

நாம் பேசுகின்ற அந்தக் காலத்தில் மக்களின் சிந்தனை இப்படியாக இல்லை. ஆகவே, அவர்கள் அனைத்தையும் சகித்துக் கொண்டு காலம் கழித்தார்கள். 'எஜமானனுக்குக் கீழ்ப்படிதல்' என்று இடைவிடாது அவர்களுக்கு சொல்லப்பட்டது. அது அவர்கள் ரத்தத்தில் கலந்து விட்டது. ஒரு பக்கம் நிலமானியப் பிரபுக்களும் இன்னொரு பக்கம் ஏழ்மையில் தவிக்கும் மக்களையும் கொண்ட ஒரு சமூகம் வளர்வதை காண்கிறோம். பிரபுவின் கோட்டையைச் சுற்றிலும் அடிமைகளின் மரக்குச்சுகளும் மண் குடிசைகளும் இருந்தன. பிரபுவின் பார்வையில் அடிமைகளுக்கும் கால்நடைகளுக்கும் அதிக வேறுபாடு இருந்திருக்காது.

இந்தியாவில் இந்த மாதிரியான நிலமானிய ஏற்பாடு இல்லை. ஆனால், ராஜாக்கள், பிரபுக்கள், ஜமீன்தார்களைக் கொண்ட இந்திய சமஸ்தானங்களில் பல நிலமானியப் பழக்க வழக்கங்கள் பாதுகாக்கப்பட்டு வருகின்றன. இந்திய ஜாதி அமைப்பு, நிலமானிய முறையில் இருந்து முற்றிலும் வேறுபட்டது. ஆனாலும், சமூகத்தை உயர்வு, தாழ்வு கொண்ட பல பிரிவுகளாக பிரித்துவிட்டது. சீனாவில், இந்த மாதிரியான பிரபு வகுப்பு, உயர்குலம் என்பதெல்லாம் எந்தக் காலத்திலும் இல்லை. அரசு ஊழியர்களுக்கு தேர்வு முறையை அறிமுகப்படுத்தி மிக உயர்ந்த பதவியை எந்த மனிதனும் அடையும் நிலையை உருவாக்கி விட்டார்கள்.

பொதுவாக நிலமானியத் திட்டத்தில் சமத்துவம், சுதந்திரம் என்பவற்றுக்கு இடமே இல்லை. உரிமைகள், கடமைகளைப் பற்றிய எண்ணம் மட்டும் அதில் இடம் பெற்றிருந்தது. ஆனால், உரிமைகளை மட்டும் நினைவில் வைத்துக் கொண்டு கடமைகளை மறப்பது யாருக்கும் இயல்புதானே? இன்றுகூட சில ஐரோப்பிய நாடுகளிலும் இந்தியாவிலும் பெரிய ஜமீன்தார்கள் இருக்கிறார்கள். இவர்கள் குடிகளிடமிருந்து பெருந்தொகையை பங்காக பெறுகிறார்கள். ஆனால், குடிகளுக்காகத் தங்கள் சுண்டு விரலைக்கூட அசைப்பதில்லை.

ஐரோப்பாவின் பழைய காட்டுமிராண்டி பிரிவினர் சுதந்திரமாக திரிந்தவர்கள். அவர்கள் எப்படி சுதந்திரத்தை அடியோடு மறுக்கும் நிலமானிய ஏற்பாட்டுக்கு ஒப்புக்கொண்டார்கள் என்பது வியப்பை ஏற்படுத்துகிறது. பொதுவாக பழங்குடியினர் தலைவனுக்கு கீழே இருந்தாலும், தலைவன் கடமை தவறும்போது எதிர்க்கும் வழக்கம் கொண்டவர்கள். கொடுமையும் சர்வாதிகாரமும் தலைவிரித்து ஆடும் ஒரு அமைப்பை எப்படி ஏற்றார்கள்? ஒருவேளை இந்த நிலமானியத் திட்டத்தில் வானுலகு, மண்ணுலகு இரண்டையும் கலந்து மக்களை ஏமாற்றி இருக்கலாம்.

ஐரோப்பாவில் நில உரிமையாளர்களான பிரபுக்கள், நிலத்தில் வேலை செய்த விவசாயிகளைத் தவிர, கைத்தொழிலாளர்களும், வியாபாரிகளும் உருவாகினர். இந்த புதிய பிரிவினர் நிலமானியத் திட்டத்தில் அங்கமாக இல்லை. கைத்தொழில் வினைஞர்கள் மற்றும் வியாபாரிகளின் முக்கியத்துவம் அதிகரித்தது. அவர்கள் பணக்காரர்கள் ஆனார்கள். அவர்களிடத்தில் பிரபுக்களும் கடன் வாங்கத் தொடங்கினர். அவர்கள் பிரபுக்களிடம் சில சலுகைகளைப் பெற்ற பின்னரே கடன் கொடுத்தனர். இந்தச் சலுகைகள் அவர்களுடைய பலத்தை அதிகரித்தன. ஆகவே, இப்போது பிரபுவின் கோட்டையைச் சுற்றி இருந்த அடிமைகளின் மண் குடிசைகள் ஒழிந்தன. அதற்கு பதிலாக ஒரு தேவாலயம் அல்லது சங்க மண்டபத்தைச் சுற்றிச் சிறுசிறு நகரங்கள் உருவாகின்றன. வியாபாரிகளும், கைத்தொழிலாளரும் சங்கம் அமைத்தார்கள். இந்தச் சங்கங்களின் தலைமை இடமாக சங்க மண்டபங்கள் அமைந்தன.

கொலோன், பிராங்க்பர்ட், ஹாம்பர்க் போன்ற பல பெரிய நகரங்கள் தோன்றின. இவை நிலமானியப் பிரபுக்களுக்கு போட்டியாக இருந்தன. இந்த நகரங்களில் வியாபாரிகள் இருந்தனர். இவர்கள் பிரபுக்களையும் எதிர்க்கும் அளவுக்கு செல்வம் வைத்திருந்தார்கள். இரு குழுவுக்கும் நீண்டகாலம் போராட்டம் நடந்தது.

இந்தக் கடிதத்தை தொடங்கும்போது அந்தக் காலத்தில் தேசிய உணர்ச்சி இல்லை என்று சொன்னேன். பிரபுவுக்கு தொண்டுபுரியவே மக்கள் விசுவாச உறுதி எடுத்திருந்தார்கள். தேசத்துக்கு அல்ல. அரசரைக்கூட அவர்கள் அறிய மாட்டார்கள். ஏனெனில் அவருக்கும் அவர்களுக்கும் தூரம் அதிகம். ஒரு பிரபு அரசரோடு மோதிக் கொண்டாலும், குடிகள் பிரபு பக்கமே நின்றார்கள். இந்த உணர்ச்சிக்கும் தேசிய உணர்ச்சிக்கும் அதிக வேற்றுமை இருக்கிறது அல்லவா?

எதிரிகளிடம் இருந்து பாதுகாக்க கட்டப்பட்ட சீனப் பெருஞ்சுவர்

54. மங்கோலியரிடம் பணிந்த சீனா

ஜூன் 5, 1932

சீனா, கொரியா, ஜப்பான் நாடுகளைப் பற்றி எழுதி நாளாகிவிட்டது. அதற்கு பிறகு, ஐரோப்பாவிலும், இந்தியாவிலும், மேற்கு ஆசியாவிலும் நடந்த மாற்றங்களைப் பார்த்தோம். அரபியாவில் இருந்து முஸ்லிம்கள் பல நாடுகளை பிடித்ததை பேசினோம். இருளில் வீழ்ந்த ஐரோப்பா அதிலிருந்து மீள முயற்சிப்பதை பார்த்தோம்.

இவை நடந்த காலத்தில் மற்ற நாடுகளைவிட சீனா தன் வாழ்க்கையை சிறப்பாகவே நடத்திச் சென்றது. கி.பி. 7 மற்றும் 8ஆவது நூற்றாண்டுகளில் டாங் வம்ச பேரரசர்களின் ஆட்சி நடைபெற்றது. நாகரிகத்திலும், செழிப்பிலும், ஆட்சி நிர்வாகத்திலும் சிறந்த நாடாக சீனா இருந்தது. ஐரோப்பாவை சீனாவோடு ஒப்பிடவே முடியாது. ஏனெனில், ரோமாபுரியின் வீழ்ச்சிக்குப் பிறகு ஐரோப்பா தாழ்ந்த நிலையை அடைந்து விட்டது. வட இந்தியாவும் பொதுவாக இறங்குமுகத்தில் இருந்தது. தென் இந்தியா வட இந்தியாவைவிட வலிமையாக இருந்தது. கடல் கடந்தும் அதன் குடியேற்றங்கள் அமைந்ததை பார்த்தோம்.

அந்தக் காலத்தில் சீனாவுடன் சில வகையிலாவது போட்டியிடும் அளவுக்கு அரபிய அரசுகளான பாக்தாதும் ஸ்பெயினும்

மட்டும்தான் இருந்தன. ஆனால், அவை கூட சிறிது காலமே உச்சநிலையில் இருந்து வீழ்ச்சியை சந்தித்தன. இதற்கிடையில் ஒரு சுவையான சம்பவம். ஒரு டாங் வம்ச பேரரசன் பதவியிலிருந்து துரத்தப்பட்டான். அவன் அரபியர் உதவியுடன் மீண்டு இழந்த பதவியை கைப்பற்றினான்.

அந்தக் காலத்தில் ஐரோப்பியரை அரைக் காட்டுமிராண்டிகளாகக் கருதியிருந்தாலும் வியப்பில்லை. வரலாறு எழுதப்பட்ட உலகில் சீனா முதலிடம் பெற்றிருந்தது. நான் இப்படிச் சொல்வதற்குக் காரணம் இருக்கிறது. ஏன் என்றால் அமெரிக்காவில் அப்போது நிகழ்ந்தது எதுவும் எனக்கு தெரியாது. மெக்சிகோவிலும், பெருவிலும் நாகரிகங்கள் வளர்ந்திருந்தன. சில வகையில் அவை முன்னேற்றம் அடைந்திருந்தன. வேறு சில வகையில் அவை மிகுந்த பிற்போக்குத் தன்மையுடன் இருந்தன. ஆனால், அவற்றைப்பற்றி நான் அறிந்திருப்பது மிகவும் குறைவு. ஆனால், மெக்சிகோவிலும், மத்திய அமெரிக்காவிலும், பெருவில் இருந்த இன்கா என்ற மன்னர்களின் அரசிலும் பரவியிருந்த மயா நாகரிகத்தை நீ நினைவில் வைக்கவேண்டும். என்னைவிட அதிகம் தெரிந்த வேறு சிலர் உனக்கு அதைப்பற்றி அதிகம் சொல்லக்கூடும். அந்த நாகரிகத்தில் எனக்குள்ள ஈர்ப்பு அதிகம். அதேசமயம், அதைப்பற்றிய என் அறியாமையும் அதிகம்தான்.

இன்னொரு விஷயத்தையும் நீ நினைவில் கொள்ளவேண்டும். மத்திய ஆசியாவில் இருந்து பல நாடோடி பிரிவினர் ஐரோப்பாவுக்கும் இந்தியாவுக்கும் சென்றார்கள் என்று முந்தைய கடிதங்களில் பார்த்தோம். ஹூணர், ஸிதியர், துருக்கியர் என அலை அலையாய் ஒருவர் பின் ஒருவராகச் சென்றார்கள். இந்தியாவுக்கு வந்தவர்கள் வெள்ளை ஹூணர்கள். ஐரோப்பாவை ஆட்டிப்படைத்த அட்டிலா என்பவனின் தலைமையில் இருந்த ஹூணர்கள் வேறு. இவர்களை நீ மறந்திருக்க மாட்டாய்.

பாக்தாத் பேரரசை கைப்பற்றிய செல்ஜுக் துருக்கியரும் மத்திய ஆசியாவிலிருந்து வந்தவர்களே. துருக்கியரின் இன்னொரு கிளையான உதுமானியத் துருக்கியர் இனி வரப் போகிறார்கள். அவர்கள் முடிவாக கான்ஸ்டாண்டிநோபிளை வென்று வியன்னாவரை செல்லப்போகிறார்கள். மத்திய ஆசியா அல்லது மங்கோலியாவில் இருந்து மங்கோலியர் வரவிருக்கிறார்கள். அவர்களைக் கண்டு உலகமே நடுங்கப்போகிறது. அவர்கள் ஐரோப்பாவின் மத்திய பாகம்

வரை ஜெயித்துச் சீனாவையும் தங்கள் ஆளுகையின் கீழ் கொண்டுவரப் போகிறார்கள். அவர்களின் சந்ததியில் வந்த ஒருவன் இந்தியாவில் ஒரு ராஜ வம்சத்தையும், பேரரசையும் உருவாக்கப் போகிறான். அந்த வம்சத்தில் சில புகழ்பெற்ற அரசர்கள் தோன்றப் போகிறார்கள்.

மத்திய ஆசியாவையும் மங்கோலியாவையும் சேர்ந்த இந்த நாடோடி பிரிவினருக்கும் சீனாவுக்கும் இடைவிடாத சண்டை நடந்தது. அல்லது இவர்களுடைய தொந்தரவில் இருந்து தன்னைக் காப்பாற்ற சண்டை போட்டது என்பதுதான் சரியாக இருக்கும். இவர்களிடம் இருந்து சீனாவைக் காப்பதற்காகவே சீனாவின் பெரிய மதிற்சுவர் கட்டப்பட்டது. அதனால் சிறிது நன்மை ஏற்பட்டது. ஆனால் படைகளை அதனால் தடுக்க முடியவில்லை. ஒவ்வொரு பேரரசர் மாறும்போதும் இந்த நாடோடிகளின் தொல்லை தொடர்ந்தது.

இந்தச் சண்டைகளால் சீனப் பேரரசின் எல்லை மேற்கே வெகுதூரம், காஸ்பியன் கடல்வரை பரவியது. சீன மக்கள் அதிகார ஆசை இல்லாதவர்கள். ஆனால், சில சீனப் பேரரசர்கள் நாடுகளை வெல்லும் விருப்பம் உடையவர்களாக இருந்தார்கள். ஆனால், மற்ற நாட்டவர்களைக் காட்டிலும் சீனர்கள் சமாதாம் விரும்புவோராகவும் நாடுகளை கைப்பற்றுவதில் விருப்பம் இல்லாதவர்களாகவும் இருந்தனர்.

இப்படியிருந்தும் சீனப் பேரரசு விரிந்து பரவியதற்கு, இந்த நாடோடிகளை துரத்த நடத்திய சண்டைகள்தான் காரணம். வடக்கிலிருந்தும் மேற்கிலிருந்தும் படையெடுத்து வந்தவர்களை துரத்தி அந்தப் பகுதிகளை சீனா தனது வசம் சேர்த்தது. இப்படியாக அந்த நாடோடிப் பிரிவினரை மேற்கே நெடுந்தூரம் விரட்டினர். இதனால் முழு நிம்மதி கிடைக்காவிட்டாலும் கொஞ்சமாவது நிம்மதி கிடைத்தது.

ஆனால், சீனருக்கு நிம்மதி கிடைத்தாலும் அது பக்கத்து நாடுகளின் நிம்மதியை கெடுத்தது. ஆம், சீனரால் விரட்டப்பட்ட நாடோடிகள் பிற நாடுகளைத் தாக்கினார்கள். அவர்கள் இந்தியாவுக்கு வந்தார்கள். மீண்டும் மீண்டும் ஐரோப்பாவுக்குச் சென்றார்கள். கடைசியாக டாங் பேரரசர்களால் விரட்டப்பட்டவர்கள் துருக்கியராக ஐரோப்பாவில் நுழைந்தார்கள்.

இதுவரையில் நாடோடிகளை சீனா ஒருவாறு சமாளித்து வந்தது. சமாளிக்க முடியாமல் போன காலத்துக்கு இப்போது நாம் வருகிறோம்.

டாங் வம்சத்தின் இறுதிக் காலத்தில் வந்த அரசர்கள் திறமை இல்லாதவர்களாக இருந்தனர். எல்லா வம்சத்திலும் இப்படி நிகழ்வதை வரலாறு நெடுகிலும் காணலாம். முன்னோரின் நிர்வாக திறமையை விடுத்து, சுகபோகங்களில் அதிக ஈடுபாடு கொண்டு நாட்டை சீரழிவுக்கு தள்ளுவார்கள். மக்கள் மத்தியில் அதிருப்தி வளர்ந்தது. கி.பி. 907ஆம் ஆண்டில் டாங் வம்ச ஆட்சி வீழ்ந்தது.

அதன்பின், சுமார் 50 ஆண்டுகள் பல சிற்றரசர்கள் சீனாவை ஆண்டார்கள். கி.பி. 960ஆம் ஆண்டில் சூங் வம்சம் சீனாவின் ஆட்சிப் பொறுப்பை ஏற்றது. கவோ ட்சு என்பவன் இந்தப் பேரரசை அமைத்தான். இந்தியாவைப் போலவே சீனாவிலும் நில உரிமை ஏற்பாடு ஏழைகளை நசுக்கியது. இதை அடியோடு மாற்றி அமைத்தால் மட்டுமே அமைதி ஏற்படும். ஆனால், நடைமுறையில் உள்ள ஏற்பாட்டினால் உயர்நிலையில் இருப்பவர்கள் பலன் அடைகிறார்கள். மாற்றத்தை அவர்கள் அனுமதிக்க மாட்டார்கள்.

அவசியமான மாற்றங்களைச் செய்யத் தவறியதுதான் டாங் வம்சம் வீழ்ந்ததற்கு காரணம். இப்போது சூங் வம்சத்தினரும் அதே சிக்கலில் சிக்கினார்கள். இவர்கள் ஆட்சியில் வாங் ஆன் ஷி என்பவன் பதினோராம் நூற்றாண்டில் முதல் அமைச்சராக இருந்தான். கன்பூஷியஸ் மகானின் வார்த்தைகளே சீன அரசின் வேதவாக்கு. அவருடைய வார்த்தைகளை மீறும் துணிச்சல் யாருக்கும் கிடையாது. ஆனால், வாங் ஆன் ஷி அவருடைய வார்த்தைகளுக்கு புதிய முறையில் விளக்கம் அளித்தான்.

வாங் கொள்கைகளில் சில, இக்காலக் கொள்கைகளுக்கு நிகராக இருக்கின்றன. கொடுக்கச் சக்தியற்ற ஏழைகளின் வரிச்சுமையை குறைக்க வேண்டும். கொடுக்க சக்தியுள்ள பணக்காரர்களஅ மீது அதை விதிக்க வேண்டும் என்றான். ஆகவே அவன் நிலவரியைக் குறைத்தான். தங்கள் வரியைப் பணமாகக் கொடுப்பது கஷ்டமாக இருந்தால் தானியமாகக் கொடுக்கலாம் என்றான். எல்லா பணக்காரர்களுக்கும் வருமான வரி விதித்தான். வருமான வரி நம் காலத்தில் அறிமுகமான புதிய வரி என்று நாம் நினைக்கிறோம். ஆனால், 900 ஆண்டுகளுக்கு முன்பே சீனாவில் இந்த வரி நடைமுறையில் இருந்தது; வியப்புதான்.

விவசாயிகளுக்கு அரசாங்கம் கடன் கொடுத்து உதவலாம். அதை அறுவடையின் போது வசூலிக்கலாம் என்று அறிவித்தான். வாங் அரசாங்கமே விளை பொருள்களை வாங்கி விற்பதால் விலைவாசிகள் நிலையாக இருக்கும்படி கட்டுப்படுத்தலாம் என்று சொன்னான்.

பொது மராமத்து வேலைகளுக்கு யாரிடமும் கட்டாய வேலை வாங்கக்கூடாது. உழைப்பவர்களுக்கு முழுக் கூலியும் கொடுக்க வேண்டும் என்றெல்லாம் விதி செய்தான். வாங் செய்த சீர்திருத்தங்கள் அவன் காலத்தில் அதிக முற்போக்கானவையாக இருந்தன. அரசுகள் கடைப்பிடிக்க முடியாமல் கைவிடப்பட்டன.

தங்களை சூழ்ந்த பிரச்சனைகளைத் தீர்க்கும் திறன் சூங் வம்சத்தாருக்கு இல்லை. காலப்போக்கில் அந்த பிரச்சனைகளுக்கு அவர்களே ஆட்பட்டார்கள். வடக்கில் தொல்லை கொடுத்த கித்தானியர் என்ற நாடோடிகளை அடக்க முடியவில்லை. அவர்களை அடக்குவதற்கு கினியர் என்ற நாடோடி பிரிவின் உதவியைக் கேட்டனர். கினியர்கள் கித்தானியரை விரட்டினார்கள். ஆனால் கினியர்கள் சீனாவிலேயே தங்கிவிட்டனர்.

கினியர்கள் வட சீனாவை ஆக்கிரமித்தனர். பீகிங் நகரைத் தங்களுக்குத் தலைநகராகக் கொண்டனர். சூங் வம்சத்தார் தெற்கே சென்று விட்டார்கள். கினியர்கள் முன்பு, சூங் வம்சத்தினரின் ஆட்சி மங்கியது. வட சீனாவில் கின் பேரரசும் தென் சீனாவில் சூங் பேரரசும் ஆட்சி செய்தன. அதாவது சீனாவில் இரண்டு பேரரசுகள் என்று ஆகியது. வடக்கே சூங் வம்சம் கி.பி. 960லிருந்து 1127 வரை ஆட்சி புரிந்தது. தெற்கே கினியர்கள் 150 ஆண்டுகள் ஆட்சி செய்தனர். கடைசியாக கி.பி. 1260ஆம் ஆண்டு மங்கோலியர் வந்து கினியர்களை ஒழித்தார்கள். ஆனால், சீனாவும், பழங்கால இந்தியாவைப் போலவே, மங்கோலியரைத் தனக்குள் ஏற்று, சீனர்களாகவே மாற்றிவிட்டது.

அதாவது நாடோடிகளை விரட்டியே பழக்கப்பட்ட சீனா, மங்கோலியர் என்ற நாடோடிப் பிரிவினருக்கு பணிந்துவிட்டது. ஆனால், அவர்களுக்கு அது தன் நாகரிகத்தைக் கொடுத்து அவர்களைத் தன் இனமாகவே ஆக்கிக் கொண்டது. ஆகவே, ஆசியாவின் பிற பகுதிகளும் ஐரோப்பாவும் நாடோடிகளால் பட்ட கஷ்ட நஷ்டங்களை சீனா அடையவில்லை.

டாங் வம்சத்தினரைப் போல சூங் வம்சத்தார் பலமானவர்கள் அல்ல. ஆனால், டாங் ஆட்சியில் செழித்த உன்னதமான கலைப் பரம்பரை அறுந்துபோகாமல் காப்பாற்றினர். கடைசியில் 200 ஆண்டுகளுக்குப் பின் மிங் மன்னர்களின் ஆட்சியில் அது அதி அற்புதமான வடிவத்தை அடைகிறது. மிங் மன்னர்கள் காலத்திய பீங்கான் பூந்தாழி மதிப்புமிக்க பொருளாக இருக்கிறது.

ஜப்பான் பேரரசர்களின் அதிகாரத்தை காப்பாற்றிய ஷோகன்கள்

55. ஜப்பானில் ஷோகன் ஆளுகை

ஜூன் 6, 1932

சீனாவிலிருந்து நாம் இப்போது ஜப்பானுக்கு போய் வரலாமா? மஞ்சள் கடலைக் கடந்து ஜப்பான் பக்கத்தில்தான் இருக்கிறது. கடைசியாக நாம் அதை எப்பொழுது பார்த்தோம் தெரியுமா?

அந்த நாட்டை ஆள்வதற்கு பெரிய குடும்பங்கள் தங்களுக்குள் போரிடுகின்றன. அங்கு கொஞ்சம் கொஞ்சமாக மத்திய அரசாங்கம் உருப்பெறுகிறது. ஒரு வலிமை மிக்க பெரிய கூட்டத்துக்குத் தலைவராக இருந்த பேரரசர் மத்திய அரசாங்கத்தின் தலைவராக மாறுகிறார். புதிய அரசாங்கத்துக்கு நாரா என்ற இடத்தில் தலைநகரம் உருவாக்கப்பட்டது. பிறகு கியோடோ நகருக்கு மாற்றப்பட்டது. சீனாவிலிருந்து அரசாங்க முறைகள் மட்டுமின்றி, கலை, மதம், அரசியல் என்று எல்லாமும் ஜப்பானுக்கு வந்தன. 'சூரியோதய நாடு' என்கிற பெயரும் சீனாவே கொடுத்தது.

ஜப்பான் அதிகாரத்தை புஜிவாரா குடும்பம் கைப்பற்றிக் கொண்டது. பின்னர் அந்த நாட்டுப் பேரரசர்களை பொம்மைபோல் ஆட்டி வைத்தது. இருநூறு ஆண்டுகள் வரை அந்தக் குடும்பம் ஆட்சியை நடத்தியது. அதனால் வெறுப்புற்ற பேரரசர்கள் பதவியைத் துறந்து மடங்களில் துறவிகள் ஆனார்கள்.

துறவியான பேரரசர் ஒருவர், பேரரசராக பதவியில் இருக்கும் தன் மகனுக்கு ஆலோசனை கூறினார். அவர் காட்டிய வழியில் துறவியாகி பின்னரும் அரசாங்க விவகாரங்களில் புஜிவாரா குடும்பத்தை சமாளித்து வந்தார்கள். இது கஷ்டமான காரியம்தான். ஆனாலும் இந்த உத்திகளால் புஜிவாரா குடும்பத்தின் செல்வாக்கும் அதிகாரமும் குறைந்து வந்தன. அதாவது புஜிவாரா குடும்பத்தின் தொல்லையிலிருந்து தப்பிக்க பதவியை துறந்தாலும் துறவிகள் ஆன பேரரசர்களின் கையில்தான் உண்மையான அதிகாரம் இருந்தது. ஆகவே அவர்கள் துறவிப் பேரரசர்கள் என்று அழைக்கப்பட்டார்கள்.

இது ஒருபக்கம் இருக்க, புஜிவார குடும்பத்தினர் மக்களிடம் வரி வசூலிப்பதற்காக சிலரை நியமித்தார்கள். அவர்கள் போர் முறை தெரிந்தவர்களாக இருந்தார்கள். தாய்மியோ என்று அழைக்கப்பட்ட இவர்கள் ஜமீன்தார்களைப் போல அதிகாரம் மிக்கவர்களாக இருந்தார்கள். இந்தியாவிலும் அயோத்தி மன்னன் ஒருவன் வரி வசூலிப்போரை நியமித்தான். அவர்கள் தங்களுக்குச் சொந்தமாக சிறு படையும் வைத்திருந்தார்கள். படையைக் காட்டி மக்களை மிரட்டி பலாத்காரமாக வரி வசூலித்தனர். ஆனால், வசூலித்த வரியில் பெரும் பகுதியைத் தாங்களே சுருட்டிக் கொண்டார்கள்.

'தாய்மியோ'க்களுக்கு மாகாணங்களும் சிறுசிறு சேனைகளும் சொந்தமாகின. அவர்கள் தங்களுக்குள் போரிட்டு கியோடோவில் இருந்த மத்திய அரசாங்கத்தைப் புறக்கணித்தார்கள். தாய்மியோக்களிலும் முக்கியமான இரண்டு குடும்பங்கள் இருந்தன. டைரா என்றும் மினா மோடோ என்றும் பெயர்.

கி.பி.1156ல் இந்த இரண்டு குடும்பங்களும் புஜிவாரா குடும்பத்தாரை அடக்குவதில் பேரரசருக்கு உதவி செய்தார்கள். பிறகு அந்த இருவருக்கும் சண்டை மூண்டது. அதில் டைரா குடும்பத்துக்கு வெற்றி கிடைத்தது. மறுபடியும் தங்களுக்கு ஆபத்து ஏற்படாமல் இருக்க எதிரி குடும்பத்தை கொன்று குவித்தார்கள். ஆனால், நான்கு குழந்தைகள் மட்டும் தப்பி விட்டன. இந்த நால்வரில் 12 வயதுள்ள யோரிடோமோவும் ஒருவன்.

டைரா குடும்பம் எதிரியை அழிக்கும் முயற்சியில் செய்த சிறிய தவறு அவர்கள் தலைக்கே ஆபத்தாக முடிந்தது. யோரிடோமோ என்ற சிறுவன் டைரா குடும்பத்தின் முழு எதிரியாக வளர்ந்தான். பழிக்குப்பழி வாங்கும் வெறியுடன் வளர்ந்தான். அவன் அதில்

வெற்றிபெற்றான். அவன் டைரா குடும்பத்தை தலைநகரில் இருந்து துரத்தி, பிறகு அவர்களை ஒரு கடற்போரில் முறியடித்தான்.

இதையடுத்து, ஜப்பான் பேரரசர் யோரிடோமோவுக்கு 'செய்-இ-தாய்-ஷோகன்' என்ற பட்டத்தை அளித்தார். அந்தப் பட்டத்தின் அர்த்தம் 'காட்டுமிராண்டிகளை அடக்கும் பெரிய தளபதி' என்பதாகும். இது கி.பி. *1192*ஆம் ஆண்டு நிகழ்ந்தது. இந்தப் பட்டம் அவனுடைய வாரிசுகள் அனைவருக்கும் உரியது. இவர்களே ஆட்சிக்கும் உரிமை உள்ளவராக இருந்தனர். ஜப்பானை நிஜத்தில் ஆட்சி செய்தது இந்த ஷோகன்தான். இப்படியாக அங்கு ஷோகன் அரசு தொடங்கியது. இந்த அரசு சுமார் *700* ஆண்டுகள் நடைபெற்றது. சமீபகாலத்தில் புதிய ஜப்பான் உதயமான போதுதான் அந்த அரசு முடிவுற்றது.

யோரிடோமோவின் வாரிசுகள்தான் ஷோகன்களாக இருந்து *700* ஆண்டுகள் ஆட்சி நடத்தியதாக அர்த்தம் இல்லை. ஷோகன்களாக வந்தவர்களின் குடும்பங்களிலும் மாறுதல்கள் நிகழ்ந்தன. ஆனால், பேரரசருக்கு எந்த அதிகாரமும் இல்லாமல் ஷோகனாக வருபவரே பேரரசருக்கு பதிலாக ஆட்சி புரிந்தனர். பலமுறை ஷோகன் என்பவரை பொறுப்பில் வைத்து அரசு ஊழியர்களே ஆட்சி செலுத்தியதும் உண்டு.

தலைநகரான கியோடோவில் சுகபோக ஆடம்பர வாழ்க்கையை யோரிடோமோ விரும்பவில்லை. அத்தகைய வாழ்க்கை தன்னையும் தன் தோழர்களையும் பலவீனப்படுத்தி விடும் என்று நினைத்தான். ஆகவே, அவன் காமகூரா என்ற இடத்தில் தனது ராணுவத் தலைநகரை உருவாக்கினான். அதனால் முதல் ஷோகன் அரசை காமகூரா ஷோகன் அரசு என்கிறார்கள். அது கி.பி. *1333* வரை அதாவது சுமார் *150* ஆண்டுகள் வரை நடைபெற்றது.

இந்தக் காலகட்டத்தில் ஜப்பானில் அமைதி நிலவியது. பல ஆண்டு உள்நாட்டு போர்களுக்குப் பிறகு நிலவிய அமைதியை மக்கள் விரும்பினார்கள். நாடு வளம் பெற்றது. அப்போதைய ஜப்பானிய அரசாங்கம் ஐரோப்பாவின் எந்த தேச அரசாங்கத்தையும் விட திறமை வாய்ந்ததாக இருந்தது. ஜப்பான் சீனாவுக்கு ஏற்ற நாடுதான். ஆனால், இந்த இரண்டு நாடுகளின் சிந்தனை போக்கிலும் பெரிய வேற்றுமை இருந்தது.

நான் ஏற்கெனவே கூறியபடி, அடிப்படையில் சீனா, சமாதானத்தையும் அமைதியையும் விரும்பும் நாடு. ஜப்பானோ ஆக்கிரமிப்பு நோக்கமும் போர்க் குணமும் கொண்ட நாடு. சீனாவில் போர் வீரனையும் போர்த் தொழிலையும் இழிவாகக் கருதினார்கள். ஜப்பானிலோ

போர்வீரர்கள்தான் உயர்நிலையில் இருந்தார்கள். தாய்மியோ அல்லது போர் வீரன் ஆவதே ஜப்பானியரின் லட்சியமாக இருந்தது.

ஜப்பான் சீனாவிடமிருந்து நிறைய பெற்றுக் கொண்டாலும் அவற்றை தனக்கு ஏற்ற வழியில் திருத்தி பயன்படுத்தியது. ஜப்பானுக்குச் சீனாவுடன் நெருங்கிய தொடர்பு இருந்துவந்தது. சீனக் கப்பல்கள் மூலம் இரு நாடுகளுக்கும் இடையே வியாபாரமும் நடந்தது. 13ஆவது நூற்றாண்டின் இறுதியில் இவற்றுக்குத் திடீரென்று முற்றுப்புள்ளி வைக்கப்பட்டது.

ஏனென்றால், சீனாவையும் கொரியாவையும் மங்கோலியர் கைப்பற்றிக் கொண்டனர். மங்கோலியர் ஜப்பானையும் ஜெயிக்க முயன்றனர். ஆனால், முடியவில்லை. ஆசியாவையும் ஐரோப்பாவையும் ஆட்டி வைத்த மங்கோலியரால் ஜப்பானை மட்டும் நெருங்க முடியவில்லை. ஜப்பான் தன் பழைய வழியில் சென்றுகொண்டு இருந்தது. முன்பிருந்த வெளித் தொடர்புகள்கூட அதற்கு இல்லை.

ஜப்பானின் பழைய அரசாங்க ஏடுகளில் அந்த நாட்டுக்கு முதன் முதல் பருத்திச் செடி எப்படி வந்தது என்று இருக்கிறது. சில இந்தியர்கள் பயணம் செய்த கப்பல் கி.பி. 790ஆம் ஆண்டு ஜப்பான் கரையோரத்தில் உடைந்து விட்டதாம். அதில் தப்பிப் பிழைத்தவர்கள் தங்களுடன் பருத்தி விதைகளை ஜப்பானுக்கு அறிமுகம் செய்தார்களாம்.

அதற்குப் பிறகுதான் தேயிலைச் செடி ஜப்பானுக்கு வந்தது. 9ஆம் நூற்றாண்டின் தொடக்கத்தில் அது கொண்டு வரப்பட்டது. ஆனால் அது பரவவில்லை. கி.பி. 1191ல் ஒரு பவுத்தத் துறவி சீனாவிலிருந்து தேயிலை விதைகளைக் கொண்டு வந்தார். உடனே மக்கள் அதை அதிகமாக உபயோகித்தனர்.

பிறகு தேனீருக்கு வேண்டிய பாத்திரங்களுக்குத் தேவை ஏற்பட்டது. 13ஆவது நூற்றாண்டின் கடைசியில் ஒரு ஜப்பானியன் சீனா சென்று பீங்கான் செய்யும் வித்தையைக் கற்று வந்தான். அவன் திரும்பிவந்து அருமையான பீங்கான் பாத்திரங்களைச் செய்தான்.

இப்போது ஜப்பானில் தேயிலை பருகுவது ஒரு நுண்கலையாக மாறி விட்டது. நீ ஜப்பானுக்குச் சென்றால் அவர்கள் கடைப்பிடிக்கும் முறையில் தேனீர் அருந்தவேண்டும். இல்லாவிட்டால் உனக்கு நாகரிகம் தெரிவில்லை என்று கருதப்படுவாய்.

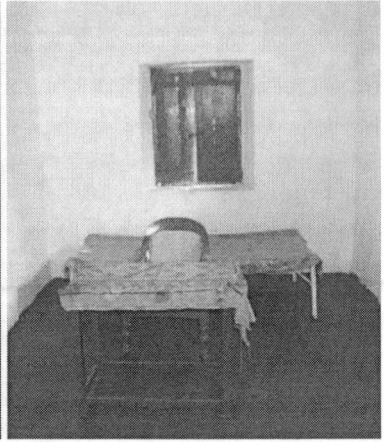

நேரு அடைக்கப்பட்ட டேராடூன் சிறை

56. மனிதனின் தத்துவ விசாரணை

ஜூன் 10, 1932

நான்கு நாட்களுக்கு முன் பரில்லி ஜில்லா சிறையில் இருந்து உனக்கு கடிதம் எழுதினேன். அன்று மாலையே மூட்டை முடிச்சுகளைக் கட்டும்படி கூறினார்கள். விடுதலை செய்வதற்காக அல்ல. பரில்லி சிறையிலிருந்து வேறு சிறைக்க மாற்றப் போவதாக சொன்னார்கள்.

ஆகவே, நான்கு மாதம் தங்கியிருந்த பரில்லி சிறை நண்பர்களிடம் விடைபெற்றேன். இத்தனை நாட்களும் என்னைச் சூழ்ந்திருந்த 24 அடி உயரச் சுவரைக் கடைசியாக ஒருமுறை பார்த்தேன். அந்த சுவரின் நிழலில்தான் இத்தனை மாதம் அமர்ந்திருந்தேன்.

எல்லோரிடமும் விடைபெற்றுக் கொண்டு வெளியுலகத்தை மீண்டும் சிறிது நேரமாவது காணலாம் என்ற ஆவலில் புறப்பட்டேன். என்னுடன் இன்னொருவரும் மாற்றப்பட்டார். காவலர்கள் எங்களை பரில்லி காவல் நிலையத்துக்கு கொண்டு போகவில்லை. ஏனெனில், மக்கள் எங்களைப் பார்த்துவிட்டால் என்ன செய்வது? மக்கள் கூடிவிடுவார்கள் என்பதால், ஐம்பது மைல் எங்களைக் காரில் அழைத்துச் சென்றார்கள்.

பிறகு காட்டிலுள்ள ஒரு ஸ்டேஷனுக்குக் கொண்டு வந்தார்கள். இந்தக் கார் சவாரிக்காக காவலர்களுக்கு நன்றி தெரிவிக்க வேண்டும். இரவில் வீசும் குளிர்ந்த காற்றின் அனுபவம் சுகமாக இருந்தது. பல மாதங்கள் சிறை அறையில் அடைபட்டுக் கிடந்த பிறகு, மரம், மனிதன், விலங்கு ஆகியவற்றின் நிழல்தோற்றம் காருக்கு எதிர்திசையில் விரைந்து செல்வதைக் காண ஆனந்தமாக இருந்தது.

எங்களை டேராடூனுக்குக் கொண்டுவந்தார்கள். இரவு ரயிலில் ஏற்றிய போலீஸார், அதிகாலையில் ரயிலில் இருந்து இறக்கி காரில் மீண்டும் அழைத்துச் சென்றார்கள். மக்கள் எங்களை பார்த்துவிடக்கூடாது என்பதில் அவர்கள் எச்சரிக்கையாக இருந்தார்கள்.

டேராடூன் சிறையில் உள்ள சிறிய சிறையில் அடைத்தார்கள். பரில்லி சிறையைவிட இந்த இடம் பரவாயில்லை. பரில்லி சிறையைப்போல் இங்கு வெப்பம் 112 டிகிரி ஏறுவதில்லை. சிறையின் சுற்றுச் சுவர்களும் உயரம் குறைவாக இருக்கிறது. சுவர்களுக்கு வெளியே பசுமையான மரங்கள் இருக்கின்றன. மலையும் தெரிகிறது. ஒரு பனைமரம் தெரிகிறது. மரங்களும் மலைகளும் மகிழ்ச்சி அளிக்கின்றன. இரவில் தூரத்தில் முசூரியின் விளக்குகள் மின்னுவதாக நினைத்துக் கொள்வதே சந்தோஷமாக இருக்கிறது.

நான்கு ஆண்டுகளுக்கு முன் நீ முசூரியில் பள்ளி விடுதியில் இருந்தபோது இந்தக் கடிதங்களை எழுதத் தொடங்கினேன். இந்த ஆண்டுகளில் எவ்வளவோ நடந்துவிட்டது. நீயும் பெரியவளாக வளர்ந்துவிட்டாய். விட்டுவிட்டும், அவ்வப்போது நினைத்தபோதும் இந்தக் கடிதங்களை பெரும்பாலும் சிறையிலிருந்து எழுதுகிறேன். வர வர எனக்கே நான் எழுதுவது பிடிக்கவில்லை. இந்தக் கடிதங்கள் உனக்குப் பிடிக்குமா? பாரமாக நினைத்து விடுவாயா? என்று நினைக்கிறேன். இவற்றை தொடர்ந்து எழுத வேண்டுமா என்றும் தயங்குகிறேன்.

கடந்தகால உலக நிகழ்வுகளை தொடர்ச்சியாக உனக்கு சொல்ல வேண்டும். நமது உலகம் படிப்படியாக எப்படி வளர்ந்தது என்பதை உனக்கு காட்ட வேண்டும். உலகில் ஏற்பட்ட மாற்றங்கள், முன்னேற்றங்களை நீ அறியவேண்டும். பழைய நாகரிகங்களை உனக்கு அறிமுகப்படுத்த வேண்டும். வரலாறு என்ற நதி இடை நிற்காமல், சுழல்கள், தேக்கங்கள் என பல நிலைகளில் ஓயாது கடலை நோக்கி

ஓடுவதை நீ காணவேண்டும். விலங்குகளாய் இருந்த மனிதன் வளர்ந்து மனிதனாக மாறி, தனது நாகரிகத்தைப் பற்றி பெருமை கொள்ளும் காலம் வரை அவன் நடந்த பாதையில் உன்னை அழைத்துச் செல்ல வேண்டும் என்பதே எனது ஆசை.

நீ முசூரியில் படித்துக் கொண்டிருந்தபோது இப்படித்தான் கடிதம் எழுத தொடங்கினேன். மனிதன் நெருப்பைப் பயன்படுத்தியது. விசாயம் செய்தது. நகரக் குடியேற்றம். வேலையைப் பகிர்ந்து செய்தது என அவனுடைய வளர்ச்சியைப் பற்றி பேசினோம். ஆனால், நாளாக, நாளாக பேரரசுகளைப் பற்றியும், மற்ற விஷயங்களிலும் கவனம் செலுத்தினோம். எனவே, நாம் கடந்து வந்த பழைய பாதைகள் கண் பார்வையிலிருந்து மறைந்துவிட்டன. நமது உலகின் வரலாறை உயிருடன் உனக்கு காட்ட வேண்டும் என்றே நான் முயற்சி செய்கிறேன்.

அந்தத் திறமை எனக்கு இருப்பதாக நினைக்கவில்லை. ஆனால், நான் எழுதும் விஷயங்களை நீயே கற்பனை செய்து உயிரோட்டமாக உணர வேண்டும். நீயே வரலாறை படித்து அறியலாமே. நான் ஏன் எழுத வேண்டும்? இப்படி பல சந்தேகங்களுக்கு இடையேதான் இவற்றை எழுதுகிறேன். இனியும் எழுதுவேன். உனக்கு கொடுத்த வாக்குறுதியை மறக்கவில்லை. எல்லாவற்றையும் விட இவற்றை எழுத முக்கியமான காரணம் இருக்கிறது. இவற்றை எழுத உட்காரும்போது, நீ எனது அருகில் இருப்பது போலவும், நாம் இருவரும் பேசுவது போலவும் உணருகிறேன்.

விலங்குகளாக நடமாடிய காலத்தில் இருந்து மனிதன் தட்டுத் தடுமாறி தனது நிலையில் இருந்து முன்னேறத் தொடங்கினான். அதன்பிறகு மெதுவாக வளர்ச்சி அடையத் தொடங்கிய காலம் முதல் அவன் நடந்த பாதையைப் பற்றி உனக்கு சொல்லி இருக்கிறேன். அந்தப் பாதையில் அவன் பல்லாயிரம் ஆண்டுகளாக நடந்திருக்கிறான்.

ஆனால் மனிதன் தோன்றுவதற்கு முன்பே எத்தனையோ யுகங்களைக் இந்தப் பூமி கடந்து வந்துள்ளது. அந்தக் கதையோடு ஒப்பிடும்போது மனிதனின் பரிணாமக் காலம் மிகவும் குறுகியது. ஆனால், நமக்கு மனிதனுக்கு முன் பூமியில் தோன்றி உலவி, மறைந்த மிகப்பெரிய விலங்குகளைக் காட்டிலும் மனிதனே சுவாரஸ்யமாக இருக்கிறான். அதற்குக் காரணம் மற்ற விலங்குகளிடம் இல்லாத மனம் மனிதனுக்கு மட்டுமே இருக்கிறது. அவன் மட்டுமே தன்னை சுற்றி இருக்கும்

எல்லாவற்றையும் அறிய ஆசைப்படுகிறான். எதையும் விசாரித்து அறியவும், தேடித் தெளியவும் விரும்புகிறான். ஆகவே, ஆதி காலத்தில் இருந்தே மனிதன் தத்துவ விசாரணையில் ஈடுபடத் தொடங்கினான்.

ஒரு சிறு குழந்தை தன்னைச் சுற்றி இருப்பவற்றை எப்படிப் பார்க்கிறது? மக்களையும் மற்ற பொருட்களையும் அது எப்படி அடையாளம் காண்கிறது? விஷயங்களை எப்படி தெரிந்து கொள்கிறது? என்பதை கவனி. சிறிது அறிவுள்ள சிறு பெண் தன்னைச் சுற்றியுள்ள 90 விஷயங்களைப் பற்றி தொள்ளாயிரம் கேள்விகள் கேட்பாள். அதேபோல, வரலாறு தொடங்கிய காலத்தில் மனிதனுக்கு இந்த உலகம் புதுமையும் வியப்பும் அச்சமும் உடையதாக தோன்றி இருக்கும்.

அவன் தனக்குள் பல ஆயிரம் கேள்விகளை கேட்டிருப்பான். அவனைத் தவிர வேறு யாரும் பதில்மொழி கூறியிருக்க முடியாது அல்லவா? ஆனால், அவனுடைய தனித்தன்மை வாய்ந்த மனம் அவனுக்கு துணையாக இருந்தது. அதன் உதவியோடு, கொஞ்சம் கொஞ்சமாக தனது அனுபவங்களை திரட்டி, அவற்றைக் கொண்டு கற்றுக்கொள்ள தொடங்கினான். ஆகவே, ஆதிநாளிலேயே இந்த விசாணையை தொடங்கிவிட்டான். அவற்றிலிருந்த பலவற்றை கண்டுபிடித்தான். அவன் தனது பாதையில் முன்னேற முன்னேற அவனுக்கு முன் பல புதிய விஷயங்கள் விரிந்து கிடப்பதை பார்க்கிறான். தனது விசாரணைக்கு முடிவே இருக்காது என்பதை உணருகிறான்.

மனிதன் எதை விசாரணை நடத்துகிறான்? அவன் எதை நோக்கிப் பயணம் செய்கிறான்? இந்த வினாக்களுக்கே பல ஆயிரம் ஆண்டுகளாக மனிதனுக்கு விடை கிடைக்கவில்லை. மதம், தத்துவம், விஞ்ஞானம் யாவும் இந்த விசாரணைக்கு பல விடைகளைக் கொடுத்திருக்கின்றன. அந்த விடைகளை உனக்குக் கூறும் அளவுக்கு நானே அறியவில்லை. பொதுவாக, மதம் சில கொள்கைகளை கூறி, இதுதான் உண்மை என்றும் இதைத்தான் எல்லாரும் ஏற்க வேண்டும் என்று பலாத்காரமாகவே சாதிக்கிறது.

பகுத்து ஆராய்ந்து தேடித் தெளியக்கூடிய அறிவு மனிதனுக்கு இருப்பது பற்றி மதம் கவலைப்படுவதில்லை. விஞ்ஞானமோ எதையும் சந்தேகத்தோடும் தயக்கத்தோடும் பேசுகிறது. விஞ்ஞானத்தின் தன்மையே அதுதான். உண்மை இதுவென்று அது எதையும் சாதிக்காது. பகுத்தறிவைப்

பயன்படுத்தி எதையும் நன்கு சோதித்து, ஆராய்ந்து பார்த்த பிறகுதான் அது ஒன்றை முடிவு கட்டும். விஞ்ஞானத்தையும், விஞ்ஞான முறைகளையுமே நான் விரும்புகிறேன் என்பது உனக்கு புரிந்திருக்கும்.

மனிதனின் இந்த விசாரணை குறித்த சந்தேகக் கேள்விகளுக்கு நாம் உறுதியான பதில் கூற இயலாதவர்களாக இருக்கலாம். ஆனால் இந்த விசாரணை இரண்டு வழிகளில் செல்வதை பார்க்கிறோம். மனிதனுக்கு புற நோக்கும், அக நோக்கும் இருக்கிறது. அவன் தன்னையும் தன்னை சுற்றிய இயற்கையையும் அறிய முயன்று வந்திருக்கிறான். இயற்கை என்பது புறநோக்கு. தன்னை அறிவது அகநோக்கு, ஒருவகையில் இரண்டும் ஒன்றுதான். மனிதனே இயற்கையின் ஒரு பகுதிதானே.

இந்தியா, கிரீஸ் நாடுகளின் பழங்கால தத்துவ ஞானிகள் 'உன்னை உணர்' என்றுதான் போதித்தார்கள். இந்த அறிவை எட்டுவதற்காக பழைய முனிவர்கள் செய்த தொடர் முயற்சிகளின் வரலாறுதான் நமது உப நிஷதங்கள். இயற்கையைப் பற்றிய அறிவை தேடிய விஞ்ஞானம், அதில் பெற்றுள்ள முன்னேற்றத்துக்கு இன்றைய உலகமே சாட்சி. இப்போது, இந்த விசாரணையின் இரு வழிகளையும் தானே எடுத்து இரண்டையும் இணைத்துப் பார்க்க முயற்சி செய்கிறது. நமக்கு தொலைதூரத்தில் உள்ள நட்சத்திரங்களையும் அது நம்பிக்கையுடன் ஆராய்கிறது. அணுக்களால் ஆக்கப்பட்ட பொருட்களைப் பற்றி அது நமக்கு விளக்கிச் சொல்கிறது.

புதிய உண்மைகளை அறியும் பயணத்தில் மனிதனை அவனுடைய மனம் வெகுதூரம் கொண்டு சென்றிருக்கிறது. அவன் இயற்கையைப் பற்றி அதிகமாக அறிய அறிய அதைக் கட்டி ஆண்டு தனக்காகப் பயன்படுத்த முயற்சி செய்கிறான். அதனால் அவன் ஆற்றல் வளர்கிறது. ஆனால், இந்த விஷயம்தான் நமக்குத் துக்கத்தைத் தருகிறது. தனக்குக் கிடைத்துள்ள புதிய ஆற்றலை எப்படிப் பயன்படுத்துவது என்று அவனுக்கு தெரியவில்லை. ஏனென்றால், பெரும்பாலும் தவறான வழியிலேயே அவன் அதை பயன்படுத்துகிறான். விஞ்ஞானத்தையே அவன் இதற்குத்தான் முக்கியமாக பயன்படுத்துகிறான். அதனிடமிருந்து பயங்கரமான ஆயுதங்களைப் பெற்றுத் தன் சகோதரர்களையே கொன்று, தான் பாடுபட்டுக் கட்டிய நாகரிகத்தையே அழித்து வருகிறான்.

உலகம் முடியப் போகிறது என்று ஜெருசலேம் யாத்திரை சென்ற ஐரோப்பியர்

57. கி.பி.1000 ஆண்டுகளின் முடிவில்..!

ஜூன் 11, 1932

கிறிஸ்து பிறந்த பிறகு ஒரு ஆயிரம் ஆண்டுகளை நாம் கடந்திருக்கிறோம். இந்த பயணத்தில் உலகின் மாற்றங்களை அறிந்திருக்கிறோம். இப்போது நாம் சற்று நேரம் ஓய்வெடுப்போம். நம்மைச் சுற்றிலும் பார்த்து, எவ்வளவு தூரம் பயணித்திருக்கிறோம் என்று பார்ப்போம். இப்போது நாம் இருக்கும் இடம் எது? நாம் பயணிக்கத் தொடங்கிய போது பார்த்த உலகம் இப்போது எப்படி இருக்கிறது? என்பதை மீண்டும் ஒருமுறை பார்த்துவிடுவோம்.

ஆசியாவில், சீனாவில் டாங் வம்ச ஆட்சி முடிந்து சூங் வம்ச ஆட்சி நடக்கிறது. சூங் மன்னர்கள் உள்நாட்டுப் பிரச்சனைகளை சமாளிக்க முடியாமல் திணறுகிறார்கள். 150 ஆண்டுகள் நாடோடிகளை எதிர்த்து களைத்துப் போகிறார்கள். கடைசியில் கினியர் என்ற நாடோடிகளின் உதவியை கேட்கிறார்கள். அவர்கள் வந்து உதவியதுடன், சீனாவைப் பங்கு போட்டுத் தங்கிவிடுகிறார்கள். சூங் வம்ச ஆட்சி எல்லை சுருங்கிவிடுகிறது.

கொரியாவில் சில காலம் போரும் குழப்பமுமாக இருக்கிறது. பிறகு கி.பி.935ல் ஒரு ஐக்கிய சுதந்திர அரசு அமைக்கப்படுகிறது. இது 450 ஆண்டுகள் நீடிக்கிறது. கலை, நாகரிகம், அரசாங்க

முறைகளை சீனாவிடம் இருந்து கொரியா பெற்றுக் கொள்கிறது. இந்தியாவில் இருந்து சீனா வழியாக கொரியாவுக்கும் ஜப்பானுக்கும் மதம் செல்கிறது. ஜப்பான் உலகத்தோடு அதிகத் தொடர்பு இல்லாமல் தன் போக்கில் இயங்குகிறது. புஜிவாரா குடும்பம் அதிகாரத்தின் உச்ச நிலையில் இருக்கிறது. பேரரசர்களுக்கு முக்கியத்துவம் இல்லை. ஒரு கட்டத்தில் ஜப்பானில் ஷோகன் ஆட்சி தோன்றுகிறது.

மலாயா ஆசியாவில் இந்தியக் குடியேற்றங்கள் உருவாகின்றன. கம்போடியாவில் பவுத்த பேரரசின் தலைநகராக அங்கோர் அணிநகர், சுமத்ராவில் பவுத்த பேரரசின் தலைநகராக ஸ்ரீவிஜயம் ஆகியவை இருக்கின்றன. கீழைத் தீவுகளுடன் பெரிய வியாபாரம் நடக்கிறது. கிழக்கு ஜாவாவில் ஹிந்து அரசு நடக்கிறது. அது வளர்ந்து ஸ்ரீவிஜய பேரரசுடன் வியாபாரத்தில் போட்டியிடுகிறது. இரண்டு அரசுகளுக்கும் போர் நடக்கிறது. முடிவில் ஸ்ரீவிஜய பேரரசு முறியடிக்கப்படுகிறது.

இந்தியாவில், வடக்கும் தெற்கும் பிரிந்து கிடக்கின்றன. இந்தத் தொடர்பின்மை முன்பைக் காட்டிலும் அதிகமாகிறது. வடக்கே கஜினி முகம்மது அடிக்கடி படையெடுத்து பெரிய அளவில் செல்வத்தை கொள்ளையிட்டுச் செல்கிறான். பஞ்சாபை கைப்பற்றுகிறான். தெற்கே, ராஜராஜனும் அவன் மகன் ராஜேந்திரனும் சோழ பேரரசை பலம் பொருந்தியதாகச் செய்கிறார்கள். தென் இந்தியாவில் அவர்கள் ஆதிக்கம் வளர்கிறது. அவர்களுடைய கடற்படை அரபிக் கடலிலும் வங்காள குடாக் கடலிலும் கர்வமாக உலவுகின்றன. சோழர்கள் இலங்கையையும், தென்பர்மாவையும், வங்காளத்தையும் ஜெயிக்கிறார்கள்.

மத்திய ஆசியாவிலும் மேற்கு ஆசியாவிலும் பாக்தாதைத் தலைநகராகக் கொண்ட அப்பாசீது பேரரசு சிதறுகிறது. பாக்தாத் பேரரசின் புதிய அரசர்களான செல்ஜக் துருக்கியரின் கீழ் அதன் ஆதிக்கம் வலுக்கிறது. ஆனால், பழைய அரபியப் பேரரசு பல சிறு அரசுகளாகக் கிடக்கிறது. ஒரே இஸ்லாமியப் பேரரசு என்ற நிலை மாறி பல நாடுகளுக்கும் உரிய மதமாக இஸ்லாம் மாறுகிறது. அப்பாசீது பேரரசின் சிதைவில் கஜினி அரசு முளைக்கிறது. அதை ஆண்ட முகம்மது தான் இந்தியாமீது படையெடுத்தான். பாக்தாது நகரின் பெருமை நீடிக்கிறது. இந்தக் காலகட்டத்தில் மத்திய ஆசியாவில் பொகாரா, சாமர்கண்ட், பால்க் முதலிய பெரிய நகரங்கள் இருக்கின்றன. அவற்றுக்கு இடையே பெரிய அளவில் வியாபாரம் நடக்கிறது.

மங்கோலியாவிலும் அதைச் சுற்றியுள்ள பகுதியிலும் புதிய

நாடோடி பிரிவினர் பலம் பெறுகிறார்கள். மத்திய ஆசியாவிலும் மேற்கு ஆசியாவிலும் எழுச்சி பெற்று ஆட்சி நடத்துகிறவர்கள் நாடோடி பிரிவினர்தான். சீனர்கள் அவர்களை விரட்டியதால் இந்தியாவில் ஒரு பிரிவினரும், ஐரோப்பாவில் சில பிரிவினரும் பரவினார்கள். அவ்வாறு விரட்டப்பட்ட செல்ஜக் துருக்கியர்தான் பாக்தாது பேரரசுக்கு புத்துயிர் அளிப்பதையும், கான்ஸ்டாண்டி நோபிளைத் தலைநகராகக் கொண்ட கிழக்கு ரோமப் பேரரசை தாக்கி கைப்பற்றுவதையும் காண்கிறோம்.

செங்கடலைத் தாண்டி எகிப்து அரசு, பாக்தாதுக்கு அடங்காமல் சுதந்திரமாக நிற்கிறது. அந்த நாட்டின் முஸ்லிம் அரசன் தன்னை கலீபாவாக அறிவிக்கிறான். வட ஆப்பிரிக்காவும் ஒரு சுதந்திர முஸ்லிம் நாடாக இருந்தது. ஸ்பெயினிலும் சுதந்திர முஸ்லிம் அரசு நடை பெற்றது. அது குர்துபா அமீர்பீடம் அல்லது கார்டோபா என்று அழைக்கப்பட்டது. இதைப்பற்றிப் பிறகு சொல்கிறேன். அப்பாசீது கலீபாக்கள் ஆட்சிக்கு வந்தபோதே ஸ்பெயின் அவர்களுக்கு அடங்க மறுத்துவிட்டது உனக்கு தெரியும். அப்போதிருந்து அது சுதந்திரமாகவே இருக்கிறது. அது பிரான்சை ஜெயிக்க மேற்கொண்ட முயற்சிகள் நெடுங்காலத்துக்கு முன்பே சார்லஸ் மார்டெல் என்பவனால் முறியடிக்கப்பட்டன. பிறகு கிறிஸ்தவ அரசுகள் உருவாகின. அவை வடக்கிலிருந்து முஸ்லிம்களைத் தாக்கின. காலம் செல்லச் செல்ல அவை அதிக நம்பிக்கையோடு தாக்கின. ஆனால், நாம் பேசுகிற இந்தக் காலத்தில் கார்டோபா அமீர்பீடம் என்பது ஒரு பெரிய முற்போக்கு வாய்ந்த அரசாக இருக்கிறது. விஞ்ஞானத் துறையிலும், நாகரிகத்திலும் அது மற்ற ஐரோப்பிய நாடுகளைவிட முன்னணியில் இருந்தது.

ஸ்பெயினை நீக்கிவிட்டால், ஐரோப்பா பல கிறிஸ்தவ அரசுகளாக பிரிக்கப்பட்டு இருந்தது. கிறிஸ்தவ மதம் ஐரோப்பா முழுவதும் பரவி-விட்டது. வீரர்களையும் கடவுளர்களையும் வழிபடும் பழைய மதங்கள் மறைந்துவிட்டன. இப்போதைய ஐரோப்பிய நாடுகள் கொஞ்சம் கொஞ்சமாக உருவாகி வருகின்றன. கி.பி.987ல் ஹ்யூ காபெட் என்பவனின் கீழ் பிரான்சு தோன்றுகிறது. இங்கிலாந்தில் கி.பி. 1016ல் டென்மார்க் நாட்டைச் சேர்ந்த கன்யூட் மன்னன் ஆட்சி செய்கிறான். அவன் கடல் அலைகளைத் திரும்பிப் போகுமாறு உத்தரவிட்டது ஒரு உலகப் புகழ்பெற்ற விஷயம். இதற்கு ஐம்பதாண்டுகளுக்குப் பிறகு நார்மண்டியிலிருந்து வெற்றி மன்னர் வில்லியம் வந்தார். ஜெர்மனி, பரிசுத்த ரோமப் பேரரசின் ஒரு அங்கமாக இருந்தது. அது, சிறு அரசுகளாக இருந்தாலும் ஒரே தேசமாக உருப்பெற்று வந்தது.

ரஷியா தனது கப்பற்படையின் பலத்தால் கான்ஸ்டாண்டி நோபிளை அச்சுறுத்தியது. ஆயிரம் ஆண்டுகளாக அந்த நகரின்மீது ரஷியா, ஒரு கண் வைத்திருந்தது. கடைசியாக, கடந்த முதல் உலகப் போரின் பயனாக அதை அடையலாம் என்று நம்பியிருந்தது. ஆனால் ரஷ்யாவில் புரட்சி உருவானதால் பழைய ரஷ்யாவின் திட்டங்கள் நிறைவேறவில்லை.

900 ஆண்டுகளுக்கு முந்தைய ஐரோப்பா வரைபடத்தில் போலந்து, மகியர் வாழ்ந்த ஹங்கேரி, பல்கேரியர், செர்பியர் இவர்களுடைய அரசுகளைக் காணலாம். எதிரிகள் பலர் சூழ்ந்தாலும் கிழக்கு ரோமப் பேரரசு காலம் தள்ளி வந்தது. அதை ரஷியர் தாக்கினார்கள். பல்கேரியர் இன்னல் கொடுத்தனர். நார்மானியர் கடல் மார்க்கமாக வந்து துன்புறுத்தினார்கள். இப்போது, அபாயமிக்க செல்ஜக் துருக்கியர் அழித்துவிட முயன்றார்கள். ஆனாலும் அது 400 ஆண்டுகள் தாக்குப்பிடித்த பின்னரே அழியப்போகிறது. அது தாக்குப்பிடிக்க முக்கிய காரணம் அது அமைந்திருந்த இடமே ஆகும். எதிரியால் கைப்பற்ற முடியாத இடத்தில் அது அமைந்திருந்தது.

இன்னொரு காரணம், கிரேக்கர்கள் தங்களைப் பகைவரிடம் இருந்து காப்பாற்றிக் கொள்வதற்குக் கண்டுபிடித்த புதிய முறையாகும். அதற்குக் 'கிரேக்கர் தீ' என்று பெயர். அவர்கள் கண்டுபிடித்த அந்தப் பொருள் தண்ணீரில் பட்டவுடன் தீப்பிடித்து எரியும். இந்தக் 'கிரேக்கர் தீ' யின் மூலம் கான்ஸ்டாண்டி நோபிளில் வாழ்ந்தவர்கள் எதிரிகளை தாக்கினர். அதாவது, பாஸ்பரஸ் நீரிணையைக் கடந்து வர முயற்சிக்கும் எதிரிகளின் கப்பல்களை கொளுத்தி நாசம் செய்து விடுவார்கள். கப்பலில் வரும் எதிரி நாட்டு படையும் தீயில் அழியும்.

கிறிஸ்து சகாப்தம் தொடங்கி முதல் ஆயிரம் ஆண்டுகளுக்குப் பிறகான ஐரோப்பா மேலே சொன்ன காட்சியை நமக்கு தருகிறது. நார்மானியர்கள் தங்கள் கப்பல்களில் மத்திய தரைகடல் ஓரத்தில் இருந்த நகரங்களையும், வியாபாரக் கப்பல்களையும் கொள்ளையடிப்பதை பார்க்கிறோம். அவர்களுடைய வெற்றி அவர்களை நாகரிக மனிதர்களாக மாற்றுகிறது. அவர்கள் பிரான்சின் மேற்கு பாகத்தில் நார்மண்டி என்ற இடத்தில் தங்கள் அரசை அமைக்கிறார்கள். அங்கிருந்து இங்கிலாந்தை ஜெயிக்கிறார்கள். முஸ்லிம்களிடம் இருந்து சிசிலித் தீவை ஜெயித்து அதைத் தெற்கு இத்தாலியோடு சேர்த்து சிசிலியா என்ற அரசை அமைக்கிறார்கள்.

ஐரோப்பாவின் நடுவில் வடகடலில் இருந்து ரோமாபுரி வரை

பரிசுத்த ரோமப் பேரரசு பரவியிருந்தது. அது பல அரசுகளையும் ஒரு பேரரசரையும் கொண்டிருந்தது. ஜெர்மனி பேரரசருக்கும் போப்பாண்டவருக்கும் இடையே யார் பெரியவர் என்ற போட்டி தொடர்ந்து நீடித்தது. சில காலம் பேரரசரின் கையும், சிலகாலம் போப்பாண்டவரின் கையும் மேலோங்கி நின்றன. ஆனால், சிறிது சிறிதாகப் போப்பாண்டவர்களின் ஆதிக்கம் வலுத்தது. அதாவது ஒருவனைச் சமூகத்திலிருந்து ஒதுக்கி வைத்தல் என்ற அதிகாரம் அவர்கள் கையில் பெரிய ஆயுதமாக இருந்தது.

கர்வம் கொண்ட பேரரசர் ஒருவருக்கு நேர்ந்த பரிதாபத்தை சொல்கிறேன் கேள். அவன் மன்னிப்புக் கோரி, உறைபனியில் வெறும் காலுடன் போப்பாண்டவரிடம் சென்றான். அவரோ இத்தாலியில் கனோசா என்ற இடத்திலுள்ள தமது மாளிகையில் இருந்தார். அவன் உள்ளே செல்ல உடனே அனுமதி கிடைக்கவில்லை. வெகுநேரம் பேரரசன் வெளியில் காத்துக் கிடந்த பிறகு போப்பாண்டவர் கருணை கூர்ந்து அவனுக்கு தரிசனம் கொடுத்தாராம்.

மேற்கூறிய ஐரோப்பிய நாடுகள் உருப்பெற்றாலும். அவை தற்போது இருப்பதுபோல இல்லை. நாடுகளின் மக்கள் தங்களை ஆங்கிலேயர் என்றோ பிரெஞ்சுக்காரர் என்றோ, ஜெர்மானியர் என்றோ கூறிக்கொள்ளவில்லை. ஏழை விவசாயிகளுக்கு தேசமோ தெருவோ ஒன்றும் தெரியாது. தங்கள் பிரபுக்களுக்குத் தாங்கள் அடிமைகள் என்பது மட்டுமே தெரியும். பிரபுக்களும் அவர்களுக்கு மேலே உள்ள பிரபு அல்லது அரசனுக்கு கீழ் உள்ள ஜமீன்தார்கள் என்பார்கள். இதுதான் அந்தக் காலத்தில் ஐரோப்பாவில் நிலவிய நிலமானியத் முறை.

இதற்குப் பிறகு, ஜெர்மனியிலும் வடக்கு இதாலியிலும் பெரிய நகரங்கள் தோன்றி வளர்ந்தன. பாரிஸ் நகரமும் உருவாகிவிட்டது. இந்த நகரங்கள் முக்கியமான வர்த்தக மையங்களாக மாறுகின்றன. அங்கே செல்வம் குவிகிறது. இந்த நகரங்களுக்கு பிரபுக்களைப் பிடிக்கவில்லை. இரு தரப்புக்கும் சண்டைதான். ஆனால், முடிவில் பணம் தான் பேசுகிறது. வணிகர்கள் பிரபுக்களுக்குக் கடன் கொடுக்கிறார்கள். அதற்கு பதிலாக சில சிறப்பு உரிமைகளையும் அதிகாரத்தையும் அடைகிறார்கள். ஆகவே, நகரங்களில் ஒரு புதிய பிரிவு வளர்வதையும் நிலமானிய முறையில் அது பொருந்தாததையும் பார்க்கிறோம்.

ஐரோப்பாவில் சமூக அமைப்பு நிலமானிய முறைப்படி பல அடுக்குகளாக ஒன்றின்மீது ஒன்றாக பல பிரிவுகளைக்

கொண்டதாக இருக்கிறது. கிறிஸ்தவ மதமும் இந்த அடுக்குகளுக்கு அனுமதி அளிக்கிறது. நாம் இப்போது பேசும் தேசிய உணர்ச்சி அப்போது இல்லை. ஆனால், ஐரோப்பா மேல் தட்டு மக்களிடம் தாங்கள் கிறிஸ்தவ உலகத்தைச் சேர்ந்தவர்கள் என்ற உணர்ச்சி மேலோங்குகிறது. இதை வளர்க்க கிறிஸ்தவ மதத் தலைமையும் உதவுகிறது. இதன் மூலம் ரோமாபுரி போப்பாண்டவரின் அதிகாரம் வளரும் என்று நினைக்கிறார்கள். மேற்கு ஐரோப்பாவில் கிறிஸ்தவ மதத்தின் ஒப்பில்லாத தலைவராக அவர் இருக்கிறார். கான்ஸ்டாண்டி நோபிளுடன் தொடர்பை ரோமாபுரி அறுத்துவிட்டது. அங்கு பழைய பழமைவாத கிறிஸ்தவ மதம் நடைபெற்றது. ரஷியா அங்கிருந்தே தன் மதத்தை எடுத்துக் கொண்டது. கான்ஸ்டாண்டி நோபிள் கிறிஸ்தவர்கள் போப்பாண்டவரை ஏற்கவில்லை.

ஆனால், கான்ஸ்டாண்டிநோபிள் செல்ஜக் துருக்கியரால் ஆபத்து சூழ்ந்தபோது தனது கர்வைத்தை துறந்து, போப்பாண்டவரிடம் உதவி கேட்டது. அப்போது போப்பாண்டவராக இருந்த ஹில்டிபிராண்ட் மிகவும் நல்லவராக இருந்தார். இவரிடம்தான் ஜெரிமனி பேரரசன் மன்னிப்பு கேட்க கனோசாவில் உறைபனியில் காத்திருந்தான்.

கிறிஸ்து பிறந்த முதல் ஆயிரமாவது ஆண்டு தொடக்கத்தில் உலகம் முடிவுக்கு வரும் என்று பல கிறிஸ்தவர்கள் நிஜமாகவே நம்பியிருந்தார்கள். அது ஐரோப்பாவை பரபரப்பாக்கியது. ஆங்கிலத்தில் 'மில்லின்னியம் என்றால் ஆயிரம் ஆண்டுகள் என்று அர்த்தம். இது இரண்டு லத்தீன் சொற்களில் இருந்து பிறந்ததாகும். 'லத்தீனில் மில்லி' என்றால் ஆயிரம் 'ஆன்ஸ்' என்றால் ஆண்டு என்று பொருள்.

உலகம் முடிவுக்கு வரும் என்பதால், புதியதும் இனியதுமான வேறு உலகம் உருவாகும் என்று பலர் நினைத்தார்கள். ஐரோப்பாவில் துன்பம் மிகுந்து இருந்ததால் அது பலருக்கு ஆறுதலை அளித்தது. பலர் தங்கள் நிலபுலன்களை விற்றுவிட்டுப் பாலஸ்தீனத்துக்கு பயணம் புறப்பட்டார்கள். உலகம் முடிவுக்கு வரும்போது புண்ணிய பூமியில் இருக்கவேண்டும் என்று அவர்கள் விரும்பினர்.

ஆனால், உலகம் முடிவுக்கு வரவில்லை. அது மட்டுமல்ல, எருசலேம் நகருக்கு புனித பயணம் சென்ற பல ஆயிரக்கணக்கான கிறிஸ்தவ மக்கள் துருக்கியரால் துன்பத்துக்கு ஆளானார்கள். கோபமும், அவமானமும் கிறிஸ்தவர்களை வாட்டியது. அவர்கள் ஐரோப்பாவுக்கு திரும்பி தாங்கள் பட்ட அவமானத்தை பரப்பினார்கள். முக்கியமாக,

சிலுவைப் போர்களுக்கு காரணமான பேதுரு (பீட்டர்)

பேதுரு அல்லது பீட்டர் என்ற துறவி ஊர் தோறும் சென்று தங்களுடைய புண்ணிய பூமியாகிய ஜெருசலேமை முஸ்லிம்களிடம் இருந்து மீட்கவேண்டும் என்று பிரச்சாரம் செய்தான். கிறிஸ்தவ உலகம் முழுவதும் கோபமும் ஆவேசமும் நெருப்பாக பற்றி எரிந்தது. இதைக்கண்ட போப்பாண்டவர் இந்த இயக்கத்தைத் தலைமை வகித்து நடத்தத் தொடங்கினார்.

ஏறக்குறைய இதே சமயத்தில்தான் கான்ஸ்டாண்டிநோபிளும் ரோமாபுரியின் உதவியைக் கேட்டது. இப்போது கிறிஸ்தவ உலகம் முழுவதும் ரோமானியர், கிரேக்கர் என்ற பிரிவினை இல்லாமல் துருக்கியரை எதிர்க்க ஒன்றாக இருப்பதைப் போல தோன்றியது. கி.பி. 1095ஆம் ஆண்டு ஒரு பெரிய கிறிஸ்தவ மத திருச்சபை கூடியது. புண்ணிய பூமியாகிய ஜெருசலேமை முஸ்லிம்களிம் இருந்து மீட்பதற்காக ஒரு புனித யுத்தம் தொடுக்க அது முடிவு செய்தது. அதாவது கிறிஸ்தவ உலகத்துக்கும் இஸ்லாமிய உலகத்துக்கும் யுத்தம். சிலுவைக்கும் பிறைக்கும் போர். இவ்வாறு தொடங்கி நடைபெற்ற யுத்தங்களைச் ‘சிலுவைப் போர்கள்’ என்று வரலாற்று ஆசிரியர்கள் கூறுகிறார்கள்.

எதிரிகள் கப்பலை நெருப்பைப் பாய்ச்சி அழித்த கிரேக்கர்கள்

58. ஆசியா - ஐரோப்பா - மறு பார்வை

ஜூன் 12, 1932

கி.பி.1000 ஆண்டுகள் முடிவில் உலகம் எப்படி இருந்தத என்று சுருக்கமாக பார்த்தோம். நமது பார்வையில் ஆசியாவும், ஐரோப்பாவும், ஆப்பிரிக்காவில் ஒரு பகுதியும் மட்டுமே இருந்தன. அவற்றை மறுபடியும் ஒருமுறை பார்த்து விடுவோம்.

ஆசியா: இந்தியாவிலும் சீனாவிலும் அவற்றின் பழைய நாகரிகத்துக்கு எந்த பாதிப்பும் ஏற்படவில்லை. இந்திய கலைப் பண்பு குடியேற்ற நாடுகளில் பரவுகின்றன. சீனக் கலைப்பண்பு கொரியாவிலும் ஜப்பானிலும் ஓரளவுக்கு மலாய் ஆசியாவிலும் பரவுகிறது. மேற்கு ஆசியாவில் அரபிய கலைப்பண்பு அரபியா, பாலஸ்தீனம், சிரியா, மெசபொடேமியா ஆகிய நாடுகளில் பரவுகிறது.

பாரசீகம் அல்லது ஈரானில் பழைய ஈரானிய நாகரிகமும் புதிய அரபிய நாகரிகமும் கலந்து ஜொலிக்கின்றன. மத்திய ஆசியா நாடுகள் சில இந்த புதிய ஈரானிய - அரபிய நாகரிகக் கலவையை எடுத்துக் கொள்கின்றன. அத்துடன் இந்திய - சீனக் கலவையையும் அணைத்துக் கொள்கின்றன. இந்த நாடுகளில் நாகரிகம் உன்னத நிலையில் இருப்பதை காண்கிறோம்.

இந்த நாடுகளில் பல வகைக் கல்வியும் கலைகளும் வளர்கின்றன. வாணிபம் வளர்க்கப்படுகிறது. மிகப்பெரிய நகரங்கள் தோன்றுகின்றன. புகழ்பெற்ற பல்கலைக் கழகங்கள் தொலைதூர மாணவர்களை ஈர்க்கின்றன. மங்கோலியாவிலும், சைபீரியாவிலும், மத்திய ஆசியாவில் சில இடங்களிலும் நாகரிக வளர்ச்சி குறைவாக இருக்கிறது.

ஐரோப்பா: ஆசியாவின் பல நாடுகளோடு ஒப்பிடும்போது ஐரோப்பா பிற்போக்குத் தன்மையுடன் அரைகுறை நாகரிகத்துடன் இருக்கின்றன. பழைய கிரேக்க - ரோம நாகரிகம் வெறும் பழைமையின் நினைவாக மட்டுமே இருக்கிறது. கல்வியை விரும்பிக் கற்பவர்கள் இல்லை. கலைகள் நசிந்து கிடக்கின்றன. ஆசியாவோடு ஒப்பிடும்போது வியாபாரமும் வளர்ச்சி இல்லை.

அரபியரின் ஆட்சிக்கு உள்பட்ட ஸ்பெயினில் உன்னதமான வளர்ச்சி தெரிகிறது. கான்ஸ்டாண்டிநோபிள் வீழ்ச்சியை நோக்கி நகர்ந்தாலும் பெரிய நகரமாக இருக்கிறது. ஆசியாவும், ஐரோப்பாவும் சங்கமிக்கும் இடத்தில் அமைந்த அந்த நகரில் ஏராளமான மக்கள் வசித்தனர். ஐரோப்பாவின் பெரும் பகுதி அமைதியற்று இருக்கிறது. அங்கு நடைமுறையில் உள்ள நிலமானிய முறையில் ஒவ்வொரு பிரபுவும் தனது நிலப்பகுதியில் சிற்றரசனாக இருக்கிறான். பழைய பேரரசின் தலைநகராக இருந்த ரோமாபுரி ஒரு கட்டத்தில் சிறிய ஊரின் நிலைக்கு தள்ளப்பட்டது. முன்பு பெரிய அரங்கமாக பரபரப்பாக இருந்த இடம் புதர் மண்டி காட்டு விலங்குகள் திரிந்தன. ஆனால், அது மீண்டும் வளர்ச்சியை நோக்கி நகர்கிறது.

ஆகவே, கி.பி. ஆயிரம் ஆண்டுகளுக்குப் பிறகான ஆசியாவையும் ஐரோப்பாவையும் ஒப்பிடும்போது ஆசியா முன்னேறி இருப்பதை அறியலாம்.

மேலோட்டமாக ஆசியா நல்ல நிலையில் இருப்பதாக தோன்றும். ஆனால், உண்மை அதுவல்ல என்று அறிகிறோம். இந்தியாவும் சீனாவும் துன்பத்தில் சிக்கியிருக்கின்றன. அதற்கு வெளிநாட்டினர் படையெடுப்புகள் மட்டும் காரணம் இல்லை. அவற்றின் உயிரோட்டம் குறைந்து, ஆற்றல் குறைந்ததே காரணம். மேற்கே அரபியரின் பெருமை மிக்க காலம் முடிவுற்றது. செல்ஜக் துருக்கியரின் ஆதிக்கம் வளரத் தொடங்கியது. அது அவர்களுடைய போர்த் திறமை அடிப்படையில் இருக்கிறது. அவர்கள், இந்தியர், சீனர், பாரசீகர், அரபியர் ஆகியோரின் ஆசிய கலைப் பண்புக்கு பிரதிநிதிகளாக இல்லை.

மாறாக, ஆசியாவின் போர்த் திறத்துக்கு மட்டுமே பிரதிநிதிகள் ஆவார்கள். ஆசியாவில் பெருகியிருந்த நாடோடிக் கூட்டத்தினர் தங்களை வாழ்க்கை முறையில் இருந்து மாறுவதை பார்க்க முடிகிறது. அவர்கள் தங்களைக் காப்பாற்றிக் கொள்ளும் முயற்சியில் இருந்தார்கள். புதிய கூட்டத்தினர் வருகிறார்கள். அவர்கள் ஆசியாவின் பழைய கூட்டத்தினரை வென்று ஐரோப்பாவையும் கலக்குகிறார்கள். ஆனால் அவர்களை ஐரோப்பியர் தங்களுக்குள் இழுத்து அவர்களை மாற்றி விடுகிறார்கள்.

ஆசியாவில் பழைய நாகரிகங்கள் தொடர்கின்றன. கலைகளும் சுகபோக வாழ்வும் செழிக்கிறது. ஆனால், நாகரிகத்தின் முந்தைய தன்மையில் மாற்றம் நிகழ்கிறது. அதன் உண்மையான உயிரோட்டம் அடங்கி வருகிறது. அதற்கு பின்னரும் நீண்டகாலம் உயிரோடு இருப்பது நிஜம்தான். மரணப்படுக்கையில் தாக்குப்பிடித்து இருப்பதைப் போல அது இருக்கிறது.

பேரரசுகளின் வீழ்ச்சியைப் போலவே நாகரிகங்களும் வீழ்ச்சி அடைகின்றன. இதற்கு அந்த நாகரிகங்களின் பலவீனமே முக்கிய காரணம். ஐரோப்பிய பழங்குடியினரால் ரோமாபுரி வீழ்ச்சி அடைந்ததாக சொல்ல முடியாது. அங்கு நாகரிகம் ஏற்கெனவே இறந்துவிட்டது. இறந்த ஒன்றைத்தான் அவர்கள் வீழ்த்தினார்கள். இந்தியாவிலும் சீனாவிலும் அரபியாவிலும் கிட்டத்தட்ட இதுதான் நிகழ்ந்தது. அரபிய நாகரிகம் எப்படி எழுச்சி அடைந்ததோ, அதே வேகத்தில் வீழ்ந்தது. இந்திய, சீன நாகரிகங்களின் முடிவு தொடங்கிவிட்டது. ஆனால் நீண்ட காலம் தாக்குப்பிடிப்பதால் உடனடியாக சொல்ல முடியவில்லை.

கஜினி முகம்மது இந்தியாவைத் தாக்குவதற்கு நீண்ட காலத்துக்கு முன்னரே இந்த முடிவு தொடங்கிவிட்டது. மக்கள் மனநிலையில் இந்த மாற்றத்தை அறியமுடியும். புதிய புதிய கருத்துக்களை உருவாக்குவதற்கு பதிலாக ஏற்கெனவே சொல்லப்பட்டதையே திருப்பித் திருப்பி காப்பி அடித்தார்கள். அவர்களுடைய அறிவு கூர்மையாக இருந்தாலும், நெடுங்காலத்துக்கு முன் எழுதப்பட்ட விஷயங்களுக்கு விளக்கமும் விரிவுரையும், சிறப்புரையும் எழுதுவதில்தான் கவனமாக இருக்கிறார்கள். அற்புதமான சிற்பங்களையும் செதுக்கு வேலைப்பாடுகளையும் உருவாக்குகிறார்கள். ஆனால், அவை ருசிக்காமல் போகின்றன. நூதன கற்பனையையும் உத்வேகம் கொண்ட உன்னத மனோநிலையையும் காண்பது அரிதாக இருக்கிறது. உயர்ந்த பண்பின் சிறப்பும், கலைப் பயிற்சியும், இன்ப நுகர்ச்சியும் இருக்கின்றன. ஆனால், நெற்றி வியர்வை

நிலத்தில் விழ உழைக்கும் பெரும்பகுதி ஏழை மக்களின் துன்பத்தை மாற்றுவதற்கு எதுவும் செய்யப்படவில்லை.

இவைதான் ஒரு நாகரிகத்தின் அஸ்தமன காலத்தின் அடையாளங்கள். இவை தோன்றும்போது அந்த நாகரிகத்தின் உயிர் போய்க்கொண்டிருக்கிறது என்று நாம் உறுதி செய்து கொள்ளலாம். ஏனெனில், புதியவற்றை உருவாக்கிக் கொண்டிருப்பதே உயிர் உள்ளதற்கு அடையாளம். பழைமையை மட்டுமே திருப்பித் திருப்பிப் பல்லவி போலப் பாடுவதும் அதைக் 'காப்பி' அடிப்பதும் நாகரிகத்தை காப்பாற்ற உதவாது.

அந்தக் காலத்தில், இந்தியாவிலும் சீனாவிலும் இந்தக் அறிகுறிகள் தொடங்கியதை பார்க்கிறோம். இதைவைத்து இந்தியாவும் சீனாவும் காணாமல் போனதாகவோ, அநாகரிக நிலையை அடைந்துவிட்டன என்றோ நீ அர்த்தம் செய்யக்கூடாது. நான் கூறுவது என்னவென்றால், இந்தியாவும் சீனாவும் தொடக்கத்தில் பெற்றிருந்த படைப்புத்திறன் வலுவிழந்து வந்தது. அது தனது ஆற்றலை இழந்து வந்ததோடு தன்னைப் புதுப்பித்துக் கொள்ளவும் இல்லை என்பதுதான்.

சுற்றுப்புற மாறுதல்களுக்கு ஏற்ப அது தன்னை மாற்றிக் கொள்ளாமல் ஏனோ தானோவென்று காலத்தைக் கழித்து வந்தது. இந்தக் கதி எல்லா நாட்டு நாகரிகத்துக்கும் ஏற்படுகிறது. சில குறிப்பிட்ட காலங்களில் நவீன விஷயங்கள் தோன்றுகின்றன. எல்லையற்று வளர்கின்றன. உடனே களைத்துச் சோர்வடையும் காலமும் வருகிறது. இந்தியாவிலும் சீனாவிலும் நீண்ட காலத்துக்குப் பின் இந்தச் சோர்வு தோன்றுவது தான் வியப்பு.

இஸ்லாம் இந்திய மக்கள் முன்னேற்றத்துக்கு புதிய உத்வேகத்தை அளித்தது என்பதில் சந்தேகமில்லை. ஆனால், அதனால் ஏற்பட்டிருக்கக் கூடிய நன்மைகள் இரண்டு காரணங்களால் குறைந்து போயிற்று. ஒன்று, அது தவறான வழியில் வந்தது. இரண்டு, அது தாமதமாக வந்தது. கஜினி முகம்மதுவுக்கு முன்னரே சில நூற்றாண்டுகளாக முஸ்லிம் மத போதகர்கள் இந்தியாவுக்கு வந்தனர். அவர்கள் அமைதியைக் கடைப்பிடித்தார்கள். சிறிது வெற்றியும் பெற்றார்கள். இஸ்லாமுக்கு பெரிய அளவில் எதிர்ப்பு இல்லை. பிறகு கஜினி முகம்மது இந்தியாவை ஜெயிப்பவனாக வந்தான். அவன் செய்த கொலை, கொள்ளைகள் இந்தியாவில் இஸ்லாமின் பெருமைக்கு களங்கம் ஏற்படுத்தின. மதத்தைப்பற்றிக் கவலை கொள்ளாமல் கொலை கொள்ளைகளை நடத்தினான். அதனால் இஸ்லாமை ஜனங்கள் விருப்பு வெறுப்பின்றி ஆராய்வது கஷ்டமாகிவிட்டது.

இரண்டாவது காரணத்தை பார்ப்போம். இஸ்லாம் தோன்றி 400 ஆண்டுகளுக்குப் பிறகே இந்தியாவுக்கு வந்தது. இஸ்லாம் தோன்றிய வுடனே அரபியர் இந்தியாவுக்கு வந்திருந்தால், அரபியக் கலைப்பண்பு பழைய இந்தியக் கலைப்பண்போடு கலந்திருக்கும். இந்தச் சேர்க்கையால் பெரிய பயன் ஏற்பட்டிருக்கும். அரபியர் பிற மதத் வெறுப்பு இல்லாதவர்கள். மத விஷயங்களில் தர்க்கத்தை விரும்பியவர்கள். ஒரு காலத்தில், பாக்தாதில், சகல மதங்களைச் சேர்ந்தவர்களும், மதங்களில் நம்பிக்கை இல்லாதவர்களும் ஒன்றுகூடி விவாதிக்கும் ஏற்பாடு இருந்தது.

ஆனால், அரபியர் இந்தியாவின் முக்கியமான பகுதிக்கு வரவில்லை. துருக்கியர் மூலமாகவும் வேறு சிலர் வழியாகவுமே இஸ்லாம் இந்தியாவுக்கு வந்தது. அவர்களிடம் அரபியரின் பண்பாடோ பிற மத வெறுப்பற்ற தன்மையோ இல்லை.

ஆனாலும் முன்னேற்றத்தை தூண்டும் ஒரு சக்தியாக அது இந்தியாவுக்கு வந்தது. எவ்வாறு அது இந்தியாவுக்குச் சிறிது புத்துயிர் அளித்தது. பிறகு ஏன் சோர்ந்து படுத்துவிட்டது என்பதை பிறகு பார்ப்போம்.

இந்திய நாகரிகம் வலிமை குறைந்ததால் இன்னொரு பயனும் ஏற்பட்டது. வெளியிலிருந்த தாக்குதல் தொடங்கியதும் அது தன்னைக் காத்துக்கொள்ள தன்னைச் சுற்றிலும் கனமான ஓடு கட்டி அதற்குள் சிறைப்படுத்திக் கொண்டது. ஆனால், நோய்க்குக் கண்டுபிடித்த மருந்து நோயை அதிகரிக்கச் செய்துவிட்டது. இவ்வாறு ஒதுங்கி ஒளிந்த காரணத்தால் நாகரிகம் தேக்கம் அடைந்தது. அதாவது வளர்ச்சி அடையும் வழிகள் தடைப்பட்டன. நாற்புறமும் மூடப்பட்டிருக்கும் ஒரு சமூகத்தில் வாழ்வது ஆபத்தானது. அப்படிப்பட்ட நிலையில் நாம் சக்தி இழந்து மரத்துப் போவோம். புதிய காற்றும் புதிய கருத்துகளும் நமக்குப் பழக்கம் இல்லாமல் போகின்றன. தனி ஒருவனுக்கு எப்படிப் புதிய காற்று அவசியமோ, அப்படியேதான் சமுதாயங்களுக்கும்.

இனி, ஐரோப்பா எப்படி இருக்கிறது பார்க்கலாம். அது பிற்போக்காகவும், போரில் மூழ்கியும் இருக்கக் கண்டோம். ஆசியா நீண்டகால ஆட்சிக்குப் பிறகு ஒரு வீழ்ச்சியை சந்திக்கிறது. ஆனால், ஐரோப்பா தட்டுத்தடுமாறி மேலே ஏற முயற்சிக்கிறது. அதாவது, ஆசியாவின் இப்போதைய மட்டத்துக்கு வருவது என்றாலும் ஐரோப்பா இன்னும் நெடுந்தூரம் பயணிக்க வேண்டும்.

இன்று ஐரோப்பா ஆட்சியிலிருக்கிறது. ஆசியா சுதந்திரம்

அடைவதற்கு போராடுகிறது. ஆனாலும், கொஞ்சம் ஆராய்ந்து பார்த்தால், ஆசியாவில் புதிய உயிரையும், புதிய சக்தியையும், புதிய உற்சாகத்தையும் நீ காண்பாய். ஆசியா மீண்டும் தூக்கம் கலைத்து எழுந்துவிட்டது. ஆமாம், சந்தேகமே இல்லை. ஆனால் மேற்கு ஐரோப்பாவோ பெருமை அடைந்திருந்தாலும் அறிவுக்கான அறிகுறிகளைக் காட்டுகிறது. ஐரோப்பிய நாகரிகத்தை அழிக்கக்கூடிய அநாகரிகக் கூட்டம் இப்போது இல்லை. ஆனால், சில சமயங்களில், நாகரிகக் கூட்டத்தை சேர்ந்தவர்களே அநாகரிகமாக நடந்து நாகரிகத்துக்கு கேடு செய்கிறார்கள்.

ஆசியா, ஐரோப்பா என்று நான் பாகுபடுத்திப் பேசுகிறேன். ஆனால், நம்மை எதிர் நோக்கி நிற்கும் பிரச்சினைகளை, ஆசியப் பிரச்சினைகள் என்றோ, ஐரோப்பியப் பிரச்சினைகள் என்றோ நம்மால் பிரிக்க முடியாது. அவை உலகப் பிரச்சினைகள், மக்கள் பிரச்சினைகள். உலகம் முழுவதுக்குமாக நாம் அந்தப் பிரச்சினைகளைத் தீர்த்தால் மட்டுமே அவை முற்றாக ஒழியும்.

அப்படியானால், உலகம் முழுவதும் உள்ள வறுமையையும் துன்பத்தையும் ஒழிப்பது என்றுதான் அர்த்தம். இதற்கு நீண்டகாலம் பிடிக்கலாம். ஆனால் நாம் இதையே குறிக்கோளாகக் கொள்ளவேண்டும். அப்பொழுதுதான் சமத்துவத்தின் மீது உருவாக்கப்பட்ட உயர்ந்த பண்பாடும் நாகரிகமும் தோன்றும். அங்கே ஒரு தேசமோ, வகுப்போ வேறு ஒன்றைச் சுரண்டிப் பிழைக்காது. அத்தகைய சமுதாயம் மாறிவரும் நிலைமைகளுக்கு ஏற்ப தன்னை அமைத்துக் கொள்ளும். இறுதியில், அது உலகம் முழுவதும் பரவிநிற்க வேண்டும். அத்தகைய நாகரிகம், பழைய நாகரிகங்களைப்போல, அழிந்து ஒழிந்து விடும் என்று நாம் அஞ்ச வேண்டியதில்லை.

இந்தியாவின் விடுதலைக்காகப் போராடும் போது இதை நாம் மறந்துவிடக்கூடாது. மக்கள் அனைவரும் சுதந்திரம் அடைவதே நமது உன்னத லட்சியம். இந்தச் சுதந்திரத்தில் நமது மக்களின் சுதந்திரமும் பிற மக்களின் சுதந்திரமும் அடங்கியுள்ளன.

வட அமெரிக்காவில் அழிக்கப்பட்ட மயன் நாகரிகம்

59. அமெரிக்காவில் அழிந்த நாகரிகங்கள்

ஜூன் 13, 1932

உனக்கு உலக வரலாறைக் காட்டுவதற்கான முயற்சியே இந்தக் கடிதங்கள் என்று நான் சொல்லியிருக்கிறேன். ஆனால், இதுவரை உண்மையில், ஆசியா, ஐரோப்பா, வட ஆப்பிரிக்கா இவற்றைப் பற்றியே பேசிக்கொண்டிருக்கிறேன். அமெரிக்காவைப் பற்றியும் ஆஸ்திரேலியாவைப் எதுவுமே நான் கூறவில்லை. ஏதாவது சொல்லியிருந்தால் அது மிகவும் குறைவாகும்.

ஆதிகாலத்திலேயே அமெரிக்காவில் ஒரு நாகரிகம் இருந்தது என்று மட்டும் நான் உனக்கு சொல்லி இருக்கிறேன். இதைப்பற்றி எனக்குத் தெரிந்தது மிகவும் குறைவு. ஆனாலும், அதைப்பற்றிச் கொஞ்சமாவது உனக்குக் கூறவேண்டும் என்று ஆசைப்படுகிறேன். முடியவில்லை. கொலம்பசும் மற்ற ஐரோப்பியர்களும் அமெரிக்காவை அடைந்தார்கள் இல்லையா? அவர்கள் அங்கு போவதற்கு முன் வெறும் பழங்குடியினர் மட்டுமே வாழ்ந்தனர் என்று தப்பான கருத்து பரவி இருக்கிறது. இதை நீயும் நம்பிவிடக் கூடாது அல்லவா?

கற்காலத்திலேயே, அதாவது மனிதன் வேட்டையாடித் அலைந்து திரிந்த காலத்துக்கும் முன்பே, ஆசியாவுக்கும்

வட அமெரிக்காவுக்கும் தரை வழி தொடர்பு இருந்திருக்கலாம் என்கிறார்கள். அலாஸ்கா வழியாக பல மனிதக் கூட்டத்தினர் வட அமெரிக்கா போயிருக்கலாம். பின்னர், இந்தப் போக்கு வரவு நின்றிருக்கலாம். அதைத்தொடர்ந்து அமெரிக்காவுக்கு போனவர்கள் அங்கே தங்கி வாழ்ந்தார்கள். அவர்கள் தங்களுக்காக ஒரு நாகரிகத்தை வளர்த்துக் கொண்டார்கள். அவர்களை ஆசியாவுடனோ ஐரோப்பாவுடனோ பிணைக்க எந்தச் சாதனமும் இல்லை. 16ஆம் நூற்றாண்டில் புது உலகம் கண்டு பிடிக்கப்பட்டதாகக் கூறப்பட்டது. அதற்கு முன்பு எந்தத் தொடர்பும் இல்லை. அமெரிக்கா ஒரு தனி உலகமாக இருந்தது. ஆசிய, ஐரோப்பிய நிகழ்ச்சிகளால் அது பாதிக்கப்படவில்லை.

அங்கு, மெக்சிகோ, மத்திய அமெரிக்கா, பெரு, ஆகிய மூன்று இடங்களில் ஒரு நாகரிகம் வளர்ந்து இருந்தது. இதன் காலம் தெரியவில்லை. ஆனால், மெக்சிகோ பஞ்சாங்கம் கி.மு. 613ஆம் ஆண்டு தொடங்குவதாக தெரிகிறது. கி.பி.2ஆம் நூற்றாண்டில் இருந்தே அங்கு பல நகரங்கள் தோன்றுவதைப் பார்க்கிறோம். கல்லில் செதுக்கு வேலை செய்தல், மண்பாண்டம் செய்தல், நெசவு, சாயம் தோய்த்தல் ஆகிய தொழில்கள் வளம் பெறுகின்றன. செம்பும் பொன்னும் இருந்தன. ஆனால், இரும்பைக் காணோம். கட்டடக் கலை வளர்ந்திருந்தது. நகரங்கள் போட்டியிட்டு மாளிகைகளைக் கட்டுகின்றன. எழுத்து முறை தனி விதமாகவும் சிறிது சிக்கலாகவும் இருக்கிறது. சிற்பக் கலை மிகுந்த அழகுடன் இருந்தது.

நாகரிகம் வளர்ந்த பகுதிகளில் பல அரசுகள் இருந்தன. பல மொழிகள் பேசப்பட்டன. அந்த மொழிகளில் நல்ல இலக்கியமும் இருந்ததாகத் தெரிகிறது. பலம்பொருந்திய அரசாங்கங்கள் கட்டப்பட்டு இருந்தன. நகரங்களில் கலை மற்றும் அறிவில் சிறந்த மக்கள் வாழ்ந்தனர். சட்டம் இயற்றும் முறையும் நீதி நிர்வாக முறையும் உயர்தரமாக இருந்தன. கி.பி. 960ல் உக்ஸ்மால் என்ற நகரம் கட்டப்பட்டது. அது விரைவில் அன்றைய ஆசிய நகரங்களுக்கு இணையாக வளர்ந்தது என்கிறார்கள். லாபுவா, மயாபன், கோமுல்டன் ஆகிய நகரங்களும் இருந்தன.

மத்திய அமெரிக்காவில் இருந்த மூன்று பெரிய அரசுகளும் சேர்ந்து மயாபன் சங்கம் என்ற பெயரில் கூட்டுறவை ஏற்படுத்தின. இது கி.பி. 1000மாவது ஆண்டு நிகழ்ந்தது. இந்தக் காலத்தைத்தான் நாம் ஆசியாவிலும் ஐரோப்பாவிலும் அடைந்திருக்கிறோம். ஆகவே கி.பி. முதலாயிரம் ஆண்டு முடிவில் மத்திய அமெரிக்காவில் நாகரிக அரசுகளின் கூட்டுறவை பார்க்கிறோம். ஆனால், அந்த அரசுகளும்,

மயா நாகரிகமும்கூட மதகுருமார்களுக்கு அடிமைப்பட்டு கிடந்தன. வானவியல் அறிவுக்கு முக்கியத்துவம் கொடுத்தனர். அதில் பயிற்சி உடைய குருமார்கள் பாமர மக்களை ஏமாற்றி வந்தார்கள். இதைப் பார்க்கும்போது நம் நாட்டில் சூரிய, சந்திர கிரகணங்களின் போது ஜனங்கள் குளிக்க வேண்டும் என்று கூறப்படுவது நினைவு வருகிறது.

நூறு ஆண்டுகளுக்கு மேல் மயாபன் சங்கம் நிலைத்திருந்தது. பிறகு சமுதாயப் புரட்சி ஒன்று ஏற்பட்டது. அதில் பக்கத்து நாடு தலை-யிட்டது. கி.பி.1190ல் மயாபன் சங்கம் அழிக்கப்பட்டு, நகரங்கள் மட்டும் இருந்தன. அடுத்த 100 ஆண்டுகளில் ஆஸ்டெக்குகள் என்ற பிரிவினர் அரசுப் பொறுப்புக்கு வந்தனர். 14 ஆம் நூற்றாண்டின் தொடக்கத்தில் அவர்கள் மயா நாட்டை வென்று கி.பி. 1325 வாக்கில் டெனாக்டிட்லன் என்ற நகரை உருவாக்கினார்கள். விரைவில் இது ஆஸ்டெக்குகள் பேரரசுக்கு தலைநகராகியது.

ஆஸ்டெக்குகள் வலிமை மிக்கவர்கள். அவர்களுடைய ஆட்சியில் ராணுவக் குடியிருப்புகளும், காவல் துருப்புகளும், ராணுவ பயன்பாட்டுக்கு பல சாலைகளும் இருந்தன. தங்கள் கட்டுப்பாட்டில் உள்ள நாடுகளுக்கு இடையே சண்டைகளை தூண்டுவதில் ஆஸ்டெக்குகள் ஈடுபட்டிருந்தனர். அவை ஒன்று சேராமல் தடுக்க இதை தந்திரமாக கையாண்டார்கள்.

ஆஸ்டெக்குகள் எவ்வளவுதான் திறமையானவர்களாக இருந்தாலும் குருக்கள்மார்களுக்கு அடிமைப்பட்டே வாழ்ந்தார்கள். இதைவிட கொடுமை அவர்களுடைய மதத்தில் நரபலி கொடுக்கும் வழக்கம் இருந்தது. ஆண்டுதோறும் ஆயிரக்கணக்கான மக்கள் பலியிடப்பட்டனர்.

200 ஆண்டுகள் வரை ஆஸ்டெக்குகள் தங்கள் பேரரசை கண்டிப்புடன் ஆட்சி செய்தனர். மக்கள் ஈவிரக்கமின்றி சுரண்டப்பட்டனர். இப்படிப்பட்ட சுரண்டல் அரசு நீடிக்க முடியாது. கி. பி. 1519ஆம் ஆண்டு ஆஸ்டெக்குள் உச்சநிலையில் இருந்தார்கள். சில அந்நிய நாட்டுக் கொள்ளையர்களும் போக்கிரிகளும் மட்டுமே அவர்களை எதிர்த்தார்கள். ஆனால், அவர்களுடைய எதிர்ப்பையே தாங்க முடியாமல் அந்த பேரரசு சரிந்து விழுந்தது. ஆஸ்டெக் பேரரசின் வீழ்ச்சி ஆச்சரியமான ஒன்றாகும்.

இந்த பேரரசின் வீழ்ச்சிக்கு ஹெர்னான் கோர்டேஸ் என்ற ஸ்பெயின் நாட்டைச் சேர்ந்தவனும் அவனுடன் வந்த சிறு படைவீரர்களும்தான் காரணம். கோர்டேஸிடம் துப்பாக்கிகளும் குதிரைகளும் இருந்தன. மெக்சிகோ பேரரசில் குதிரைகளும் துப்பாக்கிகளும் இல்லை.

இந்த இரண்டையும் வைத்து ஒரு பேரரசை சிலர் மட்டுமே வீழ்த்தியிருக்கிறார்கள். மக்களைச் சுரண்டும் ஒரு அரசு அடித்தளம் எளிதில் ஆட்டம் காணும். பேரரசுக்கு எதிரான சண்டையில் மக்கள் எதிரிகளின் பக்கம் நின்றார்கள். எனவே ஒரு புரட்சி தோன்றியது என்றே சொல்ல வேண்டும்.

கோர்டேஸ் ஆட்சிப் பொறுப்பில் இருந்தான். அவனும் ஒருமுறை துரத்தப்பட்டான். ஆனால், மீண்டும் திரும்பி வந்தான். அவனுக்கு அந்த நாட்டைச் சேர்ந்தவர்களே உதவினார்கள். ஆனால், ஆஸ்டெக் பேரரசின் முடிவுக்கு வந்தது. மெக்சிகோ நாகரிகம் முற்றுப்பெற்றது. தலைநகர் டெனாக்டிட்லன் சுவடு தெரியாமல் அழிந்தது. அந்த இடத்தில் ஸ்பானியர் ஒரு தேவாலயம் கட்டினார்கள். மற்ற பெரிய மயா நகரங்களும் மறைந்தன. 'யுகடன்' காடுகள் அவற்றை மூடிக்கொண்டன. அவர்களுடைய இலக்கியமும் காணாமல் போயின. இன்று எஞ்சி நிற்கும் மூன்றே மூன்று நூல்களையும் படித்து அறிந்தவர் யாருமில்லை.

சுமார் 1500 ஆண்டுகளாக வாழ்ந்த புராதன இனமும், ஒரு புராதன நாகரிகமும் திடீரென ஒழிந்துவிட்டது. ஐரோப்பாவிலிருந்து வந்த ஒரு சிறு குழுவினரோடு மோத முடியாமல் ஒழிந்தது. இதற்கான காரணங்களை அறிவது கடினமாகவே இருக்கிறது. அவர்களுடைய நாகரிகம் சில அம்சங்களில் உயர்வாக இருந்தாலும் பல வகைகளில் மிகவும் பிற்போக்காக இருந்தது.

தென் அமெரிக்காவில் உள்ளது பெரு என்ற நாடு. அது இன்னொரு நாகரிகத்துக்கு தாயகமாக இருந்தது. அதை ஆண்ட மன்னனுக்கு 'இன்கா' என்று பெயர். அவன் பெயரிலேயே இன்கா பேரரசு அழைக்கப்படுகிறது. அரசன் தெய்வத்துக்கு நிகராக இருந்தான். இந்த நாகரிகத்துக்கும் மயா நாகரிகத்துக்கும் எந்த சம்பந்தமும் இல்லை. இரு நாகரிகங்களும் வெகு அருகிலேயே இருந்தன. ஆனால், ஒன்றைப் பற்றி மற்றொன்றுக்குத் தெரியாது.

மெக்சிகோவில் கோர்டேஸ் வெற்றி பெற்ற பிறகு இன்னொரு ஸ்பானியன் வந்து இந்த இன்கா பேரரசை அவன் பெயர் பிசாரோ. அவன் கி.பி. 1530ல் வந்து 'இன்கா' மன்னனை வஞ்சனையால் பிடித்துக்கொண்டான். தெய்வமாக கருதப்பட்ட மன்ன பிடிபட்டது, மக்களைப் பீதியடையச் செய்தது. சிறிது காலம் பிசாரோ இன்காவின் பேரால் ஆட்சி செய்து அந்த பேரரசின் செல்வத்தை வாரிக் குவித்தான். அதன்பிறகு ஸ்பானியர் பெருவைத் தங்கள் ஸ்பெயின் அரசின் பகுதியாக இணைத்துக் கொண்டனர்.

மொகஞ்சோ தாரோ

60. மறுபடியும் மொஹஞ்சோ-தாரோவுக்கு!

ஜூன் 14, 1932

மொஹெஞ்சோ-தாரோவைப் பற்றியும், சிந்து சமவெளி நாகரிகத்தைப் பற்றியும் ஒரு பெரிய நூல் வந்திருப்பதை இப்போதுதான் படித்துக் கொண்டிருந்தேன். இந்த நாகரிகத்தைப் பற்றி இதுவரையான ஆய்வுகளை தொகுத்துக் கூறும் பெரிய நூல் அது.

இந்த இடங்களில் தனது தலைமையில் அகழ்வாராய்ச்சி வேலைகளை நடத்தும் சர் ஜான் மார்ஷல் இந்த நூலை எழுதியுள்ளார். பூமிக்குள் புதைந்த அந்த நகரம் கொஞ்சம் கொஞ்சமாக வெளிவருவதை அவர்கள் நேரில் பார்த்தவர்கள். நான் இன்னும் அந்த நூலைப் படிக்கவில்லை. அது எனக்கு கிடைத்தால் நன்றாக இருக்கும்.

அந்தப் புத்தகத்தைப் பற்றி எழுதப்பட்ட மதிப்புரையை படித்தேன். அதில், புத்தகத்தின் சில பகுதிகளை கொடுத்திருக் கிறார்கள். அவற்றைப் பற்றி உனக்குச் சொல்ல விரும்புகிறேன். சிந்து வெளி நாகரிகம் ஒரு பெரிய அற்புதம். அதைப் பற்றி கூடுதலாக அறிய அறிய வியப்பும் அதிகமாகிறது. ஆகவே, நாம் இதுவரை

பாரத்த கதையை கொஞ்சம் நிறுத்துவோம். இந்தக் கடிதத்தில் 5 ஆயிரத்து 600 ஆண்டுகளுக்கு முந்தைய காலத்துக்கு போய் வரலாம் என்று நினைக்கிறேன். உனக்கு இதில் மறுப்பு இல்லையே?

மொஹெஞ்சோ-தாரோவின் வயது 5000 ஆண்டுகள் என்கிறார்கள். ஆனால், நாகரிகமும் கலைப் பண்பும் மிக்க ஒரு சமூகத்தின் வசிப்பிடமாக இருந்த அழகிய நகரம் ஒன்றை பார்ப்பது போல இருக்கிறது. இந்த நாகரிகம் பல நூற்றாண்டுகளாக வளர்ச்சி அடைந்த பின்னர்தான் இவ்வளவு பெரிய உன்னத நிலையை எட்டியிருக்க முடியும். இவ்வாறு அந்தப் புத்தகத்தில் இருக்கிறது. அங்கு அகழ்வாராய்ச்சிப் பொறுப்பை வகிக்கும் சர் ஜான் மார்ஷல் கூறுவதைக் கேள்...

"ஒன்று மட்டும் திடமாக தெரிகிறது. மொஹெஞ்சோ - தாரோவிலும் ஹாரப்பாவிலும் இதுவரை கண்டு பிடிக்கப்பட்ட நாகரிகம் தொடக்கநிலையில் இருந்தது அல்ல. அது காலாகாலமாக வளர்ந்து முழுமைபெற்ற நாகரிகம். இந்த நிலையை எட்டுவதற்கு பல ஆயிரம் ஆண்டுகள் மனிதன் பாடுபட்டிருக்கிறான். எனவே, இனி, இந்தியாவை பாரசீகம், எகிப்து, மெசபொடோமியா ஆகிய நாகரிகங்களின் வரிசையில் வைக்க வேண்டும்.

நான் உனக்கு ஹாரப்பாவைப் பற்றி இன்னமும் கூறவில்லை. இங்கும் மொஹெஞ்சோ-தாரோவைப் போலவே பூமியில் புதைந்த பழைய அழிவுகளை பூமியை அகழ்ந்து கண்டுபிடித்து இருக்கிறார்கள். இது பஞ்சாபின் மேற்கு பகுதியில் உள்ளது.

ஆகவே, சிந்து வெளியில் நாம் 5 ஆயிரம் ஆண்டுகளுக்கு முந்தைய காலத்தைத் தாண்டி, அதற்கும் பல ஆயிரம் ஆண்டுகளுக்கு முந்தைய காலத்தின் கரையில் நிற்கிறோம். மொஹெஞ்சோ-தாரோ செழித்து வளர்ந்த காலத்தில் ஆரியர் இந்தியாவுக்கு வரவில்லை. ஆயினும், அந்தப் புத்தகத்தில் காணப்படும் வாசகம் உண்மையே ஆகும். அது...

'இந்தியாவின் மற்ற பகுதிகளை விட்டு விட்டாலும், பஞ்சாபிலும் சிந்துவிலும் மட்டுமாவது மிகவும் வளர்ச்சி அடைந்த, ஒரே தன்மையுடன் கூடிய நாகரிகம் இருந்தது. இதில் சந்தேகமில்லை. அது அந்தக் காலத்து எகிப்திய, மெசபொடேமிய நாகரிகங்களைச் சில வகையில் ஒத்தாகவும், சில அம்சங்களில் அவற்றைக் காட்டிலும் உயர்ந்ததாகவும் இருக்கிறது."

சிந்துசமவெளி அகழ்வாராய்ச்சியில் கிடைத்த பொருட்களில் சில

மொஹெஞ்சோ-தாரோவிலும் ஹாரப்பாவிலும் பூமியைத் தோண்டிப் பார்த்ததால் இந்த புராதன நாகரிகம் நமக்குப் தெரிந்திருக்கிறது. இந்திய மண்ணின் கீழ் இன்னும் எதுவெல்லாம் புதைந்து கிடக்கிறதோ. இந்த நாகரிகம் இரண்டு இடங்களில் மட்டும்தான் இருந்ததாக சொல்லமுடியாது. அநேகமாக இந்தியா முழுவதும் இருந்திருக்க வேண்டும். இந்த இரண்டு இடங்களும் இடையே நிறைய தூர இடைவெளி இருக்கிறது.

இந்தக் காலத்தில் ‘கல்லால் செய்யப்பட்ட ஆயுதங்கள், பாத்திரங்களுடன், செம்பு, வெண்கலம் ஆகியவற்றால் செய்யப்பட்ட ஆயுதங்களும் பாத்திரங்களும் உபயோகத்தில் இருந்தன.’ இங்கே வசித்தவர்கள் எகிப்தியர், மெசபொடேமியர் ஆகியோரிடம் இருந்து எப்படி மாறுபட்டும், மேம்பட்டும் இருந்தார்கள் என்று சர் ஜான் மார்ஷல் கூறுகிறார்...

“சில முக்கிய விஷயங்களை மட்டும் குறிப்பிட விரும்புகிறேன். பஞ்சை நூற்று ஆடை நெய்து உடுத்தும் வழக்கம் அந்தக் காலத்தில் இந்தியாவில் இருக்கிறது. இதற்கு 2000 அல்லது 3000 ஆண்டுகளுக்குப் பிறகே மேற்கு உலகத்தில் இந்த பழக்கம் பரவியது. மொஹஞ் சோதாரோவில் காணப்படும் வீடுகள், குளங்கள் போன்றவற்றை முந்தைய இடங்களில் காணமுடியவில்லை. அந்த நாடுகளில் கடவுளர்க்குக் கோயில்களும், அரசர்களுக்கு அரண்மனைகளும், அவர்கள் இறந்த பிறகு சமாதிகளும் மட்டும் கட்டினார்கள். சாதாரண மக்கள் மண் வீடுகளில் வாழ்ந்து காலம் கழித்தார்கள். சிந்து வெளி

நாகரிகத்தில் மக்கள் வசதிக்காகவே அருமையான கட்டிடங்கள் கட்டப்பட்டன."

அவர் மேலும் கூறுகிறார்...

கலை, மதம் ஆகிய துறைகளிலும் அவர்கள் சிறப்புடன் இருக்கிறார்கள். மண்ணாலும் பீங்கானாலும் அவர்கள் செய்த செம்மறியாடு, நாய், உள்ளிட்ட விலங்குகளின் உருவங்கள் வடிவத்திலும், அழகிலும் உயர்ந்து இருக்கின்றன. ரத்தினக் கற்களிலும் மணிகளிலும் செய்தவையும் சிறப்பு. முக்கியமாக முசுப்பும் குட்டைக் கொம்பு உடைய எருதுகள் அவர்களின் கற்பனையை காட்டுகிறது. அந்தக் காலத்தில் வேறெந்த நாட்டிலும் இத்தகைய சிற்ப அற்புதம் இல்லை. ஹாரப்பாவில் காணப்படும் இரண்டு மனித உருவங்களுக்கு இணையான வடிவழகை பார்க்க கிரேக்கர்களின் பொற்காலத்துக்கு வரவேண்டும்.

சிந்துவெளி மக்களின் மதத்தில் பிற நாடுகளில் காண்பதைப் போன்ற சில அம்சங்களைப் பார்க்கிறோம். இந்த உண்மை வரலாற்றுக் காலத்துக்கு முந்தைய மதங்களுக்கும், வரலாறு தொடங்கும் காலத்தில் தோன்றிய மதங்களுக்கும் பொதுவானது. ஆனால் அவர்களுடைய மதம் தனி இந்தியப் பண்புடன் இப்போதைய ஹிந்து மதத்தை அது பெரும்பாலும் ஒத்தே இருக்கிறது."

ஹாரப்பாவில் கண்டுபிடிக்கப்பட்ட மனித உருவங்களையோ அல்லது அவற்றின் படங்களையோ பார்க்க நான் விரும்புகிறேன். எப்பொழுதாவது ஒரு நாள், ஒருவேளை நீயும் நானும் மொஹெஞ்சோ - தாரோவுக்கும் சென்று அங்கு கண்டெடுக்கப்பட்ட நகரையும் பொருளையும் காணலாம். அந்த நல்ல நாள் வரும் வரை நீ பூனாவில் உன்னுடைய பள்ளியில் படித்துக்கொண்டிரு. நான் என்னுடைய பள்ளிக்கூடத்தில் படித்துக் கொண்டிருக்கிறேன். என்னுடைய பள்ளிக்கூடத்தின் பெயர் உனக்குத் தெரியுமா? அதுதான் டேராடூன் ஜில்லா ஜெயில்!

ஸ்பெயினில் இன்றும் பிரமிக்க வைக்கும் அல்ஹம்ரா அரண்மனை

61. ஸ்பெயினில் விரட்டப்பட்ட அரபியர்

ஜூன் 16, 1932

கிறிஸ்து பிறப்பதற்கு முன்னும் பின்னுமாக பல நூற்றாண்டுகள் ஆசியாவிலும் ஐரோப்பாவிலும் நாம் பயணம் செய்தோம். கி.பி. முதலாயிரம் ஆண்டு வரை நாம் செய்த பயணத்தை திரும்பிப் பார்த்தோம். இதில், அரபியர் ஆட்சிக்கு உட்பட்ட ஸ்பெயினை பார்க்காமல் விட்டுவிட்டோம். அதை இப்போது பார்த்துவிடுவோம்.

கி.பி. 711ல் அரபிய சேனாதிபதி ஆப்பிரிக்காவைக் கடந்து ஸ்பெயினுக்குள் நுழைந்தது உனக்கு நினைவிருக்கும் என்று கருதுகிறேன். அவன் பெயர் தரீக். ஸ்பெயினில் அவன் இறங்கிய இடத்துக்கு ஜிப்ரால்டர் (ஜபல்-உத்-த்ரீக்) என்று பெயரானது. இரண்டு ஆண்டுகளுக்குள் அரேபியர் ஸ்பெயின் முழுவதையும் வென்றார்கள். பின்னர் போர்ச்சுக்கல் தேசத்தையும் கைப்பற்றினார்கள்.

பிரான்சுக்குள் நுழைந்து பரவியபோது, பிரான்சில் இருந்த பிராங்கர்களும் ஐரோப்பாவில் இருந்த மற்ற பழங்குடியினரும் அஞ்சினார்கள். இதையடுத்து, அவர்கள் சார்லஸ் மார்டெல் என்பவன் தலைமையில் ஒன்று சேர்ந்து அரபியரை முறியடித்தார்கள். அரபியர் படுதோல்வி அடைந்தார்கள்.

ஐரோப்பாவை வசப்படுத்தும் அரபியர் ஆசை முடிவுக்கு வந்தது. அதன்பிறகு பலமுறை அரபியருக்கும் பிராங்கர்கள், கிறிஸ்தவர்கள் என பலருடனும் போர்கள் நடந்தன. சில சமயம் அரபியர் ஜெயித்து பிரான்சில் நுழைவார்கள். சிலசமயம் தோல்வி அடைந்து ஸ்பெயி னுக்குள் துரத்தப்படுவார்கள். ஒருமுறை சார்லமேன் கூட ஸ்பெயினுக்கு சென்று அரபியரை தாக்கினான். ஆனால் தோல்வி அடைந்தான். மொத்தமாக பார்த்தால் அரபியரும் ஐரோப்பியரும் சமபலத்தில் இருந்தனர். ஸ்பெயினைத் தாண்டி அவர்கள் போக முடியவில்லை.

அரபிய பேரரசு ஸ்பெயின், ஆப்பிரிக்காவிலிருந்து மங்கோலிய எல்லை வரை பரவியிருந்தது. ஆனால், அரபியாவில் உள்நாட்டு குழப்பம் ஏற்பட்டதும், அப்பாசீது கலீபாக்கள், ஒமீயது கலீபாக்கள் விரட்டனார்கள் என்பது உனக்கு நினைவிருக்கும். ஸ்பெயினை ஆட்சி செய்தவன் அப்பாசீது கலீபாவை ஏற்க மறுத்தான். இதையடுத்து ஸ்பெயின் அரபிய பேரரசில் இருந்து விலகிவிட்டது. ஸ்பெயின் பாக்தாதில் இருந்து தொலைவில் இருந்ததால் அதைக் கைப்பற்றும் முயற்சியை கைவிட்டார்கள். ஆனால், பாக்தாதுக்கும் ஸ்பெயினுக்கும் பகைமை நீடித்தது.

ஸ்பெயின் அரபியர் எடுத்த முடிவு அவர்களுக்கு பல தொல்லை களைக் கொடுத்தது. அவர்களை சுற்றியிருந்த ஐரோப்பியர்கள் அரபியருக்கு எதிரிகளாகவே இருந்தனர். அரபியருக்கு உதவ யாரும் இல்லை. இருந்தாலும் 500 ஆண்டுகள் வரை, பல ஆபத்துகளையும் நெருக்குதல்களையும் தாங்கி ஆட்சி நடத்தினார்கள்.இது ஆச்சர்யம்தான். அதற்குப் பிறகும் சுமார் 200 ஆண்டுகள் ஸ்பெயினின் தென்பகுதியில் ஒரு சிறு பகுதியை விடாமல் வைத்திருந்தார்கள். அதாவது, பாக்தாதில் இருந்த அரபிய பேரரசு முடிந்தபிறகும் தாக்குப்பிடித்தார்கள்.

ஸ்பெயினில் 700 ஆண்டு அரபிய ஆட்சி வியப்பை ஏற்படுத்தினா லும், ஸ்பெயின் அரபியரின் உயர்ந்த நாகரிகம் அதைவிட பெரிய ஆச்சர்யம் தருகிறது. அவர்கள் 'மூர்கள்' என்று அழைக்கப்பட்டார்கள். இதைப்பற்றி ஒரு வரலாற்று ஆசிரியர் உற்சாகத்தில் தன்னை மறந்து இப்படிக்கூறுகிறார்...

"மூர்கள் ஆண்டு வந்த அந்த கார்டோபா என்னும் அரசு ஐரோப்பிய இடைக்காலத்தின் அற்புதமாக இருந்தது. ஐரோப்பா முழுவதும்

அறியாமையிலும், போரிலும், இருளில் மூழ்கிக் கிடந்தபோது மேற்கு உலகத்துக்கே கல்வி, நாகரிகம் என்ற ஒளியை காத்தது அதுவே.'

500 ஆண்டுகள் வரை ஸ்பெயின் அரபிய அரசின் தலைநகராக குர்துபா இருந்தது. அதை ஆங்கிலத்தில் காப்டோபா அல்லது கார்டோவா என்கிறார்கள். அந்த நகரில் 10 லட்சம் பேர் வாழ்ந்தனர். 60 ஆயிரம் அரண்மனைகள், மாளிகைகளும், 2 லட்சம் வீடுகளும், 80 ஆயிரம் கடைகளும், 3 ஆயிரத்து 800 மசூதிகளும், 700 விடுதிகளும் இருந்தனவாம். இது சற்று மிகையாக இருக்கலாம். ஆனால், அந்த நகரம் பெரிதாக இருந்தது. பல நூலகங்கள் இருந்தன. 4 லட்சம் நூல்கள் இருந்தன. கார்டோபா பல்கலைக்கழகம் ஐரோப்பாரிலும் ஆசியாவிலும் புகழ்பெற்று இருந்தது. ஏழைகள் படிக்க இலவச தொடக்கப்பள்ளிகள் ஏராளமாக இருந்தன. இதைப்பற்றி ஒரு வரலாற்று ஆசிரியர் இப்படிக் கூறுகிறார்...

"ஸ்பெயினில் அநேகமாக எல்லோரும் எழுதப் படிக்கத் தெரிந்தவர்களாக இருந்தார்கள். ஆனால், கிறிஸ்துவ ஐரோப்பா விலோ மதக் குருமாரைத் தவிர உயர் குடும்பங்களில் பிறந்தவர்கள் கூட எழுத்தறிவு இல்லாதவர்களாக இருந்தார்கள்."

மொத்தத்தில் கார்டோபா நகரம் பாக்தாதுக்குப் போட்டியாக இருந்தது. பத்தாவது நூற்றாண்டைச் சேர்ந்த ஒரு ஜெர்மன் ஆசிரியர் அதை 'உலகின் அணிகலன்' என்கிறார். அங்குள்ள பல்கலைக் கழகத்தில் கல்வி கற்க தொலை தூரத்தில் இருந்தும் மாணவர்கள் வந்தார்கள். அரபிய தத்துவ சாஸ்திரம் பாரிஸ், ஆக்ஸ்போர்டு, வட இதாலி ஆகிய இடங்களில் இருந்த ஐரோப்பியப் பல்கலைக் கழகங்களுக்கும் பரவியது. 12ஆம் நூற்றாண்டில் கார்டோபாவில் அவெரோஸ் அல்லது இபின்ரஷீது என்ற பிரபல தத்துவ சாஸ்திரி வாழ்ந்தார். அவருக்கும் ஸ்பானிய அமீருக்கும் முரண் ஏற்பட்டு, அவர் நாடு கடத்தப்பட்டார். பாரிசில் அடைக்கலம் ஆனார்.

ஐரோப்பாவின் மற்ற பகுதிகளில் இருந்ததைப் போல ஸ்பெயினிலும் ஒருவித நிலமானிய முறை நடைமுறையில் இருந்தது. பலம் பொருந்திய பெரிய பிரபுக்களுக்கும் அமீருக்கும் அடிக்கடி சண்டை நடந்தது. இந்த உள்நாட்டுச் சண்டை அரபிய அரசை பலவீனப்படுத்தியது. அதே சமயத்தில் வடக்கு ஸ்பெயினில் இருந்த சில சிறிய கிறிஸ்தவ அரசுகளின் பலம் அதிகரித்தது. அவை அரபியரை தொடர்ந்து நெருக்கி வெளியே தள்ள முயன்று வந்தன.

அரபியர் ஆட்சிக்கு முடிவுகட்டிய ஃபெர்டினண்ட்-இசபெல்லா

கி.பி. 1000மாவது ஆண்டுவாக்கில் அமீரின் அரசு ஸ்பெயின் முழுவதும் பரவியிருந்தது. தெற்கு பிரான்சில் ஒரு சிறு பகுதியையும் அது வைத்திருந்தது. அரபிய நாகரிகம் பணக்கார நாகரிகமாக இருந்தது. உணவுக்கே வழியில்லாம்ல வாடிய ஏழைகளும், தொழிலாளர்களும் கலகம் செய்தனர். உள்நாட்டுப்போர் பரவியது. மாகாணங்கள் பிரிந்ன. அரபியரின் ஸ்பானிய பேரரசும் சிதறியது. இந்த நிலையிலும் அரபியர் ஒருவாறு காலந்தள்ளினர். முடிவாக கி.பி.1236ல் கார்டோபா வீழ்ந்தது. காஸ்டில் கிறிஸ்தவ மன்னனால் அது ஜெயிக்கப்பட்டது.

கார்டோபா வீழ்ந்தது, அரபியர் ஸபெயினின் தென் கோடியில் கிரானடா என்ற பெயரில் ஒரு சிறு அரசு அமைத்தனர். இது மிகவும் சிறியது. கிரானடாவில் 'அல்ஹம்ரா' என்ற புகழ்பெற்ற அரண்மனை இன்றும்இருக்கிறது. அதன்வளைவுகளும், தூண்களும், சித்திரமானகொடி வேலைப்பாடுகளும் அந்தக் காலத்தை நமக்கு நினைவுபடுத்துகின்றன. உருவங்கள் தீட்டுவதை இஸ்லாம் ஆதரிக்கவில்லை. அவர்கள் பெரும்பாலும் குரானிலுள்ள அரபிய வாக்கியங்களை அலங்காரமாக எழுதி வைத்தார்கள். இத்தகைய அலங்கார வேலைகளுக்கு அரபிய எழுத்து பெரிதும் இசைவாக இருக்கும்.

கிரானடா அரசு 200 ஆண்டுகள் நிலைத்திருந்தது. ஸ்பெயினிலிருந்த கிறிஸ்தவ அரசுகள் அதை நெருக்கித் துன்புறுத்தின. கிரானடா அரபிய அரசு காஸ்டில் அரசுக்கு கப்பம் கட்டி வந்தது. இடையில் காஸ்டில் அரசு திடீரென பலம் பெற்றது. அதைத்தொடர்ந்து கிரானடாவை

சுற்றி வளைத்தனர். மக்கள் பட்டினியால் வாடினர். வேறு வழியில் லாமல் சரணடைந்தனர்.

கிறிஸ்தவ அரசுகள் பிளவுபட்டு இருந்ததே ஸ்பெயினில் அரபிய அரசு இவ்வளவு காலம் நீடிக்க காரணம் என்ற கருத்து இருக்கிறது. ஆனால் கி.பி.1469ல் இரண்டு முக்கியமான கிறிஸ்தவ அரசுகளை ஆட்சி செய்த ஃபெர்டினண்ட் என்பவனுக்கும் இசபெல்லா என்பவளுக்கும் திருமணம் நடைபெற்றது. இதையடுத்து, காஸ்டில், அரகான், லியான் ஆகிய மூன்று கிறிஸ்தவ அரசுகள் ஒன்றுபட்டன. இந்த ஒற்றுமைதான் கிரனடாவை வீழ்த்தியது என்கிறார்கள்.

ஸ்பெயினில் இருந்தவர்கள் அரபியர் அல்லது சாரசெனியர் என்று அழைக் கப்பட்டனர். கிரனடா வீழ்ந்ததும் அவர்களில் பலர் ஸ்பெயினை விட்டு ஆப்பிரிக்காவுக்குச் சென்றனர். கிரானடாவுக்கு அருகில் உயரமாக இருக்கும் ஒரு இடத்துக்கு மூரின் கடைசிப் பெருமூச்சு என்று பெயர் வைத்திருக்கிறார்கள்.

கிரனாடவின் வீழ்ச்சிக்குப் பிறகு பெரிய எண்ணிக்கையில் அரபியர் ஸ்பெயினிலேயே தங்கினர். ஆனால், அவர்களை ஈவிரக்கமில்லாமல் புதிய அரசு கொன்று குவித்தது. அரபிய மக்களுக்கு கொடுத்த உறுதிமொழிகளை அந்த அரசு மீறியது. இந்தக் காலத்தில்தான் ஸ்பெயினில் மதவிசாரணை சபை அமைக்கப்பட்டது. தனக்கு அடிபணியாதவர்கள் ஒழிப்பதற்கு ரோமானிய மத நிறுவனம் அமைக்கப்பட்ட கொலைக் கருவியாக இது மாறியது. முந்த அரபிய அரசில் அமைதியாக வாழ்ந்த யூதர்கள், மதம் மாறும்படி கட்டாயப் படுத்தப்பட்டார்கள்.

மறுத்தவர்கள் தீயிலிட்டு கொல்லப்பட்டார்கள். பெண்களும் குழந்தைகளும் கூட கொல்லப்பட்டனர். அரபியர் தங்கள் நடையுடை பாவனைகள், பழக்க வழக்கங்கள், சடங்கு முறைகள், பெயர்கள் இவற்றுடன் மொழியையும் மாற்ற வேண்டும். ஸ்பானிய மொழியை மட்டுமே பேச வேண்டும் என்று வற்புறுத்தப்பட்டனர் என்று ஒரு வரலாற்று ஆசிரியர் கூறுகிறார். இதை எதிர்த்த கிளர்ச்சிகள் இரக்கமின்றி ஒடுக்கப்பட்டன.

ஸ்பானியக் கிறிஸ்தவர்களுக்கு 'குளித்தல், துவைத்தல்' என்பது பிடிக்காமல் இருந்தது. ஆனால், அரபியர் குளித்து சுத்தமாக இருப்பதில் விருப்பம் கொண்டிருந்தனர். புதிய அரசு அரபியர் குளிப்பது, துவைப்பது கூடாது என்றும், அவர்கள் நீராட கட்டப்பட்ட

குளங்கள் அழிக்கப்படும் என்றும் புதிய அரசு அறிவித்தது.

அரபியர் குளித்து சுத்தமாக இருந்தது ஒரு பாவம். வேற்று மதத்தினரை வெறுக்காமல் இருந்தது இன்னொரு பாவம். இதைப் படிக்கும்போது நமக்கு வியப்பு உண்டாகிறது அல்லவா? அரபியர் அல்லது சாரசெனியரை ஸ்பெயினை விட்டு விரட்டுவதற்காக வாலன்சியாவின் தலைமை மதகுரு கி.பி. 1602ல் “மூர்களின் மதத்துரோகங்களும் குற்றங்களும்‘ என்ற குறிப்புகளை தயாரித்தார். அதில் முக்கிய குற்றங்களாக மேலே சொன்ன இரண்டையும் கூறி-யிருக்கிறார்.

அவருடைய வார்த்தைகளில் பார்த்தால், “அவர்கள் (மூர்கள்) மத சம்பந்தமான எல்லா விஷயங்களிலும் மனச்சாட்சிக்குச் சுதந்திரம் அளித்தனர். அதை எல்லாவற்றிலும் மேலாகக் கடைப்பிடித்து வந்தார்கள். இத்தகைய உரிமையைத் துருக்கியரும், மற்ற எல்லா முகம்மதியரும் தங்களுக்கு கீழ் வாழும் மக்களுக்கு வழங்கியுள்ளார்கள்.” என்று அந்த மதகுரு அரபியருக்கு புகழ்மாலை சூட்டியிருக்கிறார். ஸ்பானியக் கிறிஸ்தவர்களின் மனோபாவம் அரபியரைக் காட்டிலும் எவ்வளவு கொடூரமாக இருந்தது என்பதை இதிலிருந்து அறியலாம்.

ஸ்பெயினில் இருந்து லட்சக்கணக்கான சாரசெனியர் ஆப்பிரிக்கா வுக்குள்ளும் பிரான்சுக்குள்ளும் பலாத்காரமாக விரட்டப்பட்டனர். அரபியர் ஸ்பெயினில் 700 ஆண்டுகள் வாழ்ந்து வந்தனர் என்பதை நீ மறந்துவிடக்கூடாது. ஆகவே, இந்த நீண்ட காலத்தில் அவர்கள் ஸ்பானிய மக்களோடு பெரும்பாலும் ஒன்றுபட்டுக் கலந்து விட்டார்கள். இன்று கூட ஸ்பானிய இனத்தினரின் உடலில் அரபிய ரத்தமே பெரிதும் கலந்திருக்கிறது.

ஸ்பெயினில் சாரசெனிய ஆட்சி முடிந்தது. அத்துடன் அரபிய நாகரிகமும் முற்றுப்பெற்றது. சாரசெனியர் அல்லது அரபியர் விரட்டப்பட்ட பிறகு ஃபெர்டினண்ட்- இசபெல்லாவின் ஆட்சி தொடங்கியது. இவர்கள் ஆட்சியில் ஸ்பெயினின் ஆதிக்கம் வளர்ந்தது. அமெரிக்கா கண்டுபிடிக்கப்பட்டதால், அங்கு கொள்ளையடிக்கப் பட்ட பெருஞ்செல்வம் வந்து குவிந்தது. சிறிது காலம் வரை ஐரோப்பாவில் ஸ்பெயின் மிகுந்த ஆதிக்கமும் செல்வாக்கும் உள்ள நாடாக இருந்தது. ஆனால் அது வெகு விரைவில் வீழ்ந்துவிட்டது. உலகம் வெகுவாக மாறிவிட்டது என்ற உண்மை அறிவில் உறைக்காததால் வந்த விளைவு.

லேன் பூல் என்ற ஆங்கில வரலாற்று ஆசிரியர் ஸ்பானிய சாரசெனியரைப் பற்றிப் இப்படிக் கூறுகிறார்...

“பல நூற்றாண்டுகள் வரை ஸ்பெயின் கலைக்கும் நாகரிகத்துக்கும், விஞ்ஞானக் கல்விக்கும் முக்கிய இடமாக இருந்தது. மூர்களின் பண்பாட்டு வளர்ச்சியின் அருகில் கூட எந்த ஐரோப்பிய நாடும் வரமுடியவில்லை. சிறிது காலமே பிரகாசித்த ஃபெர்டினண்ட்-இசபெல்லா ஆட்சியும் சார்லசின் பேரரசும் நீடித்து நிலைக்கக்கூடிய எதையும் உருவாக்க முடியவில்லை.

மூர்கள் வெளியேற்றப்பட்ட பிறகு கிறிஸ்தவ ஸ்பெயின், சிறிது காலம் நிலாவைப் போல பிரகாசித்தது. பிறகு அதைக் கிரகணம் பிடித்துக் கொண்டது. அன்று முதல் இன்றுவரை அது இருட்டிலேயே கிடக்கிறது. மூர்கள் ஒரு காலத்தில் வளமாக வைத்திருந்த பூமி இப்போது ஒன்றுக்கும் ஆகாத மண்ணாக கிடக்கிறது. திராட்சைத் தோட்டங்களும், ஆலிவ் தோப்புகளும், மாறாத விளைச்சலும் கடந்த காலக் கனவுகளாகின. மூர்களின் ஆட்சியில் கல்வி அறிவில் சிறந்திருந்த மக்கள் இன்று அறியாமையில் சிக்கியிருக்கிறார்கள். மூர்களுக்குப் பிறகு அந்த நாட்டு மக்கள் வளர்ச்சி குன்றி இழிநிலை அடைந்தனர். தேசங்களின் வரிசையில் மிகவும் தாழ்ந்து விட்டார்கள். இந்தத் தாழ்வு அவர்களுக்கு தேவையானதுதான். இதுவே மூர்களின் பெருமைக்கு உண்மையான சின்னமாகும்.”

ஆங்கில வரலாற்று ஆசிரியரின் இந்தத் தீர்ப்பு மிகவும் கடுமையானது. ஒரு ஆண்டுக்கு முன்பு ஸ்பெயினில் புரட்சி ஏற்பட்டு அரசர் அகற்றப்பட்டார். இப்பொழுது ஸ்பெயின் ஒரு குடியரசு நாடு. குழந்தைப் பருவத்தில் இருக்கும் இந்தக் குடியரசின் உழைப்பின் பயனாக ஒருவேளை மீண்டும் ஸ்பெயின் பிற நாடுகளைப் போல் முன்னணி நாடாக உயரலாம்.

ஜெருசலேமுக்காக நடந்த சிலுவைப்போர்கள்

62. சிலுவைப் போர்கள்

ஜூன் 19, 1932

ஏசு பிறந்ததாக சொல்லப்படும் ஜெருசலே நகரை மீண்டும் கைப்பற்ற ஐரோப்பாவில் மிகப்பெரிய பிரச்சாரம் நடந்தது உனக்கு நினைவிருக்கும். 57 ஆவது கடித்தத்தில் இதைப்பற்றி பேசியிருக்கிறோம். பாலஸ்தீனத்திற்கு சென்ற யூதர்களை இஸ்லாமியர் விரட்டினர். அதற்கு பழிதீர்க்கவே இப்படி பிரச்சாரம் செய்தனர். அதற்கு கிறிஸ்தவர்கள் மத்தியில் ஆதரவு இருப்பதை அறிந்த போப்பாண்டவரும் ஆதரிக்கத் தொடங்கினார்.

செல்ஜுக் துருக்கியரின் ஆதிக்கம் வளர்ந்து வருவதைக் கண்டு ஐரோப்பாவே நடுங்கியது. அதிலும் கான்ஸ்டாண்டிநோபிளுக்கு நேரடி ஆபத்து இருந்ததால் அது மிகவும் பயந்தது. இந்த நிலையில்தான் பாலஸ்தீனத்திற்கு அடைக்கலம் தேடி சென்ற கிறிஸ்தவர்கள் துருக்கியரால் விரட்டப்பட்டனர். ஜெருசலே நகரைக் கைப்பட்ட நடந்த பிரச்சாரத்தைத் தொடர்ந்து, போர் முரசு சாற்றப்பட்டது.

கி.பி. 1095ல் சிலுவைப் போர்கள் தொடங்கின. கிறிஸ்தவ மதத்துக்கும் இஸ்லாம் மதத்துக்கும், சிலுவைக்கும் பிறைக்கும் மூண்ட இந்தப் போராட்டம் 150 ஆண்டுகளுக்கு மேலாக தொடர்ந்தது. இடையிடையே நீண்டகாலம் ஓய்ந்திருப்பார்கள்.

புண்ணிய பூமியில் போரிட்டு மடிவதற்காக கிறிஸ்தவர்கள் அலை அலையாக புறப்பட்டார்கள். இந்த நீண்ட யுத்தத்தினால் எந்த பலனும் ஏற்படவில்லை. சில காலம் ஜெருசலேம் கிறிஸ்தவர்களிடம் இருந்தது. பிறகு துருக்கியரிடம் சென்று அவர்களிடமே தங்கியது. இந்த யுத்தத்தினால் பாலஸ்தீனமும் ஆசியா மைனரும் ரத்த வெள்ளமாக மாறியது. லட்சக்கணக்கான கிறிஸ்தவர்களும் முஸ்லிம்களும் மாண்டதைத் தவிர வேறு பலன் இல்லை.

இந்தக் காலத்தில் பாக்தாது பேரரசு எப்படி இருந்தது? அப்பாசீதுகள் கலீபாக்களாக அதை ஆண்டது உண்மைதான். ஆனாலும், பேருக்குத்தான் அரசர்கள். பேரரசு பிளவுபட்டுச் சிதறியதால், மாகாண கவர்னர்கள் இஷ்டத்துக்கு அதிகாரத்தை பங்கிட்டுக் கொண்டார்கள். இந்தியாமீது பலமுறை படையெடுத்த கஜினி முகம்மது பலம் வாய்ந்தவனாக இருந்தான். கலீபா அவனுடைய இஷ்டத்துக்கு மாறாக நடந்தால் அவன் அவரை அச்சுறுத்தினான்.

துருக்கியர்தான் பாக்தாதில் கூட அதிகாரம் செலுத்தினர். இதற்குப்பின் செல்ஜக் துருக்கியர் அதிகாரத்தை கைப்பற்றினர். அவர்கள் விரைவிலேயே கான்ஸ்டாண்டிநோபிள் வரை பரவினார்கள். ஆனால், கலீபா, வெறும் கலீபாவாகவே இருந்தார். கலீபா செல்ஜக் அரசர்களுக்கு சுல்தான் என்ற பட்டத்தைக் கொடுத்தார். சுல்தான் ஆட்சி செய்தார். ஆகவே, சிலுவைப் படை வீரர்கள் இந்த செல்ஜக் சுல்தான்களையும் அவர்களுக்கு பின்னே வந்தோரையும் எதிர்த்து சண்டையிட்டனர்.

இந்தச் சிலுவைப் போர்களால் ஐரோப்பாவில் 'கிறிஸ்தவ உலகம்' பற்றிய எண்ணம் வளர்ந்தது. அதாவது புண்ணிய பூமியை மீட்பது. இந்த உயர்ந்த லட்சியத்திற்காகப் பலர் வீடு வாசலையும் மனைவி மக்களையும், சொத்துகளையும் இழந்து போரிடச் சென்றார்கள். வேறு பலர் தங்கள் பாவங்கள் மன்னிக்கப்படும் என்ற நோக்கத்துடன் சென்றார்கள்.

குறிப்பாக, ரோமாபுரி மத நிறுவனம் கான்ஸ்டாண்டி நோபிளைத் தனக்குக் கீழே கொண்டு வர விரும்பியது. கான்ஸ்டாண்டி நோபிள் தன்னை பழமைவாத மத நிறுவனமாக அழைத்துக் கொண்டது. அதற்கு ரோமாபுரியை அடியோடு பிடிப்பதில்லை. போப்பாண்டவரை அது அற்பனாகவே கருதியது. போப்பாண்டவர், கான்ஸ்டாண்டி நோபிளின் இந்தக் கர்வத்தை அடக்கி அதைத் தனக்கு உட்பட்டதாக

மாற்ற விரும்பினார். துருக்கியரோடு போரிடுகிற சாக்கில் அவர் தமது நீண்டகால ஆசையை நிறைவேற்ற நினைத்தார். ஆள்வோரின் இயல்பான தந்திரம் இது. சிலுவைப் போர்களுக்கு இடையே ரோமாபுரிக்கும் கான்ஸ்டாண்டிநோபிளுக்கும் இடையிலான பகைமை தடங்கல் இல்லாமல் தலையெடுத்து வந்ததால் இதை நீ நினைவில் வைக்க வேண்டியது அவசியம்.

சிலுவைப் போர்களுக்கு இன்னொரு காரணம் வியாபாரம் தொடர்பானது. வெனிஸ், ஜெனோவா போன்ற துறைமுகப் பட்டணங்களில் வாழ்ந்த வியாபாரிகளின் வர்த்தகம் மந்தமாகிவிட்டது. ஏனெனில், கிழக்குத் திசைக்குச் செல்லும் அவர்களுடைய வியாபார மார்க்கங்கள் பலவற்றைத் துருக்கியர் அடைத்து விட்டார்கள். அதனால், மந்தநிலையில் இருக்கும் தங்கள் வியாபாரத்தைப் பெருக்குவதற்காக இப்போரை அவர்கள் விரும்பி வரவேற்றார்கள்.

இந்தக் காரணங்கள் எதுவும் பொதுமக்களுக்கு தெரியாது. அவர்களுக்கு இதைய யாரும் எடுத்துச் சொல்லவில்லை. அரசியல் வாதிகள் எப்போதுமே, உண்மையான காரணங்களை ஒளிப்பதில் சமர்த்தர்கள். அவர்கள் எப்போதும், மதம், நீதி, நியாயம், சத்தியம் என்றுதான் வாய்ப்பந்தல் போடுவார்கள். சிலுவைப் போர்களின் காலத்திலும் சரி, இந்தக் காலத்திலும் சரி, இதுதான் நிகழ்கிறது. அந்தக் காலத்திலும் மக்கள் ஏமாந்தார்கள். இந்தக் காலத்திலும் பெரும்பாலான மக்கள் அரசியல்வாதிகளின் ஆசை வார்த்தைகளைக் கேட்டு ஏமாந்துதான் போகிறார்கள்.

சிலுவைப் போர்ப் படையில் பலர் சேர்ந்தார்கள். அவர்களில் நல்லவர்களும் கொள்ளை நோக்கத்தால் தூண்டப்பட்டவர்களும் இருந்தனர். உயர்ந்த லட்சியத்துக்குச் சேவை செய்யப் போவதாகச் சொல்லிக் கொண்ட இந்தச் சிலுவைப் போர்வீரர்கள் செய்யாத அட்டூழியம் இல்லை. சிலர் வழியிலேயே யூதர்களைக் கொல்ல ஆரம்பித்தார்கள். வேறு சிலர் தங்கள் சகோதர கிறிஸ்துவர்களையே கொன்றார்கள்.

கடைசியாக, சிலுவைப் படைவீரர்கள் பூவிலானைச் சோந்த காட்பிரே என்ற நார்மானியனின் தலைமையில் பாலஸ்தீனத்தை அடைந்தார்கள். ஜெருசலேமை அவர்கள் கைப்பற்றினார்கள். அதன் பிறகு ஒரு வாரம் வரை ஒரே ரத்தக்களரிதான். எங்கும் கோரமான கொலை. இதை நேரில் பார்த்த ஒரு பிரெஞ்சுக்காரன், 'மசூதியின்

முன் மண்டபத்தில் முழங்கால் அளவுக்கு ரத்தம் ஓடியது. அது குதிரைகளின் கடிவாளங்களையும் எட்டியது' என்று சொல்கிறான். காட்பிரே ஜெருசலேமின் அரசன் ஆனான்.

எழுபது ஆண்டுகளுக்கு பிறகு எகிப்து சுல்தான் சலாதீன் ஜெருசலேமை மீண்டும் கைப்பற்றினான். இதைக் கண்ட ஐரோப்பிய மக்கள் ஆத்திரம் அடைந்தார்கள். அதைத் தொடர்ந்து பல சிலுவைப் போர்கள் நடந்தன. இந்த முறை ஐரோப்பாவின் மன்னரும், மன்னர் மன்னரும் நேரில் வந்தாலூம் பலன் இல்லை. அவர்கள் பொறாமையில் தங்களுக்குள் 'யார் பெரியவன்' என்று சண்டையிட்டார்கள்.

கொடிய போரோடு இழிவான சூழ்ச்சியும் பழி பாவமும் பின்னிக் கிடக்கும் கதையைக் கேட்பதே கஷ்டமாக இருக்கிறது. ஆனால் மனிதாபிமானம் கொண்ட போர்வீரர்களின் கதையும் இருக்கின்றன. எகிப்து சுல்தான் சலாதீனும், இங்கிலாந்து மன்னன் ரிச்சர்டும் அன்பாகவும் வீரத்தோடு சேர்ந்த பண்போடும் நடந்து கொண்டதற்கு சில உதாரணங்களைச் சொல்கிறார்கள்.

சிலுவைப் போர்கள் நடந்த காலத்தைப் பற்றிப் பல கதைகள் உண்டு. ஆங்கிலப் பேராசிரியர் சர் வால்டர் ஸ்காட் எழுதியுள்ள 'இரட்சை' என்னும் நாவலை நீ வாசித்திருக்கலாம்.

சிலுவை வீரர்கள் ஒரு கூட்டத்தார் கான்ஸ்டாண்டி நோபிளுக்குச் சென்று அதைக் கைப்பற்றிக் கொண்டார்கள். அவர்கள் கிழக்குப் பேரரசின் பேரரசரை துரத்திவிட்டு லத்தீன் அரசையும் ரோமானிய கிறிஸ்தவ நிறுவனத்தையும் அமைத்தார்கள். கான்ஸ்டாண்டி நோபிளிலும் பலர் கோரமாகக் கொல்லப்பட்டனர். அந்த நகரத்தின் ஒரு பகுதி சிலுவைப் படைகளால் எரிக்கப்பட்டது. ஆனால், இந்த லத்தீன் அரசை, ஐம்பது ஆண்டுகளுக்குப் பின் வந்த கிழக்குப் பேரரசை சேர்ந்த கிரேக்கர்கள் வென்றார்கள். லத்தீன் மார்க்கத்தாரைத் துரத்தினார்கள். இதற்குப் பிறகு 200 ஆண்டுகள் வரைல் கான்ஸ்டாண்டிநோபிளைத் தலைநகராகக் கொண்ட கிழக்குப் பேரரசு நீடித்திருந்தது. கி.பி. 1453ல் துருக்கியர் வந்து அதை முடிவாக ஒழித்தார்கள்.

'குழந்தைகளின் சிலுவைப்படை' என ஒன்று அமைக்கப்பட்டதுதான் இந்தச் சிலுவைப் போர்களில் கோரமான விஷயம். பல குழந்தைகள் உற்சாகத்துடன் தங்கள் வீடுகளை விட்டுப் பாலஸ்தீனத்துக்குப் புறப்பட்டனர். இவர்களில் பெரும்பாலோர் பிரான்சிலிருந்தும்,

சிலர் ஜெர்மனியிலிருந்தும் வந்தவர்கள். பலர் வழியிலேயே மாண்டு விட்டார்கள். வேறு பலர் காணாமற் போனார்கள். மிச்சமிருந்தவர்கள் மார்சேல்சை அடைந்தார்கள். அவர்களுடைய உற்சாகத்தைக் கண்ட வஞ்சகர்கள் 'புண்ணிய பூமி'க்கு அழைத்துச் செல்வதாக ஏமாற்றினார்கள். தங்களுடைய கப்பல்களில் எகிப்துக்கு கொண்டுபோய் அவர்களை அடிமைகளாக விற்று விட்டார்கள்.

இங்கிலாந்து மன்னன் ரிச்சர்டு பாலஸ்தீனத்தில் இருந்து திரும்பும் வழியில் கிழக்கு ஐரோப்பாவில் அவருடைய எதிரிகளால் பிடிக்கப்பட்டான். பெருந்தொகை கொடுத்து விடுதலை ஆனார். ஒரு பிரெஞ்சு அரசர் ஒருவரும் பிடிக்கப்பட்டு பெருந்தொகை செலுத்தி விடுதலை பெற்றார். பரிசுத்த ரோமப் பேரரசின் பேரரசரான பிரடெரிக் பார்பரோசா என்பவர் பாலஸ்தீனத்தில் ஆற்றில் மூழ்கி இறந்தார்.

காலம் செல்லச் செல்ல, சிலுவைப் போர்களின் மகிமை குறைந்தது. மக்களும் அலுத்துப் போனார்கள். ஜெருசலேம் முஸ்லிம்களின் கையிலேயே இருந்தது. சுமார் 700 ஆண்டுகள் வரை ஜெருசலேம் முஸ்லிம்களிடமே இருந்தது. அது 1918ல் முதல் உலகப் போர் சமயத்தில்தான் ஆங்கில தளபதியால் துருக்கியிடம் இருந்து கைப்பற்றப்பட்டது.

பிற்காலத்திலும் ஒரு சிலுவைப் போர் நடந்தது. அது சுவாரஸ்யமாகவும், வழக்கத்துக்கு மாறாகவும், நடந்ததைப் பார்க்கிறோம். அதை சிலுவைப் போர் என்றே சொல்வதற்கு இல்லை. பரிசுத்த ரோமப் பேரரசர் இரண்டாவது பிரடெரிக் பாலஸ்தீனத்துக்கு வந்தார். ஆனால், போரிடுவதற்குப் பதிலாக எகிப்து சுல்தானிடம் பேசினார். பிறகு இருவரும் ஒரு சமரசத்துக்கு வந்தார்கள். பிரடெரிக் ஒர் ஆச்சரியமான ஆள். பெரும்பாலான அரசர்களுக்கு எழுதப் படிக்கக் கூடத் தெரியாத காலத்தில், அரபு உள்பட பல மொழிகளில் புலமை பெற்றிருந்தார். அவரை 'உலகத்தின் அற்புதம்' என்று அழைக்கிறார்கள். அவர் போப்பாண்டவரை பொருட்படுத்த வில்லை. அதனால், அவரைப் போப்பாண்டவர் மதத்திலிருந்து விலக்கினார். அவர் அதையும் பொருட்படுத்தவே இல்லை.

ஆகவே, சிலுவைப் போர்கள். எதையும் சாதித்துக் கிழித்துவிட வில்லை. ஆனால், தொடர்ச்சியான போர்களால் செல்ஜக் துருக்கியரின் வலிமை குன்றியது. இதைவிட செல்ஜக் பேரரசின் அடித்தளத்தை நிலமானிய ஏற்பாடு என்ற கரையான் அரித்து வந்தது.

பெரிய நிலமானியப் பிரபுக்கள் தங்களைச் சுதந்திர நிர்வாகிகளாக கருதி வந்தார்கள். சதா அவர்களுக்குள் சண்டை. சில சமயங்களில், ஒருவருக்கு விரோதமாக மற்றொருவர் கிறிஸ்தவர்களின் உதவியை கேட்கும் அளவுக்குச் சென்றார்கள். இந்த உள் நாட்டுப் பலவீனம்தான் சில சமயம் சிலுவைப் படைகளுக்குச் சாதகமாக இருந்தது.

சிலுவைப் போர்களைப் பற்றிச் சமீபத்தில் ஆங்கில வரலாற்று ஆசிரியரான ஜி.எம். டிரவெலியன் (நீ படித்துள்ள கரிபால்டி நூல்களின் ஆசிரியர்) என்பவர் வெளியிட்டுள்ள கூற்று கவனிக்கத்தக்கது. அவர் இப்படி சொல்கிறார்... "ஐரோப்பா ஒருவித புதிய சக்தியுடன் இருந்தது. அது வேட்கையுடன் கிழக்கே நோக்கியது. அந்தப் பொதுவான வேட்கையின் போர், மதம் இவை சம்பந்தமான அம்சமே சிலுவைப் போர்கள்.

அந்தப் போர்களால் நமது புண்ணிய பூமி மீட்கப்படவும் இல்லை. கிறிஸ்தவ உலகம் ஒன்றுபடவும் இல்லை. ஆனால் ஒரு பலன் மட்டும் கிடைத்து. அதாவது, பேதுரு சந்நியாசி வெறுத்திருக்கக் கூடிய, அருங்கலைகள், கைத் தொழில்கள், விஞ்ஞான உணர்வு, அறிவுத் தாகம், ஆடம்பர வாழ்வின் சுக போகங்கள் முதலியவற்றை ஐரோப்பா கொண்டு வந்தது."

கி.பி. 1193ல் சலாதீன் மரணம் அடைந்தான். அவனுக்குப் பின் பழைய அரபிய சாம்ராஜ்யத்தில் எஞ்சியிருந்ததும் சிதைந்தது. சிறிய நிலமானியப் பிரபுக்களுக்கு உள்பட்ட மேற்கு ஆசியாவின் பல

பாகங்களில் குழப்பம் ஏற்பட்டது. கடைசி சிலுவைப் போர் கி.பி. 1249ல் நடந்தது. அதற்கு தலைமை வகித்தவன் பதினான்காம் லூயி என்ற பிரெஞ்சு அரசன். அவன் தோற்கடிக்கப்பட்டு கைது செய்யப்பட்டான்.

இந்தப் போர்களுக்கு இடையில் கிழக்கு ஆசியாவிலும் மத்திய ஆசியாவிலும் பெரிய பெரிய சம்பவங்கள் நிகழ்ந்து கொண்டிருந்தன. செங்கிஸ்கான் என்ற தலைவனின் கீழ் மங்கோலியர் அதிவேகத்துடன் முன்னேறி வந்தார்கள். கீழ் வானத்தில் கவிந்து நின்ற இந்தக் கரிய பெரிய மேகத்தைக் கண்ட கிறிஸ்தவன், முகம்மதியன் இருவரும் திகில் அடைந்தார்கள். செங்கிஸ்கானை பற்றியும், மங்கோலியரைப் பற்றியும் பிறகு சொல்லுகிறேன்.

இந்தக் கடிதத்தை முடிப்பதற்கு முன் ஒரு விஷயம் சொல்ல விரும்புகிறேன். மத்திய ஆசியாவில் பொகாரா நகரில் அரபிய வைத்தியர் ஒருவர் வாழ்ந்து வந்தார். அவருடைய புகழ் ஆசியா, ஐரோப்பா இரு கண்டங்களிலும் பரவியிருந்தது. அவருடைய பெயர் இபின்சினா. ஆனால், அவர் ஐரோப்பாவில் ஏவிசென்னா என்றே பெரும்பாலும் அழைக்கப்படுகிறார். 'வைத்திய சிரோமணி' என்று அவர் புகழப்படுகிறார். சிலுவைப் போர்கள் தொடங்குவதற்கு முன், கி.பி. 1037ல் அவர் இறந்துவிட்டார்.

அவர் அடைந்திருந்த புகழுக்காகவே நான் அவரைப்பற்றி இங்கே குறிப்பிட்டேன். ஆனால், அரபிய பேரரசு, இறங்கு முகத்திலிருந்த இந்தக் காலத்திலும் அரபிய நாகரிகம் மேற்கு ஆசியாவிலும், மத்திய ஆசியாவின் ஒரு பகுதியிலும் பெருமை பெற்று இருந்ததை நீ நினைவில் வைக்கவேண்டும். சலாதீன், சிலுவைப் படைகளை எதிர்த்துப் போராடி வந்த போதிலும், பல பெரிய கல்லூரிகளையும், வைத்திய சாலைகளையும் கட்டினான். ஆனால், இதை அடுத்து அரபிய நாகரிகத்திற்குத் திடீரென்று முடிவு ஏற்பட்டுவிட்டது. மங்கோலியர் கிழக்கேயிருந்து வந்து கொண்டிருந்தார்கள்.

இங்கிலாந்து அரசர் ஜான் மேக்ன கார்ட்டாவில் கையெழுத்திட்டார்

63.சிலுவைப் போர் காலத்தில் ஐரோப்பா

ஜூன் 20, 1932

சிலுவைப் போர்களைத் தொடர்ந்து கிறிஸ்தவ உலகம் என்ற இலக்கு உருவாகிறது. ஐரோப்பா முழுவதும் கிறிஸ்தவ மதம் வளர்ந்துவிட்டது. ரஷ்யர் உள்ளிட்ட ஸ்லாவிய இனத்தவர்தான் கடைசியாக கிறிஸ்தவ மதத்தை தழுவினார்கள்.

அதைப் பற்றிய சுவையான கதை ஒன்று உண்டு. ஆனால், அது எவ்வளவு உண்மை என்று எனக்குத் தெரியாது. பழங்கால ரஷிய மக்கள் தங்கள் பழைய மதத்தை விட்டு புதிய மதத்தை தழுவுவதற்கு முன் விவாதம் செய்தார்களாம். அவர்கள் கேள்விப்பட்ட கிறிஸ்தவம் மற்றும் இஸ்லாம் மதங்களில் எது நல்லது என்று அறிய முடிவு செய்தார்கள். அதற்காக இந்த மதங்கள் தோன்றிய இரண்டு நாடுகளுக்கு தூதுவர்களை அனுப்பினார்கள்.

அந்தத் தூதுக்கோஷ்டி இஸ்லாம் நாடுகளுக்கு சென்றுவிட்டு கான்ஸ்டாண்டிநோபிளுக்கு சென்றது. அங்கு வைதிக கிறிஸ்தவ மத தேவாலயத்தில் நடந்த பூஜைகளில் இருந்த ஆடம்பரமும், சங்கீதமும் மதகுருக்களின் உடைகளும் அவர்களை கவரந்தனவாம். ஆகவே அவர்கள் கிறிஸ்தவ மதம் சிறந்தது என்று முடிவு செய்தார்களாம். தூதுக் கோஷ்டிகள் சொன்னதை ஏற்று அரசனும் மக்களும் கிறிஸ்தவ

மதத்தை தழுவினார்களாம். அவர்கள் ரோமாபுரியைப் பின்பற்றாமல் வைதிக கிரேக்க மத அமைப்பை பின்பற்றினார்கள். அதிலிருந்து எந்தக் காலத்திலும் ரோமாபுரி போப்பாண்டவரை ஏற்கவில்லை.

சிலுவைப் போர்கள் தொடங்குவதற்கு முன்பே இந்த மதமாற்றம் நடந்துவிட்டது. பல்கேரியர்களையும் கிறிஸ்தவ மதம்தான் கவர்ந்ததாம். எனவே அவர்களுடைய அரசர் கான்ஸ்டாண்டி நோபிளின் ராஜகுமாரியை திருமணம் செய்து கிறிஸ்தவராக மாறி-விட்டார். இப்படித்தான், மற்ற நாட்டாரும் கிறிஸ்தவ மதத்தை கடைப்பிடிக்கத் தொடங்கினார்கள்.

சிலுவைப்போர்கள் காலத்தில் ஐரோப்பாவில் என்ன நடந்தது? சில ஐரோப்பிய அரசர்களும் பேரரசர்களும் பாலஸ்தீனம் சென்று கஷ்டம் அனுபவித்தார்கள். ஆனால், போப்பாண்டவர் மட்டும் ரோமாபுரியில் அமர்ந்துகொண்டு, 'புற மதத்தினரான' துருக்கியருக்கு எதிராக 'புண்ணிய யுத்தம்' செய்யும்படி கட்டளைகள் அனுப்பிக் கொண்டிருந்தார். அந்தச் சமயம், போப்பாண்டவர்களின் செல்வாக்கு உச்சத்தில் இருந்தது.

போர்கள் நடைபெற்ற சமயத்தில் இருந்தவர் போப்பாண்டவர் ஏழாவது கிரெகரி. இவர், போப்பாண்டவர்களைத் தேர்ந்தெடுக்க ஒரு புது முறையை அறிமுகம் செய்தார். ரோமானிய கத்தோலிக்க உலகில் போப்பாண்டவருக்கு அடுத்த இடத்திலுள்ள கார்டினல்களைக் கொண்ட பரிசுத்த திருச்சபை ஒன்று உருவாக்கப்பட்டது. இந்தச் சபைதான் புதிய போப்பாண்டவரைத் தேர்ந்தெடுத்தது. கி.பி. 1059ல் இந்த புதியமுறை அறிமுகப்படுத்தப்பட்டது. அப்போதிருந்து இதுவரை சில மாற்றங்களுடன் இதுவே கடைப்பிடிக்கப்படுகிறது.

போப்பாண்டவர் இறந்துவிட்டால், பரிசுத்த திருச்சபை உடனே கூடும். அவர்கள் ஒரு பூட்டப்பட்ட அறையில். தேர்தல் முடியும் வரை விவாதிப்பார்கள். பல மணி நேரம் ஆனாலும் முடிவுக்கு வரமுடியாமல் திண்டாடுவது உண்டு. ஆனால், முடிவுக்கு வராமல் வெளியில் வரமுடியாது. முடிவு செய்யப்பட்ட உடன் வெண்ணிறப் புகைப்படலம் வானில் விரியும். வெளியே காத்திருக்கும் மக்கள் அதை வைத்து தேர்தல் முடிந்ததை அறிவார்கள்.

போப்பாண்டவர் தேர்ந்தெடுக்கப்படுவது போலவே பரிசுத்த ரோமப் பேரரசின் பேரரசரும் தேர்வு செய்யப்பட்டார். ஆனால், அவரை 7 பெரிய நிலமானியப் பிரபுக்கள் தேர்ந்தெடுத்தனர். அவர்களுக்குத் 'தேர்வு இளவரசர்கள்' என்று பெயர். ஒரே

குடும்பத்திலிருந்து பேரரசர்கள் வராமல் இருக்க இந்த ஏற்பாடு. ஆனால், ஒரே குடும்பம் நெடுங்காலம் வரை இந்தத் தேர்தல்களில் ஆதிக்கம் செலுத்தியதும் உண்டு.

ஆகவே, 12, 13ஆவது நூற்றாண்டுகளில், ஹோஹென் ஸ்டாபென் வம்சம் பேரரசராக ஆதிக்கம் செலுத்தியது. அந்தக் குடும்பத்தைச் சேர்ந்த முதலாவது பிரடெரிக் என்பவன் 1152ல் பேரரசராக முடிசூடினான். அவன் பிரடெரிக் பார்பரோசா என்றும் அழைக்கப் பட்டான். சிலுவைப் போருக்குச் செல்லும் வழியில் ஒரு நதியில் மூழ்கி இவன் இறந்தான். ஜெர்மானிய மக்களுக்கு அவன் பெரிய வீரனாகத் தெரிந்தான். அவனைப் பற்றிப் பல கதைகள் உள்ளன. அவன் மலையில் ஒரு குகையில் தூங்குவான் என்றும், ஆபத்து வந்தால் மக்களைக் காப்பாற்ற எழுந்து வருவான் என்று ஒரு கதை இருக்கிறது.

போப்பாண்டவரை இவன் பல முறை எதிர்த்தாலும் போப்பாண்டவரே முடிவில் வெற்றியுற்றார். அவன் சர்வாதிகாரியாக நினைத்தான். நிலமானியப் பிரபுக்கள் அவனுக்கு தொல்லை கொடுத்தனர். இத்தாலியில் தோன்றிய பெரிய நகரங்களின் சுதந்திரத்தை பிரடெரிக் பறிக்க முயன்றான். ஆனால், வெற்றி பெறவில்லை. ஜெர்மனியிலும் கொலோன், ஹாம்பர்க், பிராங்பர்ட் முதலிய பல நகரங்கள் தோன்றின. ஆனால், இங்கு பிரடெரிக் நிலமானியப் பிரபுக்களை ஒடுக்குவதற்காக ஜெர்மானிய நகரங்களின் சுதந்திரத்தை ஆதரித்தான்.

அரசனைப்பற்றி இந்தியர் கொண்டிருந்த கருத்தை நான் பலமுறை உனக்குச் சொல்லி இருக்கிறேன். பொதுஜனங்கள் தான் முடிவான எஜமானர்கள். இதுவே இந்திய கொள்கை ஆனால், நடைமுறையில், மன்னர்கள் மனம் போனபடி நடந்தார்கள். பழைய ஐரோப்பிய சித்தாந்தம் எப்போதுமே மன்னர்களுக்கு தடையற்ற முழு அதிகாரத்தை வழங்குகிறது. 'அரசனுக்குச் சட்டம் விதிக்க மக்களுக்கு உரிமையில்லை. அவனுடைய கட்டளைகளுக்குக் கீழ்ப்படிந்து நடப்பதே அவர்களுக்குக் கடமையாகும்' என்று பிரடெரிக்கே சொல்லி இருக்கிறான்.

சீனாவிலும் அரசர்களுக்கும் பேரரசர்களுக்கும் 'தேவகுமாரன்' என்பது போன்ற பட்டப் பெயர்கள் உண்டு. ஆனால், கொள்கை அளவில் சீனப் பேரரசருக்கும் சர்வசக்தி வாய்ந்த ஐரோப்பிய பேரரசருக்கும் பெரிய வேறுபாடு உண்டு. மெங்சே என்ற பழைய சீன ஆசிரியர் ஒருவர் இப்படி எழுதியிருக்கிறார்... "ஒரு தேசத்தில் மக்களை முதன்மையானவர்கள். மக்களுக்கு அடுதது கடவுளரும்

விளைபொருள்களும். அரசனுக்கு மூன்றாவது இடமே தரவேண்டும்."

ஆகவே, ஐரோப்பாவில் பேரரசர்தான் பூமியில் யாரைக் காட்டிலும் மேலானவர். ஆனால் நடைமுறையில் அப்படியில்லை. அவருக்குக் கீழிருந்த நிலமானியப் பிரபுக்களே அவருக்கு தொல்லை கொடுத்தார்கள். இந்நிலையில்தான் நகரங்களில் புதிய பணக்காரர்கள் தோன்றினர். அவர்களும் அதிகாரத்தில் பங்கு கேட்கத் தொடங்கினர். போப்பாண்டவரும் 'யாரினும் மேம்பட்டவர்' என்றும் பேரரசரும் 'யாரினும் மேம்பட்டவர்' என்றால் இருவருக்கும் மோதல் ஏற்படத்தானே செய்யும்.

பிரடெரிக் பார்பரோசாவின் பேரன் இரண்டாம் பிரடெரிக் என்று அழைக்கப்பட்டான். அவன் சிறுவயதிலேயே பேரரசர் ஆனான். இவனைத்தான் 'உலகத்தின் அற்புதம்' என்று அழைத்தார்கள். இவன்தான் பாலஸ்தீனத்துக்குச் சென்று எகிப்திய சுல்தானிடம் நட்புடன் பேசி சமாதானம் செய்துகொண்டவன். இவனும் தன் பாட்டனைப் போலவே, போப்பாண்டவருக்கு கீழ்ப்படிய மறுத்தான். போப்பாண்டவர் அவனையும் மதத்திலிருந்து விலக்கினார். ஆனால் இந்த ஆயுதம் துருப்பிடித்து வந்தது.

இரண்டாம் பிரடெரிக் போப்பாண்டவரின் கோபத்தைப் கண்டுகொள்ளவில்லை. அவன் ஐரோப்பிய அரசர் அனைவருக்கும் கடிதம் எழுதினான். போப்பாண்டவர்கள் அரசர்களுடைய அரசியல் விவகாரங்களில் தலையிடக்கூடாது. மத விவகாரங்களை மட்டுமே கவனிக்க வேண்டும் என்று கடிதத்தில் கூறினான். மதகுருமாருடைய ஊழல்களையும் அவன் எழுதியிருந்தான்.

இரண்டாம் பிரடெரிக் பிறமத வெறுப்பற்று இருந்தான். அவனுடைய சபையில் அரபிய, யூத தத்துவ அறிஞர்கள் இருந்தனர். அவர்கள் வழியாகத்தான் அரபிய எண்களும், அல்ஜீப்ரா அல்லது எண்கணிதம் ஐரோப்பாவுக்கு வந்ததாம். (ஆதியில் எண் கணிதம் இந்தியாவிலிருந்து ஐரோப்பாவுக்குச் சென்றது உனக்கு நினைவிருக்கும்) நேபிள்ஸ் பல்கலைக் கழகத்தையும் அவன் உருவாக்கினான். சாலர்னோவிலுள்ள பழைய பல்கலைக் கழகத்தில் மருத்துவப் பிரிவையும் தொடங்கினான்.

இரண்டாம் பிரெடரிக் 1212லிருந்து 1250வரை ஆட்சி செய்தான். அவன் இறந்ததும் ஹோஹென் ஸ்டாபென் வம்ச ஆதிக்கம் முடிந்தது. பேரரசே முடிவுற்றது எனலாம். இத்தாலி பிரிந்தது. ஜெர்மனி சிதறுண்டது. பல ஆண்டுகள் குழப்பம் நிலவியது. பிரபுக்களும்

பொறுப்பாளர்களும் சூறையாடினார்கள். அவர்களைக் கேட்க ஆளில்லை. பரிசுத்த ரோமப் பேரரசின் பளுவை ஜெர்மனியால் தாங்க முடியவில்லை. பிரான்சிலும் இங்கிலாந்திலும் நிலமானியப் பிரபுக்களின் கொட்டத்தை அடக்கி, அரசர்கள் தங்களைப் பலப்படுத்தினார்கள்.

ஜெர்மனியின் அரசன் பேரரசனாக இருந்ததால் அவனுக்குப் போப்பாண்டவரோடு மோதுவதற்கே பொழுது சரியாக இருந்தது. ஜெர்மனி ஒற்றுமை ஆவதற்கு முன்பே பிரான்சும் இங்கிலாந்தும் பலமிக்க தேசங்களாகின. நூற்றுக்கணக்கான ஆண்டுகளாக ஜெர்மனி பல சிற்றரசர்களின் கீழ் இருந்தது. அறுபது ஆண்டுகளுக்கு முன்பு தான் ஜெர்மனி ஒன்றானது. அப்போதும் சிற்றரசர்கள் ஒழியவில்லை. 1914-18ல் நடந்த முதல் உலகப்போர் இந்த நிலையை சீர்செய்தது.

இரண்டாம் பிரடெரிக் மரணத்துக்குப் பின் 23 ஆண்டுகள் பேரரசர் தேர்வு செய்யப்படவில்லை. 1273ல் ஹாப்ஸ்பர்க் பிரபுவான ருடால்ப் என்பவன் பேரரசனாக தேர்வு செய்யப்பட்டான். இப்போது ஹாப்ஸ்பர்க் குடும்பம் என்ற புதிய குடும்பம் வரலாற்று மேடையில் தோன்றுவதைப் பார்க்கிறோம். இது பேரரசு முடிவு வரையில் ஒட்டிக் கொண்டிருக்கிறது. முதல் உலகப் போரின்போது இந்த குடும்பமும் முடிவுக்கு வந்தது.

அப்போது ஹாப்ஸ்பர்க் குடும்பத்தைச் சார்ந்த பிரான்சிஸ் ஜோசப் என்பவர் ஆஸ்திரியா - ஹங்கேரியின் பேரரசராக இருந்தார். அவர் அறுபது ஆண்டுகளுக்கு மேலாக ஆட்சியில் இருந்தார். அவருடைய சகோதரன் மகனும் ஆட்சிக்கு வாரிசுமாகிய பிரான்ஸ் ஃபர்டினண்ட் என்பவன் தன் மனைவியுடன் போஸ்னியாவில் சிராஜிவோ என்ற இடத்தில் (பால்கன் பிரதேசம்) 1914ல் கொல்லப்பட்டான். இந்தக் கொலைதான் முதல் உலகப் போருக்குக் காரணமாக இருந்தது. உலகப்போரில் அழிந்து ஒழிந்தவை பல. ஹாப்ஸ்பர்க் வமிசமும் ஒன்று.

பரிசுத்த ரோமப் பேரரசு பற்றி இவ்வளவு போதும். மேற்கே பிரான்சும் இங்கிலாந்தும் தங்களுக்குள் அடிக்கடி போரிட்டன. அதைவிட தங்களுடைய நிலமானியப் பிரபுக்களோடு போரிட்டனர். இதில் ஜெர்மானிய பேரரசரைவிட அதிக வெற்றிகண்டனர். அதனால் பிரான்சும், இங்கிலாந்தும் ஒற்றுமை பெற்று பலமடைந்தன.

சுமாராக இதே காலத்தில் இங்கிலாந்தில் ஒரு முக்கிய சம்பவம் நிகழ்ந்தது. அதைப்பற்றி நீ படித்திருக்கலாம். கி.பி.1215ல் ஜான் என்ற அரசனின் அட்டூழியம் தாங்கமுடியவில்லை. இதையடுத்து, மன்னனை

பிரபுக்களும் மக்களும் தேம்ஸ் நதியில் உள்ள ரண்னிமீட் என்ற தீவில் சுற்றி வளைத்தனர். ஈட்டி முனையில் 'மாக்னா கார்ட்டா' என்ற ஒப்பந்த பத்திரத்தில் கையெழுத்து பெற்றனர். அந்த நிகழ்வைத்தான் நான் குறிப்பிடுகிறேன்.

பிரபுக்கள், மக்கள் ஆகியோரின் சில உரிமைகளை அரசன் மதித்து நடப்பதாக அதில் உறுதி கூறப்பட்டு இருந்தது. இங்கிலாந்தில் அரசியல் சுதந்திரத்துக்கான போராட்டத்தில் இது முதலாவது வெற்றியாகும். அந்தப் பத்திரத்தின்படி அரசன் மக்கள் சொத்து சுதந்திரத்தில் அவனுக்கு நிகரானவர்களின் சம்மதமின்றித் தலையிடக் கூடாது. அதைத்தொடர்ந்து 'ஜூரிகள்' அல்லது நடுவர்கள் விசாரணை முறை ஏற்பட்டது. இதன்படி குற்றம் சாட்டப்பட்டவருக்கு சமமான நிலையில் இருப்பவர்கள் தீர்ப்புக் கூற வாய்ப்பு ஏற்பட்டதாக கருதப்பட்டது. இதன்மூலம் இங்கிலாந்தில் ஆதியிலேயே அரசனுடைய அதிகாரம் கட்டுக்குள் கொண்டுவரப்பட்டது என அறிகிறோம். பரிசுத்த ரோமப் பேரரசில் இருந்த 'அரசனே யாரினும் மேலானவன்' என்ற கொள்கையை இங்கிலாந்து அப்போதே எற்கவில்லை.

இங்கிலாந்தில் 700 ஆண்டுகளுக்கு முன்பே ஒப்புக் கொள்ளப்பட்ட இந்த விதி, பிரிட்டிஷ் ஆட்சியில் இந்தியாவில் 1932ஆம் ஆண்டில் கூட நடைமுறையில் இல்லை. இன்று, வைசிராய் என்ற தனிநபர், எண்ணற்ற அவசரச் சட்டங்களை இயற்றும் அதிகாரம் படைத்திருக்கிறார். இந்தச் சட்டங்கள் மக்கள் சொத்து சுதந்திரங்களைப் பறிக்கின்றன.

மாக்னா கார்ட்டாவுக்குப் பிறகு இங்கிலாந்தில் இன்னொரு முக்கிய சம்பவம் நிகழ்ந்தது. தேசிய சபை சிறிது சிறிதாக வளர்ச்சி அடைந்தது. இதில் நாட்டின் பல தொகுதிகளில் இருந்தும் நகரங்களில் இருந்தும் அனுப்பப்பட்ட நைட்டுகளும் குடிமக்களும் இருந்தார்கள். இதுதான் இங்கிலாந்து பாராளுமன்றத்தின் தொடக்கம். நைட்டுகளையும் குடிமக்களையும் கொண்டது காமன்ஸ் (சாமானியர்) சபை. பிரபுக்களையும் மத குருமார்களையும் கொண்டது பிரபுக்கள் சபை. தொடக்கத்தில் இந்த பார்லிமெண்டுக்கு அதிக அதிகாரம் இல்லை. ஆனால் அதன் அதிகாரம் அதிகரித்தது. கடைசியில் ராஜா பெரியவனா, பாராளுமன்றம் பெரிதா என்ற போட்டி இருவருக்கும் நடந்தது. அதன் முடிவு ராஜாவுக்குத் தலை போயிற்று. பாராளுமன்றம் தலைமை ஏற்றது. ஆனால் இந்த நிகழ்ச்சி, நாம் பேசுகிற இந்தக் காலத்துக்கு 400 ஆண்டுகளுக்குப் பின் அதாவது 17ஆவது நூற்றாண்டில் நிகழ்ந்தது.

பிரான்சிலும் 'முப்பேராயம்' என ஒன்று இருந்தது. பிரபுக்கள், மத குருக்கள், சாமானியர் என மூன்று பகுதியினரும் இதில் இருந்தனர். அரசன் விருப்பப்பட்டால் இந்தச் சபை கூடும். ஆனால் அடிக்கடி கூடுவதில்லை. இங்கிலாந்து பாராளுமன்றம் பெற்ற அதிகாரத்தை இது பெறவில்லை. பிரான்சிலும் அரசர்களின் அதிகாரம் ஒழிக்கப்படுவதற்காக ஒரு அரசன் தன் தலையை இழந்தான்.

கிழக்கு ரோமப் பேரரசு இன்னும் இருந்தது. தொடக்கத்தில் இருந்தே எப்போதும் யாரோடாவது போராட்டம்தான். பல தாக்குதல்களை அது தாண்டி வந்துள்ளது. வடக்கத்திய பழங்குடியினர், முஸ்லிம்கள், ரஷியர், பல்கேரியர், அரபியர், செல்ஜக் துருக்கியர் என்று பலரும் தாக்கினார்கள். இவற்றைக் காட்டிலும் சிலுவைப் படைகளின் தாக்குதல் பெரிய ஆபத்தாக இருந்தது. கிறிஸ்தவ வீரர்களே, கிறிஸ்தவ கான்ஸ்டாண்டிநோபிளுக்கு இழைத்த தீங்கைப்போல் வேறு யாரும் செய்ததில்லை. அதிலிருந்து அது எழுந்திருக்கவே இல்லை.

மேற்கு ஐரோப்பிய உலகத்துக்கு கிழக்கு ரோமப் பேரரசைப் பற்றி எதுவும் தெரியாது. அவர்கள் அதை மதிக்கவே இல்லை.அங்கு கிரேக்க மொழி வழக்கத்தில் இருந்தது. மேற்கு ஐரோப்பாவின் உயர் மொழியோ லத்தீன். உண்மையைக் கூறினால், கான்ஸ்டாண்டிநோபிள் தாழ்வுற்ற காலத்திலும் அங்கு இருந்த கல்வியும், இலக்கிய மேன்மையும் மேற்கே இல்லை. ஆனால், அது கிழக்கல்வி. மேற்கே கல்வி குறைவாயிருந்தது. ஆனால் அதில் படைப்பு வேகம் மேலோங்கியது. அது பொங்கிப் பெருகி அழகுள்ள பலவற்றை படைக்கப் போவதை விரைவில் காண்போம்.

கிழக்கு பேரரசில் போரரசருக்கும் மத நிறுவனத்துக்கும் போட்டி-யில்லை. பேரரசர்தான் உயர்ந்தவர். சுதந்திரமே கிடையாது. பலம் வாய்ந்தவன் பதவியை அடைவான். ஒருவன் அரசைக் கைப்பற்றினால் மக்கள் நாய்கள் போல அவனுக்கு அடங்கி வாழ்ந்தனர். யார் ஆண்டாலும் அவர்களுக்குக் கவலை இல்லை.

கிழக்குப் பேரரசு ஆசியாவின் படையெடுப்பில் இருந்து ஐரோப்பாவைப் பல நூற்றாண்டுகள் பாதுகாத்தது. அரபியர், செல்ஜக் துருக்கியர், மங்கோலியர் என யாராலும் முடியவில்லை. கி.பி.1453ல் உதுமானிய துருக்கியர் கான்ஸ்டாண்டிநோபிளை கைப்பற்றினர். பேரரசும் முடிவுற்றது.

1389 ஆம் ஆண்டு இத்தாலியில் உள்ள மிலன் நகரில் கட்டப்பட்ட தேவாலயம்

64.ஐரோப்பாவில் உருவான புதிய நகரங்கள்

ஜூன் 21, 1932

சிலுவைப்போர்கள் காலத்தில் ஐரோப்பியர் உள்ளத்தில் நம்பிக்கையை விதைத்தன. அவர்களுக்கு இந்த நம்பிக்கையும் ஆசையும் ஆறுதலாக இருந்தன. அந்தக் காலத்தில் கல்வியறிவு சொற்பம்; விஞ்ஞான அறிவு இல்லவே இல்லை. நம்பிக்கையும் விஞ்ஞானக் கல்வியும் முரணானவை. கல்வியறிவு மனிதர்களின் சிந்தனையை தூண்டுகிறது. கேள்வி கேட்கும் குணத்துக்கும் கண்ணை மூடிக்கொண்டு நம்பும் குணத்துக்கும் ஒத்து வராது. விஞ்ஞானம் எதையும் குத்திக் கிளறி சோதித்துப் பார்க்கும். நம்பிக்கையோ இதற்கு நேர்மாறானது. ஐரோப்பாவில் இந்த நம்பிக்கை குறைந்து சந்தேகம் எப்படி தலையெடுத்தது என்பதைப் பிறகு பார்ப்போம்.

ஆனால், இப்போது நம்பிக்கை அதிகரிப்பதையும் ரோமாபுரி மத நிறுவனம் அவர்களுக்கு தலைமை வகித்து அந்த அப்பாவிகளை சுரண்டுவதையும் பார்க்கிறோம். சிலுவைப் போருக்காக பாலஸ்தீனம் சென்ற பல ஆயிரக்கணக்கான கிறிஸ்தவ அப்பாவிகள் திரும்பவே இல்லை. ஐரோப்பாவில், தனக்குக் கீழ்ப்படாத கிறிஸ்தவ மக்களுக்கு எதிராகவும் போப்பாண்டவர் தருமயுத்தம் நடத்தத் தொடங்கினார்.

மக்களுடைய குருட்டு நம்பிக்கையைப் பயன்படுத்தி அவர்களுக்கு சலுகைச் சீட்டுகளை பணத்துக்கு விற்றார்கள். போப்பாண்டவரும் மத நிறுவனமும் இந்த வியாபாரத்தை நடத்தினார்கள். தாங்கள் வகுத்த சட்டம் அல்லது சம்பிரதாயத்தையே மீறி இந்த வியாபாரம் செழிப்பாக நடந்தது. மத நிறுவனத்தின் ஏதேனும் ஒரு சட்டத்திலிருந்து விலக்குப் பெறுவதற்கு ஒரு சீட்டு வழங்கப்பட்டது. மரணத்துக்கு பிறகு சொர்க்கத்துக்கும் நரகத்துக்கும் இடைப்பட்ட ஒரு இடத்திற்கு போவதற்காக கழுவாய் சீட்டு ஒன்று வழங்கப்பட்டது. அதாவது சொர்க்கத்துக்கு போவதற்கு முன் ஆன்மா அனுபவிக்கும் இடைக்கால துன்பத்திலிருந்து விலக்குப்பெறுவதற்காக, அதாவது, பாப விமோசனத்துக்காக கொடுக்கப்பட்டது. விலக்குச்சீட்டு, கழுவாய்ச்சீட்டு என்ற இரண்டும் அமோகமான வியாபாரம் ஆகியது. போப்பாண்டவருக்கு தட்சிணை வருமான கொட்டியது.

"மதஸ்தாபனம் தன்னை நம்பியவர்களை ஏமாற்றிப் பிழைத்து வந்தது. தானே குற்றங்கள், பாவங்கள் என்று விதித்திருப்பனவற்றைக் கொண்டே பணம் சம்பாதிக்க ஆரம்பித்தது. சிலுவைப் போர்களுக்குப்பின் இச் 'சீட்டு'கள் விற்கும் வழக்கம் அதிகரித்தது. இவ்வழக்கம் எவ்வளவு கீழ் நிலைக்குப் போக முடியுமோ அவ்வளவுக்கும் சென்றது. பலர் ரோமாபுரி மதஸ்தாபனத்துக்கு விரோதமாகக் கிளம்பியதற்கு இது ஒரு முக்கிய காரணம்.

குருட்டு நம்பிக்கை உடைய அப்பாவி மக்கள் எப்படி இந்த அக்கிரமத்தை தாங்குகிறார்கள் என்பதை பார். கோவில்களில் உள்ள குருக்கள்மாரும் கங்கைக் கரையில் கிரியை செய்யும் ஆட்களும் சாதாரண மக்களிடம் தட்சிணை வாங்காமல் எந்தக் காரியத்தையும் செய்வதில்லை. பிரசவமோ, கல்யாணமோ, சாவோ எது நடந்தாலும் புரோகிதன் வந்துவிடுகிறான். அவனுக்கு தட்சிணை கொடுத்துத்தான் ஆகவேண்டும்.

ஹிந்து, கிறிஸ்தவம், இஸ்லாம், ஜாரதுஷ்டிரம் இப்படி எந்த மதமாக இருந்தாலும் இப்படித்தான் நடக்கிறது. தன்னிடத்தில் நம்பிக்கை கொண்ட மக்களையே சுரண்டி பணம் பறிக்க ஒவ்வொரு மதமும் தனி முறையைக் கடைப்பிடிக்கிறது. நீண்ட தாடியோ அல்லது சடையோ, நெற்றியில் பட்டை நாமமோ அல்லது விபூதியோ, பக்கிரியின் உடையோ அல்லது சந்நியாசியின் காவி உடையோ சாதுக்களின் சின்னமாகக் கருதப்படும் போது மக்களை ஏமாற்றுவதில் என்ன கஷ்டம் இருக்கிறது?

மிகவும் முற்போக்கு வாய்ந்த நாடு என்று கருதப்படும் அமெரிக்கா

வுக்கு நீ சென்றால், அங்கும் மதம் மக்களை ஏமாற்றிப் பிழைக்கும் பெரிய தொழிலாக இருப்பதைக் காண்பாய்.

மக்களுடைய இந்த நம்பிக்கை கண்களைக் கவரும் அழகிய வடிவங்களாவதை காண்கிறோம். 11 மற்றும் 12ஆவது நூற்றாண்டுகளில் கட்டடக்கலை வளர்ச்சி அடைகிறது. மேற்கு ஐரோப்பா முழுவதும் தேவாலயங்கள் தோன்றுகின்றன. இதற்கு முன் ஐரோப்பாவில் காணாத புதிய கட்டடமுறை தோன்றுகிறது. முக்கோண வடிவுள்ள கூர்முனைக் கோபுரம் வானை நோக்கி உயரமாக எழுகிறது. இதற்கு காதிக் அல்லது காதியக் கட்டட முறை என்று பெயர். இது ஐரோப்பாவில் உருவானது ஆகும். இது மிகுந்த அழகும் ஆச்சரியமும் வாய்ந்தது. மக்களிடையே ஓங்கி உயர்ந்த நம்பிக்கைக்கும் ஆசைகளுக்கும் அடையாளமாக இது இருந்தது. இந்த ஆலயங்கள்தான் நம்பிக்கை சகாப்தத்தின் உண்மையான பிரதிநிதியாக நின்றது. கலையிலும் தொழிலிலும் காதல்கொண்ட சிற்பிகளும் தொழிலாளிகளும் மனம் விரும்பி உழைத்தால் தவிர இத்தகைய கட்டடங்கள் எழுவதற்கு வாய்ப்பே இல்லை.

மேற்கு ஐரோப்பாவில் இந்த காதிக் முறை தோன்றியது வியப்பான விஷயம். எங்கும் அராஜகமும், அறியாமையும், வெறுப்பும் பின்னிக் கிடந்த ஒரு குழப்பத்தில் இருந்து இத்தகைய அழகு தோன்றினால் அது பெரிய வியப்புதானே? பிரான்ஸ், வட இத்தாலி, ஜெர்மனி, இங்கிலாந்து ஆகிய எல்லா இடங்களிலும் இந்தத் தேவாலயங்கள் தோன்றின. இந்தத் தேவாலயங்களின் ஜன்னல்களின் வண்ணக் கண்ணாடிகள் மீது அழகிய சித்திரங்கள் வரையப்பட்டன. இந்த வண்ணக் கண்ணாடிகள் மூலம் உள்ளே வரும் வெளிச்சம், ஆலயத்துக்குள் புகுந்தவுடன் பக்தி உணர்ச்சியை அதிகப்படுத்துகிறது.

சமீபத்தில் எழுதிய கடிதங்கள் ஒன்றில் நான் ஐரோப்பாவை, ஆசியாவோடு ஒப்பிட்டுச் சில வார்த்தைகள் சொல்லியிருந்தேன். ஆசியாவில் புதிய படைப்புகளைக் காணவில்லை. படைப்பாற்றலே உயிரின் அடையாளம் என்று நான் சொன்னேன். அதை இப்போது நாம் கண்கூடாக பார்க்கிறோம். அரை நாகரிக ஐரோப்பாவில் முளைத்து வளரும் இந்தக் கட்டட முறை அதன் ஜீவத் துடிப்பைக் காட்டுகிறது. இந்த தேவாலயங்களில் இருந்தே சிற்பம், சித்திரம் மற்றும் தீரச் செயலிலும் மக்களுடைய அழகு உணர்ச்சி வெளிப்படுகிறது.

நீ இதுபோன்ற காதிக் தேவாலயங்கள் சிலவற்றைப் பார்த்திருக்கிறாய். உனக்கு அவை நினைவிருக்கிறதா? ஜெர்மனியில் கொலோன் நகரின் அழகிய தேவாலயத்தை நீ பார்த்திருக்கிறாய்.

இத்தாலியில் மிலானிலும் பிரான்சில் சார்டிரஸ் என்னுமிடத்திலும் இவ்வாறே அழகிய தேவாலயங்கள் உள்ளன. ஜெர்மனி, பிரான்ஸ், வட இதாலி, இங்கிலாந்து நாடுகளில் காணப்படும் இத்தகைய தேவாலயங்கள் ரோமாபுரியில் இல்லாதது ஆச்சரியமாக இருக்கிறது.

கட்டடக் கலை வளர்ந்து வந்த 11 மற்றும் 12ஆவது நூற்றாண்டுகளில் காதிக் முறை தவிர்த்த வேறு முறையில் கட்டப்பட்ட தேவாலயங்களும் தோன்றின. பாரிஸிலுள்ள நாட்டர்டாம் தேவாலயம், வெனிஸிலுள்ள செயின்ட் மார்க் தேவாலயம் ஆகியவற்றை சொல்லலாம். வெனிஸ் தேவாலயம் பைஜாண்டிய முறையில் கட்டப்பட்டது. அதில் வண்ணக் கற்களில் இழைக்கப்பட்ட விசித்திர வேலைப்பாடுகளைக் காணலாம்.

மக்களின் குருட்டுத்தனமான நம்பிக்கை முடிவுக்கு வந்ததும் தேவாலயங்கள் கட்டுவதும் முடிவுக்கு வந்தது. மக்கள் கவனம் வியாபாரத்திலும் நகர வாழ்க்கை சுகங்களிலும் திரும்பியது. அழகிய காதிக் முறையில் நகர மண்டபங்கள் கட்டப்பட்டன. 15ஆவது நூற்றாண்டின் தொடக்கத்தில் வடக்கு மற்றும் மேற்கு ஐரோப்பா முழுவதும் காதிக் முறையில் சங்க மன்றங்கள் அல்லது நகர மன்றங்கள் தோன்றின. லண்டனில் பாராளுமன்றக் கட்டடங்கள் காதிக் முறையில் அமைந்துள்ளன.

11ஆவது மற்றும் 12ஆவது நூற்றாண்டுகளில் பழைய நகரங்கள் புத்துணர்ச்சி பெற்றன. புதிய நகரங்கள் உருவாகி வளர்ந்தன. ஐரோப்பா முழுவதும் நகர வாழ்க்கை அதிகரிக்கிறது. கான்ஸ்டாண்டிநோபிளைத் தவிர்த்து ஐரோப்பாவில் வேறு பெரிய நகரம் கிடையாது. மாறாக இந்தக் காலகட்டத்தில் ஆசியா, இந்தியா, சீனா, அரபிய அரசுகளில் பெரிய பெரிய நகரங்கள் உருவாகின. ஆனால் ஐரோப்பாவில் பெரிய நகரங்களே இல்லை.

இருந்தாலும் இப்போது, மீண்டும் நகரவாழ்வு புத்துயிரும் புத்தொளியும் பெற்றன. முக்கியமாக, இதாலியில் பல நகரங்கள் வளர்ச்சி அடைந்தன. இதாலியிலும் பிற இடங்களிலும் வளர்ந்த இந்த நகரங்கள் வியாபாரப் பிரிவினர் அல்லது மத்தியத்தர பிரிவினரின் வளர்ச்சிக்கு அடையாளமாக இருந்தன. இவர்கள் முதலாளிகளாக இருந்தனர்.

அட்ரியாடிக் கடலோரத்தில் அமைந்த வெனிஸ் சுதந்திரக் குடியரசாக ஆகிவிட்டது. இன்றும் அது மிக அழகாக இருக்கிறது. மிதக்கும் நகரம் போல தோன்றும் அதன் தெருக்கள் கால்வாய்களாக இருக்கின்றன. அந்த கால்வாய்களில் கடல் வளைந்து வளைந்து செல்லும் காட்சி ஆனந்தமாக இருக்கும். கிழக்கு மற்றும் மேற்கு ரோமப் பேரரசுகளுக்கு நடுவில் வெனிஸ் இருந்தது. எனவே கட்டப்பட்ட

காலத்தில் இருந்து இங்குள்ள மக்கள் சுதந்திரமாக இருந்தார்கள். இந்தியாவுக்கும் மற்ற கிழக்கு நாடுகளுக்கும் வெனிஸுக்கும் வியாபாரத் தொடர்பு இருந்தது. அதனால் வெனிஸில் செல்வம் குவிந்தது. அது ஒரு கப்பல் படையைக் கட்டிக்கொண்டு கடல்மீது ஆதிக்கம் செலுத்தியது. அது பணக்காரர்களின் குடியரசு. அதன் தலைவர் டோஜ் என்று அழைக்கப்பட்டார். 1797ல் நெப்போலியன் வெனிஸில் பிரவேசிக்கும் வரை அது நீடித்து வந்தது. அப்போது 'டோஜ்' பதவியில் இருந்தவர் ஒரு கிழவர். நெப்போலியன் வந்துவிட்டான் என்பதைக் கேட்டதும் அவருக்கு உயிர் போய்விட்டது. அவர்தான் வெனிஸ் நகரின் கடைசி டோஜ்.

இத்தாலியின் இன்னொரு பக்கம் ஜெனோவா என்ற நகரம் வெனிஸுக்குப் போட்டியாக இருந்தது. அதுவும் வியாபாரத்தில் வளர்ந்து இருந்தது. இவற்றுக்கு இடையே பொலோனா, பைசா, வெரோனா, பிளாரன்ஸ் ஆகிய நகரங்கள் இருந்தன. பொலோனாவில் ஒரு பல்கலைக்கழகம் இருந்தது. வட இதாலியில் மிலான் முக்கிய உற்பத்தி நகரமாக இருந்தது. தெற்கு இதாலியில் நேபிள்ஸ் தலையெடுத்தது.

ஹ்யூ காபெட் என்பவன் பாரிஸ் நகரை பிரான்சின் தலைநகராக மாற்றினான். பாரிஸ் நகரம் பிரான்சின் இதயமாக வளர்ந்து வந்திருக்கிறது. கடந்த 1000 ஆண்டுகளில் பாரிஸ் நகரத்தைப் போல வேறு எத்தலைநகரும் தன் நாட்டின் மீது ஆதிக்கம் செலுத்தவில்லை. லியான்ஸ், மார்சேல்ஸ், ஆர்லீன்ஸ், போர்டோ, பொலொன் ஆகியவை பிரான்சின் வேறு முக்கிய நகரங்கள் ஆகும்.

இத்தாலியைப் போலவே ஜெர்மனியிலும் 13 மற்றும் 14ஆவது நூற்றாண்டுகளில் சுதந்திர நகரங்கள் அதிகமாகத் தோன்றி வளர்ந்தன. அவற்றின் மக்கள்தொகை அதிகரித்தது. அந்த நகரங்கள் தங்களுடைய உரிமைகளைப் பாதுகாக்க பெரிய வியாபார சங்கங்கள் அமைத்துக் கொண்டன. ஹாம்பர்க், பிரமென், கொலோன், பிராங்பர்ட், மூனிச், டான்சிக், நூரெம்பர்க், பிரெஸ்லா ஆகியவை ஜெர்மனியின் முக்கிய நகரங்களாகும்.

ஹாலந்து, பெல்ஜியம் என்று இப்போது அழைக்கப்படும் பகுதியில் ஆண்ட்வர்ப், புரூஜஸ், கென்ட் முதலிய நகரங்கள் வியாபாரத்தில் வளர்ச்சி அடைந்திருந்தன. இங்கிலாந்தில் லண்டன் நகரம் இருந்தாலும் அக்காலத்தில், அது ஐரோப்பாவின் முக்கிய நகரங்களோடு அளவிலோ, செல்வத்திலோ, வியாபாரத்திலோ ஒப்பிடும் அளவுக்கு இல்லை. ஆக்ஸ்போர்டு, கேம்பிரிட்ஜ் பல்கலைக்கழகங்கள் மட்டும் கல்விச் சிறப்பில் மிகுந்திருந்தன. கிழக்கு ஐரோப்பாவில் மிகவும்

பழைய நகரமாகிய வியன்னா இருந்தது. ரஷியாவில் மாஸ்கோ, கீல், நவகராட் ஆகிய நகரங்கள் இருந்தன.

இந்தப் புதிய நகரங்களின் தன்மை வேறு. பழைய பேரரசு நகரங்களின் தன்மை வேறு. இப்புதிய நகரங்களின் முக்கியத்துவம் அவற்றின் வியாபாரத்தைப் பொறுத்ததாக இருந்தது. அவற்றின் பலம் வியாபார வகுப்பினரையே நம்பியிருந்தது. அவை வியாபார நகரங்கள். ஆகவே, அவற்றின் வளர்ச்சி முதலாளிகளின் வளர்ச்சியையே அடையாளப்படுத்தியது. இந்த மத்திய வகுப்பாரின் சக்தி நாளுக்கு நாள் வளர்ந்து அரசனையும் பிரபுவையும் எதிர்க்கும் அளவுக்கு சென்றது.

நகரங்களும் நாகரிகமும் ஒன்றோடு ஒன்று இணைந்தே செல்கின்றன. நகரங்களின் வளர்ச்சியோடு கல்வியும், சுதந்திர உணர்ச்சியும் வளருகின்றன. நாட்டுப்புறங்களில் வசிப்பவர்கள் அதிகமாக நெருங்கியிராமல் சிதறி இருக்கிறார்கள். அவர்களிடையே மூடப் பழக்க வழக்கங்கள் அதிகம். நகரங்களில் அதிகமான மக்கள் நெருக்கமாகக் கூடிவாழ்கின்றனர். அவர்கள் அதிக நாகரிகமும் கல்வியும் வாய்த்தவர்களாக இருப்பதால், எதையும் சிந்தித்து விவாதித்து முடிவெடுத்தனர்.

இப்போது குருட்டு நம்பிக்கை கொண்டிருந்த காலம் மலையேறி விட்டது. எங்கும், எதிலும் ஐயம் எழுகிறது. போப்பாண்டவரையும், மத நிறுவனத்தையும் கண்ணை மூடிக்கொண்டு பின்பற்ற யாரும் தயாராக இல்லை. இந்த எதிர்ப்பு உணர்ச்சி வளர்ந்துகொண்டே இருந்தது.

12ஆவது நூற்றாண்டிலிருந்து கல்வியும் கலையும் பெருகியது. ஐரோப்பாவில் கற்றுயர்ந்த பெரியோர்களின் பொதுமொழியாக லத்தீன் இருந்தது. கல்வியைத் தேடி பலர் ஒரு பல்கலைக் கழகத்தில் இருந்து மற்றொரு பல்கலைக் கழகத்துக்குச் செல்லத் தொடங்கினர். தாந்தே அலிகியரி என்ற இதாலிய மகாகவி 1265ல் பிறந்தார். இதாலியின் இன்னொரு பெரிய கவியான பெட்ரார்க் 1304ல் பிறந்தார். இதற்குச் சில காலத்திற்குப் பிறகு ஆங்கில கவியாகிய சாசர் இங்கிலாந்தில் புகழ்பெற்றி வளர்ந்தார்.

இவ்வாறு, கல்வி புத்துயிர் பெற்றுத் திகழ்ந்தது. ஆனால், இதைவிட முக்கியம் வாய்ந்தது, மக்களிடையே விஞ்ஞான ரீதியான ஆராய்ச்சி உணர்வு லேசாகத் தோன்றுவதுதான். இக்காலத்தில் ஐரோப்பாவில் முதன் முதலாக இந்த உணர்வு படைத்தவர்களுள் ரோஜர் பேகன் என்ற ஆங்கிலேயரும் ஒருவர். அவர் 13ஆவது நூற்றாண்டில் ஆக்ஸ்போர்டில் வாழ்ந்து வந்தார்.

ஆப்கானிய படையும் பிருத்விராஜ் படையும் கடுமையாக மோதினர்

65. இந்தியா மீது ஆப்கானியர் படையெடுப்பு

ஜூன் 23, 1932

உனக்கு கடிதம் எழுதுவதற்காக நேற்று எனது அறையில் ஐரோப்பாவின் இடைக்காலத்துக்கு சென்றிருந்தேன். அந்தச் சமயத்தில் நான் சிறையில்தான் இருக்கிறேன் என்று உணர்த்தும் நிகழ்ச்சி நடந்தது. ஆம். அடுத்த ஒரு மாதத்துக்கு உனது அம்மாவையும் பாட்டியையும் நான் சந்திக்க முடியாது என்று உத்தரவு வந்திருப்பதாக கூறப்பட்டது. காரணம் கூறப்படவில்லை. கேட்கவும் முடியாது. ஒரு கைதிக்குக் காரணம் வேறு சொல்லவேண்டுமா?

உன் அம்மா, பாட்டி இருவரும் என்னைப் பார்ப்பதற்காகப் பத்து நாளாக டேராடூனில் காத்திருக்கிறார்கள். ஆனால் அவர்கள் என்னைப் பார்க்காமல்தான் திரும்ப வேண்டும். இதுதான் நமக்கு அளிக்கப்படும் மரியாதை. ஆனால், இதை நாம் பொருட்படுத்தக்கூடாது. நாம் இருப்பது சிறை என்பதையும் சிறையில் இவை வழக்கமானவை என்பதை மறந்துவிடக்கூடாது.

இதற்கு பிறகு கடந்த காலத்துக்கு போக முடியவில்லை. ஆனால், இரவு ஓய்வுக்கு பிறகு மனநிலை லேசாகியது. ஆகவே மீண்டும் எழுதத் தொடங்குகிறேன்.

ஐரோப்பாவிலிருந்து நாம் இந்தியாவுக்குத் திரும்பி வருவோம்.

வேறு இடங்களில் நாம் நீண்டகாலம் இருந்துவிட்டோம். இடைக்கால இருளில் இருந்து வெளிவர ஐரோப்பா போராடிக் கொண்டிருந்தது. அதேசமயத்தில் இந்தியாவில் என்ன நடந்தது என்பதைப் பார்ப்போம்.

இடைக்கால தொடக்கத்தில் கஜினி முகம்மது வளங்கொழிக்கும் வட இந்தியாவுக்கு வந்து கொள்ளையடித்துச் சென்றான். முகம்மதுவின் படையெடுப்புகள் இந்தியாவில் பெரிய மாறுதல் எதையும் ஏற்படுத்தவில்லை. அவனால் வட இந்தியா ஆடிப் போனது உண்மை. பல நினைவுச் சின்னங்களும், கட்டடங்களும் அவனால் அழிக்கப்பட்டன. ஆனால், சிந்துவும் பஞ்சாபில் ஒரு பகுதியுமே அவனுடைய பேரரசில் அடங்கி இருந்தன. முகம்மதுக்குப் பின் 150 ஆண்டுகளுக்கு மேலாக முஸ்லிம்களோ, இஸ்லாமோ இந்தியாவில் அதிக முன்னேற்றம் அடையவில்லை.

12-வது நூற்றாண்டின் இறுதியில் (சுமார் கி.பி. 1186) ஆப்கானிஸ்தானத்தில் ஷஹாபுதீன் கோரி என்பவன் கஜினியைக் கைப்பற்றி அந்த பேரரசுக்கு முடிவு கட்டினான். அவன் லாகூரைக் கைப்பற்றி டில்லியை நோக்கி படையை நடத்தினான். ஆனால், டில்லியை ஆண்ட பிருதிவிராஜன் தலைமையில் வட இந்திய சிற்றரசர்கள் ஒன்றுபட்டுக் கோரியை விரட்டினர். ஆனால், இந்த வெற்றி சிறிது காலம்தான் தாங்கியது. அடுத்த ஆண்டே ஷஹாபுதீன் பெரும் படையுடன் வந்து பிருதிவி மன்னனைக் கொன்று நாட்டை கைப்பற்றினான்.

பிருதிவிராஜன் பலராலும் விரும்பப்படும் வீரனாக இருக்கிறான். அவன் கன்னோசி மன்னன் ஜயசந்திரனின் மகளைத் தூக்கிச் சென்ற கதை புகழ்பெற்றது. இதையடுத்து, அவனுக்கு உற்ற நண்பர்களை இழந்தான். பலம் பொருந்திய மன்னனின் பகையையும் சம்பாதித்தான். அதுதான் கோரியின் வெற்றியை எளிதாக்கியது.

கி.பி. 1192ல் ஷஹாபுதீன் அடைந்த முதல் வெற்றி இந்தியாவில் முஸ்லிம் ஆட்சிக்கு அடித்தளமிட்டது. அவர்கள் சிறிது சிறிதாகக் கிழக்கேயும் தெற்கேயும் பரவினார்கள். அடுத்த 150 ஆண்டுகளில் அதாவது கி.பி. 1340 வாக்கில் முஸ்லிம் ஆட்சி தென் இந்தியாவின் பெரும்பகுதி பரவிவிட்டது.

ஆனால், அதற்குப் பிறகு அது மறையத் தொடங்கியது. பதிலாக புதிய முஸ்லிம் மற்றும் ஹிந்து அரசுகள் தோன்றின. ஹிந்து அரசுகளில் விஜய நகர பேரரசு முக்கியமானது. சுமார் 200 ஆண்டுகள்

வரையில் இஸ்லாமின் செல்வாக்கு ஓரளவு குறைந்திருந்தது. 16ஆம் நூற்றாண்டின் இடையில் அக்பர் காலத்தில், ஏறக்குறைய இந்தியா முழுவதும், அது மீண்டும் தலைதூக்கியது.

இந்தியா மீது படையெடுத்து வந்த முஸ்லிம்கள் அரபியரோ, பாரசீகரோ, உயர்ந்த நாகரிகம் படைத்த மேற்கு ஆசிய முஸ்லிம்களோ அல்ல. அவர்கள் ஆப்கானியர் என்பதை நீ நினைவில் வைக்கவேண்டும். இந்தியருடன் ஒப்பிடும்போது ஆப்கானியர் நாகரிகத்தில் பின்தங்கியவர்கள். ஆனால், அவர்கள் இந்தியரை விட அதிக ஜீவனும், சக்தியும் நிறைந்து இருந்தனர்.

இந்தியா பழைய பழக்க வழக்கங்களி மூழ்கி, காலத்துக்கு ஏற்ற மாறுதலோ, முன்னேற்றமோ அடையாமல் இருந்தது. பழயவற்றை சீர்திருத்தவே மறந்துவிட்டது. போர் முறைகளிலும் இந்தியா பின்தங்கி இருந்தது. முஸ்லிமக்ளிடம் இருந்த ஒற்றும் இந்திய மன்னர்களிடம் இல்லை.

முஸ்லிம்கள் அரசு அமைத்த தொடக்கத்தில் இந்தியர்கள் தங்களுக்கு அஞ்ச வேண்டும் என்பதற்காக கொடூரமான கொலைகளில் ஈடுபட்டனர். இதற்கு மதச்சாயம் பூசப்படுகிறது. ஆனால், ஒரு புதிய நாட்டை வெல்லும்போது, அந்த நாட்டினரை அச்சுறுத்த எல்லோரும் செய்யும் காரியத்தைத்தான் அவர்கள் செய்தார்கள். முரட்டுத்தனத்தை வெளிப்படுத்தினால்தான் புதிய நாட்டில் மக்கள் எதிர்க்கலகம் செய்ய பயப்படுவார்கள் என்பதற்காக செய்யப்பட்ட கொலைகள்தான் அவை. ஆனால், எதற்கெடுத்தாலும் மதத்தை இழுத்து விடுவது வழக்கமாயிக்கிறது. ஆனால், அது சரியல்ல.

இந்தியாவின் மீது படையெடுத்த மத்திய ஆசியர்கள் தங்கள் தாய் நாட்டிலும் ஈவிரக்கமற்ற கொடியவர்களாகவே இருந்தார்கள். அதுபோலத்தான் இஸ்லாமியர்களும். அவர்கள் இஸ்லாமைத் தழுவுவதற்கு நெடுங்காலம் முன்பிருந்தே அவர்களின் குணமே அப்படித்தான் இருந்திருக்கும். மாறாக இஸ்லாமை தழுவியதற்கு பிறகுதான் அவர்கள் இப்படி ஆனார்கள் என்று கொள்வது தவறு. ஒரு புதிய நாட்டை ஜெயித்த அவர்கள் அதை தங்கள் ஆதிக்கத்தின்கீழ் வைத்துக் கொள்வதற்கு அடக்குமுறையைக் கையாண்டார்கள் என்பதே உண்மை.

ஆயினும், இத்தகைய முரடர்களையும் இந்தியா சிறிது சிறிதாக நாகரிக மனிதர்களாக்கியது. அவர்கள் தாங்கள், வேற்று நாட்டவர்கள் என்பதை மறந்து தங்களை இந்தியர்களாகவே

பாவிக்கத் தொடங்கினார்கள். அவர்கள் இந்தியப் பெண்களை மணம் செய்தார்கள். இப்படியாக ஆக்கிரமித்தவர்களுக்கும் ஆக்கிரமிக்கப்பட்ட இந்தியருக்கும் இடையிலான வேற்றுமை படிப்படியாகக் குறைந்தது.

வட இந்தியாவை நாசம் செய்தவர்களுள் கஜினி முகம்மது முதன்மையானவன். அப்படிப்பட்டவனின் கீழ் 'திலகன்' என்ற ஹிந்து தளபதியின் கீழ் ஒரு ஹிந்துப்படை இருந்தது என்பதை அறிந்தால் நீ வியப்படைவாய். இந்த ஹிந்துப் படையை கஜினிக்கு அழைத்துச் சென்று தனக்கு எதிராகக் கலகம் செய்த முஸ்லிம்களை அடக்கினான். இதிலிருந்தே அவனுடைய நோக்கம் இஸ்லாமைப் பரப்புவது அல்ல என்பது புரியும்.

இஸ்லாம் இந்தியாவை உலுக்கி எடுத்துவிட்டது. முற்போக்கு என்பது அறவே அற்றுப்போன ஹிந்து சமுதாயத்தில் வீரியத்தையும் உத்வேகத்தையும் புகுத்திற்று. நொந்து நசித்துவந்த ஹிந்துக் கலை வடிவம் வட இந்தியாவில் மாறுதல் அடைந்தது. வீரியமும் சக்தியும் வாய்ந்த புதுக்கலை தோன்றி வளர்ந்தது. இதை ஹிந்து - முஸ்லிம் கலை என்று அழைக்கலாம். முஸ்லிம்களால் கொண்டு வரப்பட்ட புதுக் கருத்துக்களும் எளிமை வாய்ந்த அவர்களுடைய மதக்கோட்பாடும், வாழ்க்கையைப் பற்றிய மனோபாவமும் அந்தக் காலத்துக் கட்டடக் கலையில் பிரதிபலித்தன. மீண்டும் கட்டடக் கலை எளிமையும் மேன்மையும் பெற்றுப் பொலிந்தது.

வட இந்தியா ஆப்கானியப் படையெடுப்புக்கு ஆளான சமயத்தில் தென்னிந்தியா சோழர்களின் ஆதிக்கத்தில் இருந்தது. ஆனால், விரைவிலேயே அவர்களுக்கு அடங்கியிருந்த பாண்டிய நாடு தலையெடுத்தது. பாண்டிய நாட்டின் தலைநகர் கூடல் மதுரை. அதன் துறைமுகம் காயல்பட்டினம். வெனிஸ் பயணியான மார்க்கோ போலோ காயல் பட்டினத்திற்கு இருமுறை (கி.பி.1288லும் 1293லும்) பயணித்திருக்கிறார். அவர் அதை 'ஆய்வருஞ் சிறப்பில் காயல் முன்துறை' என்று பாராட்டுகிறார். அரபியாவிலிருந்தும் சீனாவிலிருந்தும் வந்த கப்பல்கள் அந்தத் துறைமுகத்தில் நிறைந்திருந்தது என்று அவர் கூறுகிறார். அந்த துறைமுக நகரில் இடைவிடாத வியாபாரம் நடந்தது என்றும் அவர் கூறுகிறார். அவரே சீனாவிலிருந்து இந்தியாவுக்குக் கப்பலில் தான் வந்தார். அவரைப்பற்றி இன்னும் சற்று விரிவாகப் பின்னர் சொல்கிறேன்.

பாண்டியர்களின் துறைமுகத்தில் வெளிநாட்டு கப்பல்கள்

இந்தியாவின் கிழக்குக் கரையில் 'சிலந்தி வலை போலும்' மெல்லிய மஸ்லின் ஆடை நெய்யப்பட்டது. தெலுங்கு நாட்டை ருத்திரமணி தேவி என்ற பெண் நாற்பது ஆண்டுகள் ஆண்டார். தெலுங்கு நாடு என்பது சென்னைப் பட்டினத்துக்கு வடக்கேயுள்ள கிழக்குக் கரையைச் சார்ந்த நாடாகும். அரபியாவிலிருந்தும் பாரசீகத்தில் இருந்தும் பல உயர்ந்த ஜாதிக் குதிரைகள் கடல் வழியாக கொண்டு வரப்பட்டன. அவை தென் இந்தியாவில் இறக்குமதி செய்யப்பட்டன என்று பல சுவையான விஷயங்களை மார்க்கோபோலோ தெரிவிக்கிறார்.

குதிரை வளர்ப்புக்குத் தென்னிந்தியாவின் தட்பவெப்ப நிலை ஏற்றதாக இல்லை. இந்தியாவின்மீது படையெடுத்து வந்த முஸ்லிம்கள் இந்தியரைவிட நன்கு போரிட்டதற்கு அவர்களிடம் இருந்த உயர்ந்த குதிரைகள்தான் என்று சொல்லப்படுகிறது. ஆசியாவின் தலைசிறந்த குதிரை வளர்ப்புப் பண்ணைகள் அவர்களுடைய ஆதிக்கத்தில் இருந்தன.

சோழர் வீழ்ச்சிக்குப்பின் பதின்மூன்றாம் நூற்றாண்டில் பாண்டியர் தலையெடுத்து நிற்கக் கண்டோம். ஆனால் அடுத்த நூறாண்டின் தொடக்கத்திலேயே (கி.பி. 1310ல்) முஸ்லிம் படையெடுப்பு தெற்கேயும் தலைகாட்டத் தொடங்கியது. பாண்டிய நாடு அதை எதிர்த்து நிற்க முடியாமல் வீழ்ந்து அழிந்தது.

குதுப்மினார்

முகமது பின் துக்ளக்

66. டில்லியில் ஆண்ட அடிமை அரசர்கள்

ஜூன் 24, 1932

இந்தியா மீது படையெடுத்து கஜினி முகம்மது செய்த அட்டூழியங்களைப் பற்றி உனக்கு சொல்லி இருக்கிறேன். அவன் கேட்டுக் கொண்டதால், பாரசீக மொழியில் ஷாநாமே என்ற காவியத்தை இயற்றிய பிர்தாசி என்ற கவிஞரையும் உனக்கு அறிமுகப்படுத்தி இருக்கிறேன். ஆனால், அவனுடைய காலத்தில் வாழ்ந்து அவனுடைய நாட்டுக்கு வந்த அல்பெருனி என்ற பயணியைப் பற்றி சொல்லவில்லை.

அவர் இந்தியா முழுவதும் பயணம் செய்தவர். போர்வீரர்களுக்கும் அவருக்கும் நிறைய வேறுபாடு உண்டு. அவர் கல்வியில் சிறந்தவர். சமஸ்கிருதத்தைக் கற்று அந்த மொழியில் உள்ள முக்கியமான கருத்துகளை அறிந்தார். இந்தியாவின் தத்துவ, விஞ்ஞான நூல்களை படித்து தெளிந்தார். பகவத்கீதையை தனக்கு பிடித்த நூல் என்றார். சோழப் பேரரசின் நீர்ப்பாசன திட்டங்களை புகழ்ந்து எழுதியிருக்கிறார். இவருடைய பயணக் குறிப்புகள் அடங்கிய நூல் பழங்கால பயண நூல்களில் சிறந்த ஒன்று. போரும், கொலையும், பொறாமையும் நிறைந்த உலகில், கண்டும் கேட்டும் கற்றும் அறிந்த உண்மைகளை எழுதி வைத்த இப்படிப்பட்ட நல்லவரையும் காண்கிறோம்.

பிருதிவிராஜனை வென்ற ஷஹாபுதீன் அல்லது கோரி முகமதுவுக்கு பிறகு சுல்தான்கள் என்று அழைக்கப்பட்ட அடிமை அரசர்கள் டில்லியை ஆட்சி செய்தனர். அவர்களில் முதலாவது மன்னன் குதுப் உதீன். அவன் ஷஹாபுதீனின் கீழ் அடிமையாக இருந்தான். அவனுக்குப் பின் வந்தோரில் சிலரும் அடிமைகளே. ஆகவே அந்த வம்சம் அடிமை வம்சம் என்று அழைக்கப்படுகிறது.

அவர்கள் எல்லோரும் கொடியவர்களாக இருந்தனர். ஒரு இடத்தை ஜெயித்தால் அங்குள்ள நூல் நிலையங்களுக்கும் கட்டடங்களுக்கும் ஆபத்து என்றுதானே அர்த்தம். ஆனால், அடிமை அரசர்கள் கட்டடங்களை விரும்பினார்கள். குதுப்உதீன் டில்லிக்கு அருகில் குதுப்மினார் என்ற ஸ்தூபியைக் கட்டத் தொடங்கினான். அந்த ஸ்தூபி உனக்கு மிகவும் நன்றாகத் தெரியும். கட்டட வல்லுநர் அனைவரும் இந்தியர்களே. ஆனால், அவர்கள் முஸ்லிம்களின் புதுக் கருத்துகளால் கவரப்பட்டவர்கள்.

பீகாரையும் வங்காளத்தையும் ஆப்கானியர் வெகு எளிதில் ஜெயித்து விட்டார்கள். எதற்கும் அஞ்சாத அவர்களுடைய வீரத்தால் எதையும் சாதித்தார்கள். எதிர்பாராத சமயத்தில் எதிரிகளைத் தாக்குவதே இவர்களுடைய பாணி. அடிமை வம்சத்தைச் சேர்ந்த இல்தத்மிஷ் ஆட்சியில்தான் (1211லிருந்து 1236வரை) இந்தியா மீது செங்கிஸ்கானின் மங்கோலியப் படை தாக்குதல் நடத்தியது. அவன் சிந்து நதி வரை வந்தான். ஆனால், அதற்குமேல் போகவில்லை. இந்தியா அவனிடமிருந்து தப்பிப் பிழைத்தது.

டில்லியில் ஆண்ட சுல்தான்களின் வரிசையில் இல்தத்மிஷின் மகளான சுல்தானா ரஷியாவும் சிலகாலம் ஆட்சி செய்தாள். அவள் போர்த் திறமை மிக்கவள். ஆனால், அவளுக்கு ஆப்கானியப் பிரபுக்களும், மங்கோலியரும் அவளுக்கு தொல்லை கொடுத்தனர்.

அடிமை அரசர்களின் ஆட்சி கி.பி. 1290ல் முடிவுபெற்றது. உடனே அலாவுதீன் கில்ஜி என்பவன் அரசன் ஆனான். அவன் தன்னுடைய சித்தப்பாவை கொன்று பதவிக்கு வந்தான். அதைத் தொடர்ந்து தனக்கு எதிரானவர்கள் என்று சந்தேகப்பட்ட அனைவரையும் கொன்றான். தனது நாட்டில் வாழ்ந்த மங்கோலியர் 20 முதல் 30 ஆயிரம் பேரை கொன்று குவிக்க உத்தரவிட்டான். இவர்கள் ஒரு பாவமும் அறியாதவர்கள். தனக்கு எதிராக சதி செய்வார்கள் என்ற அச்சத்தால் அவர்களை கொல்ல உத்தரவிட்டான்.

வட இந்தியாவின் அந்தக்கால நிலைமையச் சொல்லவே இந்தக் கொலைகளை நான் எழுதுகிறேன். உயிருக்கும் உடைமைக்கும் எவ்வித பாதுகாப்பும் இல்லை. இஸ்லாமிய மதம் இந்தியாவுக்கு ஓரளவு முன்னேற்றத்தை அளித்தது. அதேசமயத்தில் முஸ்லிம் ஆப்கானியர் கொடூரமான நடவடிக்கைகளையும் புகுத்தினார்கள். எனவேதான் இரண்டையும் ஒன்றாகக் கணக்கில் சேர்க்கிறார்கள். இரண்டுக்கும் உள்ள வேற்றுமையை நாம் உணர வேண்டும்.

அலாவுதீனும் பிற மத வெறுப்புடன் இருந்தான். ஆனால், சிறிது சிறிதாக, இந்தியாவை ஆண்ட இந்த மன்னர்கள் இந்தியாவை தங்கள் தாயகமாகக் கருதத் தொடங்கினார்கள். அலாவுதீன் ஹிந்து பெண் ஒருத்தியை மணந்தான். அவன் மகனும் அப்படியே செய்தான்.

அலாவுதீன் சாலைகளை சீரமைத்தான். ராணுவத்தைச் சிறப்பாகக் கவனித்து வந்தான். குஜராத்தையும் தெற்கில் பெரும் பகுதியையும் வென்றான். அவனுடைய தளபதி தெற்கிலிருந்து எண்ணற்ற நிதியை கொண்டுவந்தான். அலாவுதீனின் திறமைமிக்க படையிடம் கி.பி. **1303**ல் சித்தூர் அரசு தோற்றது. பின்னர் சித்தூரை தரைமட்டமாக செய்தார்கள். அதற்கு முன்பே, ராஜபுத்திர ஆடவரும் பெண்டிரும் 'ஜௌஹர்' (தீக்குளித்தல்) என்ற தங்களுடைய பயங்கரமான பரம்பரை வழக்கப்படி உயிரை மாய்த்துக் கொண்டனர்.

உயிரை மாய்க்கும் வீரம்மிக்க ராஜபுத்திர பெண்கள் கையில் வாளேந்தி போர்க் களத்தில் மாய்ந்திருந்தால் சற்று ஆறுதலாயிருக்கும். இருந்தாலும், பிறரிடம் தோல்வியடைந்து மானமிழந்து அடிமையாய் உயிர் வாழ்வதை விட சாவை அவர்கள் விரும்பியது ஒருவகையில் பாராட்டக்கூடியதே.

இதற்கிடையில், ஹிந்துக்கள் மெல்ல மெல்ல இஸ்லாம் மதத்துக்கு மாறத் தொடங்கினர். சிலர், இஸ்லாமிய மதம் சிறந்ததாகத் தோன்றியதாலும், வேறு சிலர் அச்சம் காரணமாகவும், சிலர், ஆளும் அரசாங்க மதத்தில் இருக்க வேண்டும் என்றும், தங்கள் மதத்தை மாற்றிக் கொண்டனர். ஆனால், மதமாற்றத்தின் முக்கிய காரணம் முஸ்லிம்கள் அல்லாதவர்கள் மீது விதிக்கப்பட்ட 'ஜஜியா' என்னும் தலைவரி. ஏழைகளை இது பெரிதும் பாதித்தது. எனவே மதத்தை மாற்றிக் கொண்டனர். உயர்சாதியினர். அரசுப் பதவிகளைப் பெறுவதற்காக முஸ்லிம்கள் ஆகியிருக்கலாம். தட்சிணத்தை வென்ற அலாவுதீனின் தளபதியான மாலிக்காபூர் இப்படி மாறியவன்.

இன்னொரு டில்லி சுல்தானைப்பற்றி நான் உனக்கு அவசியம் சொல்ல வேண்டும். அவனுடைய பெயர் முகம்மது பின் துக்ளக். அவன் அரபு, பாரசீகம் ஆகிய இரு மொழிகளிலும் நல்ல தேர்ச்சி பெற்றவன். தர்க்கம், கணிதம், விஞ்ஞானம். வைத்தியம், தத்துவம் முதலிய நூல்களைக் கற்றவன். கிரேக்க துத்துவ நூல்களிலும் அவனுக்குப் பயிற்சி உண்டு. அவனைக் கல்விக்கடல், கலைக் களஞ் சியம் என்றே கூறவேண்டும்.

ஆனால், கொடிய குணத்தவனாகவும், பைத்தியக்காரனாகவும் இருந்தான். தந்தையைக் கொன்று ஆட்சிக்கு வந்தான். பாரசீகத்தையும் சீனாவையும் ஜெயிக்க வேண்டும் என்றெல்லாம் ஆசைப்பாட்டான். இந்த முயற்சியில் படுதோல்வி அடைந்தான். அவன் தன் சொந்தத் தலைநகரை டில்லியிலிருந்து தேவகிரிக்கு மாற்ற உத்தரவிட்டான். தேவகிரியை அவன் தௌலதாபாத் என்று மாற்றினான். வீட்டின் உரிமையாளர்களுக்குச் சிறிது நஷ்டஈடு தரப்பட்டது. பிறகு ஒருவர் பாக்கியின்றி மூன்றே நாளில் நகரை விட்டுப் புறப்பட வேண்டும் என்று உத்தரவிட்டான்.

40 நாட்கள் பயணத்தில், ஆயிரக்கணக்கான மக்கள் வழியிலேயே இறந்தனர். இரண்டு ஆண்டுகளில் மீண்டும் டில்லிக்கே தலைநகரை மாற்றி உத்தரவிட்டான். ஆனால், டில்லி எப்படி இருந்தது? "எல்லாம் அழிந்துவிட்டது. எங்கும் ஒரே பாழ்த்தோற்றம், நகரின் அரண்மனைகளிலும், மாட மாளிகைகளிலும் சுற்றுப்புறங்களிலும் ஒரு பூனை அல்லது நாய்கூடத் தென்படவில்லை'' என்று ஒருவர் எழுதியிருக்கிறார். அந்த அளவுக்கு டில்லி இருந்தது.

இத்தகைய பைத்தியக்காரன் 25 ஆண்டுகள் (கி.பி.1351வரை) சுல்தானாக இருந்தான். ஆட்சியாளர்களின் அயோக்கியத்தனம், திறமையின்மை, கொடுமை உள்ளிட்ட கேடுகெட்ட குணங்களையும் மக்கள் எப்படி சகிக்கிறார்கள் என்பது வியப்பை ஏற்படுத்துகிறது. அவனுடைய பைத்தியக்காரத் திட்டங்களாலும், வரிச் சுமையாலும் நாடு நாசமுற்றது. கொடிய பஞ்சம் மக்களை வாட்டியது. கடைசியில் அவர்கள் கலகம் செய்தார்கள். அவனுடைய வாழ்நாளிலேயே, கி.பி. 1340க்குமேல், நாட்டின் பல பகுதிகள் சுதந்திரமாக இயங்கின. வங்காளம் சுதந்திரம் பெற்றது. தட்சிணத்தில் பல அரசுகள் தோன்றின. அவற்றில் முக்கியமானது விஜய நகர பேரரசு. அது 1336ல் தோன்றியது. பத்தே ஆண்டுகளில் பெரிய வல்லரசாகியது. டில்லிக்கு அருகில், முகம்மது துக்ளக்கின் தந்தை உருவாக்கிய துக்ளகாபாத் நகரம் பாழ்பட்டுக் கிடப்பதை நீ இன்றும் காணலாம்.

செங்கிஸ்கான் தனது படையினரை நன்கு கற்பித்திருந்தான்

67.கண்டங்களைக் கலக்கிய செங்கிஸ்கான்

ஜூன் 25, 1932

எனது முந்தைய கடிதங்கள் சிலவற்றில் மங்கோலியரைப் பற்றி பல தகவல்களை கூறியிருக்கிறேன். அவர்கள் ஏற்படுத்திய அச்சம், அவர்களால் ஏற்பட்ட அழிவுகளை குறிப்பிட்டு இருக்கிறேன். சீனாவில் மங்கோலியர் வருகையுடன் சூங் வம்ச ஆட்சியை முடித்திருப்போம். அவர்கள் பிறகு மேற்கு ஆசியாவுக்கு செல்கிறார்கள். அங்கும் பழைய ஆட்சி முடிகிறது. இந்தியாவிலும் அவர்களால் பெரிய தொல்லை ஏற்படுகிறது.

மங்கோலியாவில் இருந்து வெள்ளமாக பொங்கிப் பெருகிய இவர்கள் ஆசியா முழுவதையும் மூழ்கடித்தார்கள். ஆசியா மட்டுமின்றி, ஐரோப்பாவில் பாதியும் மங்கோலிய வெள்ளத்தில் சிக்குகிறது. திடீரென்று பிரவாகம் போல புறப்பட்டு உலகையே திடுக்கிடச் செய்த இவர்கள் யார்? மத்திய ஆசியாவைச் சேர்ந்த ஸிதியர், ஹூணர், துருக்கியர், தார்த்தாரியர் ஆகியோரைப் பற்றி ஏற்கெனவே பார்த்தோம். ஆனால், இந்த மங்கோலியர் யார்? மேற்கு ஆசியாவில் இவர்களைப் பற்றி யாருக்கும் தெரியாது. வடக்கு சீனாவை வென்ற கினிய தார்த்தாரியருக்கு அடங்கி வாழ்ந்த இவர்கள், மங்கோலியாவில் சாதாரண கூட்டங்களைச் சேர்ந்தவர்கள்.

பல கூட்டங்களாகச் சிதறிக் கிடந்த இவர்கள் திடீரென்று ஒன்றுபட்டார்கள். தங்களுக்கு ஒரு தலைவனைத் தேர்ந்தெடுத்து, அவனுக்குக் கீழ்ப்படிய உறுதி எடுத்தார்கள். அவர்களுடைய தலைவன் மகாகான் தலைமையில் பீகிங் நகரை நோக்கி படையெடுத்தார்கள். அவர்கள் போனவுடனே, கினியர்கள் அரசு முடிவுக்கு வந்தது. மேலும் மேற்கே சென்றார்கள். வழியில் கண்ட பெரிய அரசுகளையும் வாரிச் சுருட்டிக் கொண்டார்கள்.

ரஷியாவுக்குச் சென்று அதை அடக்கினார்கள். பாக்தாது நகரையும் பேரரசையும் அழித்து ஒழித்து, ஐரோப்பாவில் போலந்துக்கு அப்பாலும் வென்றார்கள். அவர்களை தடுத்து நிறுத்தும் ஆற்றல் யாருக்கும் இல்லை. இந்தியா அவர்களிடமிருந்து தப்பிப் பிழைத்தது வெறும் அதிர்ஷ்டம் மட்டும்தான். நெருப்பைக் கக்கும் இந்த மங்கோலிய எரிமலையை யார்தான் நெருங்க முடியும்? இயற்கை சீற்றத்தைப் போல, நிலநடுக்கத்தைப் போல மங்கோலியரை பார்த்து கண்டங்கள் நடுங்கின.

மங்கோலிய ஆண்களும் பெண்களும், உடற்கட்டும் உறுதியும் மிக்கவர்கள். கூடாரங்களில் வாழ்ந்த அவர்கள் எந்தக் கஷ்டத்தையும் தாங்கும் ஆற்றல் வாய்ந்தவர்கள். அவர்களுக்கு ஒரு அதிசயமான தலைவன் கிடைத்திராவிட்டால் அவர்களுடைய வல்லமையும் பயிற்சியும் வீணாகப் போயிருக்கும். அந்தத் தலைவன் பெயர் செங்கிஸ்கான். கி.பி. 1155ஆம் ஆண்டு பிறந்த அவனுடைய நிஜப்பெயர் திமுசின். 'பகதூர்' என்ற பட்டத்தை மங்கோலியப் பிரபுக்கள் மிகவும் விரும்பி இணைத்துக் கொண்டார்கள். பகதூர் என்றால் வீரன் என்று பொருள்.

செங்கிஸ்கான் சகாயமற்ற பத்து வயதுப் பாலகனாக இருந்தும் வருந்தி முயன்று படிப்படியாக முன்னுக்கு வந்துவிட்டான். கடைசியில் 'குருல்தாய்" என்று அழைக்கப்பட்ட மங்கோலிய மகா சபை அவனை மகாகான் ஆகத் தேர்ந்தெடுத்தது. கான் அல்லது காகன் என்னும் சொல்லுக்குச் சக்கரவர்த்தி என்று அர்த்தம். இதற்குச் சில ஆண்டுகளுக்கு முன்பே அவனுக்குச் 'செங்கிஸ்' என்னும் பெயர் சூட்டப்பட்டது.

'மங்கோலியரின் ரகசிய சரித்திரம்' என்ற நூல் 13ஆம் நூற்றாண்டில் எழுதப்பட்டு 14ஆம் நூற்றாண்டு சீனாவில் வெளியிடப்பட்டது. அதில் செங்கிஸ்கான் தேர்வைப் பற்றி இப்படி கூறுகிறது...

"கம்பளிக் கூடாரங்களில் வாழ்ந்துவந்த மங்கோலியர் அனைவரும்

ஒரே தலைவரின் கீழ் ஒன்றுபட்டனர். அவர்கள் வேங்கைப்புலி ஆண்டில், ஓனான் நதியின் உற்பத்தி இடத்திற்கு அருகில் மகாசபையைக் கூட்டினர். நவ பாதங்களின்மேல் வெண்கொடியை உயர்த்தினார்கள். பிறகு 'காகன்' என்ற பட்டத்தைச் செங்கிஸுக்கு அளித்தார்கள்."

செங்கிஸ், மகாகான் அல்லது காகன் ஆனபோது அவனுக்கு வயது ஐம்பத்தொன்று. ஆகவே, அவனை இளைஞன் என்று சொல்வதற்கில்லை. அமைதியையும் ஓய்வையும் விரும்பும் வயதில் செங்கிஸின் 'வீர வெற்றி வாழ்க்கை' தொடங்கியது. நடுத்தர வயதை அடைந்த அவன், அந்த வயதுக்குரிய மிகுந்த எச்சரிக்கை உணர்ச்சியோடு, காரியங்களை எண்ணியே துணிந்தான், துணிந்தபின் எண்ணவில்லை என்று அறிகிறோம்.

மங்கோலியர் நாடோடிகள் என்பதால், நகரத்தையும் நகர வாசனையையும் வெறுத்தார்கள். ஆயினும், அவர்கள் தங்களுக்கென ஒரு தனி வாழ்க்கை முறையை உருவாக்கி அதை வளர்த்தார்கள். அவர்களுடைய அமைப்பு நுட்பமானதாக இருந்தது. போர்க்களத்தில் அவர்களுக்குப் பெரிய வெற்றிகள் கிடைத்ததற்கு அவர்களுடைய ஒற்றுமையே காரணம். எல்லாவற்றிற்கும் மேலாக, செங்கிஸின் படைத்தலைமையே மங்கோலியரின் வெற்றிக்கு முக்கியக் காரணம் என்று சொல்லவேண்டும்.

செங்கிஸுக்கு ஈடு சொல்லக்கூடிய படைத் தலைவன் இதுவரை சரித்திரத்திலேயே தோன்றவில்லை என்று உறுதியாகக் கூறலாம். அவனோடு ஒப்பிடும்போது அலெக்சாண்டரும் சீசரும் விளக்கின் முன் மின்மினியாகத் தோன்றுகின்றனர். செங்கிஸ், பெரிய தலைவன் என்பதோடு இல்லாமல், அவன் தனது தளபதிகளுக்கும் நல்ல பயிற்சி அளித்து படையை நடத்துவதில் அவர்களையும் நிகரற்றவர்களாக மாற்றியிருந்தான். தங்களுடைய சொந்த நாட்டைவிட்டு பல ஆயிரக்கணக்கான மைல் தூரம், எதிரிகளை எதிர்த்து ஒற்றுமையுடன் சண்டை செய்வது எளிதான காரியமா?

செங்கிஸ் தோன்றிய காலத்தில் மங்கோலியாவுக்குக் கிழக்கிலும் தெற்கிலும் சீனா பிளவுபட்டுக் கிடந்தது. தெற்கே சூங் பேரரசு. வடக்கே, கினியர் பேரரசு. மேற்கே, கோபி பாலைவனத்திலும் அதற்கு அப்பாலும் நாடோடிப் பேரரசு. இந்தியாவில் அடிமை சுல்தான் அரசர்கள் ஆட்சி நடந்தது. பாரசீகத்திலும் மெசபொடேமியாவிலும் கொராசம் அல்லது கிவா எனப்படும் பெரிய முஸ்லிம் பேரரசு

நடைபெற்றது. அதற்கு சாமர்கண்ட் தலைநகராக இருந்தது. அதற்கும் மேற்கில் செல்ஜக் துருக்கியரும், எகிப்திலும் பாலஸ்தீனத்திலும் சலாதீனின் சந்ததியாரும் ஆட்சி செய்தனர். பாக்தாதையும் அதைச் சுற்றியுள்ள பிரதேசத்தையும் செல்ஜக் துருக்கியரின் பாதுகாப்பில் கலீபா ஆண்டு வந்தார்.

இது சிலுவைப் போர்களின் பிற்காலம். 'உலகத்தின் அற்புதம்' என்று அழைக்கப்பட்ட ஹோஹென் ஸ்டாபென் வமிசத்தைச் சேர்ந்த இரண்டாவது பிரடெரிக் அப்போது பரிசுத்த ரோமப் பேரரசின் பேரரசராக இருந்தான். இங்கிலாந்தில் அப்போது 'மாக்னா கார்ட்டா' என்னும் பேருரிமைப் பத்திரம் கையெழுத்தான காலம். பிரான்சில் ஒன்பதாவது லூயி ஆண்டு வந்தான். இவன்தான் சிலுவைப் போருக்குச் சென்றபோது துருக்கியரால் பிடித்துக் கொள்ளப்பட்டவன். இவனை மீட்கத்தான் பெருந்தொகை பிணையாக கொடுக்கப்பட்டது. கிழக்கு ஐரோப்பாவில் ரஷியா இரண்டு அரசுகளாக பிரிந்திருந்தது. ரஷியாவுக்கும் பரிசுத்த ரோமப் பேரரசுக்கும் இடையே ஹங்கேரியும் போலந்தும் இருந்தன. கான்ஸ்டாண்டிநோபிளுக்கு அருகில் பைஜாண்டிய பேரரசு நடந்து வந்தது.

செங்கிஸ் படையெடுப்புக்கு தயாரானவுடன், சீனாவின் கினியர்களை வென்றான். கொரியாவை கைப்பற்றினான். கோபி பாலைவனத்தில் இருந்த நாடோடி அரசை தனதாக்கினான். இவ்வெற்றிகளுக்குப் பிறகு செங்கிஸ் சில காலம் போருக்கு செல்லவில்லை. மேற்கே ஆட்சி செய்த கொராசம் அரசனான ஷாவுடன் நல்லுறவையே அவன் விரும்பினான். ஆனால், அந்த ஷாவின் கவர்னர் ஒருவன் சில மங்கோலிய வியாபாரிகளைக் கொன்றுவிட்டான்.

இந்த சேதி செங்கிஸின் காதுக்கு எட்டியதும், சமாதானத்தையே விரும்பிய அவன் ஷாவிடம் சில தூதர்களை அனுப்பினான். மங்கோலியரைக் கொன்ற கவர்னரைத் தண்டிக்கும்படி கேட்டுக் கொண்டான். ஆனால் தூதுவந்தவரை கொன்றான் ஷா. இதையடுத்து பொறுமையிழந்த செங்கிஸ் எச்சரிக்கையுடன் தேவையான ஏற்பாடுகளைச் செய்த பிறகு தனது பெரும்படையுடன் மேற்கு நோக்கிக் கிளம்பினான்.

கி.பி. 1219ல் தொடங்கிய யுத்தம் ஆசியாவின் கண்களைத் திறந்தது. ஐரோப்பாவும் இதைச் சிறிது உணர்ந்தது. புதிய ஆபத்து தோன்றி-விட்டசு என்பதை அவர்கள் உணர்ந்தார்கள். இந்த மங்கோலியப்

போர் உருளை தனது வழியில் வந்த எத்தனையோ நகரங்களையும் கணக்கில்லாத மக்களையும் இரக்கமின்றி நசுக்கிக் கொன்றது. கொராசம் பேரரசு இருந்த இடமே தெரியவில்லை. அரண்மனைகளும் அழகிய கட்டடங்களும் நிறைந்த பொகாரா நகரம் சாம்பலானது. பேரரசின் தலைநகராகிய சாமர்கண்ட் அழிக்கப்பட்டது. பத்து லட்சம் பேரில் அரை லட்சம் பேரே பிழைத்தனர். இந்தப் படையெடுப்பில் கோடிக்கணக்கான மக்கள் கொல்லப்பட்டார்கள். மத்திய ஆசியாவில் கலைகளும் கைத்தொழில்களும் மறைந்து ஒழிந்தன. செங்கிஸ் சென்ற இடமெல்லாம் சுடுகாடாயின.

கொராசம் ஷாவின் மகனான ஜலாலுதீன் மங்கோலியரைத் தடுக்க முயன்றான். அது பயனற்றுப் போனது. முடிவாக சிந்து நதியில் குதித்து டில்லிக்கு தப்பினான் என்கிறார்கள். அவனை விரட்டிச் செல்ல செங்கிஸ் விரும்பவில்லை. இந்தியா தப்பியது. செல்ஜக் துருக்கியருக்கும் பாக்தாதுக்கும் ஆபத்தில்லை. செங்கிஸ் அவர்களை ஒன்றும் செய்யாமல் விட்டு விட்டு வடக்கு ரஷியாவுக்குள் நுழைந்தான்.

கி.பி.1227ல் தன்னுடைய 72ஆவது வயதில் செங்கிஸ் உயிர் துறந்தான். அவனுடைய பேரரசு கிழக்கே பசிபிக் பெருங்கடல் முதல் மேற்கே கருங்கடல் வரை பரவியிருந்தது. இவ்வளவு பெரிய பேரரசுக்கு மங்கோலியாவிலுள்ள காரகோரம் என்ற சின்ன ஊரே தலைநகரமாக இருந்தது. அவனுடைய பேரரசு அவனுடைய மரணத்துக்குப் பிறகும் சீர்குலைந்து போகவில்லை. அது ஒன்றே அவனுடைய அறிவுக்கும் திறமைக்கும் சாட்சி சொல்கிறது.

அரபிய, பாரசீக வரலாற்று ஆசிரியர்கள் பார்வையில் செங்கிஸ் கொடிய அரக்கனாகத் தெரிகிறான். அவனைக் கடவுளின் தண்டனைக் கருவி என்று அழைக்கிறார்கள். அவன் குரூரமானவன் என்பதில் சந்தேகமில்லை. இந்தியாவில் ஆப்கானிய அரசர் அவனைப் போலவே, ஆனால் சிறிய அளவில், கொடுமை இழைத்தனர். கி.பி.1150ல் ஆப்கானியர் கஜினி நகரைக் கைப்பற்றினார்கள். அதையடுத்து கஜினியை சுட்டெரித்தார்கள். ஏழுநாள் வரை அந்த நகரில் கொள்ளையும் கொலையுமாக இருந்தது. ஆண்கள் அனைவரும் கொல்லப்பட்டார்கள். பெண்களும் குழந்தைகளும் சிறைப்படுத்தப் பட்டார்கள்.

சுல்தான் முகம்மதுவின் வாரிசு வழியில் வந்த அரசர்கள் வாழ்ந்து வந்த, ஒப்புயர்வற்ற அரண்மனைகளும், மாடமாளிகைகளும்

வெற்றிபெற்ற நகரங்களை அழித்து மக்களை கொன்று குவித்தான் செங்கிஸ்

அடியோடு அழிக்கப்பட்டன. முஸ்லிம்கள் தங்கள் சகோதர முஸ்லிம்களிடமே இப்படி நடந்து கொண்டார்கள். அப்படியென்றால் மற்றவற்றை சொல்ல வேண்டுமா?

செங்கிஸ் நகரங்களை நாசம் செய்ததற்கு, அவன் நகரங்களை வெறுத்தான் என்று காரணம் கூறுகிறார்கள். 'செங்கிஸ்கான்' என்ற பேரைப் பார்த்து நீ அவனை ஒரு முகமதியன் என்று நினைக்கலாம். ஆனால், அது அப்படியல்ல. அது மங்கோலியப் பெயர்தான். அவனுடைய மதம் 'சியாமியம்' என்று சொல்லப்படுகிறது. கடைசி வரையில் தன் சொந்த மதத்தையே கடைப்பிடித்து வந்தான். கஷ்டம் வரும்போதெல்லாம் அவன் வானை நோக்கியே வழிகாண முயன்றான்,

செங்கிஸ் எழுதப்படிக்கத் தெரியாதவன். அவனைப் பின்பற்றியோரும் அப்படியே. 'எழுத்துமுறை' என்று இருப்பதே அவனுக்கு நெடுங்காலம் வரை தெரியாது. பேரரசின் ஒரு பாகத்தில் இருந்து மற்றொரு பாகத்துக்குச் செய்திகளும் உத்திரவுகளும் வாய்மொழியாகவே அனுப்பப்பட்டன. வாய்மொழி மூலம் ஒரு பெரிய பேரரசின் விவகாரங்களை நிர்வகிப்பது நமக்குப் பெரிய ஆச்சரியமாக இருக்கிறது.

'எழுதும் கலை' என ஒன்று இருப்பதாக செங்கிஸ் அறிந்தவுடன் அவன் அது மிகவும் உபயோகமாக இருக்கும் என்று உடனே புரிந்து கொண்டான். அதைக் கற்குமாறு தன் பிள்ளைகளுக்கும் உயர் அதிகாரிகளுக்கும் கட்டளையிட்டான். மங்கோலியரின் பழைய

பழக்க வழக்கங்களையும் தான் கூறிய வசனங்களையும் எழுத்து வடிவத்தில் கொண்டுவர வேண்டும் என்றும் உத்தரவிட்டான்.

இந்தப் பழைய பழக்க வழக்க தருமம் என்பது என்றும் மாறாத தருமம் என்று கருதப்பட்டது. யாரும் அதை மீறமுடியாது. பேரரசர் கூட அதற்கு உட்பட்டவரே. ஆனால், இந்த என்றும் மாறாத தரும சாஸ்திரம் இப்போது காணப்படவில்லை. தற்கால மங்கோலியருக்கு அதைப் பற்றிய நினைவே இல்லை. அவர்களுடைய பரம்பரை நடைமுறைகளிலும் அது காணப்படவில்லை.

ஒவ்வொரு தேசத்திலும், ஒவ்வொரு மதத்திலும் இந்தப் பழைய பழக்க வழக்கங்கள் உண்டு. அது எழுதியும் வைக்கப்பட்டிருக்கிறது. அது எக்காலத்தும் மாறாது நிலைத்திருக்கும் ஒன்று என்று அவரவர்கள் நினைத்துக் கொண்டிருக்கிறார்கள். இது 'முன்னோரால் அருளப்பட்டது' என்றும் கருதப்படுகிறது. ஆனால், தருமம் அல்லது விதிகள் என்பவை அந்தந்தக் கால நிலைமைகளுக்குப் பொருந்த வகுக்கப்படுபவை ஆகும். மக்களின் நிலைமை சீர்திருந்துவதற்கு அவை துணை புரிய வேண்டும் என்ற நோக்கத்துடன் அவை வகுக்கப்படுகின்றன.

அந்த நிலைமைகள் மாறுதல் அடையும்போது பழைய விதிகள் புதிய நிலைமைகளுக்கு எப்படிப் பொருந்தும்? மாறும் நிலைமைகளுக்கு ஏற்ப அவையும் மாறவேண்டும் அல்லவா? இல்லாவிட்டால், நமக்குத் துணை புரியத் தோன்றிய அதே விதிகள், இரும்பு விலங்குகளாக மாறி நமக்குத் தீங்கு புரியத்தானே செய்யும். உலகம் முன் நோக்கிச் செல்லும்போது அவை நமது பயணத்தை தடுத்து, நம்மைப் பின்னே நிறுத்தி விடுகின்றன. எந்த விதியும் என்றும் மாறாத விதியாக இருத்தல் இயலாது. அது அறிவை அடிப்படையாகக் கொண்டிருக்க வேண்டும். அறிவு வளரவளர அதுவும் கூட வளர வேண்டும்.

செங்கிஸ்கானைப்பற்றி தேவைக்கு அதிகமாகவே பேசிவிட்டேன் என்று நினைக்கிறேன். அந்த மனிதன் என்னை அவ்வளவு தூரம் மயக்கியிருக்கிறான். அவனோ கொடூரமானவன். கெட்டவன். பலாத்காரத்தில் நம்பிக்கை உள்ளவன். ஒரு நாடோடி வகுப்பின் 'நிலமானிய'த் தலைவன். நானோ சாது. தயாள சித்தன். அஹிம்சையில் நம்பிக்கை உள்ளவன். நகரவாசி, 'நிலமானிய' வாசனையுள்ள எதையும் விஷமென வெறுப்பவன். இவ்வாறு அவனும் நானும் முற்றிலும் மாறுபட்டிருக்கிறோம். ஆயினும், அவன் என் உள்ளத்தைக் கொள்ளை கொண்டது பெரிய விந்தை அல்லவா?

40 நாட்கள் தொடர் முற்றுகைக்கு பிறகு பாக்தாதை நாசம் செய்த மங்கோலியர்

68. உலகை ஆண்ட மங்கோலியர்

ஜூன் 26, 1932

செங்கிஸ்கான் மரணம் அடைந்ததும் அவன் மகன் ஒகதாய் மகாகான் ஆனான். அவன் அமைதியை விரும்புபவனாக, இரக்கமுள்ளவனாக இருந்தான். 'நமது தலைவன் செங்கிஸ் கட்டிய இந்த பேரரசில் மக்கள் கஷ்டத்தை போக்கி, அமைதியையும் சுகத்தையும் நிலவச் செய்வோம்' என்பான். அவன் ஒரு நிலமானியத் தலைவனுடைய மனோபாவத்துடன், தன் இனத்தவரைப் பற்றியே சிந்திப்பதைக் கவனி.

மங்கோலியரின் வெற்றிக்காலம் தொடர்ந்தது. அவர்களுடைய சக்தி இன்னமும் பொங்கி பிரவகித்தது. சாபுதாய் என்ற தலைமைத் தளபதியின் கீழ் அவர்கள் இரண்டாம் முறை ஐரோப்பாவின் மீது படையெடுத்தனர். படையெடுக்க திட்டமிட்ட நாடுகளுக்கு முன்கூட்டியே ஒற்றர்களை அனுப்பி, அங்குள்ள அரசியல், ராணுவ நிலைமைகளை தெரிந்து கொண்டான். ஐரோப்பிய படைத் தளபதிகள் வெறும் கற்றுக்குட்டிகளாக இருந்தனர். அவன் நேரே ரஷியாவுக்குள் நுழைந்தான். பாக்தாதையும் செல்ஜக் துருக்கியரையும் விட்டு விட்டான்.

ஆறு ஆண்டுகள் அவன் முன்னேறிச் சென்று கொண்டே

இருந்தான். மாஸ்கோ, கீவ், போலந்து, ஹங்கேரி, கிராகோ எல்லாவற்றையும் சூறையாடினான். *1241*ல், மத்திய ஐரோப்பாவில், லீப்நிட்ஸ் என்ற இடத்தில் போலந்து - ஜெர்மானியப் படை அவனால் முறியடிக்கப்பட்டது. ஐரோப்பா முழுவதற்கும் முடிவு காலம் நெருங்கியதைப் போல இருந்தது. ஐரோப்பாவின் மன்னாதி மன்னர்களின் நெஞ்சமெல்லாம் 'திக்திக்' கென்று அடித்துக் கொண்டது.

ஆனால், திடீரென்று செங்கிஸ்கானின் மகன் ஒகதாய் இறந்தான். அவனுக்குப் பின் யார் பட்டத்துக்கு வருவது என்பது தொடர்பாக தகராறு எழுந்தது. ஆகவே, மங்கோலியப் படைகள், தோல்வி அடையாத நிலையில், கி.பி. *1242*ல் ஐரோப்பாவை விட்டுத் தங்கள் தாய்நாட்டுக்குத் திரும்ப நேரிட்டது. இதையடுத்து, ஐரோப்பாவின் மூச்சுத்திணறல் சீராகியது.

இதற்கு இடையிலேயே மங்கோலியர் சீனாவில் பரவிவிட்டார்கள். வடக்கே ஆண்ட கினியரையும் தெற்கே ஆண்ட சூங் மன்னரையும் ஒழித்தனர். கி.பி. *1252*ல் மங்குகான் மகாகான் ஆனான். அவன் குப்ளே என்பவனைச் சீனாவின் கவர்னராக நியமித்தான். நாடோடி முறைக்கு ஏற்ப இன்னும் மகாகான் கூடாரங்களில்தான் வாழ்ந்தார். முஸ்லிம் வியாபாரிகள் விலையுயர்ந்த பொருள்களுடன் வந்தார்கள். மங்கோலியர் என்ன விலையாயினும் கொடுத்து வாங்கினார்கள். மங்கோலிய பேரரசு முழுவதும் அமைதியும் ஒழுங்கும் நிலவின. இரண்டு கண்டங்களையும் இணைத்த வியாபார வழிகளில் எப்போதும் வியாபாரிகள் பயணித்தனர்.

இதற்குப்பின் மங்கோலியரை மதம் மாற்றும் முயற்சிகள் தொடங்கின. போப்பாண்டவர் தனது தூதர்களை அனுப்பினார். கிறிஸ்தவர்களும், முஸ்லிம்களும், பௌத்தர்களும் அங்கு சென்றார்கள். மங்கோலியர் அவசரப்பட்டதாகத் தெரியவில்லை. ஒரு சமயம், மகாகான் கிறிஸ்தவ மதத்தில் சேர விரும்பினார். ஆனால், போப்பாண்டவர் கேட்ட உரிமைகளை அவரால் ஒப்புக்கொள்ள முடியவில்லை. கடைசியில், மங்கோலியர்கள் தாங்கள் இருக்கும் இடத்தில் உள்ள மதத்தையே ஏற்றார்கள். சீனாவிலும், மங்கோலியாவிலும் பெரும்பாலோர் பௌத்தர்கள் ஆனார்கள். மத்திய ஆசியாவில் வாழ்ந்தவர்கள் முஸ்லிம்கள் ஆனார்கள். ரஷியாவிலும் ஹங்கேரியிலும் இருந்த சிறு பகுதியினர் கிறிஸ்தவர்கள் ஆகியிருக்கலாம்.

ரோமாபுரியில், 'வாடிகனி'லுள்ள போப்பாண்டவர் நூல் நிலையத்தில், மகாகான் போப்பாண்டவருக்கு அனுப்பிய கடிதம்

இன்னும் இருக்கிறது. அது அரபு மொழியில் எழுதப்பட்டுள்ளது. புதிய கான் ஐரோப்பா மீது மீண்டும் படையெடுக்கக் கூடாது என்று போப்பாண்டவர் அவரிடம் தூது அனுப்பியதாக தெரிகிறது. அதற்கு மறுமொழியாக மகாகான் அனுப்பிய கடிதம்தான் அது. ஐரோப்பியர் தம்மிடம் சரியாக நடந்து கொள்ளாததால் தான் படையெடுக்க நேரிட்டது என்று கான் அந்தக் கடிதத்தில் கூறியிருக்கிறார்.

ஆயினும், இன்னொரு முறை வெற்றி அலை பொங்கியது. பகைவர்களின் ஊர் நாசமாகியது. மங்குவின் சகோதரன் ஹுலகு பாரசீகத்தில் கவர்னராக இருந்தான். பாக்தாதை ஆண்ட கலீபா செய்த ஒரு காரியம் அவனை எரிச்சலாக்கியது. உடனே அவன் கலீபா தனது வாக்குறுதிகளைக் காப்பாற்றவில்லை என்றும், ஒழுங்காக நடந்து கொள்ளாவிட்டால் அவர் தனது நாட்டை இழக்க நேரிடும் என்றும் எச்சரித்தான்.

ஆனால், அந்த கலீபா, அவனை மேலும் எரிச்சலாக்கும் பதிலை அனுப்பினான். மங்கோலியத் தூதர்கள் பாக்தாதில் அவமதிக்கப்பட்டார்கள். அவ்வளவுதான், பாக்தாதை நாற்பது நாள் முற்றுகைக்குப் பிறகு கைப்பற்றினான். அன்றே, அந்த நகரம் நாசமாகியது. கலீபாவும் அவருடைய பிள்ளைகளும், அவருடைய உறவினரும் கொல்லப்பட்டார்கள். பதினைந்து லட்சம் மக்கள் மாண்டனர். டைகிரிஸ் நதியில் தண்ணீருக்குப் பதிலாக ரத்தமே ஓடியது. பாக்தாது முற்றிலும் பாழ்பட்டது.

அலெப்போ, எடெஸ்ஸா உள்ளிட்ட வேறு பல நகரங்களும் அழிக்கப்பட்டன. பாலஸ்தீனத்துக்கு அனுப்பப்பட்ட மங்கோலியப்படை எகிப்து சுல்தான் பைபர்ஸ் என்பவனிடம் தோற்றது. இவன், சுல்தான் பந்தூக்தார் என்று அழைக்கப்படுகிறான். ('பந்தூக்' என்றால் துப்பாக்கி என்று பொருள்) அவனிடம் துப்பாக்கி ஏந்திய படை ஒன்று இருந்ததே அதற்குக் காரணம். நாம் இப்போது துப்பாக்கிக் காலத்துக்கு வருகிறோம். சீனருக்கு வெகுநாளாகவே துப்பாக்கி மருந்து தயாரிக்கத் தெரிந்திருந்தது. அதன் ரகசியத்தை மங்கோலியர் சீனரிடமிருந்து அறிந்திருக்கலாம். ஒருவேளை அவர்களுடைய வெற்றிகளுக்குத் துப்பாக்கிகள் உதவியிருக்கலாம். மங்கோலியர் மூலமாகத்தான் ஐரோப்பாவில் துப்பாக்கிகள் உபயோகத்துக்கு வந்தன.

கி.பி. 1258ல் பாக்தாது அழிந்தவுடன், மேற்கு ஆசியாவில், தனித்திருந்த அரபிய நாகரிகமும் முடிவுக்கு வந்தது. ஆனால்,

தெற்கு ஸ்பெயினில், கிரானடாவில் அரபிய நாகரிகம் அணையாது பிரகாசித்து வந்தது. 200 ஆண்டுகளுக்குப் பிறகு அதுவும் அணைந்து விட்டது. அரபியாவின் முக்கியத்துவமும் விரைவில் குறைந்துவிட்டது. அந்த நாளில் இருந்து இதுவரையில் அந்த நாட்டு மக்கள் யாதொரு பெருமையான காரியமும் புரியவில்லை. பிற்காலத்தில் உதுமானிய பேரரசின் ஒரு பகுதியாக அந்த நாடு இருந்தது. 1914-18 முதல் உலகப் போர் சமயத்தில் துருக்கியருக்கு எதிராக அரபியாவில் ஒரு கலகம் நடந்தது. அதை ஆங்கிலேயர் தூண்டி விட்டார்கள். அதிலிருந்து அரபியா சுதந்திரமாகவே இருக்கிறது.

இரண்டு ஆண்டுகள் வரை கலீபாவே இல்லை. பிறகு எகிப்து சுல்தான் பைபர்ஸ், கடைசி அப்பாசீது கலீபாவின் உறவினர் ஒருவனைக் கலீபாவாக நியமித்தான். ஆனால், அந்த கலீபா வெறும் மதத் தலைவராக மட்டும் இருந்தார்; அவருக்கு யாதொரு அரசியல் அதிகாரமும் இல்லை. 300 ஆண்டுகளுக்குப் பிறகு கான்ஸ்டாண்டிநோபிளில் ஆண்டு வந்த துருக்கி சுல்தான் 'கலீபா' பட்டத்தை கடைசியாக வந்தவரிடம் இருந்து பெற்றுக் கொண்டார். அந்தக் காலத்தில் இருந்து துருக்கி சுல்தான்களே கலீபாக்களாகவும் இருந்தனரு. துருக்கியில் தோன்றிய முஸ்தபா கமால்பாஷா சில ஆண்டுகளுக்கு முன்புதான் சுல்தான், கலீபா ஆகிய இரு பதவிகளுக்கும் முற்றுப்புள்ளி வைத்தார்.

சொல்லி வந்த கதையை விட்டு வேறு விஷயம் பேசிவிட்டேன். அதற்கு மீண்டும் வருகிறேன். மகாகான் மங்கு 1239ல் மரணம் அடைந்தான். அவன் சாவதற்கு முன் திபெத்தையும் ஜெயித்து விட்டான். சீனாவின் கவர்னராக இருந்த குப்ளேகான் மகாகான் ஆனான். குப்ளேகான் சீனாவில் நீண்ட காலம் தங்கியவன் என்பதால் அவன் தனது தலைநகரை பீகிங்குக்கு மாற்றினான். அவன் அதன் பெயரைக் கான்பாலிக் என்று மாற்றினான். அவன் சீன விவகாரங்களில் அதிகமாக கவனம் செலுத்தியதால் பேரரசின் விவகாரங்களை கவனிக்காமல் விட்டான். அதனால் மங்கோலிய கவர்னர்கள் சிறிது சிறிதாகச் சுதந்திரம் பெற்றனர்.

குப்ளேயின் போர்களுக்கும் அவனுடைய முன்னோரின் போர்களுக்கும் பெரிய வேற்றுமை இருந்தது. பழைய குரூரமும் நாசமும் இப்போது இல்லை. சீனா அவனை நாகரிகப்படுத்தி இருந்தது. சீனரும் அவனிடம் வெறுப்பு கொள்ளவில்லை. அவர்கள் அவனைத் தங்களில் ஒருவனாகவே மதித்தனர். அவன் 'யுவான்

செங்கிஸ்கானுக்கு மங்கோலியாவில் வைக்கப்பட்டுள்ள உலகின் மிகப்பெரிய சிலை

வம்சம்' என்ற அசல் சீன அரச வம்சம் ஒன்றை உருவாக்கினான். அவன் டாங்கிங், அன்னாம், பர்மா ஆகிய நாடுகளை வென்றான். ஜப்பானையும் மலேசியாவையும் கூட அவன் கைப்பற்ற முயன்றான். ஆனால் மங்கோலியருக்குக் கப்பல் கட்டவோ, கடல் பயணமோ அறிமுகமில்லை. எனவே, அவனுடைய முயற்சி பலிக்கவில்லை.

மங்குகானின் ஆட்சிக்காலத்தில், பிரான்சை ஆண்ட ஒன்பதாவது லூயி ஒரு யோசனை தெரிவித்தான். கிறிஸ்தவ நாடுகளும் மங்கோலியரும் சேர்ந்து முஸ்லிம்களை எதிர்க்க வேண்டும் என்பது அவன் யோசனை. ஆனால், மங்கோலியர் இதை விரும்பவில்லை.

ஆசியாவில் தொடங்கி ஐரோப்பா வரையிலும் மங்கோலிய பேரரசு பரந்து கிடந்தது. வரலாற்றில் மங்கோலியர் அடைந்த வெற்றிகளுக்குச் சமமான வெற்றிகளை யாரும் பெற்றதில்லை. அவர்கள் அந்தக் காலத்தில் உலகத்திற்கே அதிபர்களாகத் தோன்றியிருக்க வேண்டும். இந்தியா அவர்களிடம் விடுபட்டது, அவர்கள் அதை விட்டுவிட்டார்கள் என்பதால்தான். ஐரோப்பாவும்கூட மங்கோலியரின் தயவினால்தான் தப்பின என்று நாம் கொள்ளவேண்டும். அவற்றை விழுங்கி விட நினைத்திருந்தால் அந்தக் கணமே முடிவு பெற்றிருக்கும். பதின்மூன்றாவது நூற்றாண்டில் நிலைமை இப்படித்தான் இருந்திருக்க வேண்டும்.

ஆனால், மேலும் மேலும் வெற்றி பெறுவதற்கான அவர்களுடைய சக்தி சிறிது சிறிதாகத் தேய்ந்து வருவது போல் தோன்றியது.

அக்காலத்தில் கால்நடையாகவோ, குதிரை சவாரியாகவோ மட்டுமே பயணிக்க வேண்டும். மங்கோலியப் படை ஆசியாவில் தனது இடத்திலிருந்து புறப்பட்டு ஐரோப்பா எல்லையை அடைய ஒரு ஆண்டு ஆகும். எல்லா போர்களிலும் வெற்றியை மட்டுமே ருசித்தார்கள். போர்களில் கவரப்பட்ட செல்வம் குவிந்திருந்தது. அவர்களில் பலரும் தங்களுக்கென அடிமைகளையும் பெற்றவர்களாக இருந்திருக்கலாம். ஆகவே, அவர்கள் திருப்தி அடைந்து, வாழ்க்கைய அமைதியாக வாழ விரும்பியிருக்கலாம். விரும்பியவற்றை பெற்றுவிட்டால் அமைதியையும் ஒழுங்கையும் விரும்புவது இயல்புதானே!

மிகப்பரந்த மங்கோலியப் பேரரசை நிர்வாகம் செய்வது மிகவும் கஷ்டமான காரியமாக இருந்திருக்க வேண்டும். ஆகவே, காலப்போக்கில் அது பிளவுபட்டதில் ஆச்சரியம் ஒன்றுமில்லை. 1292ல் குப்ளேகான் இறந்துவிட்டான். அவனுக்குப்பின் யாரும் மகாகான் ஆக வரவில்லை. மங்கோலிய பேரரசு ஐந்து பெரும் பகுதிகளாகப் பிரிவுற்றது.

1. சீனப் பேரரசு: மங்கோலியா, மஞ்சூரியா, திபெத் ஆகியவை அடங்கியது. யுவான் வம்சத்தைச் சேர்ந்த குப்ளேகானின் வாரிசுகள் இதை ஆண்டனர்.

2. பொன்னிறக் கூட்டத்தாரின் பேரரசு: மேற்குக் கோடியில் இருந்த இதில் ரஷியா, போலந்து, ஹங்கேரி ஆகியவை அடங்கி இருந்தன.

3. இல்கான் பேரரசு: ஹுலகுவால் உருவாக்கப்பட்டது. பாரசீகம், மெசபொடேமியா, மத்திய ஆசியாவில் ஒரு பாகம் இவற்றைக் கொண்டது. செல்ஜுக் துருக்கியர் இதற்குத் திறை செலுத்தி வந்தார்கள்.

4. ஜகதாய் பேரரசு: திபெத்துக்கு வடக்கே மத்திய ஆசியாவில் பெரிய துருக்கி என்று அழைக்கப்பட்ட பிரதேசத்தைக் கொண்டது.

5. சைபீரிய பேரரசு: மங்கோலியாவுக்கும் பொன்னிறத்தாரின் அரசுக்கும் இடைப்பட்ட பிரதேசத்தைக் கொண்டது.

மங்கோலிய பேரரசு ஐந்து பகுதிகளாகப் பிளவுபட்டாலும் ஒவ்வொரு பகுதியும் பெரிய பலம் பொருந்திய பேரரசாகவே இருந்தன.

69. மார்க்கோ போலோவின் சீனப் பயணம்

ஜூன் 27, 1932

மங்கோலியரின் பேரரசு உலகின் பெரும்பகுதி பரவியிருந்தது. அவர்களுடைய வீரமும் புகழும் பரவியது. இதையடுத்து அவர்களுடைய நிர்வாகத்தையும் நாட்டையும் காண வெளிநாட்டு கலைஞர்களும், வியாபாரிகளும், மதப் பிரசாரககர்களும், தொழில் செய்வோரும் வந்தனர். தங்கள் நாட்டுக்கு வந்த அவர்களை உற்சாகமாக வரவேற்று உபசரித்தார்கள். இந்த வரவேற்பை அறிந்து மேலும் மேலும் நிறையப்பேர் வந்தனர். மங்கோலியர்கள் தங்களுக்கு தெரியாத பல துறைகளில் குழந்தைகளைப் போல கற்றுக்கொள்ள ஆர்வமாக இருந்தார்கள்.

போர்களில் அவர்கள் வெளிப்படுத்திய குரூரமும், கொடுமையும் அச்சுறுத்தியது. ஆனாலும் அவர்களிடம் ஒளிந்துள்ள ஏதுமறியாத குழந்தைத் தனம் நம்மை அவர்களிடம் ஈர்த்துவிடுகிறது. சில நூற்றாண்டுகளுக்குப் பிறகு ஒரு மங்கோலியன் இந்தியாவை வென்றான். இந்தியாவில் மங்கோலியரை மொகலாயர்கள் என்று அழைக்கிறார்கள். அவன் பெயர் பாபர். அவனுடைய தாயார், செங்கிஸ்கானின் பரம்பரையில் வந்தவர். இந்தியாவை கைப்பற்றினாலும், தன் தாய் நாடான மத்திய ஆசியாவின் நலன்களை நினைத்து மருகினான். அங்குள்ள பழவகைகளை நினைத்து உருகினான். அவன் எழுதியுள்ள வாழ்க்கைக் குறிப்புகளே அவனுடைய சுபாவத்தை வெளிப்படுத்துகின்றன. அவனுடைய இனிமையான

சுபாவத்தையும், மனுஷத் தன்மையையும், மோகன இயல்பையும் அதிகரித்துக் காட்டுகின்றன.

தங்களுடைய இனிமையான சுபாவத்தால், உலகின் எல்லாப் பகுதியில் இருந்தும் தூதர்களும் அறிஞர்களும் வந்து குவிந்தனர். தங்களுடைய மொழிக்கு எழுத்து முறை இருப்பதையே அறியாமல் இருந்தனர். செங்கிஸ்கான் எழுத்துமுறையில் மொழியை பதிவுசெய்ய உத்தரவிட்டான். அதற்கான அறிஞர்களை நியமித்தான். அரசு ஊழியர்களை உடனே கற்கத் தொடங்கினார்கள். தங்கள் நாட்டுக்கு வந்த அறிஞர்களிடம் தங்களுக்குத் தெரியாத விஷயங்களைக் கற்றுக் கொண்டனர்.

குப்ளேகான் தனது தலைநகரை பீகிங் நகருக்கு மாற்றி, தன்னையும் அசல் சீனப் பேரரசரைப் போலவே மாற்றிக்கொண்டான். அவனும் வெளிநாட்டு பயணிகளையும் அறிஞர்களையும் விரும்பி வரவேற்றான். நிகோலோ போலோ, மாபியோ போலோ என்ற வெனிஸ் நகர வர்த்தகர்கள் அவனுடைய அரசவைக்கு வந்தார்கள். இருவரும் சகோதரர்கள்.

அவர்களிடம் இருந்து ஐரோப்பாவையும், கிறிஸ்தவ மதத்தையும், போப்பாண்டவரையும் பற்றி அறிந்தான். அவன் கிறிஸ்தவ மதத்தை அறிய விரும்பினான். இருவரையும், 1269ல் ஐரோப்பாவுக்குத் திருப்பி அனுப்பினான். கலை ஞானமும், கிறிஸ்தவ மதத்தை நன்று அறிந்த நூறுபேரை தன்னிடம் அனுப்பும்படி அவர்கள் மூலம் போப்பாண்டவருக்குச் செய்தி அனுப்பினான். ஆனால், போலோ சகோதரர்கள் தங்கள் நாட்டுக்கு போனபோது, போப்பாண்டவரின் நிலைமை மோசமாக இருந்தது. குப்ளேகான் கேட்டதுபோல நூறுபேர் கிடைக்கவில்லை. எனவே, இரண்டு ஆண்டுகளுக்குப் பிறகு இரண்டு கிறிஸ்தவ துறவிகளையும் தங்களுடன் நிக்கோலோ போலோவின் மகன் மார்கோவையும் அழைத்துக் கொண்டு சீனாவுக்கு திரும்பினர்.

அவர்கள் ஆசியா முழுவதையும் தரை மார்க்கமாகவே கடந்து சென்றார்கள். நவீன வசதிபடைத்த இந்தக் காலத்தில்கூட தரைவழியாக செல்ல ஒரு ஆண்டு ஆகும். அவர்கள் பாதி தூரம் வை, யுவான் சுவாங் பயன்படுத்திய பழைய வழியில் சென்றார்கள். பாலஸ்தீனம் வழியாக அர்மீனியா, மெசபொடேமியா சென்று பாரசீக வளைகுடாவை அடைந்தார்கள். பாரசீகத்தைக் கடந்து பால்க் நகரை அடைந்தார்கள். அதற்கும் காஷ்கருக்கும் இடையே இருந்த மலைகளையும், காடுகளையும் கடந்து பயணித்தார்கள். லாப்-நார் என்ற ஏரியைக் கண்டார்கள். இந்த ஏரிக்கு அப்பால் இருந்த பாலைவனத்தைக்

ஜவஹர்லால் நேரு 327

கடந்து சீனாவின் பச்சை வயல் வெளிகளையும் பீகிங் நகரையும் அடைந்தார்கள். அவர்களிடம் பொன் தகட்டில் பொறிக்கப்பட்ட, குப்ளேகான் கொடுத்த சிறப்பு அனுமதிச் சீட்டு இருந்தது.

புராதன ரோமாபுரியின் காலத்தில் சீனாவுக்கும் சிரியாவுக்கும் இடையே உபயோகிக்கப்பட்ட வர்த்தக வழித்தடம் இதுதான். சில நாளைக்கு முன்பு, ஸ்வீடன் நாட்டு பயணியான ஸ்வென் ஹெடின் இதே வழியில் ஒரு பயண்ததை தொடங்கியதாக படித்தேன். அவரிடம் தற்கால நவீன சாதனங்கள், வசதிகள் எல்லாம் இருந்தன. ஆனாலும் அவருடைய பயணத்தில் துன்பமும் தொந்தரவும் நேரிட்டதாம். இப்போதே இப்படியென்றால், 1300 ஆண்டுகளுக்கு முன் யுவான் சுவாங்கும், 700 ஆண்டுகளுக்கு முன் போலோக்களும் இந்த வழியில் எவ்வளவு துன்பங்களை சந்தித்து இருப்பார்கள் என்று நினைத்துப் பார்.

ஸ்வென் ஹெடின் தனது பயணத்தில், ஒரு உண்மையை உறுதி செய்தார். அதாவது, போலோக்கள் தங்கள் பயணத்தின் இடையே, லாப்- நார் ஏரியைப் பார்த்ததாகவும், அது தன் இடத்தை அவ்வப்போது மாற்றிக் கொள்கிறது என்று எழுதியிருந்தனர். அது உண்மைதான் என்று ஸ்வென் ஹெடி நேரில் அறிந்தார். அது எப்படி என்று கேட்கிறாய் அல்லவா? டாரின் என்ற நதி லாப் -நார் ஏரியில் வந்து விழுகிறது. நாலாம் நூற்றாண்டில் அந்த நதியின் பாத மாறியது. அது முன்பு ஓடிய இடத்தில் பாலை மணல் நிரம்பிவிட்டது. நதியின் போக்கு மாறவே ஏரியும் இடம் மாறியது. பழைய வர்த்தக வழியும் மாறியது. சில ஆண்டுகளுக்கு முன்பு, டாரின் நதி மீண்டும் தன்போக்கை மாற்றிக் கொண்டு பழைய வழியிலேயே ஓடத் தொடங்கியது. நதியைப் பின்பற்றி ஏரியும் சென்றது.

டாரின் ஆறும் லாப்-நார் ஏரியும் இடம் பெயரும் செய்தியை எதற்காக சொன்னேன் தெரியுமா? நீரோட்டங்களின் மாறுபாடு பெரிய பிரதேசங்களையும், வரலாற்றுப் போக்கையும்கூட மாற்றி விடும் என்பதை விளக்கத்தான். பழங்காலத்தில் மத்திய ஆசியாவில் வாழ்ந்த மக்கள் அலை அலையாகக் கிளம்பி மேற்கிலும் தெற்கிலும் சென்று அங்குள்ள நாடுகளை வென்றார்கள். இன்று அந்த பகுதிகள் மக்கள் நடமாட்டமே இல்லாத வனாந்தரமாகக் கிடக்கிறது. மத்திய ஆசியா முழுமைக்கும் அங்கொன்றும் இங்கொன்றுமாகச் குறைவான மக்கள்தொகை கொண்ட சில நகரங்களே இருக்கின்றன. முன் காலத்தில் தண்ணீர் வசதி அதிகமாக இருந்து, தட்பவெப்ப நிலை வறண்டு தண்ணீரும் அற்றுப்போனதால் மக்கள் வெளியே இருக்கலாம்.

மூன்று போலோக்களும் வெனிஸ் நகரிலிருந்து பீகிங் நகரை அடைய மூன்றரை ஆண்டுகள் ஆனது. இந்தக் காலத்தில் மார்க்கோ மங்கோலிய மொழியை நன்கு கற்றுத் தேறிவிட்டான். ஒருவேளை அவன் சீன மொழியையும் கற்றிருக்கலாம். மகாகானுக்கு மார்கோபோலோ மிகவும் பிரியமானவனாக மாறி விட்டான். மகாகான் அவன் சேவைக்காக அவனைக் கவர்னர் ஆக்கினான். சீனாவின் பல பகுதிகளுக்கும் அரசாங்க அலுவல் விஷயமாக அனுப்பி வைத்தான். மார்க்கோவுக்கும் அவன் தந்தைக்கும் வீட்டு நினைவு அதிகமாகியது. வெனிசுக்கு திரும்ப விரும்பினார்கள். ஆனால் மகாகான் அனுமதிக்கவில்லை.

ஒருவழியாக, நாடு திரும்ப ஒரு வாய்ப்புக் கிடைத்தது. குப்ளேகானின் ஒன்றுவிட்ட சகோதரன், இல்கான் பேரரசன் தனது மனைவியை இழந்தான். அவன் மீண்டும் மணம் செய்து கொள்ள விரும்பினான். ஆனால், இறப்பதற்கு முன், அவனுடைய மனைவி, மங்கோலியப் பெண்ணைத்தான் மணக்க வேண்டும் என்று கூறியி ருந்தாள். ஆகவே, இல்கான் பேரரசன், சில தூதர்களைக் குப்ளேகானிடம் அனுப்பி, தனக்குத் தகுதியான ஒரு பெண்ணை அனுப்பும்படி கேட்டிருந்தான்.

அப்படியே, ஒரு நல்ல அரச குடும்பத்து பெண்ணை தேர்வு செய்த குப்ளேகான், அவளை தகுந்த பாதுகாப்போடு அனுப்பத் தயாரானான். மூன்று போலோக்களும் நல்ல பயண அனுபவம் உள்ளவர்கள் என்பதால் அவர்களும் அனுப்பி வைக்கப்பட்டனர். தெற்கு சீனாவில் இருந்து கடல்வழியாக புறப்பட்ட அவர்கள்கள், சுமத்திரா தீவுக்கு சென்றார்கள். அங்கு சிலகாலம் தங்கினார்கள். அப்போது அங்கு ஸ்ரீவிஜயப்பேரரசு அழியும் நிலையில் இருந்தது. அங்கிருந்து புறப்பட்ட அவவ்கள் தென்னிந்தியாவில் உள்ள காயல் துறைமுகம் சென்றார்கள். அங்கு மார்கோபோலோ பார்த்ததை நான் ஏற்கெனவே சொல்லியிருக்கிறேன். மணப் பெண்ணும், மார்க்கோவும், மற்றவர்களும் இந்தியாவில் இருந்து புறப்பட்டு பாரசீகம் செல்ல கொஞ்சம் அதிக நாட்கள் ஆகிவிட்டது. இதற்குள் பெண் கேட்டிருந்த மன்னன் மரணம் அடைந்தான். அதுவும் மணப்பெண்ணுக்கு நல்லதாக போயிற்று. வயதாகி மரணம் அடைந்த மன்னனின் இளம் மகனை அவள் திருமணம் செய்துகொண்டாள்.

அங்கிருந்து கான்ஸ்டாண்டிநோபிள் வழியாக போலோக்கள் மூவரும் வெனிஸுக்கு போனார்கள். கி.பி. 1295ல் புறப்பட்ட இருபத்து

நான்கு ஆண்டுகளுக்குப் பிறகு வெனிஸ் வந்த அவர்களை யாருக்கும் அடையாளம் தெரியவில்லை. தங்களை அறிமுகம் செய்துகொள்ள ஒரு விருந்து கொடுத்தார்கள். அப்போது, அழுக்கடைந்த தங்களுடைய உடைகளை கிழித்தார்கள். அதிலிருந்து விலையுயர்ந்த மாணிக்கமும், வைரமும், மரகதமும் கொட்டின. விருந்தினர்கள் ஆச்சரியம் அடைந்தனர். ஆனால், அவர்கள் சொன்ன கதைதனை நம்பவில்லை. வெனிஸைத் தாண்டி வெளியே போகாத கிணற்றுத் தவளைகளை எண்ணி தலையில் அடித்துக் கொண்டார்கள்.

மூன்று ஆண்டுகளுக்கு பிறகு 1298ல் வெனிஸுக்கும் ஜெனோவாவுக்கும் போர் மூண்டது. இரண்டுக்கும் நடந்த பெரிய கடற்போரில் வெனிஸ் தோற்றுவிட்டது. வெனிஸைச் சேர்ந்த பல ஆயிரக்கணக்கான மக்கள் சிறைப்பட்டனர். அவர்களில் மார்க்கோ போலோவும் ஒருவர். அவர் ஜெனோவாவில் சிறையில் உட்கார்ந்து தம்முடைய பயண வரலாறுகளை எழுதினார். அல்லது அவர் சொல்ல மற்றவர்கள் எழுதினார்கள் என்றும் சொல்லலாம். இவ்வாறு 'மார்க்கோ போலோவின் பயண நூல்' சிறையில் பிறந்தது. நல்ல வேலை செய்வதற்குச் சிறை எவ்வளவு ஏற்ற இடம் பார்த்தாயா!

அந்த நூலில் சீனாவையும் அங்கு அவர் மேற்கொண்ட பயணங்களையும் சையாம், ஜாவா, சுமத்திரா, இலங்கை, தென் இந்தியாவைப் பற்றி கூறுகிறார். சீனாவைப் பற்றி அவர் சிறப்பாக கூறுகிறார். பெரிய சீனத் துறைமுகங்களில் கிழக்கு நாடுகளைச் சேர்ந்த கப்பல்கள் காணப்படுகின்றன. அவற்றில் சில 300 அல்லது 400 பேரை ஏற்றிச் செல்லும் அளவு பெரியவை. பல நகரங்களை உடைய சீன தேசம் வளமான நாடாக இருக்கிறது. விளை வயல்களும், திராட்சை தோட்டங்களும் பரந்து கிடக்கின்றன. சாலைகள் நெடுகிலும் சத்திரம் சாவடிகள் இருக்கின்றன.

மாற்றுக் குதிரைகள் வழியாக தபால் போக்குவரத்து நடக்கிறது. இது 24 மணி நேரத்தில் 400 மைல் தூரம் சென்றது. விறகுக்குப் பதிலாக சீனர்கள் பூமியிலிருந்து தோண்டி எடுக்கப்பட்ட 'கறுப்புக் கற்களை' உபயோகித்தார்கள். குப்ளேகான் காகித நாணயம் வழங்கினான். தற்கால நாணய முறை அந்தக் காலத்திலேயே நடைமுறையில் இருந்தது நமக்கு ஆச்சரியம் தருகிறது. பிரெஸ்டர் ஜான் என்பவனுடைய ஆட்சியில் ஒரு சிறு கிறிஸ்தவக் குடியேற்றமும் சீனாவில் இருந்தது என்று மார்க்கோ கூறுகிறார்.

ஜப்பான், பர்மா, இந்தியா ஆகிய நாடுகளைப் பற்றியும் மார்க்கோ

தாம் கண்டவற்றையும் கேட்டவற்றையும் எழுதியிருக்கிறார். அவருடைய பயண வரலாறு அன்று போலவே இன்றும் அற்புதமாக இருக்கிறது. சின்னஞ்சிறு நாடுகளில் சின்னஞ்சிறு பொறாமை, பொச்சரிப்புகளையே பெரிதாக எண்ணி வாழ்ந்த ஐரோப்பியர்களின் கண்களை அது திறந்தது. அவர்களுடைய கற்பனையையும், தீரத்தையும், பேராசையையும் அது தூண்டியது. செல்வத்தை விரும்பிய ஐரோப்பியர் துணிந்து கடல் பயணத்தை தொடங்கினார்கள். அமெரிக்காவுக்கும், பசிபிக் பெருங்கடல் வழியாக சீனா, ஜப்பான் நாடுகளுக்கும், நன்னம்பிக்கை முனையைச் சுற்றிக் கொண்டு இந்தியாவுக்கும் சென்றார்கள். உலகத்தின் ராஜபாட்டையாக கடல்கள் மாறியதால், கண்டங்களை இணைத்த தரைவழி வியாபார சாலைகளின் பெருமை குறைந்தது.

மார்க்கோ போலோ சீனாவை விட்டுப் புறப்பட்ட சிறிது காலத்திற்குள் குப்ளேகான் இறந்துவிட்டான். அவன் சீனாவில் உருவாக்கிய யுவான் வம்சம் அதிக காலம் நிலைக்கவில்லை. மங்கோலியரின் ஆதிக்கம் விரைவில் குன்றியது. வெளிநாட்டவர்கள் ஆகிய அவர்களுக்கு எதிராக சீன தேசிய ஆவேச அலை பொங்கி எழுந்தது. அறுபது ஆண்டுகளுக்குள் மங்கோலியர் தெற்கு சீனாவிலிருந்து விரட்டப்பட்டனர். சீன நாட்டவன் ஒருவன் நான்கிங் நகரில் தன்னை சீனப் பேரரசராக அறிவித்துக் கொண்டான். அதற்குப் பன்னிரண்டு ஆண்டுகளுக்குப் பிறகு யுவான் வம்சம் முடிவாக வீழ்ந்தது. மங்கோலியர் சீனப் பெருஞ்சுவருக்கு அப்பால் கி.பி. 1368ல் துரத்தப்பட்டனர். இப்போது தாய் - மிங் என்னும் இன்னொரு பெரிய சீன வம்சம் தோன்றியது. நெடுங்காலம் வரை, ஏறக்குறைய 300 ஆண்டுகள், இந்த வம்சத்தார் சீனாவை ஆண்டார்கள். அவர்கள் பிற நாடுகளைக் கைப்பற்றி தங்கள் பேரரசை விரிவுபடுத்தும் முயற்சிகளில் ஈடுபடவில்லை.

சீனாவில் மங்கோலியப் பேரரசு சிதைந்ததால் ஆசியாவுக்கும் ஐரோப்பாவுக்கும் இருந்த தொடர்பு அறுந்துவிட்டது. ஏனெனில் அப்போதிருந்த காலநிலையில் தரை வழிகளை அச்சமின்றி உபயோகிக்க முடியவில்லை. கடல் மார்க்கங்களோ அப்போது அதிகமாக உபயோகத்துக்கு வரவில்லை.

70. முடிந்தது ரோமானிய மத சர்வாதிகாரம்

ஜூன் 28, 1932

சீனாவுக்கு நூறு கிறிஸ்தவ மதகுருக்களை அனுப்பும்படி போப்பாண்டவருக்கு சீனப் பேரரசர் குப்ளேகான் செய்தி அனுப்பினார். அவருடைய செய்தியை போலோ சகோதரர்கள் கொண்டு போனபோது, போப்பாண்டவரின் நிலைமையே சரியில்லை. மேற்கு பேரரசின் பேரரசராக இருந்த இரண்டாம் பிரடெரிக் இறந்த பிறகு, 1250லிருந்து 1273வரை பேரரசராக யாருமே இல்லை. மத்திய ஐரோப்பா கடும் நெருக்கடியான நிலைமையில் இருந்தது. ஒரே குழப்பமும் கொள்ளையுமாக இருந்தது. 1273ல் ஹாப்ஸ்பர்க் வம்சத்தில் ருடால் என்பவர் பேரரசர் ஆனார். அப்படியும் நிலைமை சீராகவில்லை. பேரரசு இதாலியை இழந்ததுதான் மிச்சம்.

அரசியலில் மட்டுமல்ல, ரோமானிய மத அமைப்பிலும் குழப்பம் தலைதூக்கியது. மத தலைமையின் கட்டளைகளுக்கு மக்கள் அடிபணிவதில்லை. அவர்களுக்கு தலைமை மீது சந்தேகம் எழுந்துவிட்டது. சந்தேகம் மிகவும் ஆபத்தான விஷயம். இரண்டாம் பிரடெரிக், போப்பாண்டவரின் மதவிலக்க நடவடிக்கையை கண்டுகொள்ளவில்லை. அவரை அலட்சியம் செய்தான். அவன் போப்பாண்டவரை கேள்வி கேட்டான். அவனுடைய கேள்விகளுக்கு போப்பாண்டவர் சரியாக பதில் சொல்ல முடியவில்லை. பொதுவாகவே,

மத தலைமையில் பெரிய பதவி வகிப்போரின் ஆடம்பர வாழ்வையும், ஊழலையும் மக்கள் வெறுத்தார்கள்.

சிலுவைப்போர்களின் முடிவு மிகவும் வெட்கக் கேடாக இருந்தது. பெரிய நம்பிக்கையுடனும், உற்சாகத்துடனும் மக்கள் பங்கேற்ற அந்த போர்கள் எதையும் சாதிக்கவில்லை. மத தலைமை மீது சந்தேகம் கொண்ட கூட்டம் வேறு இடங்களைத் தேடினர். அப்படி இடம் மாறியவர்களை அச்சுறுத்த கொடூரமான அடக்குமுறையை கையாண்டார்கள். மக்களுடைய மனச்சாட்சியையும், பகுத்தறிவின் மலர்ச்சியையும் அடக்க முயன்றது. மக்களின் நியாயமான சந்தேகத்தை அறிவுக்குப் பொருத்தமாக நிவர்த்தி செய்வதை விட்டு, தடிகளால் அடித்தும், எரிமரத்தில் கட்டிவைத்து கொன்றும் அடக்க முயன்றது. (மரத்தில் மனிதர்களை கட்டிவைத்து உயிரோடு எரிப்பது)

கி.பி. 1155ஆம் ஆண்டிலேயே மக்கள் ஆதரவு பெற்ற பிரஷ்யாவை சேர்ந்த ஆர்னால்டு என்பவரை தூக்கிலிட்டு அடக்குமுறையை கையாண்டது. மதத் தலைமையின் ஆடம்பரத்தையும் ஊழலையும் எதிர்த்து பிரசாரம் செய்ததற்காக அவர் கொல்லப்பட்டு டைபர் நதியில் தூக்கி வீசினார்கள். கடைசிவரை தனது உறுதியில் ஆர்னால்டு மாறவில்லை.

மத நம்பிக்கையில் சிறிது மாறுபட்டாலும், மதகுருமார்களை குறை கூறினாலும் அவர்களை எதிரிகளாக போப்பாண்டவர் அறிவித்தார். கிறிஸ்தவ மத உட்பிரிவினரும், கோஷ்டிகளும் இவ்வாறு ஒதுக்கப்பட்டனர். அவர்கள் பலவகையான பயங்கரமான தண்டனைகளுக்கு ஆளானார்கள். தெற்கு பிரான்சில் அல்பிஜெனியர் எனப்படுவோரும், வால்டேர் என்ற அறிஞரைப் பின்பற்றியோரும் இத்தகைய இம்சைகளுக்கு ஆளானார்கள்.

ஏறக்குறைய இந்தக் காலத்திலோ அல்லது இதற்குச் சற்று முன்போ, கிறிஸ்தவ மத வரலாற்றிலேயே பிரான்சிஸ் என்ற அதிசய மனிதர் வாழ்ந்தார். அவர் அசிசி என்ற ஊரைச் சேர்ந்த தனவந்தர். அவர் தனது சொத்து சுகம் எல்லாவற்றையும் துறந்து ஏழ்மை விரதம் ஏற்றார். ஏழைகளுக்கும், நோயாளிகளுக்கும், தொழுநோயாளிகளுக்கும் சிறப்பாக அவர் சேவை செய்தார். அவர் 'அர்ச் பிரான்சிஸ் சங்கம்' என்ற சங்கத்தை தோற்றுவித்தார். அது பௌத்த சங்கத்தைப் போன்றது. அவர் ஊர் ஊராகச் சென்று மதப்பிரசாரமும், பொதுஜன சேவையும் செய்து, கிறிஸ்துவைப் போலவே வாழ முயன்றார். அவரைத் தரிசிக்கவும், அவருடைய உபதேசங்களைக் கேட்கவும் பலர் வந்தார்கள். பலர் அவருடைய சீடர்கள் ஆயினர். அவர் எகிப்துக்கும் பாலஸ்தீனத்துக்கும் சென்றார். பாலஸ்தீனத்தில் அப்போது

சிலுவைப் போர்கள் நடந்து வந்தன. அவர் கிறிஸ்தவராக இருந்தும் முஸ்லிம்கள் அவரிடம் கடுமையாக நடந்துகொள்ள வில்லை. அவர் **1226**ஆம் ஆண்டு இறந்தார். சில ஆண்டுகளுக்கு முன் அசிசி என்னும் ஊரில் ஒரு பெரிய பிரான்சிஸ் திருவிழா நடந்தது. அந்த மகான் இறந்த **70**ஆவது ஆண்டு விழாவைக் கொண்டாடினார்கள் என்று நினைக்கிறேன்.

பிரான்சிஸ் சங்கத்தைப் போலவே, ஆனால் தத்துவத்தில் அதற்கு முற்றிலும் எதிரானதாக அர்ச் டாமினிக் என்பவர், டாமினிக் சங்கம் என்று ஒரு சங்கத்தை தோற்றுவித்தார். இது பலாத்காரத்தையும் பழமையையும கடைப்பிடித்தது. எத்தகைய கொடுமையைச் செய்தாவது மத நம்பிக்கையைக் காப்பாற்றுவதுதான் இவர்களின் தர்மம்.

கி.பி. 1233ல் 'மத விசாரணை சபை'யை நிறுவியது. இந்த சபை ஒரு நீதி மன்றம் போல. அவர்கள் மக்களின் மத நம்பிக்கையை விசாரித்து, அவர்கள் நிர்ணயித்த அளவுக்கு குறைவாக இருந்தால் உயிரோடு எரிக்கும் தண்டனையை அளிப்பார்கள். நாஸ்திகர் அல்லது 'பாஷண்டர்' எனப்பட்டோரை வேட்டையாடிப் பிடித்து வந்து எரிமரத்தில் கட்டி உயிரோடு எரித்தார்கள். இந்தக் குற்றச்சாட்டுக்கு இலக்காகும் பெண்களை சூனியக்காரிகள் என்று குற்றம் சுமத்தப்பட்டு தீயில் கொளுத்தப்பட்டனர். இந்த கொடுமை நிகழ்ந்த இடங்களில் இங்கிலாந்தையும் ஸ்காட்லாந்தையும் முக்கியமாகச் சொல்ல வேண்டும்.

மதவாதிகள் தங்களுடைய தலைமையையும் கொள்கைகளையும் மக்கள் மீது பலவந்தமாக திணித்து வந்தார்கள். அதுவே மக்கள் சேவை என்றும் அவர்கள் நம்பினார்கள். கடவுளின் பேரால் அவர்கள் செய்த கொலைகளுக்கும் அக்கிரமங்களுக்கும் அளவில்லை. 'அழியாத ஆத்மா'வைக் காப்பாற்றும் பொறுப்பைத் தங்கள்மீது போட்டுக்கொண்டார்கள். அதேசமயம், 'அழியும் உடலை'க் கொளுத்திச் சாம்பலாக்கத் தயங்க வில்லை. இவ்வாறு மதத்தின் சரித்திரம் களங்கமடைந்து இருந்தது. இருந்தாலும், பழி பாவத்துக்கு அஞ்சாத படுபாதகச் செயலில் மத விசாரணை சபையை மிஞ்சும் அளவுக்கு வேறு எதுவும் உலகில் இருந்திருக்காது.

போப்பாண்டவர்கள் இத்தகைய 'பயங்கர ஆட்சியை' ஐரோப்பாவில் நடத்திய போது, தாங்கள் அரசர்களுக்கும் பேரரசர்களுக்கும் மேலானவர்கள் என்ற தகுதியை இழந்துவந்தார்கள். அவர்களையே மதத்திலிருந்து நீக்கிவிடுவோம் என்று மிரட்டிய காலம் மலையேறியது. மேற்கு ரோமப் பேரரசு தலைமை இல்லாமல் இருந்த காலத்தில், 1303ல்

போப்பாண்டவர் செய்த ஒரு காரியம் பிரான்சு அரசனுக்கு பிடிக்கவில்லை. உடனே அவன் ஒரு ஆளைப் போப்பாண்டவரிடம் அனுப்பினான். அந்த ஆள் போப்பாண்டவரின் அரண்மனைக்குள் பலாத்காரமாகப் புகுந்து, அவருடைய படுக்கையறைக்கே சென்று, அங்கே அவரை முகத்துக்கு எதிரிலேயே அவமானப் படுத்திவிட்டு வந்தான். இதை அடாத செயல் என்று எந்த நாட்டிலும் யாரும் கூறவில்லை.

சில ஆண்டுகளுக்குப் பிறகு, 1309ல் ஒரு பிரஞ்சுக்காரர் போப்பாண்டவர் ஆனார். இவர் பிரான்சில் அவிக்னன் (Avignon) என்ற இடத்தில் வாழத் தொடங்கினார். இந்த இடத்தில், பிரெஞ்சு அரசர்களின் செல்வாக்குக்கு உட்பட்டு 1377வரை போப்பாண்டவர்கள் வாழ்ந்தார்கள். 1378ல் போப்பாண்டவர்களை தேர்வு செய்யும் 'கார்டினல்' திருச்சபையில் பிளவு ஏற்பட்டது. இது 'பெரும் சமயப் பிளவு' என்று அழைக்கப்படுகிறது. கார்டினல்கள் இரு பிளவாகப் பிரிந்து இரண்டு போப்பாண்டவர்களைத் தேர்ந்தெடுத்தார்கள். ஒரு போப்பாண்டவர் ரோமாபுரியில் வசித்தார். பேரரசரும், ஏனைய வட ஐரோப்பிய நாட்டினரும் இவரைக் குருவாகக் கொண்டார்கள். இன்னொரு போப்பாண்டவர், இவர் போட்டிப் போப்பாண்டவர் என்று அழைக்கப்பட்டார். இவர் அவிக்னனில் வசித்துவந்தார். பிரெஞ்சு அரசனும் அவனைச் சேர்ந்தவர்கள் சிலரும் இவரை ஆதரித்தார்கள்.

இந்த நிலைமை நாற்பதாண்டுகள் நீடித்தது. அந்தக் காலத்தில் போப்பாண்டவரும் போட்டிப் போப்பாண்டவரும் ஒருவரை யொருவர் சபித்தும், மதப்பிரஷ்டம் செய்தும் வந்தார்கள். 1417இல் இரு கட்சிகளும் சமரசமாகி ஒரு புதிய போப்பாண்டவரைத் தேர்ந்தெடுத்தார்கள். பூமியில் கடவுள்களின் பிரதிநிதிகள் என்று தங்களை அழைத்துக் கொள்கிறவர்கள் இப்படி நடந்துகொண்டால் அவர்களுடைய புனிதத் தன்மையை மக்கள் சந்தேகித்தார்கள். ஆகவே, மத அதிகாரத்துக்கு இதுவரையில் அடங்கி இருந்தவர்களை, இந்தச் சண்டை ஒரு உலுக்கு உலுக்கியது. அவர்கள் தங்களுடைய போக்கை மாற்றிக்கொண்டார்கள்.

மத நிறுவனத்தை அதிகமாகக் கண்டிக்க ஆரம்பித்தவர்களில் விக்ளிப் என்னும் ஆங்கிலேயரும் ஒருவர். ஆக்ஸ்போர்டில் ஆசிரியராயிருந்த அவர் ஒரு மதபோதகராகவும் இருந்தார். பைபிளை முதன் முதலில் ஆங்கிலத்தில் மொழி பெயர்த்தவர் இவர். அவர் தம் வாழ்நாளில் ரோமாபுரியின் கோபத்திலிருந்து எப்படியோ தப்பினார். ஆனால், அவர் இறந்து முப்பத்தி ஒரு ஆண்டுகள் கழிந்து அவருக்கு வித்தியாசமான தண்டனை அறிவிக்கப்பட்டது. அதாவது 1415ல், ஒரு மத சபை

அவருடைய எலும்புகளைத் தோண்டியெடுத்துக் கொளுத்த வேண்டும் என்று உத்தரவிட்டு அது நிறைவேற்றப்பட்டது.

விக்ளிப்பின் எலும்புகளை எரித்தாலும், அவை தூரத்திலிருந்த பொஹிமியாவுக்கு (இப்போதைய செகோஸ்லொவாகியா) சென்று அங்கு வாழ்ந்த ஜான்ஹஸ் என்பவரை பேச வைத்தன. அவர் பிரேக் பல்கலைக்கழகத்தின் தலைவராக இருந்தார். அவர் தன்னுடைய கொள்கைகளுக்காகப் போப்பாண்டவரால் மதத்திலிருந்து நீக்கப்பட்டார். ஆனால், மக்கள் மத்தியில் செல்வாக்குப் பெற்றிருந்தார். எனவே போப்பாண்டவரின் ஆட்கள் அவரை ஒன்றும் செய்ய முடியவில்லை. ஆகவே, ஸ்விட்சர்லாந்தில் கான்ஸ்டன்ஸ் என்ற இடத்துக்கு அவரை அழைத்தனர். அவருக்கு இடையில் தீங்கு ஏற்படாது என்று பேரரசர் உத்தரவாதம் கொடுத்தார். அங்கு அவர் குற்றத்தை ஒப்புக்கொள்ள வற்புறுத்தப்பட்டார். ஆனால், தனது கொள்கை எந்த வகையில் தவறு என்று தனது அறிவுக்கு பொருந்தும்படி சொல்லாதவரை தவறு என்று ஏற்க முடியாது என்றார். இதையடுத்து தங்கள் வாக்குறுதியையும் மீறி, அவரை உயிரோடு எரித்து விட்டார்கள். இது 1415ல் நிகழ்ந்தது. ஹஸ் மகாதீரர். தங்களுடைய நாயகர்களில் ஒருவராக அவர் இன்றும் செக் மக்களால் போற்றப்படுகிறார்.

ஜான் ஹஸ்ஸின் உயிர்த் தியாகம் வீணாகவில்லை. அவருடைய தியாக நெருப்பு, பொஹிமியாவில் எழுச்சியாகியது. அவர்களுக்கு எதிராக போப்பாண்டவர் சிலுவைப் போர் தொடுத்தார். சிலுவைப் போர் அவ்வளவு மலிவாகி விட்டது. அதைத் தங்களுக்குப் பயன்படுத்திக் கொள்ளும் கயவர் கூட்டத்துக்கும் குறைவில்லை. இந்தச் சிலுவைப் போர்வீரர்கள் ஒரு பாவமும் அறியாத அப்பாவி மக்களை, கொடூரமாக தண்டித்தார்கள் என்று ஆசிரியர் எச்.ஜி. வெல்ஸ் கூறுகிறார். ஹஸ்ஸைப் பின்பற்றுவோரின் படை தன்னுடைய யுத்த கீதத்தை முழங்கிக் கொண்டு முன்வரவும் சிலுவைப்போர் வீரர்கள் வந்த வழியே திரும்பித் தப்பினார்கள். ஏழைக் கிராமவாசிகளைக் கொன்று கொள்ளையடிக்க வந்த இந்த கயவர்கள், உண்மையான போர்வீரர்களைக் கண்டவுடன், பின்னங்கால் பிடறியில்பட ஓட்டம் பிடித்தார்கள்.

இந்த எதிர்ப்பு ஐரோப்பா முழுவதும் கிளர்ச்சித் தீயை மூட்டியது. தான் கொண்டதே சரி என்று சாதிக்கும் மதச் சர்வாதிகாரத்துக்கு விரோதமாகப் பல எழுச்சிகளும் கலகங்களும் தோன்றின. இதனால் ஐரோப்பா கத்தோலிக், பிராடெஸ்டண்டு என்று இரு போட்டிப் பிரிவுகளாகப் பிளவுபட்டது.

71. சர்வாதிகாரத்தை எதிர்த்த போராட்டம்

ஜூன் 30, 1932

ஐரோப்பாவில் நடைபெற்ற மதப் போராட்டங்கள் உனக்கு சலிப்பாக இருந்திருக்கும். ஆனால், அந்த போராட்டங்கள் ஐரோப்பா வளர்ச்சி அடைந்த விதத்தை நாம் அறிந்துகொள்ள உதவும். 14ஆம் நூற்றாண்டில் தோன்றி வளர்ந்த மதப்போராட்டங்களும் அதையடுத்து தோன்றிய அரசியல் சுதந்திர போராட்டமும் ஒன்றோடு ஒன்று தொடர்புடையவை. மேற்கு ரோமப் பேரரசும், போப்பாண்டவரின் நிர்வாகமும் சர்வாதிகாரத்தின் பிரதிநிதிகளாக இருந்தன.

இருவரின் அளவுக்கு மீறிய உரிமைகளும் மனிதர்களின் சுதந்திரத்தை அடக்கி ஒடுக்கின. அவர்களின் உத்தரவுகளை மீற யாருக்கும் உரிமையில்லை. கீழ்ப்படிவது புண்ணியம் என்று சொல்லப்பட்டது. உத்தரவுகளை சொந்த அறிவைக் கொண்டு ஆராய்வது பாவமாக கருதப்பட்டது. எனவே, குருட்டுத்தனமாக பணிந்து போவதற்கும், சுதந்திரமாக தலை நிமிர்ந்து நடப்பதற்குமான போராட்டம் என்பது புரிகிறது அல்லவா?

ஐரோப்பாவில், பல நூற்றாண்டுகளாக நடைபெற்ற இந்த போராட்டங்களில் ஏற்ற இறக்கம் இருந்தாலும் ஓரளவு வெற்றி கிடைத்தது. ஆனால், எப்போது சுதந்திரம் கிடைத்துவிட்டதாக மகிழ்ச்சி அடையத் தொடங்கினார்களோ, அப்போதுதான் அது

தவறு என்று புரிந்தது. ஆம், ஏழ்மை இருக்கும்வரை, பொருளியல் விடுதலை இல்லாதவரை உண்மையான சுதந்திரம் என்பது வெறும் கனவே ஆகும்.

பட்டினியால் வாடும் ஒருவனைச் சுதந்திர மனிதன் என்பது அவனை ஏளனம் செய்வது ஆகும். ஆகவே, அடுத்து பொருளியல் சுதந்திரப் போராட்டம் தொடங்கியது. இந்தப் போராட்டம் இன்று உலகம் முழுவதும் நடைபெறுகிறது. ஒரே ஒரு தேசத்தில்தான் மக்கள் போரிட்டுப் பொருளியல் சுதந்திரத்தை அனுபவிப்பதாக சொல்ல முடியும். அது ரஷியா அல்லது சோவியத் யூனியன் ஆகும்.

இந்தியாவில் இத்தகைய போராட்டம் நிகழ்ந்ததாகத் தெரியவில்லை. ஆதிகாலத்தில் இருந்தே யாருக்கும் மதச்சுதந்திரம் மறுக்கப்பட்டதாகத் தெரியவில்லை. மக்கள் தங்களுக்கு விருப்பமான எந்தக் கொள்கையிலும் நம்பிக்கை வைக்கலாம். இதைத்தான் நம்ப வேண்டும் என்கிற கட்டாயம் கிடையாது. மக்களின் மனதை அறிவுக்குப் பொருந்திய வாதத்தால் மாற்ற முயன்றார்களே தவிர வன்முறையை பயன்படுத்தவில்லை. சில சமயங்களில் வற்புறுத்தல் அல்லது பலாத்கார முறை இருந்திருக்கலாம். ஆனால் பழைய ஆரியக் கொள்கையில் மனச்சாட்சி சுதந்திரம் அனுமதிக்கப்பட்டது.

ஆனால், இதனால் பெரிய நன்மை ஏற்படவில்லை என்பது வியப்பாக இருக்கிறது. தங்களுக்கு சுதந்திரம் இருக்கிறதே என்று, அந்த சுதந்திரத்தை காப்பாற்ற முயற்சி செய்யவில்லை. கிரியைகள், சடங்குகள், மூடப்பழக்கங்களில் சிக்கிக் கொண்டார்கள். இது மதத்தையே இழி நிலைக்கு கொண்டுவந்துவிட்டது. அவர்கள் வளர்த்த மதக் கோட்பாடுகள் அவர்களை மிகுந்த பிற்போக்காளர்களாகவும், மத அதிகாரத்தின் அடிமைகளாகவும் ஆக்கிவிட்டது. அதிகாரம் என்றால் போப்பாண்டவரைப் போன்ற ஒரு தனி மனிதரின் அதிகாரம் அல்ல. வேத சாஸ்திரங்கள், சம்பிரதாயங்கள், பழக்க வழக்கங்கள் ஆகியவற்றின் அதிகாரத்தையே நான் குறிப்பிடுகிறேன்.

ஆகவே, இங்கே நாம் மத சுதந்திரம் பற்றிப் பேசினோம். பெருமைப்பட்டோம். ஆனால், உண்மை வெகுதூரத்தில் இருந்தது. வேறு வகையான சர்வாதிகாரம் நம் அறிவை அடக்கி ஆண்டன. நம் உடலை கட்டிப் போடாமல், நம் அறிவை கட்டிப் போட்டிருந்தார்கள். இந்தக் கட்டுகள் பன்மடங்கு கெடுதலானவை. இவை மனிதர்களுக்கு இடையே மனோபாவங்களாக வெளிப்படுபவை. இவை கண்ணுக்குத்

தெரியாதவை, நாமே உருவாக்கிக் கொள்பவை. நம்மை அறியாமலே நம்மைப் கட்டிப்போடுபவை.

முஸ்லிம்களின் படையெடுப்பு இந்தியாவின் மத விஷயங்களில் ஓரளவு நிர்ப்பந்தத்தை ஏற்படுத்தியது. ஆனால், முஸ்லிம்களுக்கும் ஹிந்துக்களுக்கும் நிகழ்ந்த போராட்டம், வெற்றி பெற்றோருக்கும் தோற்றவர்களுக்கும் இடையிலான அரசியல் போராட்டமாகும். ஆனால், அதன்மீது மதச் சாயல் படர்ந்தது. சில சமயங்களில் மதத்தின் பேரால் துன்புறுத்தல் இருந்தது. ஆனால், இஸ்லாமுக்கும் அதற்கும் சம்பந்தம் இருப்பதாக நினைப்பது தவறு.

1610ல் ஸ்பெயினிலிருந்து அரபியர் துரத்தப்பட்டபோது அவர்களில் ஒருவன் இப்படிக் கூறினான்...

"எங்கள் முன்னோர் ஸ்பெயினை ஆண்ட காலத்தில் கிறிஸ்தவ மதத்தை ஒழிக்க முயன்றார்களா? அவர்கள் நினைத்திருந்தால் எளிதில் செய்திருக்கலாமே? எங்கள் முன்னோர் தங்களுக்கு அடிமைகளான உங்கள் முன்னோருக்குப் முழுமையான மத சுதந்திரம் வழங்கவில்லையா? எப்போதாவது சில கட்டாய மத மாற்றங்கள் நிகழ்ந்திருக்கலாம். அவை அவ்வளவு அபூர்வமாக நடந்திருக்கின்றன. அவற்றை நடத்தியவர்கள் கடவுளுக்கும் நபிகளுக்கும் எதிரானவர்கள். இஸ்லாமிய மதத்துக்கு நேர் எதிரானவர்கள்.

இஸ்லாமிய மதக்கட்டுப்பாடுகளை மீறுவது தெய்வத்துரோகமாகும். அவற்றை மீறுவோன் எவனும் முசல்மான் என்று சொல்லிக்கொள்ள தகுதியில்லாதவன். ஆனால், உங்களுடைய கிறிஸ்தவ மத விசாரணை சபை ரத்த வெறிகொண்டு அலைகிறது. மத நம்பிக்கையில் மாறுபடுவதற்காக மக்களை உயிருடன் நெருப்புக்கு இரையாக்குகிறது. எங்களில் அப்படி ஒரு சபை எப்போதும் உண்டாகாது. எங்களுடைய மதத்தைச் சுயமாக தழுவ விரும்புவோரை நாங்கள் இரு கைகளாலும் வரவேற்போம். ஆனால், எங்களுடைய பரிசுத்த குரான் மக்களின் மனச்சாட்சி மீது பலாத்காரம் செய்வதை அனுமதிக்கவில்லை."

ஆகவே, பழைய இந்திய வாழ்வின் முக்கிய அம்சங்களான மத சுதந்திரமும், மத சார்பின்மையும் நம்மைவிட்டு ஓரளவு நழுவி விட்டன. அதேநேரத்தில் ஐரோப்பா மத சார்பின்மையையும், மத சுதந்திரத்தையும் அடைந்துவிட்டது. ஒருவகையில் நம்மைக் காட்டிலும் நீண்டதூரம் முன்னேறிச் சென்றுவிட்டது. இன்றைய இந்தியாவில் சில சமயங்களில் மதச் சண்டை நடக்கிறது. ஹிந்துக்களும் முஸ்லிம்களும் போரிட்டு

ஒருவரையொருவர் கொல்கிறார்கள். இதுவும் சில இடங்களில் சில சமயங்களில்தான் நிகழ்கிறது. நாம் பெரும்பாலும் சமாதானமாகவும் சிநேகமாகவும் வாழ்ந்து வருகிறோம். ஏனெனில், நமது உண்மையான நலன்கள் இருவருக்கும் பொதுவானவை. ஒரு ஹிந்துவோ அல்லது முஸ்லிமோ தன் சகோதரனோடு மதத்தின் பேரால் சண்டையிடுவது வெட்ககரமான விஷயம். இதை நாம் ஒழிக்க வேண்டும். நிச்சயமாக ஒழிப்போம். ஆனால், மதப் போர்வையில் மறைந்து கொண்டு நம்மைக் கட்டிப்போட்டிருக்கும் சம்பிரதாய மூடக்கட்டுகளை நாம் அறுத்தெறிவது மிகவும் முக்கியமாகும்.

மத சுதந்திரத்தைப் போலவே அரசியல் சுதந்திரத்திலும் இந்தியா பிற நாடுகளைவிட முன்னணியில் இருந்தது. நமது கிராமக் குடியரசுகளும், அரசரின் கட்டுப்படுத்தப்பட்ட அதிகாரங்களும் உனக்கு நினைவிருக்கும். ஐரோப்பாவில் நடைமுறையில் இருந்த 'அரசரின் தெய்வீக உரிமை'க் கொள்கை இந்தியாவில் கிடையாது. நமது அரசியல் தத்துவம் முழுவதும் கிராம சுதந்திரத்தை அடிப்படையாகக் கொண்டிருந்தது. எனவே, 'யார் அரசன்' என்பது பற்றி ஜனங்கள் கவலைகொள்ளவில்லை. அவர்களுடைய கிராம சுதந்திரம் பறிக்கப்படாமல் பாதுகாக்கப்பட்டால் மேலே யார் ஆண்டாலென்ன? ஆனால், இந்த மனப்பான்மையும் மடமை வாய்ந்தது, அபாயமானது. மேலே இருந்தவன், சிறிது சிறிதாகத் தன் அதிகாரங்களை அதிகப்படுத்திக் கொண்டும், கிராம சுதந்திரத்தை பறித்துக்கொண்டும் சென்றான். கடைசியில் ஒரு காலம் வந்தது. அப்போது அரசர்களின் சர்வாதிகாரம் கட்டுக்கடங்காமல் போயிற்று. கிராம சுயாட்சி மறைந்தது. மேல்படி கீழ்ப்படி எங்கும் சுதந்திரத்தின் நிழல்கூடத் தென்படவில்லை.

72. இருள் நீங்கி மறுமலர்ச்சி உதயம்

ஜூலை 1, 1932

13ஆவது மற்றும் *15ஆவது* நூற்றாண்டு வரை ஐரோப்பாவை மீண்டும் பார்த்தால், எங்கும் குழப்பமும், போராட்டமும், பலாத்காரமும் மலிந்திருந்தன. இந்தியாவிலும் நிலைமை மோசமாக இருந்தாலும் ஐரோப்பாவைக் காட்டிலும் இந்தியா எவ்வளவோ அமைதியாக இருந்தது என்றே சொல்லலாம்.

மங்கோலியருடைய உதவியால் ஐரோப்பாவில் துப்பாக்கிகளும் வெடி மருந்தும் அறிமுகமாகியது. அரசர்கள் தங்களுக்கு பணியாத பிரபுக்களுக்கு எதிராக துப்பாக்கிகளை பயன்படுத்தினார்கள். நகரங்களில் உருவான வியாபாரிகள் அரசர்களுக்கு உதவியாக இருந்தார்கள். பிரபுக்கள் தங்களுக்குள் மோதிக் கொள்ளும் போக்கு அவர்களை பலவீனப்படுத்தி, நாட்டையும் நாசப்படுத்தியது. அரசனின் அதிகாரம் பெருகியதால் பிரபுக்களின் தனிப்பட்ட சண்டைகளை ஒழித்தான்.

சில இடங்களில் அரசுப் பொறுப்புக்கு போட்டிகள் உருவாகி, அதற்காக உள்நாட்டுப் போர்கள் மூண்டன. இங்கிலாந்தில் யார்க் வம்சம், லங்காஸ்டர் வம்சம் என்ற இரு வம்சங்களுக்குள் சண்டை மூண்டது. ஒரு வம்சம் வெள்ளை ரோஜாவையும், இன்னொரு வம்சம் சிவப்பு ரோஜாவையும் தங்களுடைய

அடையாளமாக வைத்திருந்தன. ஆகவே, அவர்களுக்கு இடையிலான போர்கள் ரோஜாப் போர்கள் என்று அழைக்கப்பட்டன. இத்தகைய போர்களிலும், சிலுவைப் போர்களிலும் பல நிலப்பிரபுக்கள் உயிரை இழந்தனர்.

இப்படியாக பிரபுக்களின் அதிகாரம் ஒழிந்தது. இதனால் பிரபுக்களின் அதிகாரம் மக்கள் கைக்கு மாறியதாக கருதவேண்டாம். பிரபுக்களின் அதிகாரமும் அரசனிடமே குவிந்துவிட்டது எனலாம். மக்கள் நிலைமை அப்படியே இருந்தது. ஆனால், பிரபுக்களுக்கு இடையிலான தனிப்பட்ட சண்டைகள் குறைந்ததால் மக்கள் கஷ்டம் சற்று குறைந்தது எனலாம். அதேசமயம், அரசனின் சர்வாதிகாரம் வளர்ந்துகொண்டே இருந்தது. பிரபுக்களுடன் அரசனின் போராட்டம் ஓய்ந்தாலும் புதிய வியாபார பிரிவினருடன் அரசனின் போராட்டம் மெதுவாக தலைகாட்டத் தொடங்கியது.

போர்களில் ஏற்பட்ட உயிர்ப்பலி ஒருபக்கம் வாட்டிய நிலையில், *1348*ல் ஐரோப்பாவை கொள்ளை நோய் கொடூரமாக அலைக்கழித்தது. ஆசியா மைனர், ரஷியா ஆகிய பகுதிகளில் தொடங்கி இங்கிலாந்து வரை இந்த நோய் மக்களை குவியல் குவியலாக கொன்று குவித்தது. எகிப்தையும் வட ஆப்பிரிக்காவையும், மத்திய ஆசியாவையும் இது விட்டுவைக்கவில்லை. கோடிக் கணக்கான மக்கள் பலியாகினர். இங்கிலாந்தின் மக்கள்தொகையில் மூன்றில் ஒரு பங்கினர் இறந்தனர். சீனாவிலும் மற்ற நாடுகளிலும் பலியானவர்கள் தொகை மிகவும் அதிகம். இந்த கொடூர நோய் இந்தியாவை தொடாதது வியப்பாகும்.

இந்த நோயால் மக்கள்தொகை குறைந்துவிட்டது. வேலைக்கு ஆட்கள் இல்லை. கூலியை அதிகரிக்கவும் முதலாளிகள் மறுத்தனர். அரசுகள் முதலாளிகளுக்கு சாதகமாக இருந்தன. சுரண்டலும் துன்பமும் மக்களால் தாங்க முடியாத நிலைக்கு சென்றன. குடியானவர்களும் ஏழைகளும் கலகம் செய்தனர். *1381*ல் இங்கிலாந்தில் ஒரு கலகம் நிகழ்ந்தது. அதற்குக் காரணமான 'வாட்டைலர்' என்பவன் அரசன் முன்னிலையில் கொல்லப்பட்டான்.

இத்தகைய கலகங்கள் கொடூரமாக ஒடுக்கப்பட்டாலும், சமத்துவக் கருத்துகள் பரவின. ஏழைகள் ஏழைகளாகவே பட்டினியால் வாடுவது ஏன்? பணக்காரர்கள் மேலும் பணக்காரர்களாகி சுகமாக வாழ்வது எப்படி? என்ற கேள்விகள் மக்களை உசுப்பின. 'அதிகாரத்துக்கு அடிபணிதல்' என்ற பழைய நடைமுறை தளர்ந்தது. ஆகவே, குடியானவர்கள் போராடுவதும், அடக்கப்படுவதும், மீண்டும் போராடுவதும் தொடர்ந்தன.

14ஆவது நூற்றாண்டு தொடங்கி 15ஆவது நூற்றாண்டு வரை இங்கிலாந்தும் பிரான்சும் இடைவிடாது போரிட்டன. இதை 'நூறாண்டுப் போர்' என்கிறார்கள். பிரான்சின் நாலா புறமும் எதிரிகள் சூழ்ந்திருந்தனர். அதன் பெரும்பகுதி இங்கிலாந்தின் வசம் இருந்தது. இங்கிலாந்தின் அரசரே பிரான்சின் அரசராக தன்னை அழைத்துக் கொண்டார். பிரான்சு நம்பிக்கை இழந்திருந்த சமயத்தில், ஒரு சாமானிய இளம்பெண் நம்பிக்கை ஊட்டி வெற்றியைப் பெற்றுத் தந்தாள். அளித்தாள்.

அவள்தான் ஜோன் ஆப் ஆர்க். அவள் உனக்கு மிகவும் பிடித்த வீரப்பெண் அல்லவா? ஊக்கம் குன்றி, உணர்வு அழிந்து கிடந்த தன் மக்களிடம் நம்பிக்கையையும் ஆவேசத்தையும் மூட்டினாள். இங்கிலாந்து படையை விரட்டியடித்தாள். இப்படியாக அவள் தன் தாய்நாட்டுக்குச் செய்த உதவிக்கு கிடைத்த பரிசு என்ன தெரியுமா? மரணம். ஆங்கிலேயர் அவளைப் பிடித்துக் கொண்டார்கள். அவளை ஒரு சூனியக்காரி என்று சொல்லும்படி மத தலைமையை நிர்பந்தம் செய்தார்கள். மத விசாரணை சபை அவளை விசாரித்து, அவளை எரிமரத்துக்கு இரையாக்கும்படி தீர்ப்பளித்தது. 1430ல் ரூவன் நகரக் கடைவீதியில் ஆங்கிலேயர் அவளை உயிரோடு நெருப்பிட்டுக் கொன்றனர். ஆனால், பல ஆண்டுகளுக்கு பின் பொறுப்பேற்ற ரோமன் மதத்தலைமை அவளை குற்றவாளி அல்ல என்று தீர்ப்பளித்தது. பிறகு நீண்டகாலம் கழித்து அவளுக்கு புனித கன்னி என்ற பட்டம் கொடுத்தது.

ஜோன் ஆப் ஆர்க், பிரான்ஸ் நாட்டை, பிரெஞ்சு மக்களின் தந்தை நாடு என்று அழைத்தாள். அன்னிய ஆதிக்கத்தில் இருந்து நாட்டை மீட்போம் என்றாள். அன்றைய மக்களுக்கு இது புதிதாக இருந்தது. அவள் காலத்தில் இருந்துதான் பிரான்சில் தேசீயத்தின் உதய ஒளி தோன்றியது எனலாம்.

ஆங்கிலேயரை விரட்டியபிறகு பிரெஞ்சு அரசனின் பலம் அதிகரித்தது. எல்லாப் பிரபுக்களும் அவனுக்கு அடிபணிந்தனர். பணிய மறுத்தவர்கள் அழிக்கப்பட்டனர். பிரான்சும் ஜெர்மனியும் பரப்பளவில் சமமாக இருந்தன. ஆனால், பிரான்சு, பலம் பொருந்திய அனைத்து அதிகாரமும் கொண்ட முடியரசாக இருந்தது. ஜெர்மனியோ பல அரசுகளாக பிளவுபட்டுப் பலவீனமாகக் கிடந்தது.

பிரான்சிடம் தோற்ற பிறகு, இங்கிலாந்து ஸ்காட்லாந்தையும் வெல்ல முயன்று தோற்றது. பிரான்சை ஸ்காட்லாந்து ஆதரித்ததால் இந்த சண்டை வந்தது. இதற்கும் 700 ஆண்டுகளுக்கு முன்னால், ஆங்கிலேயர் அயர்லாந்தை ஜெயிக்கும் முயற்சியிலும் தோற்றனர்.

13-வது நூற்றாண்டில் ஐரோப்பாவின் இன்னொரு சிறிய நாடாகிய ஸ்விட்சர்லாந்து விடுதலை பெற்றது. ஸ்விட்சர்லாந்தின் எளிய குடியானவர்கள் பெரிய பேரரசை எதிர்த்து நின்றார்கள். ஸ்விட்சர்லாந்தின் மூன்று மாகாணங்கள் 1291ல், ஒன்றுசேர்ந்து 'என்றுமுள சங்கம்' என்று சங்கம் அமைத்தன. பின்னர் மற்ற மாகாணங்களும் சேர்ந்தன. 1499ல் ஸ்விட்சர்லாந்து ஸ்விஸ் கூட்டரசு' என்று அழைக்கப்பட்டது. நாம் ஸ்விட்சர்லாந்து போயிருந்தபோது, ஆகஸ்டு முதல் தேதியன்று, மலைகளின் உச்சியில் சொக்கப்பனைகள் கொளுத்தப் பட்டதைப் பார்த்தது உனக்கு நினைவிருக்கிறதா? அது ஸ்விஸ் மக்களின் தேசியத் திருநாள் கொண்டாட்டம். அந்த நாளில் தான் அவர்களுடைய புரட்சி தொடங்கியது. அந்நிய ஆட்சிக்கு எதிராக ஒரே சமயத்தில் அனைவரும் புறப்பட அடையாளமாக இந்த சொக்கப்பனை கொளுத்தப்பட்டது. அதுவே, தேசிய தின அடையாளமாக மாறிவிட்டது.

கிழக்கு ஐரோப்பாவில் கான்ஸ்டாண்டிநோபிள் நகரை கிரேக்கர்களிடம் இருந்து கி.பி. 1204ல் ரோமன் சிலுவைப் படைகள் கைப்பற்றியது உனக்கு நினைவிருக்கும். 1261ல் கிரேக்கர்கள் மீண்டும் கிழக்கு பேரரசை ஏற்படுத்தினார்கள். ஆனால், அவர்களுக்கு இதைவிடப் பெரிய இன்னொரு அபாயம் காத்திருந்தது.

மங்கோலியர் ஆசியா வழியாக படையெடுத்துச் சென்ற போது 50 ஆயிரம் உதுமானியத் துருக்கியர் பயந்து ஓடினர். ஓடியவர்கள் மேற்கு ஆசியாவில் செல்ஜக் துருக்கியரிடம் தஞ்சம் புகுந்தார்கள். செல்ஜக் துருக்கியரின் பலம் ஒடுங்கியபோது, இவர்களுடைய பலம் ஓங்கியது. பிறகு இவர்கள் பரவத் தொடங்கினார்கள். கான்ஸ்டாண்டிநோபிளை நேர்முகமாகத் தாக்காமல் அதைக் கடந்து 1353ல் ஐரோப்பாவுக்குள் சென்றார்கள்.

பிறகு பல்கேரியாவையும் செர்பியாவையும் வென்று ஆட்ரிய நோபிளைத் தலைநகராகக் கொண்டார்கள். ஆசியாவிலும் ஐரோப்பாவிலும் கான்ஸ்டாண்டிநோபிளைச் சுற்றி உதுமானிய பேரரசு பரவியிருந்தது. கான்ஸ்டாண்டிநோபிள் நகரம் மட்டும் அதில் இல்லை. ஆனால், ஆயிரம் ஆண்டுகளாகக் கம்பீரமாக இருந்த கிழக்குப் பேரரசு கான்ஸ்டாண்டிநோபிள் நகரத்தின் எல்லைக்குள் சுருங்கிவிட்டது. துருக்கியர் அதை விழுங்கி வந்தாலும், சுல்தான்களும் பேரரசர்களும் ஒருவர் குடும்பத்தில் மற்றொருவர் திருமண உறவு ஏற்படுத்திக் கொண்டார்கள். கடைசியாக, 1453ல் துருக்கியர் கான்ஸ்டாண்டிநோபிளைக் கைப்பற்றினார்கள். இனி, துருக்கியர் என்றால் உதுமானியத் துருக்கியர்தான். செல்ஜக் துருக்கியர் சரித்திரத்தில் காணாமல் போனார்கள்.

கான்ஸ்டாண்டிநோபிளின் வீழ்ச்சியுடன் பழைய கிரேக்க கிழக்குப் பேரரசு முடிந்துவிட்டது. இன்னொரு முஸ்லிம் படையெடுப்புக்கு ஐரோப்பா ஆளாகிவிட்டது. துருக்கியர் மேன்மேலும் சென்று கொண்டே இருந்தார்கள். 16-வது நூற்றாண்டில் ஜஸ்டினியன் பேரரசர் கட்டிய செயின்ட் சோபியா என்ற பெரிய கிறிஸ்தவ தேவாலயம் ஒரு மசூதியாக மாற்றப்பட்டு ஆயா சூபியா' என்று அழைக்கப்பட்டது. அதன் புராதன பொக்கிஷம் கொள்ளையிடப்பட்டது. கிறிஸ்தவ ஐரோப்பா மனம் கொதித்தது. ஆனால், ஒன்றும் செய்ய முடியவில்லை.

உண்மையில், துருக்கி சுல்தான்கள் வைதிக கிரேக்க மத தலைமையிடம் மென்மையாகவே நடந்து கொண்டார்கள். கான்ஸ்டாண்டிநோபிள் கைப்பற்றப்பட்ட உடனேயே இரண்டாவது சுல்தான் முகம்மது என்பவன் தன்னைக் கிரேக்க மத தலைமையின் காவலனாக அறிவித்துக் கொண்டான்.

கான்ஸ்டாண்டிநோபிளில் வாழ்ந்த கிரேக்கர்கள் உதுமானியத் துருக்கியரை உள்ளுக்குள் விரும்பவே செய்தார்கள். போப்பாண்டவரையும் மேலைக் கிறிஸ்தவர்களையும் விடத் துருக்கியரே மேல் என்று அவர்களுக்குத் தோன்றிற்று. ரோமன் சிலுவைப் படைகளிடம் அவர்கள் பட்டபாடு அவர்களுக்குத்தானே தெரியும்!

துருக்கியர் ஜானிசாரி என்ற புதுவிதமான படை ஒன்றை உருவாக்கினார்கள். துருக்கியர், கிறிஸ்தவர்களின் பிள்ளைகளைப் பெற்று அவர்களுக்குத் தனியான பயிற்சி அளித்தார்கள். அவர்கள் நல்ல பயிற்சிபெற்று, ராணுவ வீரர்களாக மாறினார்கள். இந்தப் புதிய படை உதுமானிய சுல்தான்களின் அடித்தளமாக மாறியது. இதைப்போலவே எகிப்திலும் மாமலூகியர் படை என ஒன்று நிறுவப்பட்டது.

சில காலம் வரையில், உதுமானிய துருக்கியரின் பலத்தைக் கண்டு கிறிஸ்தவ ஐரோப்பா அஞ்சி நடுங்கியது. அவர்கள் அப்பாசீது கலீபாக்களிடம் இருந்து எகிப்தை ஜெயித்தார்கள். அவர்களிடம் இருந்து கலீபா என்னும் பட்டத்தையும் துருக்கியர் எடுத்துக் கொண்டார்கள்.

கான்ஸ்டாண்டிநோபிள் வீழ்ந்த தேதி சரித்திரத்தில் மிக முக்கியமான தேதியாகும். ஒரு சகாப்தம் முடிவுற்று இன்னொரு சகாப்தம் தொடங்கும் தேதியாக அது கருதப்படுகிறது. இடைக்காலம் கழிந்துவிட்டது. ஆயிரம் ஆண்டு இருண்டகாலம் முடிந்தது. ஐரோப்பாவில் புதிய ஜீவனும் புதிய சக்தியும் காணப்படுகின்றன.

இதை மறுமலர்ச்சி என்று அழைக்கிறார்கள். அதாவது கலையும் கல்வியும் புனர்ஜன்மம் எடுக்கின்றன. மக்கள் உள்ளத்திலே புரட்சி தோன்றுகிறது. மத அமைப்புகள் வளர்த்துவந்த வாழ்க்கையைப் பற்றிய இருண்ட சிந்தனை மாய்ந்தது. பழைய கிரேக்கர் வளர்த்துவந்த அழகுக்காதல் தோன்றுகிறது. ஐரோப்பாவில் சிறந்த சிற்பக்கலையும், சித்திரக்கலையும், கட்டடக் கலையும் மலர்கின்றன.

கான்ஸ்டாண்டிநோபிள் வீழ்ந்தவுடன் இந்த புத்தெழுச்சி உடனடியாக தோன்றிவிடவில்லை. துருக்கியர் அந்நகரைக் கைப்பற்றியதால், அங்கிருந்த கல்விமான்களும் அறிவாளிகளும் அதை விட்டு மேற்கு ஐரோப்பா சென்றார்கள். அதனால்தான் இந்த மறுமலர்ச்சி வேகமாக உருவானது. கிரேக்க இலக்கிய பொக்கிஷங்களை அவர்கள் இதாலிக்குக் கொண்டு வந்தார்கள். கான்ஸ்டாண்டிநோபிளின் வீழ்ச்சி இந்த வகையில்தான் ஐரோப்பிய மறுமலர்ச்சியின் உதயத்துக்குச் சிறிது உதவியது என்று கூறலாம்.

ஆனால், அந்தப் பெரிய மாறுதலுக்கு இது ஒரு சிறிய காரணம் என்றே சொல்ல வேண்டும். புராதன கிரேக்க இலக்கியமும், தத்துவமும் இதாலிக்கோ இருண்ட காலத்து மேற்கு ஐரோப்பாவுக்கோ புதியவை அல்ல. பல்கலைக் கழகங்களில் அவை இன்னும் பாடமாக இருந்தன. ஆனால், சிலரிடம் மட்டுமே அவை அடைபட்டுக் கிடந்தன. மக்கள் மனதில் சந்தேகம் தோன்றத் தொடங்கியது. அது புதிய வாழ்க்கை முறை உருவாக ஏற்ற சூழ்நிலையை பண்படுத்தியது. அவர்கள் பழைமையில் அதிருப்தியும், புதுமையில் ஆர்வமும் கொண்டிருந்த சமயத்தில் கிரீஸின் இலக்கியம் கிடைத்தது. அதை ஆசைதீரப் பருகினார்கள். அவர்கள் எதைத் தேடிக்கொண்டு இருந்தார்களோ அது கிடைத்துவிட்டது. அவர்களுடைய ஆனந்தத்துக்கு எல்லை உண்டோ?

மறுமலர்ச்சி முதலில் உதயமானது இதாலியில், பிறகு பிரான்சிலும், இங்கிலாந்திலும், மற்ற இடங்களிலும் அதன் ஒளி பரவியது. அதைக் கிரேக்க இலக்கியம், தத்துவம் இவற்றின் மறுபதிப்பு என்று மட்டும் சொல்வதற்கு இல்லை. அதைவிடப் பெருமையும் உயர்வும் வாய்ந்தது அது. கண்ணுக்குப் புலப்படாமல், ஐரோப்பாவின் சிந்தனையில் நெடுங்காலம் கருக் கொண்டு முதிர்ந்த ஒன்றின் புறவெளிப்பாடுதான் அது.

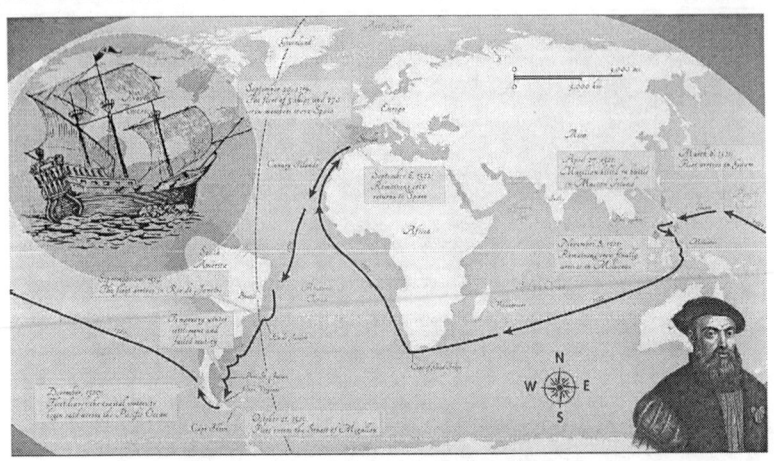

மெகல்லன் கண்டுபிடித்த கடல் வழித்தடம்

73. புதிய கடல் வழிகளும் நாடுகளும்!

ஜூலை 3, 1932

ஐரோப்பாவில் 'பழையன கழிந்து புதியன புகுவதைப்' பார்க்கிறோம். இடைக்கால உலகம் மாறி புதிய உலகம் உருவாகிறது. அதுவரையான உலகின் நிலைமைகள் வெறுக்கப்படுகின்றன. அதிலிருந்து மாற்றமும் முன்னேற்றமும் பிறக்கின்றன. நிலப்பிரபுக்களாலும், மதத் தலைவர்களாலும் சுரண்டப்பட்ட மக்கள் கலகத்தில் ஈடுபடுவதை பார்க்கிறோம். ஆனால் அந்தக் கலகங்களுக்கு ஒரு பயனும் இல்லை.

நிஜத்தில், அவர்கள் இன்னும் பலம் பெறவில்லை. பழைய பிரபுத்துவ அமைப்பினருக்கும், புதிய மத்தியத்தர வகுப்பினருக்கும் இடையேதான் உண்மையான சண்டை நடைபெறுகிறது. நில உடமையாளர்களுக்கு நிலத்தில் இருந்துதான் வருமானம் வரவேண்டும். நிலம்தான் அவர்களின் செல்வம். ஆனால், இப்போது ஒரு புது வகையான செல்வம் சேர்க்கப்பட்டு வந்தது. இது கைத்தொழில், வியாபாரம் இவற்றிலிருந்து வந்தது. இதனால் புதிய மத்தியத்தர வகுப்பார் பலனும், பலமும் அடைந்தார்கள். அவர்கள் முதலாளிகள். இது பழைய சண்டைதான். ஆனால், இப்போது இரண்டு தரப்பினரின் நிலைமையிலும் மாற்றம் ஏற்பட்டிருக்கிறது. நிலமானிய ஏற்பாடு இன்னமும் நடைமுறையில் இருக்கிறது. அதில்

நிலப்பிரபுக்கள் அவர்களே தாக்குதலில் ஈடுபடுவார்கள். ஆனால், இப்போது, புதிதாக உருவான முதலாளி வர்க்கம் தாக்குதலைத் தொடங்கி இருக்கிறது. மேற்கு ஐரோப்பாவில்தான் இந்தத் தாக்குதல் முதலில் முக்கியத்துவம் பெறுகிறது.

பழையவை பலம் இழந்து நொறுங்கி விழுந்ததால், கலை, இலக்கியம், அறிவியல், கட்டடக்கலை எல்லாவற்றிலும் முன்னேற்றம் ஏற்பட்டது. புதுப்புது விஷயங்கள் கண்டுபிடிக்கப்பட்டன. அடக்கி வைக்கப்பட்ட உணர்வுகள் விடுதலை அடையும்போது புதிய சக்தி விரிந்து பரவுகிறது. நமது நாடும் விடுதலை பெறும்போது நமது மக்களின் அறிவு பல துறைகளிலும் பிரகாசிப்பதை பார்ப்போம்.

மத அமைப்பின் ஆதிக்கம் குறையவும் ஆலயங்கள் கட்டுவதும் குறைகிறது. பல இடங்களில் அழகிய கட்டடங்கள் தோன்றுகின்றன. புதிய கட்டட முறை வளர்கிறது. மேற்கு ஐரோப்பாவில் புதிய வேகம் நிறைந்து காணப்பட்டது. ஆனால், கிழக்கில் பொன்னாசை மேலோங்கியது. இந்தியாவுக்கும் சீனாவுக்கும் சென்று வந்த மார்க்கோ போலோ உள்ளிட்ட பயணிகளின் அனுபவம், அவர்கள் மனதில் புதிய பரபரப்பை உண்டாக்கியது.

கிழக்கு நாடுகளின் செல்வத்தை வாரிக்குவிக்க பெரிய வியாபாரிகள் விரும்பினார்கள். ஆனால், கான்ஸ்டாண்டிநோபிள் துருக்கியர் வசம் இருந்தது. கிழக்கு நாடுகளுக்கு செல்லும் தரை வழிகளும், கடல் வழிகளும் துருக்கியர் கட்டுப்பாட்டில் இருந்தன. அவர்கள் வியாபாரம் பெருகுவதை ஆதரிக்கவில்லை. இதையடுத்து, கிழக்கு நாடுகளுக்கு செல்ல புதிய வழிகளைக் காண முயன்றார்கள்.

நமது பூமி உருண்டை வடிவமானது என்றும் அது சூரியனைச் சுற்றுகிறது என்றும் இன்றைக்கு பள்ளிக் குழந்தைகளும் அறிந்துள்ளனர். ஆனால், அந்தக் காலத்தில் அப்படி நினைப்பதே குற்றம் என்று இருந்தது. மதம் அதை அனுமதிக்கவில்லை. ஆனால், பூமி உருண்டையானது என்று சொல்லத் தொடங்கினார்கள். பூமி உருண்டை என்பது உண்மையானால், மேற்கு நோக்கி கடல் பயணம் செய்தாலும் இந்தியாவுக்கும் சீனாவுக்கும் போக முடியும் என்று நினைத்தார்கள். வேறு சிலர் ஆப்பிரிக்காவைச் சுற்றி இந்தியாவுக்குப் போகலாம் என்றார்கள்.

அந்தக் காலத்தில் சூயஸ்கால்வாய் இல்லை என்பதை நீ மறந்துவிடக் கூடாது. அதனால், கப்பல்கள் மத்தியதரைக் கடலைக் கடந்து நேராக

செங்கடலுக்குச் செல்ல முடியாது. இரு கடல்களுக்கும் இடைப்பட்ட நிலப்பகுதியில் சாமான்கள் இறக்கப்பட்டு, ஒட்டகங்கள் மூலம் செங்கடல் துறைமுகத்துக்கு கொண்டு போகவேண்டும். ஆனால், இப்போது, எகிப்தும், சிரியாவும் துருக்கியர் வசம் இருந்தது. எனவே இந்தப் பாதையைப் பயன்படுத்த முடியாது.

ஆனாலும், இந்தியாவின் செல்வத்தை அடையும் ஆசை அதிகரித்தது. புதிய நாடுகளை அடையும் கடல்வழிகளைக் காணும் பயணங்களில் ஸ்பெயினும் போச்சுகலும் முந்திக் கொண்டன. 1492ல் துருக்கியர் கான்ஸ்டாண்டிநோபிளைக் கைப்பற்றி 50 ஆண்டுகள் ஆன நிலையில்தான், ஸ்பெயினின் தெற்கு பக்கம் இருந்த அரபிய கிரானடா வீழ்ந்தது. அதைத்தொடர்ந்து ஸ்பெயின் ஐரோப்பாவின் வல்லரசாக மாறியது.

போர்த்துகீசியர் கிழக்கு நோக்கியும், ஸ்பானியர் மேற்கு நோக்கியும் கடல் வழிகளை அறிய முயன்றனர். 1445ல் ஆப்பிரிக்காவின் மேற்கு முனையை போர்ச்சுக்கீசியர் கண்டுபிடித்தனர். இதற்கு வர்ட் முனை என்று பெயரிட்டனர். ஐரோப்பாவிலிருந்து வர்ட் முனையை அடைந்து, தென் கிழக்காகத் திரும்பிச் செல்ல வேண்டும். இதையடுத்து, ஆப்பிரிக்காவைச் சுற்றிக்கொண்டு இந்தியாவுக்குப் போக முடியும் என்று நம்பிக்கை உருவானது.

ஆனால், அதன்பிறகு 40 ஆண்டுகள் கடந்தன. கி.பி. 1486ல் பார்த்தலோமியோ டயஸ் என்ற போர்ச்சுக்கீசியர் ஆப்பிரிக்காவின் தென்கோடி முனையைச் சுற்றிக்கொண்டு சென்றான். அது நன்னம்பிக்கை முனை என்று அழைக்கப்படுகிறது. இதற்குச் சில ஆண்டுகளுக்குள் வாஸ்கோட காமா என்ற இன்னொரு போர்ச்சுக்கீசியர் நன்னம்பிக்கை முனை வழியாக இந்தியாவுக்கு வந்து சேர்ந்தார். மலையாளக் கரையில் கள்ளிக்கோட்டை என்ற இடத்தை 1498ல் அடைந்தார். அதாவது, இந்தியாவை அடைகிற பந்தயத்தில் போர்ச்சுக்கீசியர் வெற்றி பெற்றனர்.

அதேசமயம், மேற்கு நோக்கி இந்தியாவுக்கு வழிகாணும் முயற்சியில் ஸ்பானியர்கள் புதிய கண்டத்தை கண்டறிந்தனர். 1492ல் ஜெனோவாவைச் சேர்ந்த கிறிஸ்டோபர் கொலம்பஸ் அமெரிக்காவைக் கண்டுபிடித்தார். உலகம் உருண்டையானது என்ற நம்பிக்கையில் மேற்கு நோக்கி கடல் பயணத்தை மேற்கொண்டார். ஜப்பானையும் இந்தியாவையும் அடையவே அவர் நினைத்தார். தனது

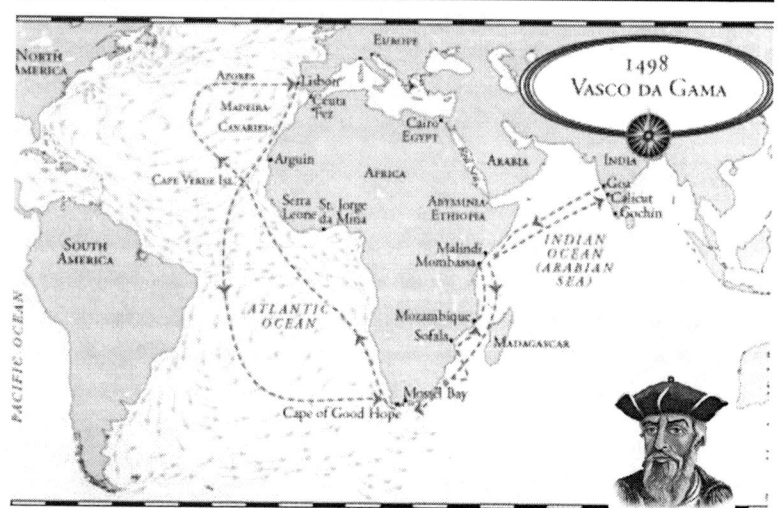

வாஸ்கோ ட காமா இந்தியாவுக்குக் கண்டுபிடித்த கடல் வழித்தடம்

பயணத்துக்காக பல அரசர்களிடம் உதவி கேட்டார். கடைசியில், ஸ்பெயினை ஆண்ட ஃபர்டினண்டும் இசபெல்லாவும் அவருக்கு உதவி செய்தார்கள்.

88 பேரைக் கொண்ட மூன்று கப்பல்களோடு கொலம்பஸ் தன் பயணத்தைத் தொடங்கினார். எதிரில் என்ன இருக்கிறது என்றே தெரியாத ஒரு பயணத்தை வீரதீரப் பயணம் என்றுதான் சொல்ல வேண்டும். கொலம்பஸ் அசைக்க முடியாத நம்பிக்கை கொண்டிருந்தார். அவனுடைய நம்பிக்கை வீண் போகவில்லை. 69 நாள் கடலில் பயணம் செய்த பிறகு அவர்கள் கரையை அடைந்தார்கள். அதுதான் இந்தியா என்று கொலம்பஸ் நினைத்தான். ஆனால் உண்மையில் அது ஒரு சிறிய தீவு. மேற்கு இந்தியத் தீவுகளில் ஒன்று. கொலம்பஸ் இந்தியாவையோ, அமெரிக்கா கண்டத்தையோ அடையவே இல்லை. ஆனால், அவன் தன் ஆயுள் முழுதும் ஆசியாவை அடைந்துவிட்டதாகவே நினைத்திருந்தான். அவன் செய்த இந்த வேடிக்கையான தவறு காரணமாக, அந்தத் தீவுகள் இன்றும் மேற்கு இந்தியத் தீவுகள் என்றே அழைக்கப்படுகின்றன. அமெரிக்காவின் ஆதி குடிகளும் இந்தியர் அல்லது செவ்விந்தியர் என்றே அழைக்கப்படுகின்றனர்.

இந்தியாவுக்குப் புதுவழி கண்டுபிடிக்கப் பட்டுவிட்டது என்றே ஐரோப்பாவில் செய்தி பரவியது. அங்கு பரபரப்பை ஏற்படுத்தியது. இதற்கு அடுத்துதான் வாஸ்கோட காமா கிழக்கு நோக்கி விரைந்து

கள்ளிக்கோட்டையை அடைந்தது. கிழக்கிலும் மேற்கிலும் புதிய நாடுகள் கண்டுபிடிக்கப்பட்ட செய்திகள் ஐரோப்பாவினஅ பரபரப்பை அதிகரித்தன. இந்தப் புதிய நாடுகளுக்குப் போட்டி-யிட்டவை ஸ்பெயினும் போர்ச்சுகலும்தான்.

உடனேவுக்கு எட்ட எட்ட அதன் பரபரப்பு அதிகரித்தது. இந்தப் புது நாடுகளுக்கு போர்ச்சுக்கலும் ஸ்பெயினும் உரிமை கொண்டாடின. உடனே பஞ்சாயத்துக்கு போப்பாண்டவர் வந்துவிட்டார். 1493ல் அவர் ஒரு எல்லையை வகுத்தார். அஜோர்ஸ் தீவுகளுக்கு மேற்கே 300 மைல் தள்ளி வடக்கு தெற்காக ஒரு கற்பனை கோடு வரைந்தார். அந்த கோட்டுக்கு கிழக்கே உள்ள நாடுகளை போர்ச்சுகலும், மேற்கே உள்ள நாடுகளை ஸ்பெயினும் உரிமை கொண்டாடலாம் என்று உத்தரவிட்டார்.

ஐரோப்பாவைத்தவிர உலகம் முழுவதையும் அந்த இரு நாடுகளுக்கும் வழங்கிய போப்பாண்டவரின் வள்ளல்தன்மை இதுதான். அவருடைய உத்தவவுப்படி, வட அமெரிக்கா முழுவதும், தென் அமெரிக்காவில் பெரும் பகுதியும் மட்டுமே ஸ்பெயினுக்கு உரிமையாகிறது. இந்தியா, சீனா, ஜப்பான் உள்ளிட்ட கிழக்கு நாடுகளும் ஆப்பிரிக்கா கண்டம் முழுவதும் போர்ச்சுக்கலுக்கு உரிமையாகிறது. போப்பாண்டவரின் தாராள குணத்தை என்ன சொல்வது?

உடனே, போர்த்துகீசியர் தங்கள் பங்கிற்கு வந்த நிலப்பரப்பை உரிமை கொண்டாட முயன்றார்கள். அது எளிதாக கூடவில்லை. ஆனால், அவர்கள் கிழக்கு நோக்கிச் சென்றுகொண்டே இருந்தார்கள். 1510ல் இந்தியாவில் கோவாவையும், 1511ல் மலாய் தீபகற்பத்தில் மலாக்காவையும், அதை அடுத்து ஜாவா தீவையும், 1516ல் சீனாவையும் அவர்கள் சென்று சேர்ந்தார்கள். இதிலிருந்து இந்த நாடுகள் அவர்களுக்கு உரிமையாகிவிட்டன என்று அர்த்தம் இல்லை. அவர்கள் சில இடங்களில் கால் வைக்க இடம் கிடைத்தது. அவர்களுடைய கிழக்குதிசை வரலாறை தனியாக பார்ப்போம்.

இதனிடையே மெகல்லன் என்ற மாலுமியும், இந்தியாவுக்கும், கிழக்குத் தீவுகளுக்கும் நன்னம்பிக்கை முனை வழியாகச் சென்றான். ஆனால், அவன் போர்ச்சுக்கீசியருடன் பிணக்கு கொண்டு, மேற்கு வழியாக இந்தியா செல்ல திட்டமிட்டான். அவனுக்கு ஸ்பெயின் உதவியது. மெகல்லனுக்கு கொலம்பஸ் கண்டுபிடித்தது இந்தியா அல்ல என்று தெரிந்திருந்திருக்கலாம்.

உண்மையைச் சொன்னால், 1513ல் பால்போ என்ற ஸ்பானியர்,

மத்திய அமெரிக்காவில் உள்ள பனாமாவின் மலைகளைக் கடந்து மறுபுறம் பசிபிக் பெருங்கடலைக் கண்டான். அந்தக் கரை மீது நின்று அந்த புதிய கடலும், அந்தக் கடல் அலை மோதும் கரைகளுக்கு சொந்தமான நாடுகளும் ஸ்பெயின் அரசருடையது என்று சபதம் செய்தான்.

1519ல் மெகல்லன் தனது மேற்குப் பயணத்தைத் தொடங்கினான். இதுதான் மற்ற கடல் பயணங்களைக் காட்டிலும் பெரிதாக முடிந்தது. அவனிடம் ஐந்து கப்பல்கள் இருந்தன. அவனுடன் 270 பேர் பயணம் செய்தனர்.

அவன் அட்லாண்டிக் பெருங்கடலை கடந்து தென் அமெரிக்கா சென்றான். தெற்கு நோக்கி பயணித்து, தென்கோடி முனையை அடைந்தான். இதற்குள் ஒரு கப்பல் உடைந்தது. ஒரு கப்பல் அவனை கைவிட்டு நாடு திரும்பியது. மிச்சமிருந்த மூன்று கப்பல்களுடன் அவன் தென் அமெரிக்காவுக்கும் அதற்குத் தெற்கே உள்ள ஒரு தீவுக்கும் இடையிலுள்ள குறுகிய நீரிணையைக் கடந்து பசிபிக் பெருங்கடலை அடைந்தான். அந்த நீரிணை இன்றும் மெகல்லன் நீரிணை என்று அழைக்கப்படுகிறது. பசிபிக் பெருங்டல் என்று மெகல்லன்தான் அழைத்தான். அட்லாண்டிக் பெருங்கடலைக் காட்டிலும் பசிபிக் பெருங்கடல் அமைதியாக இருந்ததால் அந்த பெயரை அவன் சூட்டினான். இதற்கே 14 மாதங்கள் ஆகிவிட்டன.

இதற்குமுன் யாரும் அறியாத கடலின்மீது மெகல்லன் தீரத்துடன் பயணித்தான். அவனுடைய பயணம் எப்போது முடியும் என்றே தெரியாது. 108 நாட்கள் பயணித்து, பிலிப்பைன்ஸ் தீவுகளை அடைந்தான். உணவுக்கும் தண்ணீருக்கும் வழியில்லாமல் அவர்கள் தீவை அடைந்தார்கள். அங்கு வாழ்ந்த மக்கள் அவர்களுக்கு உதவினார்கள். ஆனால், அந்தத் தீவின் இரண்டு தலைவர்களுக்குள் ஏற்பட்ட மோதலில் மெகல்லன் தலையிட்டான். அதனால் அவன் தலை பறிபோனது. அவனுடன் சென்ற சிலரும் உயிரிழந்தனர்.

மிச்சமிருந்த மூன்று கப்பல்களில் ஒன்று எரிந்துவிட்டது. இரண்டு கப்பல்களில் ஒரு கப்பல் பசிபிக் பெருங்கடலைக் கடந்து ஸ்பெயினுக்கும், இன்னொரு கப்பல் நன்னம்பிக்கை முனை வழியாக ஸ்பெயினுக்கும் செல்ல திட்டமிட்டன. பசிபிக் பெருங்கடல் வழியாகப் புறப்பட்ட கப்பல் இடையிலேயே போர்ச்சுக்கீசியர் கையில் சிக்கியது. விட்டோரியா என்ற மற்றொரு கப்பல், ஆப்பிரிக்காவைச் சுற்றிக்கொண்டு, 1522ல் ஸ்பெ-

தீவின் இரண்டு தலைவர்களுக்குள் ஏற்பட்ட மோதலில் மெகல்லன் தலையிட்டான். அதனால் அவன் தலை பறிபோனது. அவனுடன் சென்ற சிலரும் உயிரிழந்தனர்

யினில் செவில் என்ற இடத்தை அடைந்தது. இதற்கு மூன்று ஆண்டுகள் ஆகின. பதினெட்டே பேர்தான் உயிரோடு இருந்தனர். இந்தக் கப்பல்தான் உலகத்தைச் சுற்றி வந்த முதல் கப்பல்.

இப்போது நாம் பெரிய கப்பல்களில் எந்தக் குறையும் இன்றி நீண்ட பயணங்கள் செல்கிறோம். ஆனால், எந்த ஆபத்தையும் பொருட்படுத்தாமல், முன் பின் பார்த்தும் பயணித்தும் அறியாத கடல்களில் பயணிப்பது சாதாரண காரியமில்லை. தங்களுக்குப் பின் வருவோருக்காகக் கடல் வழிகளை இவர்கள் கண்டுபிடித்தார்கள். அந்தக் காலத்துப் போர்ச்சுக்கீசியரும், ஸ்பானியரும் கர்வமும், கொடூர சிந்தனையும் உள்ளவர்களாக இருந்தார்கள். ஆனால், அவர்கள் ஒப்பற்ற தைரியசாலிகளாகவும், துணிச்சல் நிறைந்தவர்களாகவும் இருந்தார்கள் என்பதையும் மறுக்க முடியாது.

மெகல்லன் தனது பயணத்தை நடத்திக் கொண்டிருந்த சமயத்திலேயே கார்டேஸ், மெக்சிகோ நகரத்துக்குள் நுழைந்துவிட்டான். அவன் ஆஸ்டெக் பேரரசை ஸ்பானியக் கொடியின் கீழ் கொண்டு வர முயன்றான். இதைப் பற்றியும் அமெரிக்காவின் மயன் நாகரிகத்தைப் பற்றியும் ஏற்கெனவே உனக்குக் கூறியிருக்கிறேன். 1519ல் கோர்டேஸ் மெக்சிகோவை அடைந்தான்.

அவனைத் தொடர்ந்து 1530ல் பிசாரோ என்பவன் தென் அமெரிக்காவிலுள்ள இன்கா பேரரசை (இப்போது ‘பெரு’ உள்ள இடம்) அடைந்தான். கோர்டேஸ், பிசாரோ இருவரும் உள்நாட்டுப் பிரிவினையைப் பயன்படுத்தி, மோசம், நாசம் செய்து அந்த பேரரசுகளை ஒழித்துக் கட்டினர்.

ஜவஹர்லால் நேரு 353

பசிபிக் - பல்போ,

பெரு - பிஸாரே,

கியூபா - கொலம்பஸ்

புது நாடுகளைக் கண்டுபிடித்த பின்னர், அந்த இடங்களை கொள்ளையடிக்க பலர் சென்றார்கள். பெரு விலிருந்தும், மெக்சிகோவி லிருந்தும் பொன்னும் வெள்ளியும் ஸ்பெயினுக்குச் சென்று கொண்டே இருந்தன. அதைக்கண்டு ஐரோப்பா பிரமித்து விட்டது. கிழக்கிலிருந்து வரும் பொருள்களை வாங்குவதற்கு ஐரோப்பியரின் கையில் பணத்துக்குக் குறைவில்லை.

போர்ச்சுக்கலையும் ஸ்பெயினையும் பார்த்து, பிரான்சு, இங்கிலாந்து, ஹாலந்து, வட ஜெர்மானிய நகரங்கள் ஆகியவையும் புதிய நாடுகளுக்கு பயணிக்கத் திட்டமிட்டன. நார்வேக்கு வடக்காக ஆசியாவுக்கும், கிரீன்லாந்து வழியாக அமெரிக்காவுக்கும் அவர்கள் போக முயன்றனர். ஆனால், அவர்கள் இதில் வெற்றிபெறவில்லை. ஆகவே, பழைய வழிகளையே பயன்படுத்தினர்.

அது மிகவும் ஆச்சரியம் மிகுந்த காலமாக இருந்தது. புதிது புதிதான கடல்களும் நாடுகளும் ஒன்றன் பின் ஒன்றாகக் கண்டுபிடிக்கப்பட்டு வந்தன. இந்த வீரதீரச் செயல்களின் மாய மந்திரம் காற்றிலேயே கலந்து வீசுவது போலிருந்தது.

உலகம் இப்போது குறுகிக் காணப்படுகிறது. புதிதாகக் கண்டுபிடிக்க அதில் ஒன்றும் இல்லை போலத் தோன்றுகிறது. ஆனால் அப்படி நினைப்பது தவறு. விஞ்ஞானமானது பல புதிய வழிகளைத் திறந்து விட்டிருக்கிறது. அவற்றை நாம் துருவி ஆராயவேண்டும். ஆகவே, துணிகர முயற்சிக்கு இப்போதும் பஞ்சம் இருப்பதாகத் தெரியவில்லை. குறிப்பாக இன்றைய இந்தியாவில் அதற்கு வேண்டிய இடம் ஏராளமாக இருக்கிறது!

கொடுங்கோலன் தைமூர்

74. மங்கோலிய பேரரசுகளின் சீர்குலைவு

ஜூலை 9, 1932

ஐரோப்பாவில் இடைக்காலத்தில் இருந்த கசடுகள் துடைத்தெறியப் பட்டன. புதிய வேகத்துடன் பல திசைகளிலும் முன்னேறுகிறது ஐரோப்பிய நாடுகள். தங்களுக்கான கல்வி, கலை, நாகரிகம் போன்றவற்றில் கூடுதல் கவனம் செலுத்துகிறார்கள். அதுவரை இருந்த வழிகள் அடைக்கப்பட்டதால் புதிய வழிகளை தேடி ஓடுகிறார்கள். அகண்ட பெருங்கடல்களை கடந்து உலகின் எல்லாத் திசைகளிலும் நாடுகளை சென்று அடைகிறார்கள். சென்ற இடங்களில் வெற்றிக்கொடு நாட்டுகிறார்கள்.

இந்த ஆச்சரியம் எப்படி நிகழ்ந்தது என்று நீ வியப்படையலாம். 13ஆவது நூற்றாண்டின் இடையில் ஆசியாவையும் ஐரோப்பாவையும் மங்கோலியர் ஆட்டிப் படைத்தனர். ஐரோப்பா நடுங்கிக் கிடந்தது. ஐரோப்பிய நாடுகள் அனைத்தும் இணைந்தாலும் மங்கோலியரை வெல்ல முடியாது என்பது எதார்த்தமான உண்மையாக இருந்தது.

மங்கோலியருக்கு பின் இருநூறு ஆண்டுகள் கழித்து பேரரசின் தலைநகரான கான்ஸ்டாண்டிநோபிளும், தென்கிழக்கு ஐரோப்பாவில் பெரும்பகுதியும் உதுமானியத் துருக்கியர் வசமாயின. அதன்பிறகு, மேற்கு நாடுகளையும், ரோமாபுரியையும் தங்கள் பேரரசில்

சேர்த்துக்கொள்ள விரும்பினார்கள். ஹங்கேரி, வியன்னா, இதாலி வரை எட்டிய அவர்கள், ஜெர்மானிய பேரரசையும், இதாலியையும் அச்சுறுத்திவிட்டனர். தெற்கே எகிப்தையும் கைப்பற்றிய அவர்கள் தங்கள் பேரரசை விரிவுபடுத்தினார்கள். 16ஆவது நூற்றாண்டின் இடையில் இந்த மாபெரும் துருக்கிப் பேரரசுக்கு சுல்தான் சுலேமான் தலைவனாக இருந்தான். அவனுடைய ஆணையை கடல் அலைகள்கூட மீற முடியாது என்ற நிலை இருந்தது. இப்படிப்பட்ட நிலையில் ஐரோப்பாவின் பாய்ச்சல் வேகம் எப்படி சாத்தியமானது?

மங்கோலிய பேரரசுக்கு புதிய தலைவனைத் தேர்வு செய்ய தாயகம் சென்ற மங்கோலியர்கள் மீண்டும் ஐரோப்பாவுக்கு வரவில்லை. அவர்கள் கிழக்கு ஐரோப்பாவோடு தங்கள் ஆட்சியை நிறுத்திக் கொண்டார்கள். மேற்கு ஐரோப்பா அவர்களை கவரவில்லை. கிழக்கு ஐரோப்பாவையும் அவர்கள் விட்டுப் போனதால், அது துருக்கியர் கைக்கு மாறியது. இதனால் மேற்கு ஐரோப்பா தப்பிப் பிழைத்தது.

1452ல் துருக்கியர் கான்ஸ்டாண்டிநோபிளைக் கைப்பற்றினார்கள். இது ஐரோப்பிய வரலாற்றில் முக்கியமான மாற்றத்துக்கான கட்டமாக கருதப்படுகிறது. இந்த ஆண்டை ஐரோப்பிய இடைக்காலத்தின் மறைவையும், மறுமலர்ச்சியின் உதயத்தையும் குறிக்கும் ஆண்டாக கொள்கிறார்கள். ஐரோப்பாவை துருக்கியர் அடக்கி ஒடுக்கி விடுவார்கள் என்று கருதப்பட்ட காலத்தில், ஐரோப்பா தனது ஆற்றலை வலுவாக வளர்த்துக் கொள்ளத் தொடங்கியது.

மேற்கு ஐரோப்பாவை துருக்கியர் கைப்பற்றிக் கொண்டே இருந்த காலத்தில் ஐரோப்பியர் உலகை வலம் வந்துகொண்டிருந்தனர். துருக்கி சுல்தான் சுலேமானுடைய ஆட்சியில் (1520லிருந்து 1566 வரை) துருக்கிப் பேரரசு வியன்னாவிலிருந்து கிழக்கே பாக்தாது, தெற்கே கெய்ரோ வரை பரவியிருந்தது. ஆனால், அதற்குப் பிறகு வளரவில்லை. கான்ஸ்டாண்டிநோபிளை ஆண்ட பழைய கிரேக்கர்களின் மோசமான பழக்கங்களில் ஊறி தங்கள் பலத்தை இழந்தார்கள். ஆனால், ஐரோப்பியரோ பலம்பெற்றனர்.

கடந்த காலத்தில் ஆசியா ஐரோப்பாமீது பலமுறையும், ஐரோப்பா ஆசியாமீது சில தடவையும் படையெடுத்துச் சென்றிருக்கின்றன. ஆனால், ஆசியாவின் படையெடுப்பு போல, ஐரோப்பாவின் படையெடுப்பு முக்கியம் வாய்ந்தவை அல்ல. அலெக்சாந்தர் இந்தியாவரை வந்தாலும் அதனால் பலன் ஒன்றுமில்லை. ரோமானியர் மெசபொடேமியாவைத்

தாண்டவே இல்லை. மாறாக, ஆதிகாலத்தில் இருந்தே பல்வேறு ஆசிய இனத்தவர், ஐரோப்பா மீது படையெடுத்தனர். உதுமானியரின் படையெடுப்புதான் கடைசி. கொஞ்சம் கொஞ்சமாக நிலைமை தலைகீழாக மாறி, ஐரோப்பா பலாத்காரத்தை கடைப்பிடிக்கிறது.

16ஆவது நூற்றாண்டின் இடையில் இந்த மாற்றம் நிகழ்கிறது. புதிதாகக் கண்டுபிடிக்கப்பட்ட அமெரிக்கா ஐரோப்பாவுக்கு அடிபணிகிறது. ஆசியாவில் எளிதாக கால் ஊன்ற முடியவில்லை. 200 ஆண்டுகள் முயற்சி செய்து பல இடங்களில் காலூன்ற இடம் தேடிக் கொள்கிறார்கள். 18-வது நூற்றாண்டின் நடுவிற்குள் சில பாகங்களில் ஆதிக்கம் செலுத்தத் தொடங்குகிறார்கள். இந்த உண்மையை நினைவில் வைக்க வேண்டும். ஏனென்றால், வரலாறு அறியாத சிலர் நெடுங்காலமாகவே ஐரோப்பா ஆசியாவை அடக்கி ஆளும் எஜமானன் என்று எண்ணிவிடுகிறார்கள்.

இது கொஞ்ச காலமாகத்தான் நடக்கிறது. அதுவும் இப்போது மாறிவருகிறது. கிழக்கு நாடுகளில் புதிய கருத்துகளும், விடுதலைக்கான பெரிய இயக்கங்களும் ஐரோப்பிய ஆதிக்கத்துக்கு உலை வைக்கத் தொடங்கி இருக்கின்றன. சமூக சமத்துவ கருத்துகள் முன்னுரிமை பெறுகின்றன. சுரண்டலுக்கும் ஆதிக்கத்துக்கும் எதிரான இயக்கம் வலுப்பெறுகிறது. எதிர்காலத்தில் ஐரோப்பா ஆசியா மீதோ, ஆசியா ஐரோப்பா மீதோ ஆதிக்கம் செலுத்தும் பேச்சுக்கே இடமில்லை. இனி, எந்தத் தேசமும் இன்னொரு தேசத்தைச் சுரண்டிப் பிழைக்கக் கூடாது.

சரி, இப்போது மீண்டும் மங்கோலியரின் நிலைமையைக் கவனிப்போம். மங்கோலியரின் கடைசித் தலைவர் அல்லது மகாகான் குப்ளேகான் என்பது உனக்கு நினைவிருக்கும். 1292ல் அவன் இறந்தபிறகு, ஆசியாவில் கொரியாவிலிருந்து ஐரோப்பாவில் போலந்து, ஹங்கேரி வரையில் பரவியிருந்த மங்கோலிய பேரரசு 5 பெரும் பிரிவுகளாக பிளவுபட்டது. அவை தனித்தனியாக பெரிய பேரரசுகளாகவே இருந்தன.

இந்த ஐந்தில் முக்கியமானது சீனப் பேரரசு. இதில் மஞ்சூரியா, மங்கோலியா, திபெத், கொரியா, அன்னாம், டாங்கிங், பர்மாவில் ஒரு பாகம் ஆகியவை அடங்கியிருந்தன. குப்ளேகானின் வாரிசான யுவான் வம்சத்தார் இதை ஆண்டார்கள். கி.பி.1368ல், குப்ளேகான் இறந்து 76 ஆண்டுகளுக்குப் பிறகு, அவனுடைய வம்சம் வீழ்ச்சியுற்றது. மங்கோலியரும் சீனாவை விட்டு ஓடினார்கள்.

ஆசியாவின் மேற்குக் கடைசியில் பொன்னிறக் கூட்டத்தாரின் பேரரசு நடைபெற்றது. குப்ளேகான் இறந்து 200 ஆண்டுகள் வரை ரஷியப் பிரபுக்கள் கப்பம் கட்டினார்கள். மங்கோலியரின் பலம் குன்றியதை அறிந்த ரஷியப் பிரபுக்களின் தலைவனான மாஸ்கோ கோமகன் கப்பம் கட்ட மறுத்தான். மகா இவான் என்று அழைக்கப் பட்டான். வட ரஷியாவை இவான் வென்றான். இதனிடையே, கான்ஸ்டாண்டிநோபிளை துருக்கியர் கைப்பற்றினர். அந்தப் பேரரசின் குடும்பத்து பெண் ஒருத்தியை திருமணம் செய்து, தான் பழைய பைஜாண்டிய பேரரசரின் பரம்பரையைச் சேர்ந்தவன் என்றான். 1917ஆம் ஆண்டு லெனின் தலைமையில் நடைபெற்ற புரட்சியில் ரஷிய பேரரசு முடிவுக்கு வந்தது அல்லவா? அது மகா இவானின் தலைமையில்தான் தொடங்கியது. இவானின் பேரன் மிகவும் கொடியவனாக இருந்ததால், கொடிய இவான் என்று அழைத்தார்கள். அவன்தான் முதலில் தன்னை 'ஜார்' என்று அழைத்துக் கொண்டான். 'ஜார்' என்ற பட்டம் பேரரசர் என்ற பொருள் கொண்டது.

இப்படித்தான் மங்கோலியர் ஐரோப்பாவிலிருந்து முடிவாக ஒழிந்தனர். அதன்பிறகு அவர்களைப் பற்றி எனக்கு ஒன்றும் தெரியாது. ஆனால், அவர்களில் ஒருவன் இருந்தான்.

அவனுடைய பெயர் தைமூர். அவன் இரண்டாம் செங்கிஸ் கானாக விரும்பினான். அவன் தன்னை செங்கிஸ்கானின் வழியில் வந்தவன் என்றான். ஆனால், உண்மையில் அவன் துருக்கியன். அவன் முடவனாக இருந்தான். எனவே தைமூர் லங் அல்லது தைமூர் லேம் என்று அழைக்கப்பட்டான். ('லங்' என்றால் பாரசீக மொழியில் 'முடவன்' என்று அர்த்தம். 'லேம்' என்றால் ஆங்கிலத்தில் 'முடமான' என்று அர்த்தம்.)

அவன் தன் தந்தை இறந்த பிறகு, 1369ல் சாமர் கண்டின் அரசன் ஆனான். உடனே அவன் பிற நாடுகளை கைப்பற்றத் தொடங்கினான். அவன் பெரிய தளதி. ஆனால், மகா கொடூரமானவன். இடைப்பட்ட காலத்தில் ஆசியாவில் வாழ்ந்த மங்கோலியர் முஸ்லிம்களாக மாறிவிட்டனர். தைமூரும் ஒரு முஸ்லிம்தான். ஆனால் அவன் முஸ்லிம்களிடமும் கருணை காட்டவில்லை. அவன் போன இடமெல்லாம் சாவும், நாசமும் நோவும் துன்பமும்தான்.

மனிதர்களின் மண்டையோடுகளைக் கோபுரம் கோபுரமாக அடுக்கிப் பார்ப்பதில் அவனுக்குத் தனி ஆனந்தமாம். கிழக்கே

டில்லியிலிருந்து மேற்கே ஆசியா மைனர் வரை அவன் மண்டையோட்டு கோபுரங்கள் கட்டி மகிழ்ந்தானாம்!

அவன் ஒரு கொடிய அரக்கனாக இருந்தான். அவன் ஒரு தனிப்பிறவி. வேண்டுமென்றே, கொடுமைக்காகவே கொடுமை இழைத்தவன். அவனுக்கு இணை அவன்தான். ஓரிடத்தில், 2 ஆயிரம் பேரைக் கோபுரம்போல் நிற்கவைத்துச் சுற்றிலும் சுவர் எழுப்பி, அவர்களை உயிரோடு மூடிவிட்டானாம்!

இப்படிப்பட்ட அரக்கனை இந்தியாவின் செல்வம் கவர்ந்தது. ஆனால் இந்தியா மீது படையெடுக்க அவனுடைய தளபதிகளும் பிரபுக்களும் எளிதில் சம்மதிக்கவில்லை. இதை ஆலோசிக் கூடிய கூட்டத்தில் இந்தியாவில் வெப்பம் தாங்க முடியாது என்று அவர்கள் கூறினார்கள். கடைசியில், இந்தியாவில் அதிக நாள் தங்குவதில்லை என்றும், வெறுமே ஊரைச் சூறையாடி கொள்ளையடித்து திரும்பலாம் என்று தைமூர் கூறினார். அதன்பேரில் படையெடுத்தான். அவன் சொன்னபடியே நடந்துகொண்டான்.

வட இந்தியாவில் முஸ்லிம் ஆட்சி நடந்தது. டில்லியில் சுல்தான் ஆண்டான். ஏற்கெனவே மங்கோலியருடன் எல்லைகளில் நடந்த போர்களால் அவனுடைய அரசு பலவீனப்பட்டுக் கிடந்தது. ஆகவே, தைமூரை எதிர்த்து நிற்பார் யாருமில்லை. ஹிந்துக்கள், முஸ்லிம்கள் என்கிற பாகுபாடு இல்லாமல் அனைவரையும் கொன்றான். சிறைப்பிடிக்கப்பட்ட லட்சம் பேரை கொல்லும்படி உத்தரவிட்டான். அவன் சென்ற இடமெல்லாம் பஞ்சத்தையும் நோயையும் விதைத்துச் சென்றான். டில்லியில் 15நாள் தங்கியிருந்தான். அப்போது அந்த நகரம் பெரிய கொலைக்களமாகக் காட்சி அளித்தது. திரும்பும் வழியில் காஷ்மீரையும் சூறையாடிவிட்டு சாமர்கண்ட் நகருக்குத் திரும்பினான்.

தைமூர், கொடிய அரக்கனாக இருந்தாலும் இந்தியாவிலிருந்து கட்டடக் கலைஞர்களையும், கைவினைஞரையும் தன்னுடன் அழைத்துச்சென்றான். இவர்களில் சிறப்பானவர்களை தனது பணியாளர்களாக வைத்துக் கொண்டான். இவ்வாறு அங்கு புதிய கட்டடக்கலை உருவாயிற்று. டில்லியோ முற்றாக நாசமடைந்தது.

இந்தியாவிலிருந்த வெளியேறிய தைமூர் பாரசீகத்தையும் மெசபொடேமியாவையும் நாசம் செய்தான். 1402ல் அங்கோராவில், உதுமானியத் துருக்கியருடன் நடந்த போரில் வெற்றி பெற்றான். ஆனால், பாஸ்பரஸ்

ஜலசந்தி குறுக்கிட்டது. கடலை அவனால் தாண்ட முடியவில்லை. ஆகவே, ஐரோப்பா அவனிடமிருந்து தப்பிப் பிழைத்தது.

இது நடந்து மூன்று ஆண்டுகளில், 1405ல் தைமூர் இறந்து விட்டான். அவன் அப்போது சீனாவை நோக்கிப் படையெடுத்துச் சென்றான். அவன் இறந்ததும் அவனுடைய பேரரசும் ஒழிந்தது. கிட்டத்தட்ட மேற்கு ஆசியா முழுவதும் அதில் அடங்கியிருந்தது. உதுமானியர், எகிப்தியர், பொன்னிறக் கூட்டத்தார் யாவரும் அவனுக்குக் கப்பம் கட்டி உயிர் வாழ்ந்து வந்தனர். அவன் ஒரு தலை சிறந்த தளபதி.

சைபீரியாவின் உறை பனியில் அவன் நடத்திய சில போர்கள் அவனுடைய திறமையை வெளிப்படுத்துகின்றன. இதைத் தவிர வேறு திறமைகள் அவனிடம் இல்லை. ஆகவே, அவனுடைய பேரரசு அவனுடன் முடிந்துவிட்டது. அவன் மக்களைக் கொன்று ஊர்களைப் பாழாக்கியது மட்டும் நினைவில் இருக்கிறது. எத்தனையோ வெற்றி வீரர்கள் மத்திய ஆசியாவைக் கடந்தார்கள். ஆனால், அவர்களில் அலெக்சாண்டர், சுல்தான் முகம்மது, செங்கிஸ்கான், தைமூர் ஆகிய நால்வரை மட்டும் வரலாறு மறக்காமல் வைத்திருக்கிறது.

தைமூர், உதுமானியத் துருக்கியரைத் தோற்கடித்து நிலைகுலையச் செய்தான் என்றாலும் அவர்கள் விரைவில் சமாளித்து மீண்டனர். அதன்பிறகு 1453ல் அதாவது தைமூரிடம் தோற்ற 50 ஆண்டுகளுக்குள் கான்ஸ்டாண்டிநோபிளைக் கைப்பற்றினார்கள்.

இனி மத்திய ஆசியாவிடமிருந்து நாம் விலகிச் செல்வோம். அது நாகரிகத்தில் தாழ்ந்து இருளில் மூழ்குகிறது. ஒரு காலத்தில் செழித்து வளர்ந்து பின்பு மனிதனால் அழிக்கப்பட்ட பழைய நாகரிகங்களின் நினைவுகள் மட்டுமே எஞ்சி நிற்கிறது. மனிதன் மட்டுமா? இயற்கையும் அதற்கு எதிரியாகியது. அதன் தட்ப வெப்ப நிலை வறட்சி அடைந்ததால், மனிதர் வாழவே தகுதி அற்றதாக மாறியது.

மங்கோலிய பேரரசுகள் முடிவடைந்தாலும், அவர்களில் ஒரு கிளை மட்டும் பிற்காலத்தில் இந்தியாவுக்கு வந்தது. வந்ததும் மட்டுமின்றி, இங்கே ஒரு பெரிய, புகழ்பெற்ற பேரரசை அமைத்து ஆண்டது. அதைப் பின்னர் காண்போம். செங்கிஸ்கானும் அவன் வாரிசுகளும் உருவாக்கிய பேரரசு சீர்குலைந்தது. ஆனாலும், மங்கோலியர்கள் ஆங்காங்கே சிற்றரசர்களுக்கு கீழ் தங்களுடைய இனப் பண்புகளோடு வாழத் தொடங்கினார்கள் என்பதோடு அவர்களைப் பிரிவோம்.

ராமாநந்தர்	ராமானுஜர்	கபீர்தாஸர்	குருநானக்

75. புதிய மதங்களும், மொழிகளும்!

ஜூலை 12, 1932

செங்கிஸ்கானும் தைமூரும் பெரிய உயிர்ச்சேதமும் பொருள் சேதமும் ஏற்படுத்தினார்கள் என்பது உண்மைதான். அவர்கள் ஏற்படுத்திய உயிர்ச்சேதம் நம்மை நடுங்க வைத்தது. அதுபோல இப்போது யாரும் செய்வார்களா என்றுகூட தோன்றும். ஆனால், நமது கண்ணெதிரில், *1914-18*ஆம் ஆண்டுகளில் நடந்த முதல் உலகப்போரில் விளைந்த உயிர்ச்சேதம், பொருள் சேதங்களை பார்த்தால் அவையெல்லாம் மிகவும் கொஞ்சமாக தோன்றும். மங்கோலியரின் கொடுமைகளுக்குச் சமமான கொடுமைகளை இன்றைய காலத்திலும் நாம் காணமுடிகிறது.

செங்கிஸ் அல்லது தைமூர் காலத்தில் இருந்ததை விட நாம் பல வழிகளில் முன்னேறி இருக்கிறோம் என்பதை யாரும் மறுக்க முடியாது. உலகில் முன்னைக் காட்டிலும் இப்போது நாகரிகமும் பண்பாடும் வளர்ந்துள்ளது. அப்படியானால், யுத்த காலத்தில் நாம் நம்மை மறந்து விலங்குகளாக நடந்துகொள்வது ஏன்? ஏனென்றால், யுத்தம் என்பதே நாகரிகத்துக்கும் நற்பண்புகளுக்கும் எதிரானது.

மனிதப் மாண்புகளை யுத்தம் மறுக்கிறது. மனித அறிவை மேலும் மேலும் கொடிய கொலைக் கருவிகளைக் கண்டுபிடிப்பதற்கு

மட்டும் பயன்படுத்திக் கொள்கிறது. யுத்தவெறி மக்களின் அறிவுக்குத் திரை போட்டு மறைக்கிறது. அந்தச் சமயத்தில் இன்றைய மனிதர்களுக்கும் ஆயிரக்கணக்கான ஆண்டுகளுக்கு முன் வாழ்ந்த அவர்களுடைய முன்னோருக்கும் வேறுபாடு காணமுடியாமல் போகிறது. அதனால்தான், யுத்தம் என்பது எக்காலத்தில் எந்த இடத்தில் நடந்தாலும் வெறுத்து ஒதுக்க வேண்டிய பயங்கர நிகழ்ச்சியாகிறது.

இந்த உலகத்துக்கே புதிய ஒருவன் பூமியில் யுத்தம் நடக்கும்போது நம்மைப் பார்க்க வந்தால், நம்மைப் பற்றி என்ன நினைப்பான்? நாம் குரூரமானவர்கள், ஈவிரக்கமற்றவர்கள், காட்டுமிராண்டிகள், ஒருவரை யொருவர் கொல்ல வேண்டும் என்ற ஒரே உணர்ச்சிக்கு ஆளானவர்கள் என்றுதான் நினைப்பான். நல்ல குணங்களோ நல்ல ஒழுக்கங்களோ இல்லாதவர்கள் என்கிற முடிவுக்குத்தான் வருவான். ஏனென்றால் அவன் நமது ஒருபக்கக் குணத்தை மட்டுமே பார்க்கிறான். அவன் நம்மை பார்க்கும்போது அப்படி வெறிகொண்டு இருக்கிறோம். ஆக, ஆவன் நம்மைப்பற்றி தவறான முடிவுக்கு வருவதில் வியப்பு இல்லை.

அதுபோலத்தான், நாமும் கடந்த காலத்தை ‘யுத்தங்கள், படுகொலைகள்’ என்ற கண்ணாடியை அணிந்து பார்த்தால் தவறாகத்தான் மதிப்பிடுவோம். யுத்தங்களும் படுகொலைகளும் நமது கவனத்தை கவர்வது உண்மைதான். மக்களின் தினசரி வாழ்க்கை சாரமற்றுக் காணப்படுகிறது. எனவே வரலாற்று ஆசிரியர் யுத்தங்களை வர்ணிக்கத் தொடங்கிவிடுகிறார். யுத்தங்களுக்கு அளவுக்கு மீறிய முக்கியத்துவம் அளிப்பது கூடாது.

ஆகவே, மக்களின் தினசரி வாழ்க்கையும், அவர்களுடைய சிந்தனைகளுமே அதிக முக்கியமானவை. வரலாறு புத்தகங்களில் யுத்தங்களைப் பற்றிய செய்திகளே அதிகம் காணப்படுவதால் இதை நான் வற்புறுத்திச் சொல்கிறேன். என்னுடைய கடிதங்களிலும் இந்தத் தவறு காணப்படுவதாக நினைக்கிறேன். தினசரி வாழ்க்கையைப் பற்றி எழுதுவதில் உள்ள கஷ்டமும் எனது அறியாமையுமே இதற்கு காரணம்.

தைமூர் இந்தியாவில் இழைத்த கொடுமைகளைப் பார்த்தோம். டில்லி, மீரட் நகரங்களுக்கு அருகில் ஒரு சிறு பகுதியை மட்டுமே அவன் நாசப்படுத்தினான். பஞ்சாபில்கூட தைமூர் சென்ற வழியில் வாழ்ந்தவர்கள் அடைந்த கஷ்டம்தான் அதிகம். தைமூரின் படையெடுப்பு பஞ்சாபின் பெரும்பாலான மக்களைப் பாதிக்கவில்லை.

இப்போது நாம், 14 மற்றும் 15ஆவது நூற்றாண்டுகளில்

இந்தியாவின் நிலைமையைக் கவனிப்போம். டில்லியில் சுல்தான்களின் அரசு தேய்ந்து, தைமூர் வந்தவுடன் மறைகிறது. இந்தியா முழுவதும் பல சுதந்திர அரசுகள் தோன்றுகின்றன. இவை பெரும்பாலும் முஸ்லிம் அரசுகள். தென்னிந்தியாவில் மட்டும் விஜய நகர அரசு பலம் பெற்று இருக்கிறது. இஸ்லாம் இந்தியாவுக்குப் புதியதோ, அன்னியமானதோ அல்ல. அது இங்கு நன்றாக வேரூன்றி விடுகிறது. அதாவது முஸ்லிம் மன்னர்களும் ஹிந்து மன்னர்களைப் போல இந்தியர்கள்தான். அவர்களுக்கு வெளி உறவுகள் ஒன்றும் இல்லை, அரசுகளுக்குள் நடக்கும் போர்கள் அரசியல் காரணங்களுக்காக நடக். மத காரணங்களுக்காக சண்டைகள் இல்லை.

முஸ்லிம் அரசில் ஹிந்து படைகளும், ஹிந்து ராஜ்யத்தில் முஸ்லிம் படைகளும் இருக்கின்றன. முஸ்லிம் மன்னர்கள் ஹிந்துப் பெண்களை மணம் செய்கிறார்கள். இரண்டு தரப்பு அரசுகளிலும் ஹிந்துக்களும், முஸ்லிம்களும் மந்திரிகளாகவும் உயர் பதவிகளிலும் இருக்கிறார்கள். முஸ்லிம்களில் சில அரசர்கள் உள்படப் பெரும்பாலோர் ஹிந்துக்களாக இருந்து இஸ்லாமைத் தழுவியவர்கள். அரசு பலனையோ, பொருளாதார வசதியையோ அடையலாம் என்று நம்பி முஸ்லிம் ஆனார்கள். முஸ்லிம்கள் ஆனபின்பும் அவர்கள் தங்களுடைய பழைய வழக்கங்களைக் கைவிடவில்லை.

சில முஸ்லிம் அரசர்கள் பலாத்காரமாக மக்களை மதம் மாற்றினார்கள். அவர்களுடைய மதபக்தி இதற்குக் காரணம் அல்ல. தங்களுடைய ஹிந்து மக்கள் முஸ்லிம்களாக மாறி-விட்டால், தங்களிடம் கூடுதல் விசுவாசமாக இருப்பார்கள் என்ற அரசியல் நோக்கமே அதற்கு காரணம். ஆனால், மத மாற்றத்துக்குப் பலாத்காரத்தைவிடப் பொருளாதாரக் காரணமே அதிகமா உதவி செய்தது. முஸ்லிம் அரசர்கள் முஸ்லிம்கள் அல்லாத மக்கள் மீது 'ஜஜியா' என்ற தலைக்கட்டு வரியை விதித்தார்கள். இந்த வரி செலுத்துவதில் இருந்து தப்புவதற்காக பலர் முஸ்லிம்கள் ஆயினர்.

இவை, நகரங்களில் மட்டுமே நிகழ்ந்தன. கிராமத்து மக்கள் இவற்றால் எந்த வகையிலும் பாதிக்கப்படவில்லை. ஆனால், அவர்களுடைய வாழ்க்கையில் அரசாங்க அதிகாரிகள் இப்போது அதிகமாக தலையிட்டனர். கிராமப் பஞ்சாயத்துகளின் அதிகாரம் முன்னைவிடக் குறைந்துவிட்டது. சமூக, மத சம்பந்தமான விஷயங்களில் கிராம வாழ்க்கை மாறவே இல்லை. இன்று கூட இந்தியா லட்சக்கணக்கான கிராமங்கள் நிறைந்த நாடு என்பது உனக்குத் தெரியும். உண்மையான

இந்தியா அன்றும் இன்றும் கிராமங்களில்தான் உள்ளது. அந்த இந்தியாவை இஸ்லாம் அதிகமாக மாற்றிவிடவில்லை.

இஸ்லாமின் வருகை ஹிந்து மதத்தை இரண்டு வழிகளில் அசைத்துவிட்டது. இந்த இரண்டு வழிகளும் வேறுபட்டவை என்பதுதான் வியப்புக்குரிய விஷயம். இஸ்லாமின் வருகையால் அது தனது பாதுகாப்புக்காக ஜாதி முறையை கடுமையானதாக மாற்றியது. ஹிந்து பெண்கள் புறச் சேர்க்கையில் ஈடுபடாமல் தடுக்க, கோஷா அணிவித்து, வெளியில் வராமல் பூட்டி வைத்தது. இரண்டாவதாக, ஹிந்து மதத்துக்குள்ளேயே ஜாதிக் கட்டுப்பாடுகளுக்கும், அளவுக்கு மீறிய வழிபாட்டு விதிகளுக்கும் எதிர்ப்பு கிளம்பியது. மத சீர்த்திருத்த பல முயற்சிகளும் தொடங்கின.

ஆதிகாலத்திலிருந்தே ஹிந்து மதத்தின் ஓட்டைகளை எதிர்த்து பல பெரியார்கள் தோன்றி மதத்தை தூய்மைப்படுத்த முயன்றார்கள். புத்தர், ஆதி சங்கரர் அப்படி வந்தவர்கள்தான். அந்த வழியில் சோழர்கள் ஆட்சியில் ராமானுஜர் என்பவர் தோன்றினார். அவர் வைஷ்ணவர். இவருடைய சித்தாந்தம் ஆதிசங்கரரின் அத்வைத சித்தாந்தத்தில் இருந்து மாறுபட்டது. அதாவது, விசிஷ்டாத் வைத சித்தாந்தம். இவருடைய போதனை பக்தியையும் நம்பிக்கையையுமம் அடிப்படையாக கொண்டது. இவருடைய பிரச்சாரமும் இந்தியா முழுவதும் பரவியது.

இஸ்லாம் இந்தியாவில் வேரூன்றியது. அதைத் தொடர்ந்து, ஹிந்து, முஸ்லிம் மதங்களில் புதுவகையான பெரியோர் தோன்றினர். அவர்கள் இவ்விரு மதங்களையும் இணைக்க முயன்றார்கள். அவர்கள் இரண்டு மதங்களிலும் உள்ள பொதுவான அம்சங்களை சுட்டிக்காட்டினார்கள். இரண்டிலும் உள்ள நடைமுறைகளையும் சடங்குகளையும் எதிர்த்தார்கள். ஆனால், இத்தகைய சமய சன்மார்க்க முயற்சிகள் சாத்தியமற்றதாக இருந்தது. ஆனால், இதற்காக ஒவ்வொரு நூற்றாண்டிலும் முயற்சிகள் மேற்கொண்டார்கள். சில முஸ்லிம் அரசர்கள் கூட முயன்றார்கள். அவர்களில் மாக அக்பர் முக்கியமானவர்.

14ஆம் நூற்றாண்டில், தட்சிணத்தில் வாழ்ந்த ராமானந்தர் முதன் முதலாக சமய சமரசத்தை போதித்தார். அவர் ஜாதியை ஒழிக்க வேண்டும் என்று பிரசாரம் செய்தார். அவருடைய சீடர்களில் கபீர் என்ற முஸ்லிம் நெசவாளி இருந்தார். ராமானந்தருக்குப் பிறகு

கபீருடைய புகழ் பெரிதும் பரவியது. அவர் ஹிந்துவும் இல்லை. முஸ்லிமும் இல்லை. இரு மதங்களையும் சேர்ந்தவர். எல்லா ஜாதிகளிலும் அவருக்குச் சீடர்கள் இருந்தார்கள். கபீரின் மரணத்தைப் பற்றி ஒரு கதை உண்டு. அவர் இறந்தபிறகு போர்த்திய அவருடைய உடலை எரிப்பதா? புதைப்பதா? என்று அவருடைய சீடர்கள் வாதம் புரிந்தனர். ஆனால், போர்த்திய துணியை எடுத்தபோது அந்த இடத்தில் மலர்கள் இருந்தனவாம். இது உண்மையோ, பொய்யோ, கேட்க சுவாரஸ்யமாக இருக்கிறது.

கபீரை அடுத்து குருநானக் தோன்றினார். இவர்தான் சீக்கிய மதத்தை உருவாக்கியவர். அவருக்குப் பின் சீக்கிய மதத்தில் அடுத்தடுத்து பத்து குருமார்கள் தோன்றினார்கள். கடைசியாக வந்தவர் பெயர் குரு கோவிந்த சிங்.

16ஆம் நூற்றாண்டில் வங்காளத்தில் வாழ்ந்தவர் ஸ்ரீசைதன்யர். கல்விக் கடலான அவர், கல்வியால் பயனில்லை என்று ஆண்டவனிடம் அன்பு செலுத்தினார். ஆண்டவனைப் பஜனை பாடி வணங்கியபடி தீர்த்த யாத்திரை செய்தார். வங்காளத்தில் வைஷ்ணவ மதத்தை உருவாக்கியவர் அவரே.

மதச் சீர்திருத்த நடவடிக்கைகள், கலைப் பண்பிலும், கட்டடத்திலும், மொழியிலும் புதுமைகளை உருவாக்கின. ஆனால், இவையெல்லாம் நகரங்களில் மட்டுமே எதிரொலித்தன. கிராமங்களைத் தொடவே இல்லை. அதிலும் முக்கியமாக தலைநர் டில்லியிலும் மற்ற பெரிய நகரங்களிலும் மட்டுமே இவை நிகழ்ந்தன. ஆனால், பழைய இந்திய அரசர்களின் சர்வாதிகாரத்தை கட்டுப்படுத்த ஓரளவேனும் சட்ட நடைமுறைகள் இருந்தன. புதிதாக வந்த முஸ்லிம் அரசர்களுக்கு அந்தக் கட்டுப்பாடு இல்லை.

இஸ்லாம் மார்க்கத்தில் கொள்கை அளவில் அதிக சமத்துவம் இருந்தது. ஒரு அடிமை கூட சுல்தானாக வர முடியும் என்பதை முன்பே கண்டோம். ஆயினும், அரசனின் சர்வாதிகாரம் எல்லையே இல்லாமல் வளர்ந்தது. இதற்கு பைத்தியக்கார துக்ளக் ஆட்சியே போதுமான உதாரணம் ஆகும்.

அடிமைகளை வைத்துக் கொள்ளும் வழக்கம் அதிகரித்தது. சுல்தான்களின் கீழ் ஏராளமான அடிமைகள் இருந்தனர். யுத்தத்தில் சிறைப்படுத்தும் அடிமைகளில் கைத்தொழிலில் திறமை வாய்ந்தவர்கள் அதிகமாக விரும்பப்பட்டனர். சிறப்பு திறமை இல்லாதவர்கள்

சுல்தானின் காவல் படையில் சேர்ந்துக் கொள்ளப்பட்டார்கள்.

நாளந்தாவிலும் தக்ஷசீலத்திலும் இருந்த பெரிய பல்கலைக் கழகங்கள் மறைந்து விட்டன. ஆனால், பல புது வகையான பல்கலைக் கழகங்கள் தோன்றின. அவை 'டோல்' என்று அழைக்கப்பட்டன. அவற்றில் சமஸ்கிருதக் கல்வி அளிக்கப்பட்டது. பழைமையை போற்றிய அவை காலத்துக்கு ஏற்றவையாய் இல்லை. அவை, பிற்போக்கு நிறைந்தவையாக இருந்தன.

கபீரின் ஹிந்திப் பாடல்கள் பற்றி சொன்னேன். 15ஆம் நூற்றாண்டிலேயே ஹிந்தி மக்களிடையே புழக்கத்தில் இருந்தது. சமஸ்கிருதம் வழக்கொழிந்து நெடுங்காலம் ஆகிவிட்டது. குப்த அரசர்கள், காளிதாச மகாகவி இவர்கள் காலத்தில் கூட, சமஸ்கிருதம், கற்றவர்கள் மத்தியில் மட்டுமே வழக்கத்தில் இருந்தது. சமஸ்கிருத மொழியில் இருந்து பிறந்த ஹிந்தி, வங்காளி, மராத்தி, குஜராத்தி ஆகிய மொழிகள் வளர்ந்து வந்தன.

பல முஸ்லிம் ஆசிரியர்கள் ஹிந்தியில் நூல்கள் எழுதினார்கள். 15ஆம் நூற்றாண்டில் ஜான்பூரை ஆண்ட ஒரு முஸ்லிம் அரசன் மகாபாரதத்தையும் பாகவதத்தையும் வங்காளியில் மொழி பெயர்க்கச் செய்தான். தெற்கே பீஜபூரை ஆண்ட முஸ்லிம் அரசர்கள் தங்களுடைய கணக்கு வழக்குகளை மராத்தியில் எழுதினார்கள். தென்னிந்தியாவில் வழங்கி வந்த திராவிட மொழிகளான தமிழ், கன்னடம், தெலுங்கு, மலையாளம் ஆகியவை மேலே கூறிய மொழிகளைவிட மிகவும் பழைமையானவை என்று சொல்ல வேண்டியதில்லை.

முஸ்லிம் அரசுகளில் பாரசீக மொழி அரசாங்க மொழியாக இருந்தது. அரசாங்க அதிகாரிகள் பாரசீக மொழியை விரும்பிக் கற்றார்கள். ஹிந்துக்களில் பலர் பாரசீக மொழி அறிவு நிரம்பியவர்களாக இருந்தார்கள். மெள்ள மெள்ள இன்னொரு புதுமொழி வளரத் தொடங்கியது. அது, 'உருது' என்று அழைக்கப்பட்டது. உருது என்றால் 'பாசறை' அல்லது 'முகாம்' என்று அர்த்தம்.

உண்மையில் இது புதுமொழி அல்ல. ஹிந்தியே சிறிது மாறுபட்டு உருதுவாகியது. அதில் பாரசீக மொழிச் சொற்கள் அதிகமாக பயன்பட்டன. மற்றபடி அது ஹிந்திதான். இந்த ஹிந்திஉருது அல்லது ஹிந்துஸ்தானி மொழி வடக்கு மற்றும் மத்திய இந்தியா முழுவதும் விரைவில் பரவிற்று. இந்த மொழியை சிற்சில மாறுதல்களுடன் இன்று பதினைந்து கோடிமக்கள் பேசுகிறார்கள். இன்னும் அதிகமான பேர்

அதைப் புரிந்து கொள்கிறார்கள். ஆக, பேசுவோரின் தொகையை கவனித்தால், ஹிந்துஸ்தானியானது உலகின் முக்கிய மொழிகளுள் ஒன்றாக இருக்கிறது.

கட்டடக் கலையில் புது முறைகளும் புதுப் பாணிகளும் அறிமுகமாகின. பீஜபூர், விஜயநகரம், கோல்கொண்டா, ஆமதாபாத், ஜான்பூர் ஆகிய இடங்களில் கம்பீரமும் அழகும் மிகுந்த பல கட்டடங்கள் கட்டப்பட்டன. அகமதாபாத் அழகு வாய்ந்த பெருநகராக இருந்தது. ஹைதராபாதுக்கு அருகில் கோல்கொண்டா நகரின் கோட்டை மீது ஏறி, அந்த பழைய நகரின் மாட மாளிகைகளும் வீதிகளும் பழாபட்டுகி கிடப்பதை நாம் பார்த்தோமே நினைவிருக்கிறதா?

அரசர்கள் மாறுபட்டு இருந்தாலும், சமரசத்துக்கான முயற்சி தொடர்ந்தது. சகல இந்தியரும் ஒன்றுபட்டு மேல்நிலைக்கு வர வேண்டும் என்று பாடுபட்டனர். சில நூற்றாண்டுகளில் வெற்றியும் கிடைத்தது. ஆனால், அவர்களுடைய முயற்சி முற்றுப் பெறுமுன் நிலைமை மறுபடியும் தலைகீழாக மாறியது. அதுவரையில் அடைந்த முன்னேற்றம் சிறிது தடைப்பட்டது.

மீண்டும் இன்று நாம் அவர்கள் சென்ற வழியிலேயே சென்று கொண்டிருக்கிறோம். எல்லாவற்றிலும் உள்ள நல்ல அம்சங்களை நாம் எடுத்துக் கொள்ள வேண்டும். ஆனால், சுதந்திரத்தையும் சமுதாய சமத்துவத்தையும் அடிப்படையாகக் கொண்டதாக இருக்க வேண்டும். அப்பொழுதுதான் அது நிலைத்து நிற்கும்.

சமய சமரசம் உள்ளிட்ட முயற்சிகளில் பல நூற்றாண்டுகள் நமது பெரியோர் ஈடுபட்டிருந்தனர். அதனால், அவர்கள் அரசியல், சமுதாய சுதந்திரத்தை அடியோடு மறந்துவிட்டார்கள். ஆகவே, ஐரோப்பா பல துறைகளிலும் முன்னேற்றம் அடைந்த காலத்தில், இந்தியா மட்டும் வீரியம் இழந்து பின் தங்கிவிட்டது.

ஒரு காலத்தில் இந்தியா வெளிநாட்டு மார்க்கெட்டுகளில் ஆதிக்கம் செலுத்தியது. ஆனால், அதுவரையில் கிழக்கேயிருந்து மேற்கே பாய்ந்து வந்த ஆறு, 16ஆம் நூற்றாண்டில் மேற்கேயிருந்து கிழக்கே பாயத்தொடங்கியது. தொடக்கத்தில் சிறிய ஆறாக இருந்த அது வரவரப் பெருகி மகாநதி ஆகிவிட்டது.

கோவாவை வென்ற போர்ச்சுக்கீசியர் தலைவன் அல்புகர்க்

76. தென்னிந்தியாவில் அரசுகளின் நிலை

ஜூலை 14, 1932

இந்தியாவில் அரசுகளும் பேரரசுகளும் தோன்றுவதும் மறைவதும் முடிவே இல்லாத திரைப்படமாக தொடர்வதை பார்க்க முடிகிறது.

டில்லி பேரரசை சுல்தான் முகமது பின் துக்ளக் அழித்துவிட்டான். டில்லி பேரரசில் இருந்து பிரிந்து தென்னிந்தியாவில் பல தனி அரசுகள் தோன்றின. அவற்றில் ஹிந்து அரசான விஜய நகரமும், முஸ்லிம் அரசான குல்பர்காவும் முக்கியமானவை. கிழக்கே, இன்றைய வங்காளத்தையும் பீகாரையும் உள்ளடக்கிய கௌடம் என்கிற அரசு ஒரு முஸ்லிம் அரசனின் கீழ் சுதந்திரமாக இருந்தது.

முகம்மது பின் துக்ளக்கிற்கு பிறகு அவனுடைய தம்பி மகன் ஃபெரோஸ்ஷா துக்ளக் பொறுப்புக்கு வந்தான். அவன் தன் சித்தப்பாவை விட சிறப்பாக ஆட்சி நடத்தினான். கிழக்கிலும் தெற்கிலும் இழந்த பகுதிகளை அவனால் மீட்க முடியவில்லை. ஆனால், பேரரசு மேலும் சிதறாமல் பார்த்துக் கொண்டான். புதிய நகரங்களையும், அரண்மனைகளையும், மசூதிகளையும் உருவாக்கினான். டில்லிக்கு அருகிலுள்ள ஃபெரோஷாபாதும், அலகாபாதுக்கு அருகிலுள்ள ஜான்பூரும் அவனால் உருவாக்கப்

பட்டவை. பல பழைய கட்டடங்களை புதுப்பித்த அவன், யமுனை நதியிலிருந்து ஒரு பெரிய கால்வாயையும் வெட்டினான். அவன் செய்த வேலைகளை ஆவணப்படுத்திச் சென்றான்.

ஃபெரோஸ்ஷாவின் தாயார் ஒரு பெரிய ரஜபுத்திர அரசனின் மகள். பீபீ நைலா என்ற அவள் தன் பொருட்டு ஏற்பட்ட போரை முடிவுக்கு கொண்டுவரவே, ஃபெரோஸ்ஷாவின் தந்தையை மணந்தாள் என்று ஒரு கதை உண்டு. ஆம் அவளுடைய முடிவால் அந்த நாட்டு மக்களும் அவர்களுடைய உடமைகளும் காப்பாற்றப்பட்டன. இப்படியான கலப்பு மணங்களே ஹிந்துக்களும் முஸ்லிம்களும் ஒரே நாட்டவர் என்ற எண்ணத்தை உருவாக்கி இருக்க வேண்டும்.

ஃபெரோஸ்ஷா 37 ஆண்டுகள் ஆட்சி செய்து 1388ல் மரணம் அடைந்தான். உடனே, டில்லிப் பேரரசும் சிதறியது. சிற்றரசர்களின் கை மேலோங்கியது. இப்படி, கலவரமான சூழலில்தான் தைமூர் வடக்கிலிருந்து படையெடுத்து வந்தான். அவன் டில்லி நகரை அநேகமாக நாசம் செய்துவிட்டான். அது தன் பழைய நிலையை அடைய நீண்டகாலம் ஆனது. 50 ஆண்டுகள் கழித்து டில்லியில் மீண்டும் ஒரு மத்திய அரசாங்கம் உருவானது. ஆனால், அது மிகவும் சிறிய அரசாக இருந்தது.

அந்தக் காலத்தில் இந்தியாவில் இருந்த மற்ற எந்த அரசுகளோடும் டில்லி அரசை ஒப்பிட முடியாது. அந்த அளவுக்கு சிறியது. அதை ஆண்ட சுல்தான்களோ திறமை இல்லாதவர்கள். அவர்களுக்கு கீழே இருந்த குறுநில மன்னர்களுக்கே போதும் என்றாகிவிட்டது. அவர்களே, பாபர் என்பவனை அழைத்து ஆட்சியை கொடுக்கும் நிலை உருவானது. பாபர் ஒரு மங்கோலியன். அவனுடைய வம்சத்தார் இந்தியாவில் மொகலாயர் என்று அழைக்கப்பட்டார்கள்.

பாபரின் தந்தை தைமூரின் வழியிலும், தாய் செங்கிஸ்கானின் வழியிலும் வந்தவள். பாபர் காபூலை ஆண்டு கொண்டிருந்தான். இந்தியாவில் ஏற்பட்டிருந்த குழப்பத்தை கணக்கில் கொண்டு போர்தொடுத்தான். 1526ல் டில்லிக்கு அருகில், பானிபட்டுப் போர்க்களத்தில் அவன் வென்றான். டில்லி பேரரசை கைப்பற்றினான். மீண்டும் ஒரு பெரிய சாம்ராஜ்யம் இந்தியாவில் எழுந்தது. டில்லி மாநகரம் மொகலாய பேரரசின் தலைநகராகியது. இதைத் தொடர்வதற்கு முன், டில்லி நாசமடைந்திருந்த 150 ஆண்டுகளில் இந்தியாவின் மற்ற இடங்களில் நடந்தவற்றை பார்ப்போம்.

அந்த 150 ஆண்டுகளில், புதிதாகத் தோன்றிய ஜான்பூர் என்ற சிறு முஸ்லிம் அரசை ஷர்க்கி அரசர்கள் ஆண்டு வந்தார்கள். அது பலம் பொருந்தியது அல்ல. ஆனால், ஏறக்குறைய 100 ஆண்டுகள் வரை இந்தச் சிறிய ஜான்பூர் அரசு கலைக்கும் கல்விக்கும் சமரச ஞானத்துக்கும் இருப்பிடமாக இருந்தது.

கிழக்கே உருவான கௌட அரசு, அலகாபாத் வரையில் பரவி இருந்தது. வங்காளம், பீகாரை உள்ளடக்கிய இந்த அரசின் துறைமுகம் கௌடபுரி. மத்திய இந்தியாவில், அலகாபாதுக்கு மேற்கே இருந்து குஜராத் வரை பரவியிருந்த அரசுக்கு மாளவம் என்று பெயர். அதன் தலைநகராகிய மாண்டு பெரிய கோட்டையாகவும் இருந்தது. அந்த நகரின் அழிவுகளை இன்றும் பலர் சென்று காண்கின்றனர்.

மாளவத்துக்கு வடமேற்கே இருந்த பல ராஜபுத்திர அரசுகளில் முக்கியமானது சித்தூர். சித்தூர், மாளவம், குஜராத் ஆகிய மூன்று அரசுகளுக்கும் இடையே அடிக்கடி போர் நடைபெற்றது. மற்ற இரண்டையும் விட சித்தூர் மிகவும் சிறியது. ராஜபுத்திரர்கள் வீரதீர பராக்கிரமசாலிகள் என்பதால் சிறிய எண்ணிக்கையாக இருந்தாலும் சில சமயங்களில் வெற்றி பெற்றனர். அத்தகைய வெற்றி ஒன்றின் நினைவாக சித்தூர் ராணா ஒரு வெற்றிக் கோபுரத்தை கட்டினான். அவனைப் பார்த்து மாண்டு சுல்தானும் ஒன்றைக் கட்டினான். சித்தூர் கோபுரம் இப்போதும் இருக்கிறது. மாண்டு கோபுரம் மறைந்துவிட்டது.

மாளவத்துக்கு மேற்கே இருந்த குஜராத் அரசு பலம் பொருந்தியது. அதன் தலைநகரான ஆமதாபாத்தில் அப்போதே 10 லட்சம் பேர் வாழ்ந்தனர். அதை உருவாக்கியவன் சுல்தான் அகமதுஷா. 15ஆம் நூற்றாண்டிலிருந்து 18ஆம் நூற்றாண்டு வரை, சுமார் 300 ஆண்டுகள், உலகின் பெரு நகர்களுள் ஒன்றாக இருந்தது. அங்குள்ள பெரிய ஜும்மா மசூதி, சித்தூர் ராணா ரான்பூரில் கட்டிய ஜைன ஆலயம் போலவே இருப்பது வியப்பை அளிக்கிறது. இரண்டும் ஒரே சமயத்தில் கட்டப்பட்டவை. பழைய கட்டடங்களில் பல இன்றும் ஆமதாபாத்தில் இருக்கின்றன. அவற்றின் அற்புத வேலைப்பாடு நம்மை வசீகரிக்கிறது. ஆனால், அவற்றைச் சுற்றி இப்போது வளர்ந்துள்ள தொழிற்சாலை நகரம் அழகு வாய்ந்ததாக இல்லை.

இந்தக் காலகட்டத்தில்தான் போச்சுக்கீசியர் இந்தியாவுக்கு வந்தனர். வாஸ்கோடகாமா முதன் முதல் ஆப்பிரிக்காவின் நன்னம்பிக்கை

முனையைச் சுற்றி இந்தியாவுக்கு வந்தான். அவன் 1498ல் கள்ளிக் கோட்டையை அடைந்தான். அவனுக்கு முன் வந்த பல ஐரோப்பியர் இந்தியாவைப் பார்ப்பதற்கோ, வியாபாரம் செய்வதற்கோ வந்தார்கள். இப்போது வந்த போர்ச்சுக்கீசியரின் நோக்கம் வேறு. கிழக்கு உலகம் முழுவதையும் போப்பாண்டவர் அவர்களுக்கு வழங்கி- யிருந்தார். முதலில் கொஞ்சம் பேர்தான் வந்தார்கள். காலப்போக்கில் அவர்களுடைய கப்பல்கள் அதிகமாகின.

அவர்கள் சில கரையோர நகரங்களைக் கைப்பற்றினார்கள். அவற்றில் முக்கியமானது கோவா. அவர்கள் இந்தியாவுக்குள் அவர்கள் நுழையவே இல்லை. ஆனால், கடல் வழியாக வந்து இந்தியாவை முதன்முதலாக தாக்கிய ஐரோப்பியர்கள் அவர்கள்தான். அவர்கள் வந்து நெடுங்காலம் ஆனபிறகுதான் ஆங்கிலேயரும் பிரெஞ்சுக்காரரும் வந்தார்கள். தென்னிந்தியால் இருந்த பழைய அரசுகள் இப்போது பலம் குன்றிவிட்டன. உள்நாட்டு ஆபத்துகளை சமாளிப்பதில் அவற்றின் கவனம் திரும்பியிருந்தது.

குஜராத்தை ஆண்ட சுல்தான்கள் உதுமானியத் துருக்கிய ரோடு சேர்ந்து ஒரு போர்ச்சுக்கீசியக் கப்பற்படையை முறியடித்தார்கள். ஆனால், போர்ச்சுக்கீசியர் மறுபடியும் தங்களுடைய கடல் ஆதிக்கத்தை நிலை நாட்டினார்கள். ஆனால், குஜராத் சுல்தான்களை டில்லி மொகலாயர் அச்சுறுத்தினர். ஆகவே, அவர்கள் போர்ச்சுக்கீசியருடன் சமாதானம் செய்து கொண்டார்கள். ஆனால், போர்ச்சுக்கீசியர் துரோகம் செய்துவிட்டனர்.

14ஆம் நூற்றாண்டின் தொடக்கத்தில் தென்னிந்தியாவில் குல்பர்கா என்ற அரசும் அதற்கு தெற்கில் விஜயநகர அரசும் இருந்தன. குல்பர்கா அரசு பாமினி அரசு என்றும் அழைக்கப்பட்டது. இந்த அரசில் மகாராஷ்டிரம் முழுவதும், கர்நாடகத்தில் ஒரு பகுதி இருந்தது. 150 ஆண்டுகளுக்கு நீடித்த இந்த அரசு சிறப்பானது அல்ல. மக்கள் கடுமையான துயரத்தில் மூழ்கியிருந்தனர். 16ஆம் நூற்றாண்டின் தொடக்கத்தில் பாமினி அரசு சிதறியது. பீஜபூர், ஆமத்நகர், கோல்கொண்டா, பீடார், பீரார் என்ற ஐந்து சிறு அரசுகள் முளைத்தன.

பாமினி அரசுக்கு முன்பே, 200 ஆண்டுகளாக விஜயநகர அரசு இருந்தது. ஆனால், புதிதாக முளைத்த ஐந்து அரசுகளுக்கும் விஜயநகர அரசுக்கும் இடையில் ஓயாத சண்டை. தட்சிணத்தின் தலைமையை அடைய அவை போட்டியிட்டன. அவற்றுக்குள் கூட்டு ஏற்படுவதும்

அவை அடிக்கடி மாறுவதும் வழக்கமாக இருந்தன. ஒரு சமயம் ஒரு முஸ்லிம் அரசு ஹிந்து அரசோடு போட்டியிடும். இன்னொரு சமயம் ஒரு முஸ்லிம் அரசும் ஹிந்து அரசும் கூட்டு சேர்ந்து இன்னொரு முஸ்லிம் அரசோடு போரிடும்.

இவை வெறும் அரசியல் போராட்டங்கள்தான். ஏதேனும் ஒரு அரசு பலம் பெற்றால், மற்ற அரசுகள் அதற்கு எதிராக சேர்ந்து சண்டையிடும். கடைசியில் விஜயநகரின் பலத்தையும் செல்வத்தையும் பொறுக்காத முஸ்லிம் அரசுகள் அனைத்தும் சேர்ந்து 1565ல் தலைக்கோட்டை போரில் அதை ஒழித்துவிட்டன. 250 ஆண்டுகள் நீடித்த விஜயநகர அரசு முடிவுற்றது. அதன் தலைநகர் அழிந்தது.

வெற்றி பெற்ற முஸ்லிம் அரசுகளுக்குள் போர் மூண்டது. இதையடுத்து டில்லி மொகலாய பேரரசின் நிழல் அவற்றின் மீது விழுந்தது. போர்ச்சுக்கீசியரும் அவற்றுக்கு தொல்லை கொடுத்தார்கள். 1510ல் பீஜப்பூர் அரசில் இருந்த கோவாவைப் போர்ச்சுக்கீசியர் கைப்பற்றினார்கள். அவர்களின் தலைவனான அல்புகர்க் என்பவன் இப்போது கிழக்கு உலகம் முழுமைக்கும் அரசுப்பிரதிநிதி. பெண்கள், குழந்தைகள் உட்பட அனைவரையும் போர்ச்சுக்கீசியர் படுகொலை செய்தனர். இப்போது வரையில் அவர்கள் கோவாவில் இருக்கிறார்கள்.

இந்தத் தட்சிண அரசுகளில் விஜயநகரம், கோல் கொண்டா, பீஜபூர் ஆகியவற்றில் கோல்கொண்டா இப்போது பாழ்பட்டுக் கிடக்கிறது. பீஜபூரில் இன்னும் பல அரிய கட்டடங்கள் அழியாமல் இருக்கின்றன. விஜயநகரம் நிர்த்தூளியாகி விட்டது. ஏறக்குறைய இந்தக் காலத்தில் தான். கோல்கொண்டாவுக்கு அருகில் ஹைதராபாத் நகரம் உருவாக்கப்பட்டது. தென்னிந்திய கட்டடக் கலைஞர்கள் வட இந்தியா சென்று தாஜ்மஹால் கட்ட உதவினார்கள் என்று சொல்லப்படுகிறது.

மத விஷயங்களில் பொதுவாக சகிப்புத் தன்மை நிலவியது. ஆனால், மத வெறுப்புக்கும், மூடத்தனத்துக்கும் குறைவில்லை. அத்தகைய போர்களால் கொலைகளும் நாசமும் விளைந்தன. முஸ்லிம் அரசான பீஜபூரில் ஹிந்து குதிரைப்படையும், ஹிந்து அரசான விஜயநகரில் முஸ்லிம் காலாட்படையும் இருந்தன என்பது ஆச்சரியம் அல்லவா? நாகரிகம் பணக்கார நாகரிகமாக இருந்தது. வயல்களில் வேலை செய்யும் ஏழைகளுக்கு அதில் இடமில்லை. அப்படியிருந்தும், பணக்காரருடைய சுகபோக வாழ்வின் சுமையை அந்த ஏழைகள்தான் தாங்கினார்கள்.

விஜயநகரத் தலைநகரை 5 மன்னர்கள் கூட்டணி அமைத்து நாசம் செய்தனர்

77. அழிந்தது விஜயநகரம்

ஜூலை 15, 1932

தென்னிந்திய அரசுகளில் நீண்ட வரலாறு உடையது விஜயநகர அரசுதான் என்று கடந்த கடிதத்தில் பார்த்தோம். அங்கு வந்த வெளிநாட்டு பயணிகள் அந்த அரசு பற்றி எழுதி வைத்துள்ளனர். இதாலி நாட்டு பயணி நிகோலோ காண்டி 1420ல் வந்தார். ஹீரெட்டைச் சேர்ந்த அப்துல் ரஜாக் 1443ல் வந்தார். போர்ச்சுக்கீசியரான பெயிஸ் 1522ல் வந்தார். இன்னும் பலர் வந்தார்கள். தென்னிந்திய அரசுகளில் பீஜப்பூரைப் பற்றி பாரசீக பாஷையில் எழுதப்பட்ட நூலும் உண்டு. அது அக்பர் காலத்தில் எழுதப்பட்டது. நாம் பேசுகிற காலத்துக்குச் சிறிது பிந்தி எழுதப்பட்டது. முகலாயர் ஆட்சி குறித்து பொரிஷ்டா எழுதிய சரித்திர நூல் இலக்கிய உலகில் ஒரு புது வழியைக் காட்டியது. அதைத்தான் மற்றவர்கள் பின்பற்றினார்கள்.

வெளிநாட்டுப் பயணிகளின் பார்வையில் விஜயநகர அரசு குறித்து எழுதப்பட்ட சில பகுதிகளை இங்கே தருகிறேன்.

1336 வாக்கில் விஜயநகர் உருவாக்கப்பட்டது. இப்போது கர்நாடகம் எனப்படும் பகுதியில் அது இருந்தது. அது ஹிந்து அரசாக இருந்ததால், தெற்கில் இருந்த முஸ்லிம் அரசுகளில் இருந்து ஹிந்துக்கள் பலர் அங்கு தஞ்சம் புகுந்தார்கள். சில

ஆண்டுகளுக்குள் தெற்கில் அதன் ஆதிக்கம் பரவியது. விரைவில் அது தெற்கு பகுதியில் முதன்மையான வல்லரசு ஆகியது.

அதன் செல்வச் சிறப்பைப்பற்றி பெரிஷ்டா ஒரு இடத்தில் இப்படி எழுதியிருக்கிறார். 1406ல் ஒரு முஸ்லிம் பாமினி அரசன் விஜயநகர அரச குடும்பப் பெண்ணை திருமணம் செய்ய வந்தானாம். அவனை வரவேற்க தலைநகர வீதியில் 6 மைல் தூரத்துக்கு பட்டு, வெல்வெட்டு விரிப்புகள் பரப்பி இருந்ததாம். எத்தகைய கேவலமான, கொடுமையான, பணவிரயம் பார்த்தாயா!

1420ல் வந்த இதாலி நாட்டு நிகோலோ காண்டி, விஜயநகர தலைநகரின் சுற்றளவு அறுபது மைல் என்று கூறுகிறார். அங்கே வனங்கள் இருந்ததால் பரப்பளவு பெரியதாயிருந்தது. விஜயநகரை ஆண்ட அரசருக்கு ராயர் என்று பொதுப்பெயர் இருந்தது. அந்தக் காலத்தில் இந்தியாவிலேயே அதிக பலம் வாய்ந்த அரசர் ராயர்தான் என்று காண்டி கூறுகிகிறார்.

மத்திய ஆசியாவிலிருந்து வந்த அப்துல் ரஜாக் பார்வை இப்படி இருக்கிறது. விஜயநகருக்கு அவர் வரும் வழியில் மங்களூருக்கு அருகில், பித்தளையால் உருவாக்கப்பட்ட கோவில் இருந்ததாம். அதற்கு அடுத்து பேலூரில், இன்னொரு கோவிலைக் பார்த்தாராம். இந்தக் கோவில்களைப் பற்றி அவர் வர்ணித்திருப்பதை நான் சொன்னால் மிகையாக இருப்பதாக நினைப்பார்கள் என்பதால் அதை நான் தவிர்க்கிறேன். இந்தக் கோவில்களை பார்த்த பிறகு விஜயநகரை அடைந்தாராம்.

அந்த நகரைப் போல ஒன்றை உலகம் முழுவதும் பார்த்ததில்லை என்கிறார். கடை வீதிகளில் நீளமாகவும் அகலமாகவும் இருந்தது என்கிறார். அங்கு வாசம் மிகுந்த மலர்கள் எப்போதும் கிடைக்கும். அந்த நகர மக்களுக்கு மலர்கள் மிகவும் முக்கியம் என்று சொல்கிறார். ரத்தின வியாபாரிகள் ரத்தினங்களையும் முத்துக்களையும், வைரம், மரகதம் ஆகிய விலையுயர்ந்த கற்களை கடைகளில் பாதுகாப்பின்றி விற்பனை செய்கிறார்கள். மனதுக்கு இதமான இடத்துல் அரசரின் அரண்மனை இருக்கிறது. அங்கு, கற்களால் கட்டப்பட்ட அழகிய பல வாய்க்கால்களில் நீர் ஓடுகிறது. அதன் பெருமையை எழுதுவது இயலாத காரியம் என்று எழுதி வைத்துள்ளார்.

இவர்தான் இப்படி கூறுகிறார் என்றால், போர்ச்சுக்கீசியரான பெயிஸ் என்பவர், 1522ல் வந்தார். ரஜாக் கூறுவது அதிகப்படியாக

இருக்கிறது என்று நினைத்தால், அதெல்லாம் உண்மைதான் என்பதைப் போல இவர் எழுதி இருக்கிறார். "விஜயநகரின் தலைநகரம் ரோமாபுரியைப் போல் பெரியதாகவும் பார்ப்பதற்கு மிகவும் அழகாகவும் இருக்கிறது" என்று அவர் சொல்கிறார். அந்த நகரின் அதிசயங்களையும், அங்குள்ள நீர்நிலைகள், பழத்தோட்டங்கள் அழகை அவர் விரிவாக எழுதியிருக்கிறார். 'இதைப்போல் சகல வளங்களும் கொழிக்கும் நகரம் உலகில் வேறெங்கும் இல்லை. மற்ற நகரங்களில், தேவையான பொருள்களும் பண்டங்களும் கிடைக்காமற் போவதும் உண்டு. ஆனால் இது அப்படி அல்ல' என்று அவர் சொல்கிறார்.

அரண்மனையில் ஒரு அறை முழுவதும் தந்தத்தால் கட்டப்பட்டதாம். கீழ்த்தளம், சுவர்கள், மேற்கூறை எல்லாம் தந்தமாம். குறுக்கு உத்திரங்களைத் தாங்கும் தூண்களின் உச்சியில், தாமரை, ரோஜா முதலிய பூவேலைகள் எல்லாமே தந்தத்தில் செய்யப்பட்டு இருந்ததாம். அவற்றிள் வேலைப்பாடையும் அழகையும் சொல்ல வார்த்தை இல்லை. மொத்தத்தில் அவற்றுக்கு அவைதான் இணை என்று கூறுகிறார்.

நகரை இப்படி வர்ணிக்கும் பெயிஸ், அரசரைப் பற்றி என்ன சொல்கிறார் பார்ப்போம்...

மன்னர் கிருஷ்ணதேவராயர் சிறந்த போர்வீரர். பகைவரிடமும் கருணை காட்டுபவர். இலக்கியங்களையும் கலைகளையும் ஆதரித்தவர். மக்கள் விரும்பும் மன்னர். அளவில்லாமல் கொடுக்கும் வள்ளல். அவருடைய புகழ் தென்னிந்தியாவில் நிலைபெற்றுள்ளது. அவர் 1509ல் இருந்து 1529 வரை ஆட்சி செய்தார். அவர் உயரமான தோற்றத்துடன் சிவந்த நிறம் உடையவர் என்கிறார். அவரைப் போன்ற உத்தமமான அரசன் உலகில் வேறெங்கும் இல்லை. இனிமையான சுபாவம் உடையவர். எப்போதும் மகிழ்ச்சியாக இருப்பார். வெளிநாட்டவரை அன்புடன் வரவேற்று உபசரிப்பார். அவர்கள் எப்படிப்பட்டவர் ஆனாலும் அவர்களைப்பற்றி முழுவதுமாக விசாரிப்பார் என்றெல்லாம் புகழ்கிறார்.

விஜயநகர பேரரசு தென்னிந்தியா முழுவதும், கீழ்க்கரையிலும் வியாபித்திருந்தது. அது மைசூரையும், திருவாங்கூரையும், தற்போதைய சென்னை மாகாணம் முழுவதையும் உள்ளடக்கியதாக இருந்தது.

1400ல் நகரத்துக்கு நல்ல தண்ணீர் கொண்டு வருவதற்காகப் பெரிய நீர்ப்பாசன மராமத்து வேலைகள் செய்யப்பட்டன. ஒரு

ஆறு முழுவதையும் அணைகட்டித் தடுத்துப் பெரிய நீர்த்தேக்கத்தை கட்டினார்கள். அதிலிருந்து 15 மைல் நீளமுள்ள கால்வாய் வழியாக நகருக்குத் தண்ணீர் சென்றது. அது பெரும்பாலும் பாறையைக் குடைந்து வெட்டப்பட்டதாகும்.

விஜயநகரம் இவ்வாறு இருந்தது. செல்வத்தாலும் அழகாலும் கர்வம் மிகுந்து, வீரத்தில் சிறந்தும் நின்றது. விஜயநகர பேரரசுக்கும் அதன் தலைநகருக்கும் அவ்வளவு விரைவில் அழிவு காலம் வரும் என்று யாரும் நினைக்கவில்லை. பெயிஸ் வந்து போன நாற்பத்து மூன்று ஆண்டுகளில் பேரரசுக்கு திடீரென்று ஆபத்து ஏற்பட்டது. விஜயநகரைக் கண்டு பொறாமை கொண்ட மற்ற தென்னிந்திய அரசுகள் ஒன்று சேர்ந்து அதை அழிக்க உறுதி கொண்டன. அப்போதும் கூட அது தன்னை தற்காத்துக் கொள்ள முடியும் என்று நம்பியிருந்தது. விரைவில் அது அழிந்துவிட்டது.

1565ல் தென்னிந்திய அரசுகள் கூட்டணி அமைத்து விஜயநகரைத் தோற்கடித்தன என்று முன்பே பார்த்தோம். அங்கு வாழ்ந்த மக்கள் பயங்கரமாக கொல்லப்பட்டனர். அந்த மாநகரை எதிரிகள் நாசம் செய்தார்கள். அழகிய ஆலயங்கள், அரண்மனைகள், மாளிகைகள் எல்லாமே அழிக்கப்பட்டன. சிறந்த சிற்ப வடிவங்களும், செதுக்கு வேலைப்பாடுகளும் உடைத்து எறியப்பட்டன. கொளுத்தக் கூடிய எல்லாவற்றையும் ஒன்றுவிடாமல் கொளுத்தினார்கள்.

ஒரு ஆங்கில வரலாற்றாசிரியர் இப்படிக் கூறுகிறார்... "உலக வரலாற்றில் இத்தகைய நாசம் இதுவரை நிகழ்ந்ததில்லை. அதுவும் இவ்வளவு அழகான ஒரு நகரம் இவ்வளவு திடீரென்று யாராலும் அழிக்கப்பட்டதில்லை. இன்று பார்த்தால் சகல வளங்களும் மிக்கதாக இருக்கிறது அந்த நகரம். ஏராளமான மக்கள் அங்கு வசிக்கிறார்கள். அவர்களுடைய செல்வப் பெருமைக்கும் தொழில் திறமைக்கும் அளவில்லை. அத்தகைய ஒரு நகருக்கு மறுநாள் நேரும் கதி என்ன? பகைவர்கள் அதைக் கைப்பற்றுகிறார்கள். சூறையாடுகிறார்கள். நிர்மூலமாக்குகிறார்கள். மக்கள் மிருகத்தனமாக கோரக் கொலைக்கு ஆளாகிறார்கள். அந்த அக்கிரமத்தையும் அநியாயத்தையும் நாவினால் சொல்லவும் கூடவில்லை" என்கிறார்.

செங்ஹோ என்பவனின் தலைமையில் ஒரு பெரிய கடற்படையை அனுப்பிவைத்தார். அந்தப் படையைச் சேர்ந்த சில கப்பல்கள் 400 அடி நீளம் இருந்தனவாம்.

78. நான்கு பேரரசுகளின் முடிவு

ஜூலை 17; 1932

நீண்ட இடைவெளிக்குப் பிறகு மலாயாசியா மற்றும் கிழக்குத் தீவுக் குடியிருப்புகளையும் பற்றி பார்ப்போம். 46ஆவது கடிதத்திற்கு பிறகு 78 ஆவது கடிதத்தில் அவற்றைப் பற்றி மீண்டும் சொல்லப் போகிறேன். இரண்டு மாதங்களுக்கு முன், கம்போடியா, அங்கோர், சுமத்திரா, ஸ்ரீவிஜயம் ஆகிய குடியேற்றங்கள் குறித்து நான் உனக்கு எழுதியதில் கொஞ்சமாவது உனக்கு நினைவிருக்கிறதா?

இருந்தாலும், மீண்டும் சுருக்கமாக ஒரு ஃப்ளாஷ் பேக் பார்த்து விடலாம். இந்தோ - சீனாவில் பல நூற்றாண்டுகளுக்கு முன் இந்தியக் குடியேற்றங்கள் உருவாகின. அப்படி ஒரு குடியேற்றம்தான் கம்போடியா. அது பேரரசாக வளர்ந்தது. ஆனால், கி.பி.1300ல் இயற்கைச் சீற்றம் காரணமாக அது அழிந்தது என்று கூறியிருந்தேன்.

கம்போடியா பேரரசு சிறப்பாக இருந்த சமயத்திலேயே, கடலுக்கு அப்பால் சுமத்திரா தீவில் ஸ்ரீவிஜயம் என்ற இன்னொரு பேரரசு இருந்தது. கம்போடியாவுக்குப் பிறகு உருவாகி, அது அழிந்தபிறகு நீடித்தது இந்தப் பேரரசு. ஸ்ரீவிஜயத்தின் முடிவுக்கு மனிதனே முடிவு கட்டினான். 300 ஆண்டுகள் வளர்ந்து, கிழக்குத் தீவுகள் அனைத்தையும் ஆதிக்கம் செலுத்தியது ஸ்ரீவிஜயம் பேரரசு.

சில காலம் இந்தியா, இலங்கை மற்றும் சீனாவிலும் அது பரவியிருந்தது. அது வியாபாரப் பேரரசாக இருந்தது. ஆனால், அதற்கு அருகிலேயே ஜாவா என்ற தீவின் கிழக்குப் பாகத்தில், இன்னொரு வியாபார அரசு எழுந்தது. இது ஒரு ஹிந்து ராஜ்யம். இது ஸ்ரீவிஜயத்துக்குப் பணிந்து போக மறுத்தது

9ஆம் நூற்றாண்டின் தொடக்கத்தில் இருந்து 400 ஆண்டுகள் பலத்துடன் இருந்தது ஸ்ரீவிஜயம் பேரரசு. அது, கிழக்கு ஜாவா அரசை மிரட்டி வந்தது. ஆனால், அது தனது சுதந்திரத்தை காப்பாற்றி வந்தது. அங்கு அருமையான கற்கோயில்கள் பலவற்றைக் கட்டியது. இவற்றில் மிகவும் சிறந்த பொரபுதூர் கோயில்கள் இன்றும் இருக்கின்றன. ஸ்ரீவிஜயத்தின் ஆதிக்கத்திலிருந்து தப்பிய கிழக்கு ஜாவா அரசு, ஸ்ரீவிஜயம் பேரரசை அச்சுறுத்தத் தொடங்கியது.

ஜாவாவுக்கும் சுமத்திராவுக்கும் ஏற்பட்ட போட்டியைத் தற்கால வல்லரசுகளின் போட்டியோடு ஒப்பிடலாம். உதாரணமாக இங்கிலாந்து - ஜெர்மனி போட்டியோடு, ஒப்பிட்டுப் பார்க்க நான் ஆசைப்படுகிறேன். ஸ்ரீவிஜயத்தை அடக்கி, தன் வியாபாரத்தைப் பெருக்க தனது கப்பற்படையை அதிகரித்தது. அது போருக்காகப் பல பெரிய கடற்படைகளை அனுப்பியது. ஆனால், பல ஆண்டுகள் எதிரியோடு மோதவில்லை. 13ஆவது நூற்றாண்டின் இறுதியில் மத்திய பாஹிதம் என்ற ஒரு நகரம் உருவாக்கப்பட்டது. அது, ஜாவா அரசுக்கு தலைநகர் ஆகியது.

இந்நிலையில்தான் மங்கோலிய அரசுக்கு செலுத்த வேண்டிய கப்பத்தை வசூலிக்க, மகா கான் குப்ளே தூதர்களை அனுப்பினான். ஜாவா அரசு கப்பம் தர மறுத்ததுடன், தூதர்களையும், மகாகானையும் அவமதித்து தூதர்களின் நெற்றியில் பச்சைகுத்தி அனுப்பியது. மகா கானை அவமதித்த நாடுகள் நல்லா வாழ்ந்த வரலாறு இல்லை. ஜாவா அரசின் நல்ல காலம், மங்கோலியர்கள் அமைதியான குணம் கொண்டவர்களாக மாறியிருந்தனர்.

இருந்தாலும் ஜாவா அரசுக்கு பாடம் கற்பிக்க கடற்படையை அனுப்பினான் மகா கான். அந்த கடற்படை ஜாவா அரசை வென்று அந்த நாட்டு அரசனைக் கொன்றது. அதற்குமேல் அதிகச் சேதம் ஒன்றும் விளைவிக்கவில்லை. மங்கோலியருடைய இயல்பையும் மாற்றிவிட்ட சீன மண்ணின் பெருமையே பெருமை!

சீனப்படையிடம் பெற்ற தோல்வி ஜாவாவுக்கு நன்மையாக முடிந்தது. இனி ஜாவை அரசை மத்திய பாஹித பேரரசு என்று அழைப்போம். அந்த அரசு அதிக பலம் பெற்றது. சீனரின் வருகையோடு ஜாவாவுக்குத் துப்பாக்கிகளும் வந்து சேர்ந்தன. அதற்குப்பின் நிகழ்ந்த போர்களில் மத்திய பாஹிதம் அடைந்த வெற்றிக்கு துப்பாக்கிகளும் ஒருவேளை காரணமாக இருக்கலாம்.

மத்திய பாஹித பேரரசு விரிவடைந்தது. திறமைமிக்க தரைப்படையும் கடற்படையும் அரசாங்கத்தின் திட்டங்களை நிறைவேற்றி நாடுகளைக் கைப்பற்றின. இந்தச் சமயத்தில் சுஹிதா ராணி என்பவள் ஆட்சி செய்தாள். அங்கு வழங்கிய வரி முறையும், கடற் சுங்கம், உள்நாட்டுச் சுங்கம், உள்நாட்டுத் தீர்வை ஆகியவையும் மிகவும் சிறப்பான முறையில் அமைந்திருந்தன. அரசாங்கத்தில் குடியேற்றத் துறை, வர்த்தகத் துறை, பொது சுகாதாரத் துறை, உள்நாட்டுத் துறை, ராணுவத் துறை போன்ற துறைகள் இருந்தன. இரண்டு தலைமை நீதிபதிகளையும் ஏழு நீதிபதிகளையும் கொண்ட ஒரு உயர்நீதிமன்றம் இருந்தது. பிராமணப் புரோகிதர்கள் அதிகமான அதிகாரம் செலுத்தியதாகத் தெரிகிறது. ஆனால், அவர்கள் அரசனுக்கு அடங்கியிருந்ததாகவும் கருதப்படுகிறது.

மத்திய பாஹித பேரரசு, ஒரு வியாபார பேரரசு ஆகும். அதாவது, அங்கிருந்து வெளிநாடுகளுக்கு அனுப்பப்படும் பொருள்கள், வெளிநாடுகளிலிருந்து இறக்குமதி ஆகும் பொருள்கள் சார்ந்த வியாபாரம். இத்தகைய வியாபாரங்கள் கவனமில்லாமல் நடத்தப்படுவது இயற்கைதான். முக்கியமாக இந்தியா, சீனா, அதன் குடியேற்ற நாடுகள் இவற்றுடன் வியாபாரங்கள் நடந்தன. ஸ்ரீவிஜயம் பேரரசுடன் மோதல் போக்கு நீடித்தவரை அந்த பேரரசுடனும் அது சார்ந்த குடியேற்ற நாடுகளுடனும் வியாபார வாய்ப்பு இல்லை.

ஜாவா அரசு பல நூற்றாண்டுகள் நிலைபெற்று இருந்தாலும், மத்திய பாஹித பேரரசு 1335லிருந்து 1380 வரைதான் சிறப்பாக இருந்தது. அதாவது 45 ஆண்டுகள். இந்தக் காலத்தில் தான், அதாவது 1377ஆம் ஆண்டில், அது ஸ்ரீவிஜயம் பேரரசை கைப்பற்றி அழித்துவிட்டது. பிறகு, அதற்கும் அன்னாம், சையாம், கம்போடியா ஆகிய நாடுகளுக்கும் உறவு நீடித்தது.

மத்திய பாஹித நகரம் அதிக அழகும் வளமும் வாய்ந்தது. அதன்

நடுவில் ஒரு பெரிய சிவாலயமும், அழகிய பல மாடமாளிகைகளும் அந்த நகரில் இருந்தன. வேறு பல பெரிய நகரங்களும் துறைமுகங்களும் ஜாவாவில் இருந்தன. ஸ்ரீவிஜயம் பேரரசை அழிந்த பின்பு, மத்திய பாஹிதம் பேரரசு அதிக காலம் நீடிக்கவில்லை. 1426ல் ஒரு பெரிய பஞ்சம் உண்டாயிற்று. இரண்டு ஆண்டுகளுக்குப் பிறகு மத்திய பாஹிதம் பேரரசு அந்தஸ்தை இழந்தது. அதற்குப்பின் 50 ஆண்டுகள் வரையில் அது ஒரு சுதந்திர நாடாக மட்டும் இருந்துவந்தது. பிறகு முஸ்லிம் அரசான மலாக்கா அதை அடிமைப்படுத்தியது.

முதன்முதலில் இந்தியக் குடியேற்றம் தொடங்கியபோது, கிறிஸ்தவ சகாப்தம் தொடங்கியது. இப்போது நாம் கி.பி. 15ஆம் நூற்றாண்டில் இருக்கிறோம். ஆகவே, இக் குடியேற்றங்களின் 1400 ஆண்டுகால வரலாறை இரண்டு கடிதங்களில் ஆராய்ந்து விட்டோம். கம்போடியா, ஸ்ரீவிஜயம், மத்திய பாஹிதம் ஆகிய இம்மூன்று பேரரசுகளும் தனித்தனியாக நூற்றுக் கணக்கான ஆண்டுகள் நிலைத்திருந்தன. இந்த நீண்டகாலப் பகுதிகளை நாம் நினைவில் வைக்க வேண்டியது அவசியம். சிற்பக் கலையை அவற்றின் உயிர் என்றும், வியாபாரத்தை அவற்றின் மூச்சு என்றும் கூறலாம். அங்கே, இந்தியக் கலை, சீனக் கலையுடன் இனிமையாக கலந்து மிளிர்ந்தது.

இந்த இந்திய குடியேற்றங்களுக்கு அருகே இருந்த பர்மா, சையாம் ஆகியவை எனக்கு சரியாக தெரியவில்லை. இந்த இரண்டு நாடுகளிலும் பலம் பொருந்திய அரசுகள் இருந்தன. இரண்டிலும் பௌத்தமும் பரவியது. ஒருமுறை மங்கோலியர் பர்மா மீது படையெடுத்து வந்தார்கள். சையாம் மீது சீனா எப்போதும் படையெடுத்துச் சென்றதில்லை. ஆனால், பர்மா, சையாம் இரண்டும் சீனாவுக்குக் கப்பம் செலுத்தி வந்தன. அதைக் கப்பம் என்று சொல்வதைவிட காணிக்கை என்று சொல்லலாம்.

மங்கோலியர் பர்மாவின் மீது படையெடுத்து வருவதற்கு முன், வடக்கு பர்மாவிலுள்ள பேகன் என்ற நகரம் 200 ஆண்டுகள் வரை பர்மாவின் தலைநகராக இருந்தது. அழகுவாய்ந்த நகரமான அதற்கு இணையாக அங்கோர் நகரத்தை மட்டுமே சொல்ல முடியுமாம். அந்த நகரில் ஆனந்தாலயம் என்ற கட்டடம்தான் அழகானதாம். உலகில், பௌத்த சிற்பக் கலையின் தலைசிறந்த சின்னங்களுள் ஒன்றாக அது இருந்தது. வேறு பல அழகிய கட்டடங்களும் அங்கு இருந்தன.

பேகன் நகரின் அழிவுகள் இன்றும் பார்க்க அழகாயிருக்கின்றன. 11ஆவது நூற்றாண்டிலிருந்து 13ஆவது நூற்றாண்டு வரை பெருமை வாய்ந்த நகராக அது இருந்தது.

வட பர்மாவும் தென் பர்மாவும் வேறுவேறாக இருந்து வந்தன. 16ஆவது நூற்றாண்டில், தென் பர்மாவில் ஒரு பெரிய அரசன் தோன்றி இரண்டையும் ஒன்று சேர்த்தான். அவனுடைய தலைநகர் தென் பர்மாவிலுள்ள பெகு என்பது. திடீரென்று பர்மாவைப் பற்றியும் சையாமைப் பற்றியும் சிறிது சுருக்கமாகக் கூறியதால் நீ குழப்பம் அடையமாட்டாய் என்று நம்புகிறேன். இந்து ஆசியாவின் வரலாற்றில் ஒரு அத்தியாயத்தின் முடிவை நாம் அடைந்திருக்கிறோம். ஆகவேதான், நமது ஆராய்ச்சியில் அவற்றைச் சேர்ந்த எல்லா நாடுகளையும் கவனிக்க வேண்டியது அவசியமாகிறது. நான் ஏற்கெனவே கூறியுள்ளபடி, ஆசியாக் கண்டத்தின் தென்கிழக்குப் பகுதியில் உள்ள தேசங்களான பர்மா, சையாம், இந்தோசீனா ஆகியவை சீனாவால் அதிகமாகப் பாதிக்கப்பட்டன. தென் கிழக்குத் தீவுகளும், மலாய் தீபகற்பமும் இந்தியாவால் அதிகமாகப் பாதிக்கப்பட்டன.

விரைவிலேயே இங்கு அரேபியர்களின் ஆதிக்கம் வரப்போகிறது. பர்மாவும், சையாமும் இதனால் பாதிக்கப்படவில்லை. ஆனால், மலாய் நாடும், தீவுகளும் அவர்களுக்கு பணிகின்றன. அங்கே ஒரு முஸ்லிம் பேரரசு விரைவில் தோன்றி வளர்கிறது.

அரேபிய வியாபாரிகள் ஆயிரம் ஆண்டுகளுக்கு மேலாக இந்தத் தீவுகளில் குடியேறி வியாபாரம் செய்து வந்தார்கள். அரசு விவகாரங்களில் தலையிடுவதில்லை. 14ஆவது நூற்றாண்டில் முஸ்லிம் மதப்பிரசாரகர்கள் அரேபியாவிலிருந்து வந்தார்கள். சில சிற்றரசர்களைத் தங்கள் மதத்துக்கு மாற்றினார்கள்.

இதற்கிடையில், மத்திய பாஹிதம் பேரரசு விரிவடைந்து ஸ்ரீவிஜயத்தை நெருக்கியது. ஸ்ரீ விஜயம் பேரரசு அழிந்தபோது அங்கிருந்த பலர் மலாய் தீபகற்பத்தின் தென்பாகத்துக்குச் சென்றனர். அங்கே மலாக்கா என்ற நகரை உருவாக்கினார்கள். அந்த நகரமும், மற்ற அரசுகளும் விரைவில் வளர்ந்தன. கி.பி.1400க்குள் அது பெரிய நகரமாகி விட்டது. மத்திய பாஹித பேரரசில் அடிமைகளாக வாழ்ந்த பலருக்கு ஜாவா நாட்டவரைக் கண்டாலே பிடிக்கவில்லை.

அந்த அளவுக்கு அவர்கள் கொடுங்கோலர்களாக இருந்தனர். மத்திய பாஹித பேரரசில் வாழ்வதைக் காட்டிலும் புதிய மலாக்கா அரசுக்கு போய்விடுவது மேல் என்று பலர் கருதினார்கள். அந்தக் காலத்தில் சையாம் நாட்டிலும் அரசனுடைய கொடுமை அதிகமாக இருந்தது. அங்கிருந்தும் பலர் மலாக்காவுக்கு வந்தனர். அங்கே முஸ்லிம்களும் பவுத்தர்களும் இருந்தனர். பவுத்தர்கள்தான் முதலில் ஆட்சிப் பொறுப்பில் இருந்தனர். ஆனால், பிறகு அவர்கள் இஸ்லாம் மார்க்கத்தில் இணைந்துவிட்டார்கள்.

மலாக்காவும், அந்தப் பகுதியில் இருந்த புதிய அரசுகள் பலவும் மிகப்பெரிய ஆபத்தில் இருந்தன. எனவே, அவை மொத்தமாக சீனாவின் உதவியை நாடின. எல்லாமே முஸ்லிம் அரசுகள் ஆகும். இது ஆச்சரியமாக இருந்தாலும், எதிரி பலமானவனாக இருந்திருக்கலாம் என்று கருத இடமிருக்கிறது.

மலாயாசிய நாடுகளின் விவகாரத்தில் தலையிட சீனா விரும்பியதே இல்லை. நட்புடன் இருப்பதையே விரும்பியது. ஆனால், இந்தப் பழைய கொள்கையை மாற்றி, இந்த நாடுகளின் விவகாரங்களில் அதிக அக்கறை எடுக்க மிங் பேரரசர் விரும்பியதாகத் தெரிகிறது. எனவே, அவர் செங்ஹோ என்பனின் தலைமையில் ஒரு பெரிய கடற்படையை அனுப்பிவைத்தார். அந்தப் படையைச் சேர்ந்த சில கப்பல்கள் 400 அடி நீளம் இருந்தனவாம்.

செங்ஹோ தன் படையுடன் பிலிப்பைன்ஸ், ஜாவா, சுமத்திரா, மலாய் தீபகற்பம் முதலிய தீவுகளுக்கும், இலங்கைக்கும் சென்று, அவற்றை வென்றான். இலங்கை அரசனைச் சீனாவுக்குக் கொண்டு போனான். அவனுடைய கடைசிப் பயணத்தில் அவன் பாரசீக வளைகுடா வரை சென்றான். 15ஆவது நூற்றாண்டின் தொடக்கத்தில் செங்ஹோ செய்த கடல் பயணங்கள் அவன் சென்ற நாடுகளில் பெரிய மனமாற்றத்தை ஏற்படுத்தின. ஹிந்து மத்திய பாஹிதத்தையும், பௌத்த சையாமையும் அடக்க அவன் விரும்பினான். எனவே, முஸ்லிம் மலாக்காவை வேண்டுமென்றே ஆதரித்தான். அவனுடைய பெரிய கடற்படை அளித்த பாதுகாப்பின் கீழ் மலாக்கா அரசு உறுதியாக நிலைபெற்றது. செங்ஹோவின் நோக்கங்கள் முழுவதும் அரசியல் சம்பந்தமானவை. மதத்துக்கும் அவற்றுக்கும் எந்தத் தொடர்பும்

இல்லை. அவனே ஒரு பௌத்தன் என்பது இங்கே முக்கியம்.

ஆகவே, மத்திய பாஹிதத்தை எதிர்த்த நாடுகளுக்கு மலாக்கா தலைமை வகித்தது. அதன் பலம் பெருகியது. மெள்ளமெள்ள அது ஜாவாவுக்குக் கிழக்கேயுள்ள நாடுகளைப் கைப்பற்றியது. 1478ல் அது மத்திய பாஹித நகரையே கைப்பற்றியது. பிறகு அரசாங்கத்திலும் இஸ்லாம் மதத்தை பின்பற்ற தொடங்கினார்கள். ஆனால், இந்தியாவைப் போலவே கிராமப்புறங்களில் இஸ்லாம் பரவவில்லை.

மலாக்கா பேரரசும் ஸ்ரீவிஜயம், மத்திய பாஹிதம் போல நீண்டகாலம் வாழ்ந்திருக்கலாம். ஆனால், அதற்கு அந்த வாய்ப்பு இல்லை. இதற்கிடையில் போர்ச்சுக்கீசியர் வந்து குறுக்கிட்டார்கள். சில ஆண்டுகளுக்குள் 1511ல் மலாக்கா அவர்கள் வசமாயிற்று. ஆகவே இந்த பேரரசுகளில் நான்காவதாகத் தோன்றிய மலாக்கா பேரரசு ஐந்தாவது பேரரசுக்கு இடம் கொடுத்தது. ஆனால், அந்த ஐந்தாவது பேரரசும் அதிக நாள் நீடிக்கவில்லை. வரலாற்றிலேயே முதல் தடவையாக, ஐரோப்பா தனது பலாத்காரத்தை பயன்படுத்தி, கிழக்குக் கடலில் ஆதிக்கம் செலுத்தத் தொடங்கியது.

செங்ஹோ தன் படையுடன் பிலிப்பைன்ஸ், ஜாவா, சுமத்திரா, மலாய் தீபகற்பம் முதலிய தீவுகளுக்கும், இலங்கைக்கும் சென்று, அவற்றை வென்றான். அவனுடைய கடைசிப் பயணத்தில் அவன் பாரசீக வளைகுடா வரை சென்றான்.

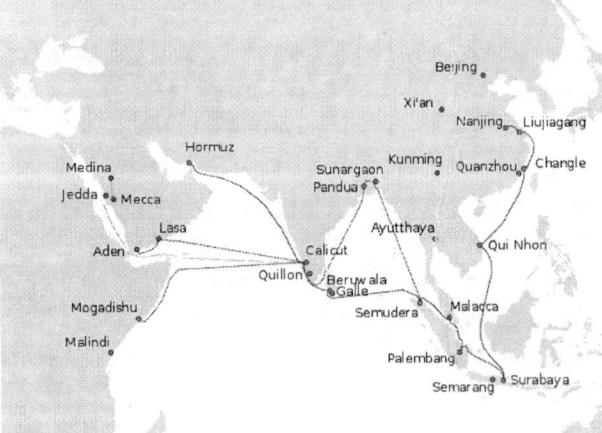

ஸ்பானிய கப்பல்களை கொள்ளையடிக்கும் ஆங்கிலேய கடற்படை தலைவன் பெயர் பெயர் சர் பிரான்சிஸ் டிரேக்

79. கிழக்கு ஆசியாவில் ஐரோப்பிய ஆதிக்கம்

ஜூலை 19, 1932

மலாயாசியாவுக்கு போர்ச்சுக்கீசியர் வந்த நேரம், ஸ்பானியரும் வந்து சேர்ந்தார்கள். போர்ச்சுக்கீசியருக்கு கிழக்கு உலகம் என்று போப்பாண்டவர் கூறியிருந்தாரே, ஸ்பானியர் எப்படி வந்தார்கள்? ஸ்பானியர் மேற்கு நோக்கியே சென்றார்கள் என்றாலும், அவர்கள் தென்னமெரிக்காவைச் சுற்றிக்கொண்டு மலாயாசியாவுக்கு வந்தார்கள். அதாவது, போர்ச்சுகல் ஆப்பிரிக்காவைச் சுற்றிக்கொண்டு இந்தியாவுக்கு வந்து, பின்னர் மலாயாசியாவுக்கும், ஸ்பெயின் அமெரிக்காவை அடைந்து, அதன்பிறகு தென் அமெரிக்காவைச் சுற்றி மலாயாசியாவுக்கும் வந்து சேர்ந்தது.

பூமத்திய ரேகையை அடுத்த வெப்பப் பிரதேசங்களில் தான் மிளகு உள்ளிட்ட வாசனைத் திரவியங்கள் விளைகின்றன என்பது உனக்குத் தெரிந்திருக்கும். தென்னிந்தியாவிலும் இலங்கையிலும் சிறிது விளைகின்றன. அவை பெரும்பாலும் 'மலுகாஸ்' என்று அழைக்கப்படும் மலாயாசியத் தீவுகளில் விளைந்தன. ஐரோப்பாவில் வாசனைத் திரவியங்களுக்கு எப்போதுமே அதிக கிராக்கி இருந்து வந்தது. அதனால், அவை ஒழுங்காக அனுப்பப்பட்டு வந்தன.

ரோமாபுரி வாழ்ந்த காலத்தில் அங்கு மிளகு எடைக்கு எடை

பொன் கொடுத்து வாங்கப்பட்டது. இந்த வியாபாரம் நெடுங்காலம் வரை இந்தியர் கையில் இருந்தது. பிறகு அது அரேபியர் கைக்கு மாறியது. வாசனைத் திரவியங்கள் மீதிருந்த மோகமே போர்ச்சுக்கீசியரையும் ஸ்பானியரையும் உலகில் வெவ்வேறு திக்குகளில் இழுத்துச்சென்றது. இறுதியில் மலாயாசியாவில் அவர்களை ஒன்றுசேர்த்துவிட்டது. ஆனால், இந்த முயற்சியில் போர்ச்சுக்கீசியர் முந்தி விட்டார்கள். ஸ்பானியருக்குக் கிழக்கு நோக்கிய பயணத்தில், அமெரிக்காவில் சற்று அதிகமான வேலை ஏற்பட்டுவிட்டது. அது மிகுந்த லாபகரமான வேலை என்பதால் அதிக தாமதம் ஏற்பட்டுவிட்டது.

வாஸ்கோடகாமா நன்னம்பிக்கை முனை வழியாக இந்தியா சென்று சேர்ந்தார். அதையடுத்து, பல போர்ச்சுக்கீசியக் கப்பல்கள் அதே வழியாக மேலும் கிழக்கு நோக்கிப் பயணித்தன. அந்தச் சமயத்தில் வாசனைத் திரவிய வியாபாரமும் மற்ற வியாபாரங்களும் மலாக்கா பேரரசின் ஆதிக்கத்தில் இருந்தன. உடனே அரேபிய வியாபாரி களுக்கும் போர்ச்சுக்கீசியருக்கும் மோதல் ஏற்பட்டது. போர்ச்சுக்கீசிய அரசுப் பிரதிநிதியான அல்புகர்க் 1511ல் மலாக்காவைக் கைப்பற்றி முஸ்லிம் வியாபாரத்துக்கு முற்றுப்புள்ளி வைத்தான். இப்போது ஐரோப்பிய வியாபாரம் போர்ச்சுக்கீசியரின் கைக்கு மாறியது. அவர்களுடைய தலைநகரான லிஸ்பன் ஐரோப்பாவின் முக்கிய வர்த்தக மையமாக மாறிவிட்டது.

அல்புகர்க் அரேபியரை எதிரிகளாக கருதினாலும், மற்ற கிழக்கு நாட்டு வியாபாரிகளுடன் நட்பாக இருந்தான். குறிப்பாக, சீனர்களையும் மற்ற நாட்டினரையும் மரியாதையுடன் நடத்தினான். அதனால் போர்ச்சுக்கீசியரைப் பற்றி சீனாவில் நல்லபடியாக பேசப்பட்டன. கிழக்கு நாட்டு வியாபாரத்தில் அரேபியரின் கை ஓங்கியிருந்ததுதான் அவர்கள் மீது அல்புகர்க் பகைக்கு காரணமாக இருக்கலாம்.

ஐரோப்பாவுக்கு வாசனைத் திரவியங்கள் அனுப்பும் வியாபாரத்தில் 60 ஆண்டுகளுக்கு மேல் போர்ச்சுகலுக்குப் போட்டியே இல்லை. அதற்குப் பிறகு, 1565ல் ஸ்பெயின் பிலிப்பைன்ஸ் தீவுகளைப் கைப்பற்றியது. இவ்வாறு கிழக்குக் கடல் பகுதியில் இரண்டாவது ஐரோப்பிய நாடு ஒன்று ஆதிக்கம் செலுத்தத் தொடங்கியது. ஆனால், ஸ்பெயினின் வருகை போர்ச்சுக்கீசிய வியாபாரத்தைப் பாதிக்கவில்லை. ஸ்பானியர் வியாபாரத்தில் விருப்பம் கொள்ளவில்லை. அவர்கள் கிழக்கு நாடுகளுக்குப் போர்வீரர்களையும் கிறிஸ்தவப் பாதிரிகளையும் அனுப்பினார்கள்.

வாசனைத் திரவிய வியாபாரம் போர்ச்சுக்கீசியரின் ஏகபோக உரிமையாக இருந்தது. பாரசீகமும் எகிப்தும் அவர்கள் வாடிக்கையாளர் ஆகின. வாசனைத் திரவியத் தீவுகளுடன் நேர்முகமாக வியாபாரம் செய்வதற்குக்கூட வேறு ஒருவரையும் அவர்கள் அனுமதிக்கவில்லை. இந்த வியாபாரத்தால் அவர்கள் பணக்காரர் ஆனார்கள். அவர்கள் குடியேற்றங்களை வளர்க்க விரும்பவில்லை. போர்ச்சுகல் சிறிய நாடு. வெளிநாடுகளில் சென்று குடியேற அதனிடம் மக்கள் இல்லை.

ஸ்பானியர் பிலிப்பைன்ஸ் தீவுகளை விடாமல், இயன்ற வரை பணம் சம்பாதிக்க முயன்றனர். பிலிப்பைன்ஸ் மக்களை வருத்தி வரி வசூலிப்பதைத் தவிர எதுவும் செய்யவில்லை. போர்ச்சுக்கீசியருடன் மோதல் எழாதவகையில் ஸ்பானியர் அவர்களிடம் சமரசம் செய்து கொண்டார்கள். பிலிப்பைன்ஸ் தீவுகள் ஸ்பானிய அமெரிக்காவுடன் வியாபாரம் செய்வதை ஸ்பானியர் அனுமதிக்கவில்லை. மெக்சிகோவிலும் பெருவிலும் விளையும் பொன்னும் வெள்ளியும் கிழக்கு நாடுகளுக்குப் போகக்கூடாது என்பது அவர்களுடைய எண்ணம்.

ஒரு ஆண்டுக்கு ஒரே ஒரு கப்பல்தான் அமெரிக்காவிலிருந்து பிலிப்பைன்ஸ் தீவுகளுக்கு வந்து திரும்பிச் செல்லும். அது 'மணிலா மரக்கலம்' என்று அழைக்கப்பட்டது. 240 ஆண்டுகள் வரையில் இந்த 'மணிலா மரக்கலம்' அமெரிக்காவுக்கும் பிலிப்பைன்ஸுக்கும் இடையே பசிபிக் பெருங்கடலைக் கடந்து பயணம் மேற்கொண்டது.

ஸ்பெயினும் போர்ச்சுகலும் அடைந்த வெற்றிகள் மற்ற ஐரோப்பிய நாடுகளிடம் பொறாமைத் தீயை பற்ற வைத்தது. அந்தக் காலத்தில் ஐரோப்பாவில் ஸ்பானிய ஆதிக்கம் அதிகமாக இருந்தது என்பதைப் பின்னர் பார்ப்போம். ஆனால், நாம் பேசும் இந்தச் சமயத்தில் இங்கிலாந்து முதன்மை இடம் பெறவில்லை. ஹாலந்திலும் பெல்ஜியத்தின் ஒரு பகுதியிலும், ஸ்பானிய ஆட்சிக்கு எதிராக கலகம் மூண்டது. ஸ்பானியரிடம் பொறாமையும் டச்சுக்காரரிடம் அனுதாபமும் கொண்ட ஆங்கிலேயர் டச்சுக்காரருக்கு ரகசியமாக உதவி அளித்தனர்.

சில ஆங்கிலேயர்கள் கடற் கொள்ளையில் ஈடுபட்டு இருந்தார்கள். அவர்கள் அமெரிக்காவிலிருந்து பொன்னும் வெள்ளியும் ஏற்றி வரும் ஸ்பானியக் கப்பல்களைக் கடலில் வழிமறித்துக் கொள்ளையடித்து வந்தார்கள். அபாயகரமான, லாபகரமான இந்தத் கொள்ளைத் தொழிலில்

ஈடுபட்டிருந்த ஆங்கிலேயர்களின் தலைவன் பெயர் சர் பிரான்சிஸ் டிரேக். 'ஸ்பானிய அரசனின் தாடியை எரிப்பதாக' அவன் கூறிக்கொண்டான்.

கடல் கொள்ளைக்கு பதிலாக ஸ்பானியக் குடியேற்றங்களைக் கொள்ளையடிக்கும் நோக்கத்தில் ஐந்து கப்பல்களுடன் 1577ல் டிரேக் புறப்பட்டான். கொள்ளையடிப்பதில் வெற்றி பெற்றான். ஆனால், தன் கப்பல்களில் நான்கை இழந்துவிட்டான். 'பொன்மய ஹிந்து' என்ற கப்பல்மட்டும் பசிபிக்கை அடைந்தது. நன்னம்பிக்கை முனை வழியாக டிரேக் இங்கிலாந்துக்கு வந்து சேர்ந்தான். அவன் தன் கொள்ளை முயற்சியில் உலக முழுதையும் சுற்றி வந்துவிட்டான். அவன் பயணம் செய்த 'பொன்மய ஹிந்து" உலகை வலம்வந்த இரண்டாவது கப்பலாகும். முதற்கப்பல் மெகெல்லன் பயணம் செய்த விக்டோரியா ஆகும். அந்தப் பயணம் முடிய மூன்று ஆண்டுகள் ஆகின.

'ஸ்பானிய அரசனின் தாடியை எரிக்கும்' கொள்ளைக் காரியத்தால் சச்சரவு வராமல் போகுமா? விரைவிலேயே இங்கிலாந்துக்கும் ஸ்பெயினுக்கும் போர் மூண்டது. டச்சுக்காரர்களுக்கும் ஸ்பானியர்களுக்கும் ஏற்கெனவே போர் நடந்துகொண்டு இருந்தது. போர்ச்சுகலும் அந்தச் சண்டையில் ஈடுபட்டிருந்தது. சில ஆண்டுகளாக ஒரே அரசன் ஸ்பெயினையும் போர்ச்சுகலையும் ஆண்டு வந்தான். இங்கிலாந்து இப்போரில் வெற்றிபெற்றது. அதைக் கண்டு ஐரோப்பா வியப்படைந்தது. ஸ்பெயின் பிரிட்டனை வெல்வதற்காக அனுப்பிய கடற்படை அழிக்கப்பட்டது உனக்குத் தெரியும்.

ஆங்கிலேயரும் டச்சுக்காரரும் கிழக்குப் பகுதியை அடைந்து ஸ்பானியரையும் போர்ச்சுக்கீசியரையும் தாக்கினார்கள். ஸ்பானியர் பிலிப்பைன்ஸ் தீவுகளில் மட்டும் மொத்தமாக திரண்டு இருந்ததால், அவர்கள் தங்களை எளிதில் காப்பாற்றிக்கொள்ள முடிந்தது. போர்ச்சுக்கீசியர் பல இடங்களில் சிதறிக் கிடந்ததால் திண்டாடி விட்டனர். அவர்களுடைய கிழக்குப் பேரரசு செங்கடலில் இருந்து மலுகாஸ் தீவுகள் வரை 6 ஆயிரம் மைல் நீளத்துக்குப் பரவியிருந்தது.

சிறிது சிறிதாக அவர்கள் தங்களுடைய கிழக்கு பேரரசை இழந்து வந்தார்கள். பட்டணங்களும், குடியேற்றங்களும் ஒன்றன்பின் ஒன்றாக டச்சுக்காரர் கைக்கோ ஆங்கிலேயர் கைக்கோ போயின. 1641ல் மலாக்காவே விழுந்துவிட்டது. இந்தியாவிலும் வேறு சில இடங்களிலும் சில எல்லைப்புற ஊர்களே மிஞ்சி நின்றன. அவற்றில் முக்கியமானது மேற்கு இந்தியாவிலுள்ள கோவா. கோவாவில்

போர்ச்சுக்கீசியர் இன்னும் இருந்து வருகிறார்கள். சில ஆண்டுகளுக்கு முன் ஏற்பட்ட போர்ச்சுக்கீசியக் குடியரசில் கோவாவும் உள்ளடக்கம் ஆகும். மகா அக்பர் போர்ச்சுக்கீசியரிடமிருந்து கோவாவைக் கைப்பற்ற முயன்றார். அவராலும் அது முடியவில்லை.

ஆக, கிழக்கு நாடுகளின் வரலாறில் இருந்து போர்ச்சுகல் மறைந்து விடுகிறது. அந்தச் சிறிய நாடு பெரிய இரையை விழுங்கிவிட்டது. அது அந்த இரையை ஜீரணிக்க முடியவில்லை. ஸ்பெயின் மட்டும் பிலிப்பைன்ஸில் இன்னும் ஒட்டிக் கொண்டிருக்கிறது, ஆனால் கிழக்கு நாட்டு விவகாரங்களில் அதன் பங்கு மிகவும் குறைவு. இப்போது கிழக்குப் பகுதி வியாபாரம் ஹாலந்து, இங்கிலாந்து ஆகியவற்றின் ஆதிக்கத்துக்கு வந்துவிடுகிறது.

இந்த இரண்டு நாடுகளும் ஏற்கெனவே தங்களுக்குரிய வியாபாரக் கம்பெனிகளை ஏற்படுத்தி தயாராக இருந்தன. 1600ஆம் ஆண்டு எலிசபெத் ராணி ஆங்கிலேய கிழக்கிந்தியக் கம்பெனிக்கு இந்தியாவில் வியாபாரம் செய்யும் உரிமையைக் கொடுத்தார். அதற்கு இரண்டு ஆண்டுகளுக்குப் பின் டச்சுக் கிழக்கிந்தியக் கம்பெனி உருவானது. இந்த இரண்டு கம்பெனிகளும் வியாபாரத்துக்கு மட்டும் ஏற்பட்டவை. அவை தனியார் கம்பெனிகள் என்றாலும் அரசாங்க உதவியும் கிடைத்தது. மலாயாசிய வாசனைத் திரவிய வியாபாரத்தில் அவை அதிக அக்கறை கொண்டிருந்தன. அந்தக் காலத்தில், இந்தியா மொகலாயப் பேரரசர்களின் கீழ் மிகுந்த பலம் பொருந்திய நாடாக இருந்தது. அதற்குக் கோபம் ஏற்படுத்தினால் ஆபத்துதான்.

ஆங்கிலேயரும் டச்சுக்காரரும் அடிக்கடி தங்களுக்குள் வியாபாரத்தில் சண்டைபோட்டுக் கொண்டார்கள். கடைசியில் ஆங்கிலேயர் கிழக்குத் தீவுகளிலிருந்து விலகிக்கொண்டு இந்தியாவை அதிகமாகக் கவனிக்கத் தொடங்கினார்கள். மகத்தான மொகலாய பேரரசு அப்போது பலமிழந்து வந்தது. வெளிநாடுகளில் இருந்து வந்த சாகசக்காரர்களுக்கு அது நல்ல வாய்ப்பாக முடிந்தது. அத்தகைய சாகசக்காரர்கள் இங்கிலாந்தில் இருந்தம் பிரான்சில் இருந்தும் வந்த விதத்தையும், அவர்கள் சீர்குலைந்து வரும் பேரரசின் பகுதிகளைச் சூழ்ச்சியாலும் போராலும் கைப்பற்ற முயன்ற விதத்தையும் பின்பு காண்போம்.

17 ஆம் நூற்றாண்டில் சீனாவில் போர்ச்சுக்கீசியர் கட்டிய மகாவோ நகரம்

80. சீனாவில் வளரும் செழிப்பும் அமைதியும்!

ஜூலை 22, 1932

உனது உடல்நிலை சரியில்லை என்கிற விஷயம் எனக்கு இப்போதுதான் தெரிந்தது. சிறைக்குள் செய்தி வர அதிக நாள் ஆகும். உனக்கு உடல்நிலை சரியானதோ என்னவோ? உனக்கு நான் என்ன செய்ய முடியும்? நீதான் உன்னை பார்த்துக்கொள்ள வேண்டும். உன்னைப் பற்றிய நினைவு என்னை வாட்டுகிறது. நமது குடும்பம் எப்படி சிதறிக் கிடக்கிறது பார்த்தாயா? நீ பூனாவில் இருக்கிறாய். உன் அம்மா அலகாபாத்தில் உடல்நிலை சரியில்லாமல் இருக்கிறாள். நானும் மற்றவர்களும் சிறைகளில் கிடக்கிறோம்.

இந்தக் கடிதங்களை எழுதுவது சில நாட்களாகவே பிடிக்கவில்லை. எழுதும்போது உன்னுடன் பேசுவது போல நினைப்பது எளிதாக இல்லை. நீ பூனாவில் நோயாய் இருப்பதை நினைத்தேன். உன்னை மீண்டும் எப்போது பார்ப்பேன் என்ற எண்ணம் வந்தது. நாம் சந்திக்க இன்னும் எத்தனை மாதங்களோ, எத்தனை ஆண்டுகளோ தெரியவில்லை. அதற்குள் நீ நன்றாக வளர்ந்திருப்பாய் அல்லவா?

ஒரு விஷயத்தை நினைத்து மனம் புண்ணாவது நல்லதல்ல. குறிப்பாக அது சிறையில் தீமையைத்தான் தரும். எனவே அலையும் மனதை அடக்கி, கடந்த காலத்தில் பயணிப்போமா?

ஜவஹர்லால் நேரு 389

இந்தியாவில் மொகலாயரின் பலம் பொருந்திய ஆட்சி இருந்தது. சீனாவிலும் பலம் பொருந்திய ஆட்சி நடைபெற்றது. எனவே இந்தியாவிலும் சீனாவிலும் ஐரோப்பியர் தலையிடாமல் இருந்தனர் என்று பார்த்தோம் இல்லையா?

மலாயாசியாவிலிருந்து சீனா பக்கமாகத்தான் இருக்கிறது. அங்கு மங்கோலிய குப்ளேகான் உருவாக்கிய யுவான் வம்சம் மறைந்தது. 1368ல் மக்கள் கலகம் செய்து, கடைசியாக இருந்த மங்கோலிய படைகளையும் பெருஞ்சுவர் எல்லைக்கு அப்பால் துரத்திவிட்டனர். அந்தக் கலகத்தைத் தலைமை ஏற்று நடத்தியவன் ஹுங்வு. ஏழைத் தொழிலாளியின் மகன். அவனுக்குப் படிப்பு இல்லை. ஆனால், வாழ்க்கையை படித்திருந்தான். மக்களை வழிநடத்தி ஆட்சிக்கு வந்த அவன், கொஞ்சமும் கர்வம் இல்லாமல், மக்களின் மகன் என்பதை மறக்காமல் ஆட்சி செய்தான். 30 ஆண்டுகள் மக்கள் நன்மைக்காக உழைத்தான். இன்றுவரை அவனுடைய ஆட்சி நினைக்கப்படுகிறது.

ஹுங்வு புதிய மிங் வம்சத்தை உருவாக்கினான். அதன் முதல் பேரரசன் ஆனான். அவனுடைய மகன் யுங்லோவும் சிறப்பாக ஆட்சி செய்தான். 1402 முதல் 1424 வரை அவன் பேரரசனாக இருந்தான். இப்படி சீனப் பெயர்களை சொல்வது உனக்கு தலைவலியாக இருக்கலாம். எனவே, தொடக்கத்தில் அந்த வம்சத்தில் சில நல்ல அரசர்கள் இருந்தார்கள். பிறகு வழக்கம்போல தரம் குறைந்துவிட்டது.

நாம் அரசர்களை மறந்து அந்த ஆட்சிக்காலத்தை பார்ப்போம். மிங் என்ற வார்த்தைக்கே ஒளி என்று அர்த்தம். அந்த ஆட்சிக்காலமும் சிறப்பாக ஒளி வீசியது. மிங் வமிசம் 276 ஆண்டுகள் ஆட்சியில் இருந்தது. 1368முதல் 1644வரை அது ஆட்சி செய்தது. சீனாவை ஆண்ட வம்சங்களில் அதுதான் அசல் சீன வம்சம். அறிவு பொங்கியது. அமைதி நிலவியது. நாடுபிடிக்கும் கொள்கையை கடைப்பிடிக்க வில்லை. பக்கத்து நாடுகளுடன் நட்பு கொண்டது. வடக்கில் மட்டும் நாடோடித் தார்த்தாரியரின் அபாயம் கொஞ்சம் இருந்தது.

மற்ற கிழக்கு நாடுகளுக்குச் சீனா அண்ணனாக இருந்தது. புத்தியிலும் பலத்திலும் மேன்மை அடைந்திருந்தது. எனவே, அது மற்ற நாடுகளுக்கு பாதுகாப்பாக இருந்தது. தனது கலை, நாகரிகங்களை கற்பித்து, அவற்றின் நலன்களை வளர்த்தது. அந்த நாடுகளும் சீனாவிடம் மரியாதை

கொண்டிருந்தன. சில காலம்வரை ஜப்பானும் சீனாவின் தலைமையை ஏற்றிருந்தது. ஜப்பானை ஆண்ட ஷோகன் தன்னை மிங் பேரரசரின் அடிமை என்று கூறிக்கொண்டான். கொரியாவும், ஜாவா, சுமத்திரா உள்ளிட்ட தீவுகளும், இந்தோ - சீனாப் பகுதியில் இருக்கும் நாடுகளும் சீனாவுக்குக் கப்பம் கட்டி வந்தன.

யுங் லோவின் ஆட்சியில் கடற்படை தளபதியான செங்ஹோ வின் தலைமையில் பெரிய கடற்படை ரோந்து பணியில் இருந்தது. சுமார் 30 ஆண்டுகள் கிழக்கு கடல் நாடுகளின் பாதுகாப்புக்காக பாரசீக வளைகுடா வரை இந்த ரோந்துப் பணி நீடித்தது. இதனால், சின்ன நாடுகள் பயமின்றி இருந்தன. கொஞ்சம் பெரிய நாடுகள் அடக்கமாக இருந்தன. முஸ்லிம் அரசான மலாக்கா தலையெடுத்தது.

பக்கத்து நாடுகள் அமைதியாக இருந்ததால், சீனா உள்நாட்டு வளர்ச்சியை கவனித்தது. வரிகள் குறைக்கப்பட்டதால், குடியானவர் களின் சுமை குறைந்தது. சாலைகளும், பாசனக் கால்வாய்களும், அணைகளும் கட்டப்பட்டன. விளைச்சல் குறைந்த காலத்தில் மக்களுக்கு வினியோகிக்க தானியக் கிடங்குகள் கட்டப்பட்டன. காகித நாணயம் அதிக புழக்கத்தில் இருந்தன.

அதிக முக்கியமானது அந்தக் கால கலை வளர்ச்சிதான். அந்தக் காலத்துப் பீங்கான் பாத்திரங்கள் விதவிதமான உருவ அழகுக்கும், விசித்திரமான வேலைப்பாடுக்கும் புகழ்பெற்றவை. அங்கே தோன்றிய ஓவியங்கள், மறுமலர்ச்சி காலத்தில் இதாலியில் தோன்றிய ஓவியங்களுக்கு இணையானவை.

15ஆவது நூற்றாண்டின் இறுதியில் ஐரோப்பாவைக் காட்டிலும் சீனா செல்வத்திலும், கைத்தொழிலிலும், கலைச்சிறப்பிலும் முன்னேறி இருந்தது. மிங் வம்ச ஆட்சி முழுவதும் பார்த்தால், சீனாவோடு ஒப்பிடும் அளவுக்கு ஒரு ஐரோப்பிய நாடு கூட இல்லை. நிலைமை இப்படி இருக்க, அந்தக் காலம்தான் ஐரோப்பாவின் மறுமலர்ச்சிக் காலம் என்கிறார்கள். அப்படியானால், சீனாவின் பெருமை வியப்பை ஏற்படுத்துகிறது. மிங் காலத்துக் கலைப்பொருள்கள் இன்றும் இருக்கின்றன. அந்தக் காலத்தின் கலைச் சிறப்பை உலகம் அறிந்திருப்பதற்கு அவையும் ஒரு காரணமாக இருக்கின்றன. மரத்திலும், தந்தத்திலும், மரகதத்திலும், நீலத்திலும், பளிங்கிலும் செய்யப்பட்டுள்ள அருமையான வேலைப்பாடுகளும்,

வெண்கலப் பூந்தாழிகளும், பீங்கான் பாத்திர வகைகளும் சிறந்த நினைவுச் சின்னங்களாக இருக்கின்றன.

மிங் காலத்தில்தான் போர்ச்சுக்கீசியக் கப்பல்கள் முதன் முதலில் சீனாவுக்கு வந்தன. அவை 1516ல் கான்டன் துறைமுகத்தை அடைந்தன. போர்ச்சுக்கீசிய அரசப்பிரதிநிதியான அல்புகர்க், சீனர்களிடம் மரியாதையாக நடந்து கொண்டான். எனவே, சீனாவில் போர்ச்சுக்கீசியருக்குச் சீனாவில் நல்ல வரவேற்பு கிடைத்தது. ஆனால், உடனே அவர்கள் பல இடங்களில் கோட்டைகள் கட்டினார்கள். சீன அரசு கண்டுகொள்ளாமல் விட்டு, முடிவில் அவர்களை நாட்டைவிட்டு துரத்தியது. பிறகுதான் போர்ச்சுக்கீசியருக்குப் புத்தி வந்தது. அடக்கத்தையும் அமைதியையும் கடைப்பிடித்தார்கள். 1557ல் கான்டனுக்கு அருகில் குடியேற அனுமதி கிடைத்தது. 'மாகோ' நகரம் அவர்கள் உருவாக்கியதுதான்.

போர்த்துகீசியரோடு கிறிஸ்தவப் பாதிரிகளும் வந்தார்கள். அவர்களை சீனர்கள் ஆதரிக்கவில்லை. இரண்டு பாதிரிகள் மட்டும் பௌத்த மாணவர்களைப் போல் நடித்து பல ஆண்டுகள் சீன மொழியைக் கற்றனர். அவர்கள் கன்ஃபூஷிய நூல்களில் தேர்ந்த அறிவைப் பெற்றனர். அவர்களில் ஒருவர் பெயர் மாட்டியோ ரிச்சி. அவர் கல்வியிலும் உலகியலிலும் வல்லவராக இருந்தார். அவர் பேரரசரின் தயவை தந்திரமாக பெற்றார். பிறகு, தனது வேஷத்தைக் களைந்துவிட்டார். அவருடைய செல்வாக்கினால், சீனாவில் கிறிஸ்தவ மதத்தின் நிலைமை சற்று அதிகரித்தது.

17ஆவது நூற்றாண்டின் தொடக்கத்தில் போர்ச்சுக்கீசியர் உருவாக்கிய மாகோ நகருக்கு டச்சுக்காரர்கள் வந்தார்கள். வியாபாரம் செய்ய அனுமதி கேட்டார்கள். ஆனால், டச்சுக்காரர்களைப் பற்றி சீனரிடம் தவறாக சொல்லி வைத்திருந்தனர். ஆகவே, சீனர் டச்சுக்காரருக்கு அனுமதி கொடுக்கவில்லை. சில ஆண்டுகளுக்குப் பிறகு டச்சுக்காரர்கள் மாகோவை கைப்பற்ற கடற்படையை அனுப்பினார்கள். சீனரும் போர்ச்சுக்கீசியரும் சேர்ந்து விரட்டினார்கள்.

டச்சுக்காரருக்குப் பிறகு ஆங்கிலேயரும் வியாபார உரிமை கேட்டார்கள். அவர்களும் வெற்றி பெறவில்லை. மிங் காலத்துக்குப் பிறகு சீன வியாபாரத்தில் அவர்களுக்கும் ஒரு பங்கு கிடைத்தது.

மிங் காலம் 17ஆவது நூற்றாண்டின் இடைப் பகுதியில் முடிந்தது.

வடக்கே மஞ்சூரியாவில் பலம்பெற்று வந்த மஞ்சு என்ற நாடோடிப் பிரிவினர் மிங் வம்சத்தை ஒழித்தார்கள்.

சீனா பல பிரிவுகளாக பிரிந்து கிடந்தது. எனவே மஞ்சு பிரிவினர் எளிதில் வெற்றி பெற்றனர். சீனாவாகட்டும், இந்தியாவாகட்டும், உலகின் எந்த நாடாகட்டும் நாடுகளின் பலவீனம்தான் எதிரிகளின் படையெடுப்பு வெற்றிக்கு காரணமாக இருக்கின்றன. மிங் காலத்தின் இறுதியில் வந்த அரசர்கள் திறமை குறைந்தவர்களாக இருந்தனர். உள்நாட்டுக் குழப்பம் அதிகரித்தது. கொள்ளைக்காரத் தலைவர்களின் கொட்டம் அதிகரித்தது. மஞ்சுக்களுக்கு எதிராக மிங் படையை உசான் குவி என்பவன் நடத்திச் சென்றான். அவன்தான் உள்நாட்டுக் கொள்ளைக்கார தலைவர்களை ஒழிக்க, மஞ்சுக்களின் உதவியை கேட்டான். அவர்கள் உதவினார்கள். ஆனால், பீகிங் நகரிலேயே தங்கிவிட்டார்கள். மிங் மன்னர்கள் இனி ஆக மாட்டார்கள் என்றதும் உசான் குவி மஞ்சுக்களுடன் சேரந்துகொண்டான்.

உசான் குவி இன்றளவும் சீனாவில் வெறுக்கப்படுகிறான். சீன வரலாற்றில் அவன் பெரிய துரோகியாகக் கருதப்படுகிறான். ஆனால், அவனுடைய துரோகத்துக்கு உடனே பரிசு கிடைத்தது. சில மாகாணங்களுக்கு அரசுப் பிரதிநிதியாக ஆக்கப்பட்டான்.

1650ஆம் ஆண்டுக்குள் மஞ்சுக்கள் கான்டன் நகரைக் கைப்பற்றினார்கள். மஞ்சுக்கள் சீனாவை வெகு விரைவில் கைப்பற்ற வேறு காரணங்களும் உண்டு. மஞ்சுக்கள் சீன மக்களைத் தம் வயப்படுத்த அக்கறை எடுத்துக் கொண்டனர். மஞ்சுக்கள் மிகவும் முயன்று சீன அரசு அதிகாரிகளை தம் பக்கம் சேர்த்துக் கொண்டு அவர்களுக்கு மீண்டும் அவரவர் பதவிகளைக் கொடுத்தார்கள். உயர் பதவிகள் கூட சீனர்களின் கையில் இருந்தன. மஞ்சுக்கள் பழைய மிங் அரசாங்க முறைகளை மாற்றவில்லை. ஆட்சிமுறை முன்போலவே இருந்தது. அதை நடத்துபவர்கள் மட்டுமே மாறினார்கள்.

சீனாவில் அன்னியர் ஆட்சி நடைபெறுகிறது என்ற தோற்றம் இருவழிகளில் மட்டுமே வெளிப்பட்டது. முக்கியமான இடங்களில் மஞ்சுப் படைகள் நின்றன. மஞ்சுக்கள் பின்னல் போட்ட சவுரி முடி அணிந்துகொள்வது வழக்கம். அடிமைத்தனத்தின் அறிகுறியாகச் சீனர்களும் அந்த வழக்கத்திற்கு மாறும்படி வற்புறுத்தப்பட்டனர்.

சீனர்கள் என்றாலே நமக்கு இந்தப் பின்னல்தான் ஞாபகத்துக்கு வரும். ஆனால், அது சீன வழக்கமல்ல. அது அவர்களுடைய அடிமைத்தனத்தின் சின்னம். இன்று இந்தியர் சிலரும் வெட்கத்தையும் அவமானத்தையும் உணராமல் பல சின்னங்களை அணிகிறார்களே அதுபோலத்தான்.

இப்படித்தான் சீனாவில் ஒளி பொருந்திய மிங் காலம் முடிந்தது. 300 ஆண்டுகள் நல்ல முறையில் ஆட்சி புரிந்த அந்த வம்சம் இவ்வளவு விரைவில் வீழ்ந்து விட்டது. நாம் கேள்விப்படுவதைப் போல ஆட்சி நல்லதாக இருந்தால், உள்நாட்டில் கலகங்களும் குழப்பங்களும் எப்படி தோன்றும்? மஞ்சூரியாவிலிருந்து படையெடுத்து வந்த அன்னியரைத் தடுத்து நிறுத்த முடியாமல் போனதற்குக் காரணம் என்ன? ஒருவேளை, கடைசி காலத்தில் அரசாங்கம் மக்களைத் துன்புறுத்தி இருக்கலாம். அரசாங்கம் அதிகமாக செல்லம் கொடுத்ததால் மக்கள் பலவீனமாகி இருக்கலாம். செல்லம் கொடுப்பது குழந்தைகளைக் கெடுத்து விடுவதுபோல் தேசங்களையும் கெடுத்துவிடும்.

கலைப்பண்பு மேன்மை அடைந்திருந்த காலத்திலும்கூட, விஞ் ஞானம், ஆராய்ச்சி, புது உண்மைகளை கண்டறிவது போன்றவற்றில் சீனா முன்னேற்றம் அடையவில்லை. ஐரோப்பாவைக் காட்டிலும் ஒரு வகையில் சீனா முன்னேறி இருந்தாலும், மறுமலர்ச்சிக் காலத்தில் ஐரோப்பாவில் சக்தியும், சாகசமும், எதையும் துருவித் துருவி ஆராயும் உணர்வும் வளர்ந்திருந்தது. சீனாவை நடுத்தர வயதை அடைந்தவனுக்கும், ஐரோப்பாவை இளைஞனுக்கும் ஒப்பிடலாம். நடுத்தர வயதுக்காரன் அமைதியான வாழ்க்கையை விரும்புவான். இளைஞனோ பார்வைக்கு அழகாயில்லை. ஆனால், அவனுடைய ஆற்றலுக்கும் ஆர்வத்துக்கும் அளவில்லை. எங்கும் சென்று எதையும் செய்ய வேண்டும் என்று அவன் துடியாய்த் துடிக்கிறான். சீனாவில் அபாரமான அழகு காணப்படுகிறது. ஆனால், அது மாலை வேளையின் அமைதியான அழகாகும்.

ஜப்பானை கிறிஸ்தவ நாடாக்க திட்டமிட்டதை அறிந்த மன்னர் ஹிதேஷி ஜப்பானில் கிறிஸ்தவ மதத்தைச் சேர்ந்த பாதிரியார்களையும், அந்த மதத்திற்கு மாறிய ஜப்பானியர்களையும் தூக்கிலிட்டார்

81. கதவைச் சாத்திய ஜப்பான்

ஜூலை 23, 1932

சீனாவிலிருந்து ஜப்பானுக்குப் போகும் வழியில் கொஞ்ச நேரம் கொரியாவிலும் தங்கிச் செல்வோம். கொரியாவில் ஆதிக்கம் செலுத்திய மங்கோலியர் ஜப்பானையும் தாக்க முயன்றனர். குப்ளேகான் ஜப்பானைக் கைப்பற்ற பலமுறை படை அனுப்பினான். கடலில் போர் என்றால் மங்கோலியருக்கு தயக்கம்தான். ஜப்பான் கடலால் சூழப்பட்டதால் தப்பியது.

சீனாவிலிருந்து மங்கோலியர் துரத்தப்பட்டனர். உடனே கொரியாவில் புரட்சி ஏற்பட்டது. மங்கோலியரிடம் அடிபணிந்து ஆட்சி செய்த மன்னர்களை மக்கள் விரட்டினர். இந்த புரட்சியின் தலைவன் இதாய் ஜோ. புரட்சியைத் தொடர்ந்து இதாய் ஜோ ஆளத் தொடங்கினான். அவனுடைய அரச பரம்பரை 500 ஆண்டுகள் வரை நீடித்தது. அதாவது, 1392லிருந்து சமீபத்தில் ஜப்பான் கொரியாவை தனது பேரரசில் இணைக்கும்வரை நீடித்தது.

கொரியாவுக்கு சியோல் தலைநகராகியது. இப்போதுவரை சியோல்தான் தலைநகராக இருக்கிறது. இந்த 500 ஆண்டுகால கொரியா வரலாறை பார்க்கப்போவதில்லை. சீனாவின் நிழலில் வாழ்ந்தாலும் சுதந்திர நாடாக அது இருந்தது. அதுமட்டுமல்ல

ஜவஹர்லால் நேரு 395

சீனாவுக்கு அது கப்பமும் கட்டியது. கொரியாவுக்கும் ஜப்பானுக்கும் நடந்த பல போர்களில் சில சமயம் கொரியா வென்றது. இப்போது இரண்டையும் ஒப்பிட முடியாது. ஜப்பான் இன்று மிகப்பெரிய பேரரசு. அந்தப் பேரரசில் கொரியா சிறு பகுதி. ஜப்பானியர் அதை அடிமைப்படுத்திச் சுரண்டுகிறார்கள். பலன் ஏதுமற்ற கொரியா இன்று விடுதலைக்காக போராடி வருகிறது. ஆனால், இது சமீபகால வரலாறு. இதற்கு மிகவும் முற்பட்ட காலத்தைப் பற்றியே நாம் பேசிக் கொண்டிருக்கிறோம்.

12-வது நூற்றாண்டின் கடைசியில் ஜப்பானை ஆண்டு வந்தவர்கள் ஷோகன்கள். ஒப்புக்குத்தான் பேரரசர். முதலில் வந்த காமகூரர் ஷோகன் அரசு 150 ஆண்டுகள் ஆட்சி செய்து வீழ்ச்சி அடைந்தது. இடையில் பேரரசர் தனது அதிகாரத்தை நிலைநாட்ட ஷோகன்களுடன் மோதிப் பார்த்தார். முடியவில்லை. ஆகவே, 1388ல் ஒரு புதிய ஷோகன் வம்சம் தோன்றியது. அதற்கு அஷிகாகா ஷோகன் அரசு என்று பெயர். அது 235 ஆண்டுகள் நீடித்தது. அக்காலத்தில் சீனாவை மிங் வமிசம் ஆண்டு வந்தது. மிங் பேரரசரின் நல்லெண்ணத்தைப் பெற ஒரு ஷோகன் விரும்பினான். அதற்காக தன்னை சீனப் பேரரசரின் அடிமை என்றுகூட அழைத்துக்கொண்டான். இது மிகப்பெரிய தாழ்வு என்று ஜப்பான் வரலாற்று ஆசிரியர்கள் எழுதுகிறார்கள்.

ஜப்பானுக்கும் சீனாவுக்கும் நேச உறவு இருந்து வந்தது. சீனக் கலைப் பண்பில் ஜப்பானுக்கு ஒரு புதிய அக்கறை பிறந்தது. புகழ்பெற்ற இரு பெரிய மாளிகைகள் ஜப்பானில் கட்டப்பட்டன. ஒன்று கிங்கா கூஜி என்ற பெயர்பெற்ற பொன் மாளிகை. மற்றொன்று கிங்கா கூஜி என்ற பெயர் பெற்ற வெள்ளி மாளிகை.

ஒரு பக்கம் கலை வாழ்வும் சுக வாழ்வும் பெருகின. ஆனால், வரிச்சுமையும், உள்நாட்டுப் போர்களால் ஏற்பட்ட செலவும் மக்கள் தலைமீதே விழுந்தது. நிலைமை மோசமாகி, தலைநகருக்கு வெளியே அரசு அதிகாரம் செல்லாது என்ற நிலைமை உருவாகியது.

1542ல், இந்தப் போர்கள் நடந்த சமயத்தில்தான் போர்ச்சுக்கீசியர் ஜப்பானுக்கு வந்தார்கள். அவர்கள்தான் முதன் முதலில் ஜப்பானுக்குத் துப்பாக்கிகளை கொண்டு வந்தனர். இது நமக்கு ஆச்சரியத்தை உண்டாக்குகிறது. ஏனெனில், துப்பாக்கிகளின் உபயோகத்தைச் சீனா

முன்பே அறிந்திருந்தது. சீனாவிலிருந்துதான். மங்கோலியர் மூலமாக ஐரோப்பா துப்பாக்கிகளைப் பற்றி அறிந்தது.

ஜப்பானை இந்த நூறு ஆண்டு உள்நாட்டுப் போரிலிருந்து மீட்டவர்கள் மூவர். ஒருவர் நார்பு நாகா. இவர் ஒரு பிரபு. இன்னொருவர் ஹிதெயோஷி என்ற குடியானவர். மூன்றாமவர் டோகுகாவா இயேயாசு என்ற பிரபுக்களின் வம்சத்தைச் சேர்ந்தவர். 16ஆவது நூற்றாண்டுக்குள் ஜப்பான் ஐக்கியமானது. ஹிதெயோஷி என்னும் குடியானவர் ஜப்பானின் தலைசிறந்த ராஜதந்திரி என்கிறார்கள். அவர் குள்ளமாகவும், குண்டாகவும், குரங்கை நினைவூட்டும் முகத்தோற்றத்துடனும் இருந்தாராம்.

ஜப்பானை ஒன்றுபடுத்துவதற்காக திரட்டிய பெரிய படையை பயன்படுத்த வேண்டுமே என்பதற்காக, கொரியாமீது படையெடுத்தனர். ஆனால், கொரியர்கள் ஜப்பானிய கடற்படையைத் தோற்கடித்தனர். கொரியாவிடம் ஆமையின் முதுகு போன்ற அமைப்புள்ள கப்பல்கள் இருந்தன. அவை முன்னும் பின்னும் பயணிக்கக் கூடியவை. ஆமைப்படகுகள் என்று அழைக்கப்பட்ட அவற்றின் உதவியால் ஜப்பானை தோற்கடித்தது கொரியா.

ஜப்பானை ஐக்கிய படுத்திய மூவரில் டோகுகாவா இயேயாசு என்பவர், உள்நாட்டுப் போர்களைப் பயன்படுத்தி, ஜப்பானில் ஏழில் ஒரு பாகத்துக்கு சொந்தக்காரர் ஆகிவிட்டார். அவர் தமது செல்வத்தை பயன்படுத்தி தமக்கு சொந்தமான நிலத்தின் நடுவில் யேடா என்ற நகரை கட்டினார். அதுவே பின்னர் டோகியோ நகரானது. 1603ஆம் ஆண்டில் இயேயாசு ஷோகன் ஆனார். டோகுகாவா ஷோகன் அரசு 250 ஆண்டுகள் நீடித்தது.

இதற்கிடையில், போர்ச்சுக்கீசியரும் தங்கள் வியாபாரத்தை சிறிய அளவில் நடத்தி வந்தார்கள். 50 ஆண்டுகள் வரை அவர்களோடு போட்டியிட எந்த ஐரோப்பிய நாடும் வரவில்லை. 1549ல் ஸ்பானியர் வந்தார்கள். ஸ்பானியரைத் தொடர்ந்து டச்சுக்காரரும் ஆங்கிலேயரும் வந்தார்கள். 1549ல் அர்ச் பிரான்சிஸ் சேவியர் என்ற பாதிரியார் ஜப்பானில் கிறிஸ்தவ மதத்தைப் பரப்பியதாக தெரிகிறது.

பவுத்த மதத் துறவிகள் ஆட்சி நிர்வாகத்தில் ஆளுமை செலுத்தினார்கள். அவர்களை ஒடுக்குவதற்காக கிறிஸ்தவ மத பிரச்சாரத்துக்கு அனுமதி அளிக்கப்பட்டது. ஆனால், விரைவிலேயே

கிறிஸ்தவர் பாதிரிகள் ஆபத்தானவர்கள் என்பதை ஜப்பான் அரசு புரிந்துகொண்டது. உடனே அவர்கள் தங்கள் கொள்கையை மாற்றி, பாதிரிகளைத் துரத்த முயன்றனர். 1587ஆம் ஆண்டிலேயே கிறிஸ்தவர்களுக்கு எதிராக ஒரு உத்தரவு பிறப்பிக்கப்பட்டது. அதன்படி இருபது நாட்களுக்குள் அனைத்து கிறிஸ்தவ பாதிரிகளும் ஜப்பானை விட்டு வெளியேற வேண்டும். வெளியேறத் தவறினால் மரண தண்டனை என்று அறிவிக்கப்பட்டது.

இந்த உத்தரவினால் ஐரோப்பிய வியாபாரிகள் பாதிக்கப்படவில்லை. ஆனால், அவர்களுடைய கப்பலில் பாதிரியைக் கொண்டு வந்தால் அந்தக் கப்பலும் பொருள்களும் பறிமுதல் செய்யப்படும். பாதிரிகளாலும் அவர்களால் மதம் மாறியவர்களாலும் அரசியலில் அபாயம் ஏற்படலாம் என்று ஹிதெயோஷிக்குத் தோன்றியது.

இந்த அறிவிப்புகளைத் தொடர்ந்து ஒரு சம்பவம் நிகழ்ந்தது. பாதிரிகளைப் பற்றிக் ஹிதெயோஷி கொண்டிருந்த பயம் சரியென்று உணர்த்திய சம்பவம் அது. பிலிப்பைனுக்கும் ஸ்பானிய அமெரிக்காவுக்கும் இடையே ஆண்டுக்கு ஒருமுறை 'மணிலா மரக்கலம்' சென்று வந்தது உனக்குத் தெரியும். அது ஒரு சமயம் கடற் சூறாவளியால் அலைக்கழிக்கப்பட்டு ஜப்பானியக் கரைக்கு வந்து சேர்ந்தது.

ஜப்பானியரைப் அச்சுறுத்த எண்ணிய அந்தக் கப்பலின் ஸ்பானிய காப்டன் அவர்களுக்கு ஒரு உலகப் படத்தைக் காட்டினான். அதில் ஸ்பானிய அரசனுக்குச் சொந்தமான பகுதிகளைக் காட்டினான். இவ்வளவு பகுதிகள் எப்படி கிடைத்தது என்று ஜப்பானியர் கேட்டனர். அதற்கு பதில் அளித்த ஸ்பானிய கேப்டன்...

'அதைப்போல் எளிதான காரியம் வேறில்லை. வெளிநாடுகளுக்கு முதலில் பாதிரிகள் போவார்கள். அவர்கள் அங்குள்ள மக்களை கிறிஸ்தவர்களாக மாற்றுவார்கள். இப்படி மதம் மாறியவர்களின் எண்ணிக்கை பெருகியவுடன் நாங்கள் படையை அனுப்புவோம். அவர்கள் மதம் மாறிய மக்கள் உதவியுடன் அந்த நாட்டைக் கைப்பற்றுவார்கள்' என்று கூறினான்.

இந்தச் செய்தி ஹிதெயோஷிக்கு தெரிந்தவுடன் சில பாதிரிகளையும் அவரால் மதம் மாறியவர்கள் சிலருக்கும் மரண தண்டனை விதித்தார்.

இயேயாசு ஷோகன் ஆனவுடன் அவர் தனக்குச் சொந்தமான யேடோ துறைமுகத்துடன் வெளிநாட்டு வியாபாரத்தை வளர்ப்பதில் கவனமாக இருந்தார். ஆனால், அவருடைய மரணத்துக்குப் பின் ஜப்பானில் மீண்டும் கிறிஸ்தவர்களைத் துன்புறுத்தத் தொடங்கினார்கள். பாதிரிகளைப் பலவந்தமாக நாட்டை விட்டு விரட்டினார்கள். ஏற்கெனவே மதம் மாறியவர்களையும் அதிலிருந்து விலகும்படி செய்தார்கள். வியாபாரக் கொள்கையை மாற்றிய அவர்கள், அன்னியனை ஜப்பானுக்குள் விடக்கூடாது என்று உறுதியாக இருந்தார்கள்.

'மதம்' என்ற பசுத்தோலைப் போர்த்திக் கொண்டு நாடு பிடிக்கும் நோக்கத்துடன் வந்த புலிகளின் உண்மையான உருவத்தை ஜப்பானியர் கண்டறிந்த விஷயம் நம்மை ஆச்சரியப்படுத்துகிறது. பின்னாளில், பிற நாடுகளில், ஐரோப்பிய வல்லரசுகள் தங்களுடைய சுயநலத்துக்காக மதத்தை பயன்படுத்திய விதத்தை நாம் அறிந்திருக்கிறோம்.

இந்தச் சமயத்தில்தான் வரலாறு அறியாத ஒரு புதுமை ஜப்பானில் தொடங்குகிறது. அதாவது, ஜப்பான் தேசம் முழுவதும் மற்றவர்களுக்கு அடைத்து தாளிடப்படுகிறது. 'தானும் தனித்திருக்க வேண்டும், பிற நாடுகளும் தன்னிடம் வரக்கூடாது' என்ற கொள்கையை ஜப்பான் கடைப்பிடிக்கத் தொடங்குகிறது. அதாவது, கடைசிவரை அதைக் கடைப்பிடிப்பது என்பது நம்மை மேலும் வியப்பூட்டுகிறது.

ஜப்பான் தன்னை வரவேற்கத் தயாரில்லை என்று அறிந்தவுடன் **1623**ல் ஆங்கிலேயர் அங்கே செல்வதை நிறுத்திவிட்டனர். அடுத்த ஆண்டு ஸ்பானியர் நாடு கடத்தப்பட்டார்கள். அவர்களிடம்தான் ஜப்பானியருக்கு அதிக பயம். ஜப்பானியர்களிலும் கிறிஸ்தவர் அல்லாதவர் மட்டுமே வியாபாரத்துக்காக வெளிநாடு செல்லமுடியும் என்ற விதி இருந்தது. அவர்களும் பிலிப்பைன்ஸுக்கு செல்லக்கூடாது. **12** ஆண்டுகளுக்குப் பிறகு அதாவது **1636**ல் ஜப்பானையே மூடி 'சீல்' வைத்துவிட்டார்கள்.

போர்ச்சுக்கீசியரை நாட்டிலிருந்து விரட்டினார்கள். ஜப்பானியர் எந்த மதத்தை சேர்ந்தவரும் எந்தக் காரணத்துக்காகவும் வெளிநாடுகளுக்குப் போகக்கூடாது. வெளிநாடுகளில் வசிக்கும் ஜப்பானியர் யாரும் ஜப்பானுக்குத் திரும்பி வரக்கூடாது. வந்தால் மரணதண்டனை. சில டச்சுக்காரர் மட்டும் இருந்தார்கள்.

ஜவஹர்லால் நேரு

அவர்களும் துறைமுக நகரங்களில் இருந்து உள்நாட்டுக்கு செல்லக் கூடாது. 1641ல் அந்த டச்சுக்காரரையும் நாகசாகி துறைமுகத்தில் உள்ள ஒரு சிறிய தீவுக்குள் அடைத்துவிட்டார்கள். இவ்வாறு, முதன் முதலில் போர்ச்சுக்கீசியர் வந்து 99 ஆண்டுகள் கழித்து அனைத்து வெளிநாட்டுத் தொடர்புகளையும் அறுத்து, தன்னையும் தனிமைப்படுத்திக் கொண்டது.

1640ல் போர்ச்சுகலுக்கும் ஜப்பானுக்கும் மீண்டும் வியாபாரத் தொடர்பு வேண்டும் என்று ஒரு கப்பலில் தூதர்கள் வந்து கேட்டனர். வந்த தூதர்களையும் மாலுமிகளில் பெரும்பாலோரையும் கொன்றுவிட்டனர். சிலரை மட்டும், நாட்டுக்குப் போய் நடந்ததை சொல்லும்படி விட்டனர்.

இருநூறு ஆண்டுகளுக்கு மேலாகவே ஜப்பானுக்கும் வெளி உலகத்துக்கும் தொடர்பு இல்லை. பக்கத்தில் உள்ள கொரியா, சீனாவுடன்கூட தொடர்பு இல்லை. இவ்வாறு வெளிநாடுகளுடன் தொடர்புகளை அறுப்பது சாதாரண விஷயம் அல்ல. உலகத்துக்கு நன்கு தெரியாத திபெத்தும், மத்திய ஆப்பிரிக்காவும் கூட அடுத்த நாடுகளுடன் தொடர்பு கொண்டுள்ளன. மற்றவர்களிடம் இருந்து பிரிந்து தனித்து நிற்பது ஆபத்தானது. அத்தகைய ஆபத்தையும் தாண்டி ஜப்பான் தலைநிமிர்ந்து நின்றது. உள்நாட்டிலும் அமைதி நிலவியது. கடைசியாக 1853ஆம் ஆண்டு, ஜப்பான் மீண்டும் தன் கதவையும் ஜன்னல்களையும் திறந்தது.

வரலாறைத் தொட்டுக் காட்டிச் செல்வதும், சுவையில்லாமல் மொட்டையாகச் சொல்வதும் சுவாரஸ்யம் அற்றதாக இருக்கும். ஆயினும், சில சமயங்களில், பழைய காலத்தில் எழுதப்பட்ட புத்தகம் ஏதாவது ஒன்றைப் படிக்கும்போது அதில் வந்து போகும் ஆண்களும் பெண்களும் உயிருள்ளவர்களாகவே தெரிகிறார்கள். பழங்கால ஜப்பானில் வாழ்ந்த முராசாகி என்ற வசீகரமான பெண்மணியைப் பற்றிப் படித்தேன். அவள், பல நூற்றாண்டுகளுக்கு முன்பு, ஜப்பானில் வாழ்ந்தவள். அவள் ஜப்பானிய பேரரசரின் அரண்மனையில் தான் வாழ்ந்ததைப் பற்றி எழுதியிருக்கிறாள். அதில் சில பகுதிகளை நான் படித்தபோது, அவளுடைய வார்த்தைகளை அனுபவிக்க அனுபவிக்க முராசாகி என் கண்ணெதிரில் வாழ்வதுபோல உணர்ந்தேன். பழங்கால ஜப்பானின் சிறிய, அழகிய அரண்மனை உலகம் என் கண் முன் அப்படியே காட்சி அளித்தது.

குறிப்புகளுக்காக:-